# മലയാളത്തിന്റെ സുവർണ്ണകഥകൾ

എം.ടി. വാസുദേവൻ നായർ

# മലയാളത്തിന്റെ സുവർണ്ണകഥകൾ

എം.ടി. വാസുദേവൻ നായർ

ഗ്രീൻ ബുക്സ്

green books private limited
gb building, civil lane road, ayyanthole,
thrissur- 680 003, kerala, ph: +91 487-2381066, 2381039
website: www.greenbooksindia.com
e-mail: info@greenbooksindia.com

*malayalam*
**malayalathinte suvarnakathakal**
*story*
*by*
m.t. vasudevan nair

first published march 2018
reprinted april 2019
copyright reserved

cover photo : uthaman kadanchery
cover design : g. biju

branches:
thrissur 0487-2422515
palakkad 0491-2546162
thiruvananthapuram 0471-2335301
calicut 0495 4854662
kannur 0497-2763038

isbn : 978-93-87331-62-4

no part of this publication may be reproduced,
or transmitted in any form or by any means,
without prior written permission of the publisher.

GBPL/1000/2018

## മുഖക്കുറി

മലയാളിയുടെ ഹൃദയത്തിൽ നിർമ്മാല്യം പോലെ തെളിഞ്ഞുനിൽക്കുന്ന കഥകൾ. കൂടല്ലൂരിന്റെ നാട്ടു നന്മയിലൂടെ അവ കടന്നുപോകുന്നു. പ്രിയപ്പെട്ട എഴുത്തുകാരനായ എം.ടി. വാസുദേവൻ നായരുടെ ഏറ്റവും പ്രശസ്തമായ കഥകൾ മലയാളത്തിന്റെ സുവർണ്ണകഥകൾ എന്ന ശീർഷകത്തിൽ അവതരിപ്പിക്കുന്നതിൽ ഞങ്ങൾക്ക് അതിയായ സന്തോഷമുണ്ട്.

**കൃഷ്ണദാസ്**
മാനേജിങ് എഡിറ്റർ

## കഥകൾ

വിത്തുകൾ 09

ഓപ്പോള് 28

കർക്കിടകം 45

കുട്ട്യേടത്തി 63

ഇരുട്ടിന്റെ ആത്മാവ് 86

വില്പന 119

ചെറിയ, ചെറിയ ഭൂകമ്പങ്ങൾ 140

പെരുമഴയുടെ പിറ്റേന്ന് 158

ഷെർലക്ക് 175

കൽപ്പാന്തം 191

കാഴ്ച 210

ശിലാലിഖിതം 226

# വിത്തുകൾ

*"...ചിലത് മുള്ളിന്നിടയിൽ വീണു. മുള്ളും കൂടെ മുളച്ച് അവയെ ഞെരുക്കിക്കളഞ്ഞു."*

**ഭാ**ഗം വാങ്ങിപ്പോയ ആങ്ങള ഒരു വൈകുന്നേരം കയറിവന്ന് അമ്മയെ കഠിനമായി ശകാരിച്ചു. പകരം ചോദിക്കാൻ ചോരത്തിളപ്പോടെ ചാടിപ്പുറപ്പെട്ടപ്പോൾ അമ്മ പറഞ്ഞു: "കഥല്യായോണ്ട് ഓരോന്നു പറഞ്ഞത് കാര്യാക്കാനുണ്ടോ ഉണ്ണീ?"

ഈ കോലായിൽ കാലും നീട്ടിയിരുന്നാണ്, തോടയിട്ട് ഞാന്ന കാതിനുമീതെ വെളുപ്പും കറുപ്പും കലർന്ന മുടിച്ചുരുളുകൾക്കിടയിൽ വിരലുകൾ കടത്തിക്കൊണ്ട് അമ്മ പറഞ്ഞത്.

കോലായ ഇരുട്ടിൽ മുങ്ങിക്കിടക്കുന്നു.

പത്തായപ്പുരയുടെ ഒതുക്കുകല്ലിൽ കുനിഞ്ഞിരുന്നുകൊണ്ട് ഉണ്ണി വിചാരിച്ചു: അമ്മേ ഞാൻ വീണ്ടും വന്നിരിക്കുന്നു.

ഉമ്മറത്ത് വട്ടക്കണ്ണിയിൽ തൂക്കിയിട്ട പതിന്നാലാം നമ്പർ വിളക്ക് കാറ്റിൽ പതുക്കെ ആടുന്നുണ്ടായിരുന്നു. പൂമുഖത്തിന്റെ തട്ടിന്റെ നടുവിൽ കെട്ടിയ കതിർക്കുലയുടെ നിഴൽ എതിർവശത്തെ മങ്ങിയ ചുമരിൽ ചലിച്ചുകൊണ്ടിരുന്നു. കഴിഞ്ഞ ചിങ്ങത്തിൽ തൂക്കിയിട്ടതായിരിക്കണം. മണികൾ മുഴുവൻ കൊഴിഞ്ഞിരിക്കുന്നു. എന്നിട്ടും ഒരലങ്കാരത്തിനു വേണ്ടി അതവിടെ നിർത്തിയിരിക്കയാണ്. അലങ്കാരത്തിനാവില്ല ഒരാചാരമെന്ന നിലയ്ക്ക് - ഉണ്ണി മനസ്സിൽ തിരുത്തി.

ഉറങ്ങിക്കിടക്കുകയായിരുന്നു ഈ വീടും പരിസരവും. ഇന്നു ചുറ്റും ബഹളമാണ്. വിളക്കുകളും ആളുകളും അങ്ങോട്ടുമിങ്ങോട്ടും സഞ്ചരിക്കുന്നു. കല്പനകൾ, വിളികൾ, പാത്രങ്ങളുടെ ശബ്ദങ്ങൾ. ഒരാചാരം കൊല്ലത്തിലും ആവർത്തിക്കപ്പെടുന്നു.

വിളക്കിന്റെ ചുവട്ടിൽ വൃത്താകൃതിയിൽ ഇരുട്ട് നിൽക്കുന്നേടത്ത് ചാരുകസേരയിൽ കിടന്ന് അച്ഛൻ ചുരുട്ടുവലിക്കുന്നു. മുഖം കാണാൻ വയ്യ. കണ്ണടയുടെ തിളക്കം കാണാം, ഇടയ്ക്കു ചുരുട്ട് ഒരഗ്നിഗോളം

പോലെ എരിയുന്നതും. ഒരു തീപ്പൊരി തെളിഞ്ഞുതെളിഞ്ഞ് ചുവന്ന പ്രകാശത്തിന്റെ ഒരു കൊച്ചുവൃത്തമായി വികസിക്കുകയാണ്...

ചാണകം മെഴുകിയ മുറ്റത്ത് നിലാവു മിനുങ്ങുന്നു.

അച്ഛൻ ഒന്നു ചുമച്ചു.

"അയ്യപ്പൻ വന്നില്ലേ?"

"ഇല്ല."

"വണ്ടി പോയിട്ട് നേരം ശ്ശ്യായല്ലോ."

ഉണ്ണി അർത്ഥശൂന്യമായൊന്നു മൂളി.

'എട്ടര' എന്നറിയപ്പെടുന്ന വണ്ടി പാലം കുലുക്കി കടന്നുപോയിട്ട് നേരം കുറേയായി. രാഘവേട്ടൻ അതിനാണത്രേ വരുന്നത്.

"നിനക്ക് രാഘവന്റെ കത്തുണ്ടായിരുന്നോ?"

അച്ഛൻ ചോദിച്ചു: "കുറച്ചു ദിവസം മുമ്പുണ്ടായിരുന്നു."

അതു കളവായിരുന്നു. രാഘവേട്ടന്റെ കത്തുണ്ടായിട്ടില്ല. കൊല്ലത്തിലൊരു 'ന്യൂ ഇയർ കാർഡ്' വരും. അതിൽ സമ്പത്തും സമൃദ്ധിയും ലോഭമില്ലാതെ ആശംസിക്കുന്ന ജീവനില്ലാത്ത അച്ചടിയക്ഷരങ്ങൾക്കു താഴെ വൈലറ്റു മഷികൊണ്ട് രാഘവേട്ടൻ മനോഹരമായി ഒപ്പിട്ടിട്ടുണ്ടാവും.

പഠിക്കുന്ന കാലത്ത് മുറയ്ക്ക് എഴുത്തുകളുണ്ടായിരുന്നു. നിറയെ ഉപദേശങ്ങളുണ്ടായിരിക്കും. ക്ലാസ് വാങ്ങണം. എന്നിട്ട് ഐ.എ.എസ്സിന് എഴുതണം. ശ്രമിച്ചാൽ നിനക്കതിനു സാധിക്കും.

"യുവർ പാസ്റ്റ് എച്ചീവ്മെന്റ്സ് പ്രൂവ് ദാറ്റ്." നിന്റെ കഴിഞ്ഞകാലത്തെ നേട്ടങ്ങൾ അതു തെളിയിക്കുന്നു.

ഹൈസ്കൂൾമുറ്റത്തെ വാർഷികസദസ്സുകൾ ഓർമ്മവരും. നിറയെ ആളുകൾ. സരസ്വതി വീണവായിക്കുന്ന പട്ടുതിരശ്ശീല. തലയ്ക്കു മുകളിൽ കലപില കൂട്ടുന്ന വർണക്കടലാസുകൾ.

മാസ്റ്റർ പേർ വിളിക്കുന്നു.

സമ്മാനങ്ങളായി വാങ്ങിയ ആ പുസ്തകങ്ങൾ മുകളിലെ തെക്കെ മുറിയിലെ മൂടിയില്ലാത്ത ഇരുമ്പുപെട്ടിക്കകത്തിരുന്നു ചിതലുതിന്നു നശിച്ചുകാണും.

–നിന്റെ കഴിഞ്ഞ കാലത്തെ നേട്ടങ്ങൾ അത് തെളിയിക്കുന്നു!

"ഓന്റേന്തി ബുദ്ധിയുള്ള കുട്ട്യോളുണ്ടോ?"

പ്രശംസകൾകേട്ട് നിശ്ശബ്ദം നിന്നു. മേലാകെ കോരിത്തരിപ്പായിരുന്നു.

"ഉണ്ണി വലിയ ആളാവും. അവന് കേസരിയോഗമുണ്ട്."

# വിത്തുകൾ

*"...ചിലത് മുള്ളിന്നിടയിൽ വീണു. മുള്ളും*
*കൂടെ മുളച്ച് അവയെ ഞെരുക്കിക്കളഞ്ഞു."*

**ഭാ**ഗം വാങ്ങിപ്പോയ ആങ്ങള ഒരു വൈകുന്നേരം കയറിവന്ന് അമ്മയെ കഠിനമായി ശകാരിച്ചു. പകരം ചോദിക്കാൻ ചോരത്തിളപ്പോടെ ചാടിപ്പുറപ്പെട്ടപ്പോൾ അമ്മ പറഞ്ഞു: "കഥല്യായോണ്ട് ഓരോന്നു പറഞ്ഞത് കാര്യാക്കാനുണ്ടോ ഉണ്ണീ?"

ഈ കോലായിൽ കാലും നീട്ടിയിരുന്നാണ്, തോടയിട്ട് ഞാന്ന കാതിനുമീതെ വെളുപ്പും കറുപ്പും കലർന്ന മുടിച്ചുരുളുകൾക്കിടയിൽ വിരലുകൾ കടത്തിക്കൊണ്ട് അമ്മ പറഞ്ഞത്.

കോലായ ഇരുട്ടിൽ മുങ്ങിക്കിടക്കുന്നു.

പത്തായപ്പുരയുടെ ഒതുക്കുകല്ലിൽ കുനിഞ്ഞിരുന്നുകൊണ്ട് ഉണ്ണി വിചാരിച്ചു: അമ്മേ ഞാൻ വീണ്ടും വന്നിരിക്കുന്നു.

ഉമ്മറത്ത് വട്ടക്കണ്ണിയിൽ തൂക്കിയിട്ട പതിന്നാലാം നമ്പർ വിളക്ക് കാറ്റിൽ പതുക്കെ ആടുന്നുണ്ടായിരുന്നു. പൂമുഖത്തിന്റെ തട്ടിന്റെ നടുവിൽ കെട്ടിയ കതിർക്കുലയുടെ നിഴൽ എതിർവശത്തെ മങ്ങിയ ചുമരിൽ ചലിച്ചുകൊണ്ടിരുന്നു. കഴിഞ്ഞ ചിങ്ങത്തിൽ തൂക്കിയിട്ടതായിരിക്കണം. മണികൾ മുഴുവൻ കൊഴിഞ്ഞിരിക്കുന്നു. എന്നിട്ടും ഒരലങ്കാരത്തിനു വേണ്ടി അതവിടെ നിർത്തിയിരിക്കയാണ്. അലങ്കാരത്തിനാവില്ല ഒരാചാരമെന്ന നിലയ്ക്ക് - ഉണ്ണി മനസ്സിൽ തിരുത്തി.

ഉറങ്ങിക്കിടക്കുകയായിരുന്നു ഈ വീടും പരിസരവും. ഇന്നു ചുറ്റും ബഹളമാണ്. വിളക്കുകളും ആളുകളും അങ്ങോട്ടുമിങ്ങോട്ടും സഞ്ചരിക്കുന്നു. കല്പനകൾ, വിളികൾ, പാത്രങ്ങളുടെ ശബ്ദങ്ങൾ. ഒരാചാരം കൊല്ലത്തിലും ആവർത്തിക്കപ്പെടുന്നു.

വിളക്കിന്റെ ചുവട്ടിൽ വൃത്താകൃതിയിൽ ഇരുട്ട് നിൽക്കുന്നേടത്ത് ചാരുകസേരയിൽ കിടന്ന് അച്ഛൻ ചുരുട്ടുവലിക്കുന്നു. മുഖം കാണാൻ വയ്യ. കണ്ണടയുടെ തിളക്കം കാണാം, ഇടയ്ക്കു ചുരുട്ട് ഒരഗ്നിഗോളം

പോലെ എരിയുന്നതും. ഒരു തീപ്പൊരി തെളിഞ്ഞുതെളിഞ്ഞ് ചുവന്ന പ്രകാശത്തിന്റെ ഒരു കൊച്ചുവൃത്തമായി വികസിക്കുകയാണ്...

ചാണകം മെഴുകിയ മുറ്റത്ത് നിലാവു മിനുങ്ങുന്നു.

അച്ഛൻ ഒന്നു ചുമച്ചു.

"അയ്യപ്പൻ വന്നില്ലേ?"

"ഇല്ല."

"വണ്ടി പോയിട്ട് നേരം ശ്ശ്യായല്ലോ."

ഉണ്ണി അർത്ഥശൂന്യമായൊന്നു മൂളി.

'എട്ടര' എന്നറിയപ്പെടുന്ന വണ്ടി പാലം കുലുക്കി കടന്നുപോയിട്ട് നേരം കുറേയായി. രാഘവേട്ടൻ അതിനാണത്രേ വരുന്നത്.

"നിനക്ക് രാഘവന്റെ കത്തുണ്ടായിരുന്നോ?"

അച്ഛൻ ചോദിച്ചു: "കുറച്ചു ദിവസം മുമ്പുണ്ടായിരുന്നു."

അതു കളവായിരുന്നു. രാഘവേട്ടന്റെ കത്തുണ്ടായിട്ടില്ല. കൊല്ലത്തിലൊരു 'ന്യൂ ഇയർ കാർഡ്' വരും. അതിൽ സമ്പത്തും സമൃദ്ധിയും ലോഭമില്ലാതെ ആശംസിക്കുന്ന ജീവനില്ലാത്ത അച്ചടിയക്ഷരങ്ങൾക്കു താഴെ വൈലറ്റു മഷികൊണ്ട് രാഘവേട്ടൻ മനോഹരമായി ഒപ്പിട്ടിട്ടുണ്ടാവും.

പഠിക്കുന്ന കാലത്ത് മുറയ്ക്ക് എഴുത്തുകളുണ്ടായിരുന്നു. നിറയെ ഉപദേശങ്ങളുണ്ടായിരിക്കും. ക്ലാസ് വാങ്ങണം. എന്നിട്ട് ഐ.എ.എസ്സിന് എഴുതണം. ശ്രമിച്ചാൽ നിനക്കതിനു സാധിക്കും.

"യുവർ പാസ്റ്റ് എച്ചീവ്മെന്റ്സ് പ്രൂവ് ദാറ്റ്." നിന്റെ കഴിഞ്ഞകാലത്തെ നേട്ടങ്ങൾ അതു തെളിയിക്കുന്നു.

ഹൈസ്കൂൾമുറ്റത്തെ വാർഷികസദസ്സുകൾ ഓർമ്മവരും. നിറയെ ആളുകൾ. സരസ്വതി വീണവായിക്കുന്ന പട്ടുതിരശ്ശീല. തലയ്ക്കു മുകളിൽ കലപില കൂട്ടുന്ന വർണക്കടലാസുകൾ.

മാസ്റ്റർ പേർ വിളിക്കുന്നു.

സമ്മാനങ്ങളായി വാങ്ങിയ ആ പുസ്തകങ്ങൾ മുകളിലെ തെക്കെമുറിയിലെ മൂടിയില്ലാത്ത ഇരുമ്പുപെട്ടിക്കകത്തിരുന്നു ചിതലുതിന്നു നശിച്ചുകാണും.

–നിന്റെ കഴിഞ്ഞ കാലത്തെ നേട്ടങ്ങൾ അത് തെളിയിക്കുന്നു!

"ഓന്റെന്തി ബുദ്ധിയുള്ള കുട്ട്യോളുണ്ടോ?"

പ്രശംസകൾകേട്ട് നിശ്ശബ്ദം നിന്നു. മേലാകെ കോരിത്തരിപ്പായിരുന്നു.

"ഉണ്ണി വലിയ ആളാവും. അവന് കേസരിയോഗമുണ്ട്."

രാഘവേട്ടൻ തോറ്റുതോറ്റു പഠിപ്പു നിർത്തി. ചന്ദ്രേട്ടൻ പത്താംക്ലാസ് കഴിഞ്ഞപ്പോൾ സംതൃപ്തിയായി. അമ്മിണി പെണ്ണല്ലേ. അവൾ പഠിക്കേണ്ട. ഉണ്ണി പഠിക്കും. ഐ.എ.എസ്സ് എഴുതും വലിയ ഉദ്യോഗസ്ഥ നാകും.

എന്നിട്ട്, അവസാനം ആയിത്തീർന്നത്....

നടുമുറ്റത്തിന്റെ സമീപം കെട്ടിയ പാത്തിയഴിച്ച് താഴെയിറക്കുന്ന തിരക്കാണകത്ത്. പടിഞ്ഞാറെ മുറ്റത്തുനിന്ന് അകത്തേക്കും അകത്തു നിന്ന് പടിഞ്ഞാറെ മുറ്റത്തേക്കും വിളക്കുകൾ സഞ്ചരിക്കുന്നു. വലിയ മരപ്പാത്തി താങ്ങിപ്പിടിച്ച് രണ്ടുപേർ പുറത്തേക്കുവന്നു. കൂടെ പെട്രോ മാക്സ് കാണിച്ചുകൊണ്ട് ഒരാളും.

“പടിഞ്ഞാറ്വോറത്തിക്കല്ലേ?”

“അല്ലാ കൊളത്തിലേക്ക്. ഇപ്പത്തന്നെ കഴുകിവയ്ക്കണം. വേഗാട്ടെ ഗോയിന്ദാ.”

ഉണ്ണി പത്തായപ്പുരയുടെ ഒതുക്കുകല്ലിൽതന്നെ ഇരുന്നു. അച്ഛൻ വലി ച്ചെറിഞ്ഞ ചുരുട്ടുകുറ്റി മുറ്റത്തു തെല്ലിട എരിയാൻ ശ്രമിച്ചു. പിന്നെ കണ്ണട യ്ക്കുന്നപോലെ കെട്ടടങ്ങി.

“നേരത്തെ പോയത് ആ വണ്ട്യല്ലാന്നണ്ടോ?” അച്ഛൻ ചോദിച്ചു.

“ഏ്? ആ, അതന്യാവും.”

“രാഘവൻ വരണ്ട്യേരന്നു. ഇലേങ്കി നേരത്തേ എഴുതേണ്ടതാണ്.”

“ഉം.”

“അമ്മിണീടെ എഴുത്തുണ്ടാവാറില്ലേ നെനക്ക്?”

അതിനും അയാൾ മൂളി.

ഒരു ചെറിയ കളവുകൂടി പറയേണ്ടിവന്നു.

അമ്മിണി ഇക്കുറി വരില്ല. നാട്ടിലേക്കു പുറപ്പെടുമ്പോൾ അവളെ കാണാമെന്നു കരുതി. അയാളുടെ പുതിയ മരുമകനെ കണ്ടിട്ടില്ല.

നാലുപേരും നാലു സ്ഥലങ്ങളിലാണ്. ഓണത്തിനും വിഷുവിനും ഒത്തുകൂടിയിരുന്നു. അമ്മയ്ക്കത് നിർബന്ധമായിരുന്നു. തിരുവോണ ദിവസം നടപ്പുരയിൽ അഞ്ചുനാക്കില വയ്ക്കും. അച്ഛനും ആൺമക്കൾ മൂന്നുപേരും ഇരിക്കും. ചെറിയ നാക്കിലയുടെ മുന്നിൽ നിലവിളക്ക് കത്തുന്നുണ്ടാവും. മുമ്പൊക്കെ അമ്മയാണ് വിളമ്പിയിരുന്നത്. അമ്മിണി മുതിർന്നതിൽ പിന്നെ അവളാണ്. അടുക്കളവാതിലിനടുത്ത് കട്ടിള ചാരി ക്കൊണ്ട് അമ്മയ്ക്ക് നോക്കിനിൽക്കണം.

ആഴ്ചതോറും എല്ലാവരും കത്തെഴുതണം. അമ്മയുടെ നിർബന്ധ മായിരുന്നു. എനിക്കു സുഖംതന്നെ. രാഘവേട്ടന്റെയും അമ്മിണിയുടെയും കത്തു വന്നിരുന്നു. ചന്ദ്രേട്ടന്റെ കത്ത് കിട്ടിയിട്ട് കുറച്ചു ദിവസമായി.

അങ്ങനെയാണെഴുതിയതെങ്കിൽ മൂന്നാം ദിവസം ചന്ദ്രേട്ടന് അമ്മയുടെ കത്തുണ്ടാവും. നീ ഉണ്ണിക്ക് കത്തെഴുതിയിട്ടില്ലെന്നു കണ്ടു. വിവരത്തിന് തമ്മിൽ തമ്മിൽ ഒരു കത്തെഴുതിയാലെന്താ ചേതം?

നിങ്ങളൊക്കെ ഒന്നിനുമാത്രം പോന്നവരായിരിക്കുന്നു. ഞാൻ ഇതൊക്കെ എഴുതി അറിയിക്കേണ്ട ആവശ്യമില്ല.

ആവശ്യമുണ്ടായിരുന്നുവെന്ന് അയാൾക്കിപ്പോൾ മനസ്സിലായിരിക്കുന്നു.

രാഘവേട്ടൻ കൈയൊഴിച്ചതിൽ അദ്ഭുതമില്ല. അക്കങ്ങളിൽ ജീവിക്കുന്ന ആളാണ്. നിലമ്പൂരിലെ കാടുകളിൽനിന്ന് കല്ലായിലേക്ക് മരം കയറ്റിയ ഒരു ലോറി ഓടിക്കഴിഞ്ഞാൽ രാഘവേട്ടന്റെ മേശപ്പുറത്ത് നോട്ടുകൾ വീഴുന്നു.

വീടിന്റെ മേലുണ്ടായിരുന്ന പണയം വീട്ടിയത് രാഘവേട്ടനാണ്. പത്തായപ്പുര പുതുക്കിപ്പണി ചെയ്തത് ചന്ദ്രേട്ടനാണ്.

ഉണ്ണി ഓർത്തുപോയി, അവരിൽനിന്ന് എത്ര അകലെയാണ്, താഴെയാണ് താൻ നിൽക്കുന്നത്.

പത്തായപ്പുരയുടെ മുകളിൽനിന്ന് രാജിയുടെ കരച്ചിൽ കേട്ടു. അച്ഛൻ ചോദിച്ചു: "ആരാ കരേണ്?"

"രാജിയാണ്."

അച്ഛൻ പതുക്കെ കസേരയിൽനിന്നെഴുന്നേറ്റു. ചുമലിൽനിന്നു നിലത്തേക്ക് ഊർന്നുവീണ തോർത്തെടുത്തു കുടഞ്ഞിട്ടു മുറ്റത്തേക്കിറങ്ങി വിളിച്ചു: "ശാരദേ."

ഏട്ടത്തിയമ്മയല്ല ചന്ദ്രേട്ടനാണ് വിളികേട്ടത്.

"അവളെന്തിനാ കരയണ്?"

"വെറുതെ ശാഠ്യം."

"ഒറങ്ങീട്ടില്ലേ?"

ശാരദേട്ടത്തിയുടെ ശബ്ദം കേട്ടു.

"അവൾക്കിപ്പോൾ ഗ്രാമഫോൺ പാടിക്കണം. പെണ്ണിന്റൊരു ദുർവാശി."

ചന്ദ്രേട്ടൻ എന്തോ മുറുമുറുത്തു. കുട്ടികളുടെ വാശിയെപ്പറ്റി എന്തോ ഒരു പൊതുതത്ത്വമാണ്. അച്ഛൻ മെതിയടിക്കുള്ളിൽ കാൽ തിരുകുന്നതിനിടയ്ക്ക് പറഞ്ഞു: "രാത്രിനേരത്ത് നെലോളിപ്പിക്കണ്ട. വേണെങ്കിൽ രണ്ട് റെക്കോർഡ് വെച്ചുകൊടുക്ക്."

അച്ഛൻ മുറ്റത്ത് നടക്കാൻ തുടങ്ങിയപ്പോൾ ഉണ്ണി എഴുന്നേറ്റു പടിഞ്ഞാറെ മുറ്റത്തേക്ക് നടന്നു. കയ്യാലയുടെ മുമ്പിൽ വെളിച്ചവും ശബ്ദവും നിറഞ്ഞുനിൽക്കുന്നു. പെട്രോമാക്സിന്റെ പ്രകാശം അപ്പുറത്തെ വാഴത്തോപ്പിലേക്ക് അടിച്ചുകയറ്റിയിട്ടുണ്ട്. ചെമ്പുകൾ തമ്മിലുരഞ്ഞ്

ശബ്ദമുണ്ടാവുന്നു. വെള്ളപ്പറമ്പിലിരുന്ന് തേങ്ങ ചിരകിക്കൂട്ടുന്ന ചെറുപ്പക്കാർ താണസ്വരത്തിൽ തമാശകൾ പറഞ്ഞ് ഉറക്കെ ചിരിക്കുന്നു.

നാളത്തെ ആഘോഷത്തിന്റെ ഒരുക്കമാണ്.

സദ്യയൊരുക്കത്തിന്റെ ആഘോഷം ഈ മുറ്റത്ത് പലതവണ കണ്ടതാണ്. അമ്മിണിയുടെ കല്യാണത്തിന്റെ തലേദിവസവും അവിടെയായിരുന്നു അടുപ്പുകൾ കൂട്ടിയിരുന്നത്. ദേഹണ്ണക്കാർ പണിയെടുത്തിരുന്നു. അച്ഛന്റെ ഷഷ്ടിപൂർത്തിയുടെ തലേദിവസം വെളിച്ചവും ബഹളവും നിറഞ്ഞ ആ രാത്രിയും ഉണ്ണി ഓർത്തു. സർപ്പത്തുള്ളൽ നടന്ന രാത്രികൾ. അകത്തും പുറത്തും ധൃതിയിൽ നടന്നു നിർദ്ദേശങ്ങൾ കൊടുത്തിരുന്ന ഒരാൾമാത്രം ഇന്നില്ല. വെളുപ്പും കറുപ്പും ചേർന്ന മുടിച്ചുരുളുകൾ ഇരുവശവും പാറിക്കിടക്കുന്ന ഒരു മുഖം ആളുകൾക്കിടയിൽ കാണുന്നില്ല.

വലിയ ചെമ്പുപാത്രത്തിൽ മരപ്പിടിയുള്ള നീണ്ട ചട്ടുകംകൊണ്ട് ഇളക്കുന്ന മനുഷ്യനെ പരിഹസിച്ച് ആരോ എന്തോ പറഞ്ഞു. തേങ്ങ ചിരകുന്ന ചെറുപ്പക്കാരുടെ ഉച്ചത്തിലുള്ള ഒരു കൂട്ടച്ചിരി പൊട്ടിത്തെറിച്ചു.

ആഘോഷത്തിന്റെ ഒരുക്കമാണ്.

നാളെ അമ്മയുടെ മരണം ആഘോഷിക്കുന്നു. അയാൾക്ക് ആരോടോ അരിശം തോന്നി.

അയാൾക്കതിൽ വിശ്വാസമില്ല. ഉണങ്ങലരിച്ചോറ് ഉരുളകളാക്കി നാക്കിലയിൽവച്ച് കൈകൊട്ടുമ്പോൾ കാക്കകൾവന്ന് കൊത്തിത്തിന്നും. കാക്കകൾ ചോറുതിന്നാൽ പരലോകത്തിലെ മനുഷ്യാത്മാക്കളുടെ വയറു നിറയുമെന്നായിരിക്കാം വിശ്വാസം. എങ്കിലും കലണ്ടറിൽ ഫെബ്രുവരിയായാൽ ഓർമ്മവരുന്നു. അമ്മയുടെ ചാത്തമടുത്തിരിക്കുന്നു.

അച്ഛന്റെ ഒരു കാർഡ് വരും: "-ാംനു അമ്മയുടെ ചാത്തമാണ്. എല്ലാവർക്കും ഇന്നെഴുതിയിട്ടുണ്ട്. ഞാൻ ഒരിക്കലിന്റന്ന് അവിടെ എത്തുന്നതാണ്."

മുകളിൽനിന്ന് ഗ്രാമഫോണിന്റെ കരകര ശബ്ദം കേൾക്കാൻ തുടങ്ങി. തുടർന്ന് ഒരു ഗാനം പതുക്കെ ജീവൻകൊള്ളുന്നു. ഏതോ ഹിന്ദി സിനിമയിലെ ഗാനമാണ്. മനുഷ്യരുടെയും മൃഗങ്ങളുടെയുമെല്ലാം ശബ്ദങ്ങൾ അതിൽ കുത്തിനിറച്ചിരിക്കുന്നു. ചന്ദ്രേട്ടൻ നാട്ടിൽ വരുമ്പോൾ ഗ്രാമഫോണും ധാരാളം റിക്കാർഡുകളും കൊണ്ടുവരും. എവിടെ പോകുമ്പോഴും അതു കൂടെ കാണുമത്രേ. ശാരദേടത്തിയെ കിട്ടിയത് ചന്ദ്രേട്ടന്റെ ഭാഗ്യമാണ്. കാരണം അവർക്കും പാട്ടിൽ താത്പര്യമാണ്. സന്ധ്യയ്ക്ക് അവർ മനോഹരമായി കീർത്തനം ചൊല്ലുന്നത് ഉണ്ണി കേട്ടിട്ടുണ്ട്. പഠിക്കുന്ന കാലത്ത് അവർ നല്ല പാട്ടുകാരിയായിരുന്നുവത്രേ.

ചന്ദ്രേട്ടൻ ചാത്തത്തിനുവരുന്നത് പതിനഞ്ചു ദിവസത്തെ ആന്വൽ ലീവെടുത്തിട്ടായിരിക്കും. പോകുന്നതുവരെ പിന്നെ പുതിയ പത്തായ

പ്പുരയിൽ ഉത്സവമാണ്. പകലും രാത്രിയും ഗ്രാമഫോണിനും വിശ്രമമില്ല. ചന്ദ്രേട്ടന്റെ കൊച്ചുമകൾ രാജി സിനിമാപ്പാട്ടുകൾ കേട്ടുപഠിച്ചിട്ടുണ്ട്.

"ഉണ്ണീ അച്ഛൻ വിളിക്കുന്നു."

അയാൾ പൂമുഖമുറ്റത്തേക്കു ചെന്നു.

"പടിക്കന്ന് വെളിച്ചം കാണണ്ണ്ട്. രാഘവനായിരിക്കും. ഒതുക്കിന്റ വടക്ക് ടോർച്ചടിച്ച് കൊടുക്ക്."

ഉണങ്ങിപ്പോയ പനിനീർത്തടത്തിനടുത്തു മതിൽക്കെട്ട് പിടിച്ചുനിന്ന് ഉണ്ണി പടിക്കലേക്കു നോക്കി റാന്തൽ വീശിക്കൊണ്ട് അയ്യപ്പൻ പടികയറി വരുന്നു. പിന്നിൽ ആരുമില്ല.

"അയ്യപ്പൻ തനിച്ചേ ഉള്ളൂ."

"ഏ?"

ഉണ്ണി അതാവർത്തിച്ചില്ല. മുറ്റത്തിന്റെ അതിർത്തിയിൽ റാന്തൽവെച്ച് അയ്യപ്പൻ ആളറിയിക്കാൻ കുരച്ചു.

"അയ്യപ്പാ..." അച്ഛൻ വിളിച്ചു.

"വണ്ടിക്ക് ചെറ്യമ്പ്രാൻ ല്യ."

"നീയ് വണ്ടിവരുമ്പോൾ സ്റ്റേഷനിൽതന്നെ ഉണ്ടായിരുന്നില്ലേ?"

"ഉവ്വ്. അട്യേൻ വണ്ടിപോയിട്ടും മ്മിണിനേരം നിന്ന്."

അകത്തുനിന്നു കാര്യസ്ഥൻ കുട്ടൻനായർ ഉമ്മറത്തേക്കുവന്ന് താഴു കോലായുടെ ഉത്തരം പിടിച്ച് ചോദിച്ചു:

"വന്നില്ലേ?"

അച്ഛനൊന്നും പറയാത്തതിനാൽ ഉണ്ണി പറഞ്ഞു:

"ഇല്ല."

"തെരക്കോണ്ടെന്നെ ആയിരിക്കും. അല്ലെങ്കിൽ ചാത്തം ഒഴിവാക്കില്ല."

അച്ഛൻ വെറുതെ മൂളി.

"കുട്ടന്റെ അച്ഛൻ മരിച്ചിട്ട് നാല്പ്പത്തൊന്നു കൊല്ലമായി. അമ്മ മരിച്ചിട്ട് പതിമൂന്നും. ഇതുവരെ ഏത് നാട്ടിലായാലും ഒരു ചാത്തം ഞാൻ മൊട ക്കീട്ടില്ല."

"അത് കാര്യം ശര്യാണ്. അങ്ങന്യാക്കെത്തന്ന്യാണു വേണ്ടത്." എന്നിട്ട് കുട്ടൻനായർ ചിരിച്ചു. കുട്ടൻനായർക്ക് ഒരുതരം നല്ല ചിരി അറിയാം. പണ്ടയാൾ അച്ഛന്റെ കാര്യസ്ഥനായിരുന്നപ്പോൾ ആ ചിരിയുടെ കഴിവുകൾ ഉണ്ണി കണ്ടിട്ടുണ്ട്. ഇപ്പോൾ കാര്യസ്ഥനല്ല. എങ്കിലും അച്ഛൻ വീട്ടിൽ വരുമ്പോൾ അയാൾ വരുന്നു. ഒന്നോ രണ്ടോ ദിവസത്തേക്ക് കാര്യസ്ഥനായിരുന്നാൽ മതി. എന്നുവെച്ചാൽ അച്ഛൻ പറയുന്നതു കേൾക്കണം, മൂളണം വേണ്ടപ്പോൾ ചിരിക്കണം.

"പക്ഷേ അയിന് ഒരു സംഗതിയുണ്ട്. മാഷ്ക്ക് ഒരു കാര്യം കേൾക്കണോ?"

കുട്ടൻനായർ അച്ഛനെ 'മാഷ്' എന്നാണ് വിളിക്കുക. അച്ഛൻ ചെറുപ്പത്തിൽ എലിമെന്ററി സ്കൂളിൽ മാഷായിരുന്നിട്ടുണ്ട്. പിന്നീടാണ് നാടുവിട്ടു പോയതും പണമുണ്ടാക്കിയതും. മാഷ് എന്ന പേര് ഇപ്പോഴും അവശേഷിക്കുന്നു.

പഠിച്ചുകഴിഞ്ഞ് ജോലിയന്വേഷണവും വായനയുമായി നാട്ടിൽ ഇരുന്ന് മടുത്തപ്പോൾ ഉണ്ണിയും മാഷായി. നാലു മാസം. കുറേപ്പേരുടെ മനസ്സിൽ അയാളിപ്പോഴും മാഷാണ്. ഈയിടെ ഏതോ റെയിൽവേസ്റ്റേഷനിൽവച്ച് ഒരു ചെറുപ്പക്കാരൻ ടിക്കറ്റ് എക്സാമിനർ ചിരിച്ചുകൊണ്ട് ചോദിച്ചു: "മാഷെങ്ങട്ടാ?"

"പാലക്കാട്ടേക്ക് - മനസ്സിലായില്ല."

"ഹൈസ്കൂളിൽ ഫിഫ്ത്തിൽ എന്നെ പഠിപ്പിച്ചിട്ടുണ്ട്."

അധ്യാപകനായിരുന്ന കാലത്ത് ആരാധനയുടെ നിഴൽവീശിയിരുന്ന ഒരു ജോടി കണ്ണുകൾ അയാൾ ഓർത്തുപോയി.

കുട്ടൻനായർ വിവരിക്കുന്നത് രാഘവേട്ടന്റെ ജോലിത്തിരക്കാണ്. ഒരിക്കൽ രാഘവേട്ടന്റെ അടുത്ത് അയാൾ പോയിരുന്നു. "എത്ര കൂലിക്കാരാ പണിയെടുക്കണ്. ലോറീല് മരംകേറ്റലും ഇറക്കലും. ഫോം വിളിക്കാനേ നേരള്ളൂ."

പടിഞ്ഞാറെ ഇറയത്തുനിന്നൊരു പെട്രോമാക്സിന്റെ വെളിച്ചം വന്നു. പിറകേ ദേഹണ്ണക്കാരൻ അച്യുതക്കുറുപ്പും.

"എന്താ കുട്ടേട്ടൻ പറേണ്?"

"അല്ല രാഘവന്റെ കാര്യം പറയ്വാ."

"വന്നില്ലേ?"

"വന്നില്ല. അയ്യപ്പൻ മടങ്ങിവന്നു."

"തെരക്കോണ്ടാവും."

"അതന്ന്യാ ഇപ്പോ പറഞ്ഞിരുന്നത്. അവിടെ ചെന്നാലല്ലേ അറിയൂ. ഒരു മിനിട്ട് ഒഴിവുവേണ്ടേ? കുട്ടൻനായര് ഇരിക്കൂ, ദാ പ്പോ എന്നും പറഞ്ഞ് അകത്തു കടന്നിട്ട് ആള് പൊറത്തു വര്ണത് സന്ത്യയ്ക്കാ. അയിലെടക്ക് ഡെയ്വറമാര്, കച്ചോടക്കാര്, പ്രമാണിമാര്..."

അച്ഛൻ ചുരുട്ടുവലിച്ചു നടക്കുകയാണ്. എങ്കിലും എല്ലാം ശ്രദ്ധിക്കുന്നുണ്ട്. മക്കളുടെ കാര്യം ആര് പുകഴ്ത്തിപ്പറയുന്നതു കേൾക്കാനും അച്ഛന് എപ്പോഴും താത്പര്യമാണ്. രാഘവൻ വലിയ നിലയിലാണ് എന്നൊരാൾ പറഞ്ഞാൽ കുറ്റാനശ്ശേരി ശേഖരൻനായർ എന്ന അവരുടെ അച്ഛൻ വലിയ നിലയിലാണ്!

ഉണ്ണി പത്തായപ്പുരയുടെ ഭിത്തി ചാരിക്കൊണ്ട് നിഴൽപ്പാടിൽ നിന്നു. മുകളിൽ ഗ്രാമഫോണിന്റെ ശബ്ദം നിലച്ചിരിക്കുന്നു. രാജി ഉറങ്ങിക്കാണും. ജാലകത്തിലൂടെ വെളിച്ചം പുറത്തേക്ക് ഒഴുകുന്നുണ്ട്. ചന്ദ്രേട്ടൻ ഉറങ്ങിക്കാണില്ല. സിനിമാമാസികയോ ക്രൈംനോവലോ വായിച്ചിരിക്കയാവും.

നാലുപേരും ഒത്തുചേരാറുള്ള ഒരു രാത്രിയായിരുന്നു ഇത്. അമ്മിണി വന്നില്ല. രാഘവേട്ടൻ വന്നില്ല. അടുത്ത കൊല്ലം ഒരുപക്ഷേ, ചന്ദ്രേട്ടനും വന്നുവെന്നുവരില്ല. താനോ?

അച്യുതക്കുറുപ്പ് കോലായയുടെ വക്കത്തിരുന്നു മുറുക്കുന്നു.

“കൂട്ടര് ഒറങ്ങില്യേ?” പത്തായപ്പുരയുടെ മുകളിലേക്കു നോക്കി അയാൾ ചോദിച്ചു.

കുട്ടൻനായർ പറഞ്ഞു: “സന്ധ്യാമ്പളക്കു കൊട്ടിത്തിന്നു കെടക്ക്ണത് നമ്മുടെ സ്വഭാവമല്ലേ? അവര് ടൗണിലായിരിക്കുമ്പോ – നേരൊട്ടായോ ഉണ്ണ്യേ?”

“പത്തര പതിനൊന്നായിട്ടുണ്ടാവും.”

പഠിക്കുന്നകാലത്ത് വാച്ചുണ്ടായിരുന്നു. കഴിഞ്ഞ കൊല്ലംവരെ അതു നടന്നു. റിപ്പെയർ ചെയ്തിട്ടു കാര്യമില്ലെന്നു പറഞ്ഞപ്പോൾ ഉപേക്ഷിച്ചു. അതിന്റെ ജോലി അതു നിർവഹിച്ചുകഴിഞ്ഞു.

“ചന്ദ്രന് ഒട്ടുണ്ടോ ലീവ്?”

അച്ഛൻ പറഞ്ഞു: “പതിനൊന്നാം തീയതി പോണം.”

കുറുപ്പു പറഞ്ഞു: “മൂപ്പരക്ക് ഒറക്കം നോക്കണ്ട ഇന്ന് നല്ല വെശപ്പ്ണ്ടാവും.”

കുട്ടൻനായർ സമാധാനിച്ചു: “കൊല്ലത്തിലൊരീസം മത്യല്ലോ.”

“മതി. പക്ഷേ, അത് ശീലിച്ചിട്ടില്യാത്തോരക്ക് വല്യ ബുദ്ധിമുട്ടന്ന്യാ. നാഴ്യേയ്ക്ക് നാല്പതു പ്രാവശ്യം ചായേം കാപ്പീം കുടിക്ക്ണോരാ.”

ചന്ദ്രേട്ടന്റെ ജോലിസ്ഥലത്തു കുട്ടൻനായർ പോകാത്തതു ഭാഗ്യമായി. അല്ലെങ്കിൽ, ഒരു വാസനകൂടി കേൾക്കേണ്ടിവരുമായിരുന്നു.

“കുട്ട്യേന്തേ വരാത്ത്?”

അമ്മിണിയെ ഉദ്ദേശിച്ചാണ്. അച്ഛൻ പറഞ്ഞു: “മോഹനന് ലീവ് കിട്ടീല്യ. പിന്നെ അവളെങ്ങനെ വരും?”

പെട്രോമാക്സിന്റെ വെളിച്ചം വീഴാത്ത കോലായത്തലയ്ക്കൽ ഉണ്ണി ചെന്നിരുന്നു.

നാളെ പതിനൊന്നു മണിക്ക് എല്ലാം കഴിയും. പന്ത്രണ്ടിനുള്ള വണ്ടിക്കു പോയാൽ വൈകുന്നേരം അവിടെ എത്താം. രാത്രിയിൽ അവസാനത്തെ ഫോറം ട്രെഡിലിൽ കയറ്റണം. ആ പഴയ യന്ത്രത്തെ നടേശൻപിള്ള രാത്രി മുഴുവൻ ചവിട്ടിയാലേ മൂവായിരം കോപ്പി തുപ്പുകയുള്ളൂ.

പക്ഷേ, തന്റെ ജോലിത്തിരക്ക് ഇവരാരും കണ്ടിട്ടില്ല.

പോകുമ്പോൾ നല്ല വെയിലായിരിക്കും. മണൽ ചൂടുപിടിക്കാൻ തുടങ്ങിയിട്ടുണ്ടാവില്ല. ഉച്ചയ്ക്കുശേഷം പുഴ കടക്കാൻ നോക്കണ്ട. പോകുമ്പോഴാണ് വരേണ്ടിയിരുന്നില്ലെന്നു തോന്നുക. കുട്ടൻനായർ, അയ്യപ്പൻ, തേക്കുകാരൻ താമി, മുറ്റമടിക്കുന്ന കാളി - എല്ലാവരും അവിടവിടെയായി നിൽക്കുന്നുണ്ടാവും. രാഘവേട്ടനും ചന്ദ്രേട്ടനുമൊക്കെ ഉണ്ടാക്കിവെച്ച വഴക്കമാണത്. അയൽവക്കത്തെ കുട്ടികൾക്കുകൂടി കാശു കൊടുത്തിട്ടേ ഇറങ്ങൂ. അവർ പോകുമ്പോൾ പുഴ കടക്കുന്നതുവരെ പത്തു പന്ത്രണ്ടാളെങ്കിലും കൂടെയുണ്ടാവും.

എല്ലാവരോടും ചിരികൊണ്ടു മാത്രമേ യാത്ര പറയാൻ കഴിയൂ. തല താഴാതിരിക്കണമെന്ന് മുൻകൂട്ടി ഉറപ്പിക്കും. പക്ഷേ, ഒരു താണ പത്രമാഫീസിലാണ് ജോലി.

തന്റെ വരുമാനമെന്താണെന്ന് ഇവരാരും അറിയാതിരിക്കട്ടെ.

"പണിയൊക്കെ കഴിഞ്ഞോ കുറുപ്പേ?"

"കഷ്ണൊക്കെ നുറുക്കിയിരിക്കുന്നു. കാളന്റെ പണി കഴിച്ചു. തേങ്ങാപ്പണി കുട്ട്യോള് നോക്കണ്ണ്ട്. ബാക്ക്യൊക്കെ രാവില്യായാലും മതി."

"കുട്ടാ."

"ഓ."

"പൊറത്തിക്കു കൊടുക്കുന്നതാ നോക്കേണ്ടത്. ഉള്ളതോണ്ട് ചിട്ട്യായിട്ട് കഴിക്കണം. ഞാൻ കാശും പണോം ചെലവാക്ക്ണേന് ഒരനുഭവം വേണം."

"അയിനൊരു സംഗത്യേയുള്ളൂ. പൊറത്തിക്ക് കൊടുക്കാൻ എത്ര വെച്ചാലാ തെകയ്കാ. അമ്മിണിക്കുട്ടീടെ പൊടമുറിക്ക് നാല്പതു പറ അരി വച്ചു. എന്നിട്ടും സർവാണിക്കു കൊടുക്കാൻ ചോറ് തെകഞ്ഞില്ല."

"പേര് ബാക്കിം."

അച്ഛനും പറഞ്ഞു: "പേര് ബാക്കി. അടുത്ത കൊല്ലംമുതല് സദ്ദീം ഏർപ്പാടും വേണ്ടന്നാ ഞാൻ വെയ്ക്ക്ണ്. കഞ്ഞിവെച്ച് പാരാം."

കുറുപ്പു പറഞ്ഞു: "അതാ പുണ്യം. അങ്ങന്യാ വേണ്ടത്."

"നാളെ വേഗം നോക്കണം കുറുപ്പേ. എനിക്കവടെ വല്യ തിരക്കുള്ള സമയാ."

കുറുപ്പു ചോദിച്ചു: "നാളെത്തന്നെ പോണംന്ന്ണ്ടോ?"

"പിന്നെ, പത്ത്നാല്പത് കൂലിക്കാര് പറമ്പുകെളയ്ക്ക്ണ്ണ്ട്. നെല്ല് വാങ്ങാൻ വണ്ടിക്കാര് വരും. ഒരു മിനിട്ട് ഒഴിവില്ല."

അച്ഛൻ എഴുന്നേറ്റു. അപ്പോൾ കുട്ടൻനായർ ചുമ്മുക്കുട്ടിയെ ഉറക്കെ വിളിച്ചു. അകത്തുനിന്നു വാലിയക്കാരിപ്പെണ്ണ് വാതിൽക്കൽ വന്ന് എത്തിനോക്കി. "കെടക്കാറായീന്ന്. മോളിലിക്ക് വെളക്കു കാട്ടിക്കൊടുക്ക്."

അവൾ അകത്തേക്കു മറഞ്ഞപ്പോൾ കുട്ടൻനായർ വീണ്ടും വിളിച്ചു പറഞ്ഞു: "അയ്യപ്പൻ കൊണ്ടന്ന റാന്തല് താഴത്തെ കോലാമ്പ്ല് താഴ്ത്തി വെച്ചിട്ടുണ്ട്. അതെടുത്തോ."

അവൾ തിരിനീട്ടി റാന്തലെടുത്ത് അകത്തേക്കു പോകുമ്പോൾ ഉണ്ണി അവളുടെ മുഖം കണ്ടു. ദാക്ഷായണിയുടെ മുഖംപോലെതന്നെ. മുമ്പ് ദാക്ഷായണിയായിരുന്നു അമ്മയെ സഹായിക്കാൻ നിന്നിരുന്നത്. ചുമ്മുകുട്ടിയുടെ ഏടത്തി വലിയ കണ്ണുകളുള്ള ദാക്ഷായണി പിറുപിറുന്നനെ സംസാരിക്കും. അടുത്ത വീട്ടിലെ ആ പെണ്ണ് മൂക്കീരൊലിപ്പിച്ച് നടന്ന കാലത്ത്, കയ്യാലയുടെ ചുവരിന്നരികെ അവർ മൂക്കുത്തു കളിച്ചിട്ടുണ്ട്. അവൾക്ക് ഉണ്ണിയേക്കാളും മൂന്നുനാലു മാസമേ പ്രായം കൂടുതലുള്ളൂ.

പകൽ തെക്കെ വേലിക്കരികിൽ ദാക്ഷായണി നിന്നു വിറകൊടിക്കുന്നതു കണ്ടു. ഇരുപത്താറു കൊല്ലം ജീവിച്ചപ്പോഴേക്കും അവളുടെ എല്ലാ ചൈതന്യവും കത്തിയടങ്ങിയെന്നോ?

അകത്തുനിന്ന് അച്ഛൻ വിളിച്ചുചോദിച്ചു:

"ഉണ്ണി എവിട്യാ കെടക്ക്ണ്?"

"ഞാൻ കെടന്നോളാം."

"മോളിലെ തെക്കാറയിൽ കെടന്നോ."

"ആ."

അകത്തെ കോണിപ്പടികൾ ശബ്ദിച്ചു. ഒടുവിൽ വാതിൽ ഒച്ചയോടെ തുറക്കുന്നു. തട്ടിൻപുറത്തുകൂടി അച്ഛൻ നടക്കുന്ന ശബ്ദം കേട്ടു.

പൂമുഖത്തിനു നേരെ മുകളിലെ മുറിയിലാണ് അമ്മ കിടന്നിരുന്നത്. അമ്മ മരിച്ചതിൽ പിന്നെ ആ മുറി അടച്ചുപൂട്ടിയിരിക്കയാണ്. കൊല്ലത്തിൽ ഒരിക്കൽ മാത്രമേ അച്ഛൻ വരാറുള്ളൂ. അപ്പോൾ അതിനു തൊട്ടടുത്ത മുറിയിലാണ് കിടക്കുക. രാഘവേട്ടന്റെ ഭാര്യയും കുട്ടികളുമായി വരുമ്പോൾ മാത്രം അമ്മയുടെ മുറി ഉപയോഗിക്കാറുണ്ട്. ആ മുറിയിൽ കട്ടിലിന്റെ ചുവട്ടിൽ കരവീരകപ്പൂവിന്റെ ആകൃതിയിലുള്ള വലിയ ഓട്ടുകോളാമ്പി എപ്പോഴും ഇരിപ്പുണ്ട്. അരികിൽ സ്റ്റൂളിന്റെ മുകളിൽ പിച്ചള കെട്ടിയ എഴുത്തുപെട്ടിയും ആധാരങ്ങൾവെച്ച ഇരുമ്പുപെട്ടിയും ഉണ്ട്. തട്ടിനുതാഴെ 'വള'യിൽ തിരുകിവെച്ച ഗിൽട്ടുപോയ വിശറി ഇപ്പോഴും അവിടെ ഇരിക്കുന്നുണ്ടോ?

കുട്ടിക്കാലത്ത് ഒഴിവുദിവസങ്ങളിൽ ആ മുറിക്കകത്ത് വളരെ സമയം കഴിച്ചുകൂട്ടും. ചുമരിൽ പെൻസിൽകൊണ്ട് അന്നെഴുതിവെച്ചതെല്ലാം മാഞ്ഞുപോകാതെ കിടപ്പുണ്ട്. ചുമരുകൾ പിന്നീട് വെള്ള വലിച്ചിട്ടില്ല.

ചങ്ങമ്പുഴയുടെ ചില വരികൾ ചുമരിൽ ഇപ്പോഴും കാണും. ഹൈസ്കൂളിൽ പഠിക്കുന്ന കാലത്തായിരുന്നു. രമണന്റെ ഒരു കയ്യെഴുത്തുകോപ്പി കിട്ടാൻ അഞ്ചു നാഴിക നടന്നത് ഇന്നും ഓർമ്മയുണ്ട്.

രണ്ടു ദിവസംകൊണ്ട് ഒരു ബൈണ്ട്ബുക്കിൽ അതു പകർത്തിവെച്ചു. ചുമരിൽ കുറിച്ച പത്രങ്ങളുടെ വിലാസങ്ങൾ മാഞ്ഞുപോയിട്ടില്ല.

പത്രങ്ങൾ, പുസ്തകങ്ങൾ, എഴുത്തുകാർ - അങ്ങനെ ഒരുലോകമായിരുന്നു മുമ്പിൽ. ആ ലോകത്തിലെത്തിച്ചേരുകയാണ് ജീവിതത്തിന്റെ ലക്ഷ്യമെന്നു കരുതിയിരുന്നു. ഇപ്പോൾ അയാൾ ദുഃഖിക്കുന്നു.

"എന്റെ ഹൃദയത്തിന്റെ കണ്ണീർക്കണങ്ങൾ, പ്രിയപ്പെട്ട കൂട്ടുകാരേ നിങ്ങൾ കണ്ടിട്ടില്ല."

എല്ലാ കൊല്ലവും വീട്ടിൽ വന്നാൽ ആ മുറിക്കകത്ത് കയറും. ആ ചുമരുകളിൽ, ചാരുപടിയിൽ, ജാലകങ്ങളിൽ - എല്ലാം പോയ കാലത്തിന്റെ കൈപ്പാടുകളുണ്ട്.

കിഴക്കുവശത്ത് കട്ടിലിനു തൊട്ടു ജാലകത്തിനു മുകളിൽ എഴുതിയിട്ടുണ്ട്: "14-11-16നെ-കണ്ടു."

മരിച്ചുപോയ ഒരു കവിയെ കണ്ട ദിവസം കുറിച്ചുവെച്ചതാണ്. ഒരു വലിയ സംഭവമായിട്ടാണത് അന്നു തോന്നിയത്. ബന്ധുഗൃഹത്തിൽനിന്ന് വൈകുന്നേരം കൂട്ടുകാരൊന്നിച്ച് നടന്നുപോകുമ്പോൾ ദൂരെ പൂഴിമണൽ നിറഞ്ഞുകിടന്ന വഴിയിൽ കവി നിൽക്കുന്നതു കണ്ടു, വളരെ അകലെ നിന്ന്.

"എന്താങ്ങനെ ഇരിക്ക്ണ്?"

കുട്ടൻനായർ അടുത്തുവന്നുനിന്ന് വയർ തടവിക്കൊണ്ടു ചോദിച്ചു.

"ഉറങ്ങണ്ടെ?"

"ഉറങ്ങാം."

"രാവിലെ നേർത്തെണീക്കണ്ടതല്ലേ. ഇപ്പത്തന്ന്യായി നേരം ശ്ശി."

"ഉം."

"എന്താ ഒരുശിരും ചൊടീല്യാണ്ടെ?"

അയാൾ അടുത്തിരുന്നു. ഉണ്ണി തൂണിനടുത്തേക്കു ചാഞ്ഞിരുന്ന് പതുക്കെ പറഞ്ഞു: "ഹേയ് ഒന്നൂല്യാ."

"ഇങ്ങന്യൊക്കെത്തന്നെ ആയാ മത്യോ!"

പോരാ എന്നയാൾക്കറിയാം. പത്രം നടത്തിയതുകൊണ്ടും എഴുതിയതുകൊണ്ടും കാര്യമില്ല. പണമുണ്ടാക്കണം. അതിന് മരക്കച്ചവടം ചെയ്യണം. നിലമ്പൂർ കാട്ടിൽനിന്നും മരം കയറ്റിയ ലോറി കല്ലായിലെത്തുമ്പോൾ രാഘവേട്ടന്റെ മേശപ്പുറത്ത് നോട്ടുകൾ വീഴുന്നു...

"ഇപ്പഴേ ഇതൊക്കെ കഴിയൂ. ഒരു ഭാരുംല്യ. ഇപ്പ തറവാട്ടിലേക്കു വല്ലതൊക്കെ പിടിച്ചിടണം."

"ഉം."

“അച്ഛൻ ഇന്നലെ രാത്രി ഉണ്ണ്യേപ്പറ്റി ഇത്തിരി പറഞ്ഞു. ഭസ്മം തൊട്ടേന്റെ ശേഷാന്ന് വെച്ചോളൂ.”

അച്ഛൻ എന്താണ് പറഞ്ഞത് എന്നന്വേഷിക്കണ്ട കാര്യമില്ല. ഒരു മകൻ അങ്ങനെയായിപ്പോയി!

പണ്ടു പറഞ്ഞ വാക്കുകൾ ഓർമ്മയുണ്ട്. “ഓനെ പഠിപ്പിച്ച കാശോണ്ട് ഒരു തെങ്ങിൻപറമ്പുകൂടി വാങ്ങ്യാൽ ഇപ്പോ അനുഭവം ഉണ്ടായിരുന്നു.”

കുട്ടൻനായർ ഉപദേശിച്ചു: “വേണ്ടിണ്ടായിട്ട് പറയാ. എവിട്യെങ്കലൊക്കെ ചാടിക്കടന്നെത്തണം. രാഘവേട്ടനും ചന്ദ്രേട്ടനും ഒക്കെ കണ്ടില്ല്യേ?”

ഉണ്ണി അതിനും മൂളി.

കുറേ കഴിഞ്ഞപ്പോൾ കുട്ടൻനായർ പറഞ്ഞു: “നേരം ശ്ശ്യായി. കെടന്നോളൂ.”

ഉണ്ണി എഴുന്നേറ്റു. തെക്കിനിയിൽ സന്ധ്യയ്ക്ക് കൊളുത്തിവച്ച നിലവിളക്ക് അപ്പോഴും കത്തുന്നുണ്ട്. അയാൾ കോണികയറി മുകളിലെ മുറിയിലെത്തി. അവിടെ വെളിച്ചമില്ല. ജാലകത്തിലൂടെ വരുന്ന നിലാവെളിച്ചത്തിൽ കട്ടിലും കിടക്കയും കാണാം. അമ്മിണിയുടെ പഴയ ചുവന്ന സാരിയാണ് ഇപ്പോഴും അതിൽ വിരിച്ചിട്ടുള്ളത്.

എതിർവശത്തെ മുറിയുടെ വാതിൽ തുറന്നുകിടക്കുന്നു. അച്ഛന്റെ ഉച്ചത്തിലുള്ള കൂർക്കംവലി കേൾക്കാം. കിഴക്കുനിന്ന് ആ മുറിയിലൂടെ കടന്നുവരുന്ന നേർത്ത കാറ്റിൽ ചുരുട്ടിന്റെ രൂക്ഷമായ ഗന്ധമുണ്ട്.

തട്ടുയരം കുറഞ്ഞ ആ മുറിക്കകത്ത്, കാറ്റുണ്ടെങ്കിലും അയാൾക്ക് ഒരു വീർപ്പുമുട്ടൽ തോന്നി. പടിഞ്ഞാറെ ചുമരിലെ അടഞ്ഞുകിടക്കുന്ന ജാലകം അപ്പോഴാണ് അയാളുടെ കണ്ണിൽപെട്ടത്. കൊളുത്തുകൾ വല്ലാതെ മുറുകിയിരിക്കുന്നു. തുറന്നപ്പോൾ ഒരുപിടി കുളിർമ അകത്തേക്കു വാരിയെറിഞ്ഞപോലെ. പുറത്തു നിലാവിൽ മുറ്റം തെളിഞ്ഞു മിന്നുന്നു. കയ്യാലയുടെ മുൻവശത്ത് ദേഹണ്ണക്കാർ നിർമ്മിച്ച അടുപ്പിൽ അപ്പോഴും തീയെരിയുന്നുണ്ട്. കുളക്കരയിൽനിന്നാണെന്നു തോന്നുന്നു, അവരിൽ ചിലരുടെ ശബ്ദം കേൾക്കുന്നുണ്ട്.

കയ്യാലയ്ക്കപ്പുറത്ത് ഉങ്ങുമരവും മുള്ളിലവള്ളികളും പടർന്നു നിൽക്കുന്ന സർപ്പക്കാവ് ഇരുട്ടിന്റെ സങ്കേതമായിരിക്കുകയാണ്. അതിന്റെ പിറകിലൂടെ അല്പം കയറിപ്പോയാൽ ശ്മശാനമായി. തറവാട്ടിലെ പഴയ തലമുറകൾ മുഴുവൻ അവൻ വിശ്രമിക്കുന്നു. ഒറ്റപ്പെട്ട ഒരു കൊന്നമരം മാത്രമുണ്ടതിൽ. മീനക്കാലമാവുമ്പോഴേക്ക് അതിൽ നിറയെ പൊൻനിറമുള്ള പൂക്കൾ നിറയും.

ശ്മശാനത്തിലെ പൂക്കൾ - ആരുടെയോ ഒരു കവിതയുടെ ശീർഷകമായിരിക്കാം അത്.

കഴിഞ്ഞകൊല്ലവും ഈ മുറിയിലാണ് കിടന്നത്. അപ്പോഴും സർപ്പക്കാവ് കണ്ടു. ശ്മശാനത്തിലെ കൊന്നമരത്തിന്റെ നെറുകയിൽ നിലാവ് മുത്തമിടുന്നതും കണ്ടു.

കഴിഞ്ഞകൊല്ലം രാഘവേട്ടനും കുടുംബവും വന്നിരുന്നു. അമ്മിണിയും ഭർത്താവുമുണ്ടായിരുന്നു. ചന്ദ്രേട്ടനും ഭാര്യയും കുട്ടികളും നേരത്തെ വന്നിരുന്നു. വീടുനിറയെ ആളുകളാണെന്നു തോന്നി.

അയാൾ അമ്മയെപ്പറ്റി ഓർത്തു.

ആ കൊന്നമരത്തിന്റെ താഴെയാണ് അമ്മയെ മറവുചെയ്തത്.

കോലായിൽ കാൽനീട്ടിയിരുന്നു മുറുക്കി, തോടയിട്ടു ഞാന്ന ചെവിക്കുമീതെ മുടിയിൽ വിരലുകൾ ഞാവിയിരിക്കുന്ന അമ്മയുടെ രൂപം ഈ രാത്രികളിൽ അയാൾ ഓർക്കാറുണ്ട്.

അമ്മയെപ്പറ്റി ഓർക്കുമ്പോൾ ഏറ്റവും വ്യക്തമായി മനസ്സിൽ തെളിയുന്നത് ഒരുറുപ്പികയുടെ കാര്യമാണ്.

സ്നേഹത്തിന്റെ വേദനയെന്തെന്ന് അനുഭവിച്ചറിഞ്ഞ അയാൾ ആദ്യമായി കരഞ്ഞത് അന്നാണ്.

അമ്മ മദിരാശിക്കു പോകുന്നുവെന്ന് കമ്പികിട്ടി. രാഘവേട്ടനാണ് കമ്പിയടിച്ചിരുന്നത്. വണ്ടിയുടെ സമയം കുറിച്ചിട്ടുണ്ട്.

പ്ലാറ്റ്ഫോമിൽ നിന്നു. ഉച്ചവെയിലത്തും മലനിരകളിൽനിന്നുള്ള തണുപ്പുള്ള കാറ്റ് അവിടെ വീശിക്കൊണ്ടിരിക്കും.

– ആ പ്ലാറ്റ്ഫോമിൽവെച്ചാണ് ഗ്ലോറിയായെ ആദ്യം കണ്ടത്. അവിടെ നിന്നുകൊണ്ടുതന്നെ അവളെ കൈവീശി യാത്രയാക്കി. പ്രകൃതി മനോഹരമായ ഡാർജിലിങ്ങിനെപ്പറ്റി കേട്ടിട്ടുണ്ട്. പൂക്കളും നീലജലം നിറഞ്ഞ തടാകങ്ങളും മഞ്ഞുമൂടിയ കൊടുമുടികളും. പട്ടാളോദ്യോഗസ്ഥന്റെ വസതിയുടെ ചുറ്റും പൂക്കൾ കാണുമായിരിക്കും. നീലിച്ച തടാകത്തിലേക്ക് നോക്കിയിരുന്ന് അവൾക്ക് തമാശ പറയാം.

അതു മറക്കാം –

വണ്ടി വന്നു. രണ്ടാം ക്ലാസുമുറിയുടെ ജാലകത്തിനടുത്ത് അമ്മയുടെ മുഖം കണ്ടു. എതിരെ രാഘവേട്ടനിരിക്കുന്നു.

സീറ്റിൽ ചുവന്ന ജമുക്കാളം വിരിച്ചിട്ടുണ്ട്. അമ്മ ചാഞ്ഞിരിക്കുകയാണ്. രോഗത്തിന്റെ ക്ഷീണവും വേദനയും മുഴുവൻ മുഖത്ത് കാണാം.

"ഇന്നാപ്പീസില്ലേ നെനക്ക്?"

"ഉണ്ട്."

രാഘവനും ചന്ദ്രനും ഉണ്ണിക്കും ഒരുപോലെ ആപ്പീസുണ്ട് എന്നു മാത്രമേ അമ്മയ്ക്കറിയൂ.

മാറാലകെട്ടിയ ആ ഇടുങ്ങിയ മുറി അമ്മ കണ്ടിട്ടില്ലല്ലോ. നിലത്തു കൂട്ടിയിട്ട പത്രക്കെട്ടുകളിൽ ചിതലുകൾ സഞ്ചരിക്കുന്നു...

വണ്ടിയുടെ ഇരുമ്പഴികൾ പിടിച്ചുകൊണ്ടുനിന്നു. രാഘവേട്ടൻ മദിരാശിയിലെ കാര്യം പറഞ്ഞ് പലർക്കും നേരത്തെ എഴുതിയിട്ടുണ്ട്. ബുദ്ധിമുട്ടുണ്ടാവില്ല. റേഡിയം ചികിത്സകൊണ്ട് ഈ രോഗം ഭേദപ്പെടാറുണ്ട്. അയാൾ കേമനായ ഡോക്ടറാണ്.

അമ്മയ്ക്ക് അധികം സംസാരിക്കാൻ വയ്യ. ക്ഷീണിച്ച മുഖത്തെ വേദന നിഴലിക്കുന്ന കണ്ണുകൾ തന്നെ തൊട്ടുഴിയുകയായിരുന്നു.

രാഘവേട്ടൻ പുറത്തിറങ്ങി. ഇംഗ്ലീഷ് പുസ്തകങ്ങൾ നിരത്തിവെച്ച സ്റ്റാളിനു മുമ്പിലേക്കു നടന്നു.

"ഉണ്ണീ നെനക്ക് പണീണ്ടെങ്കിൽ പൊയ്ക്കോ."

"പണിയൊന്നൂല്ല!"

അല്പം കഴിഞ്ഞപ്പോൾ ചോദിച്ചു: "അമ്മയ്ക്ക് ചായയോ കാപ്യോ മറ്റോ വേണോ?"

"ഒന്നും വേണ്ട. നീയാ വെയിലത്ത്ങ്ങനെ നിക്കണ്ട. അകത്തു വന്നിര്ന്നോ വണ്ട്യേളക്ണവരെ."

"വേണ്ട, സാരംല്യ."

"മദിരാശീന്ന് ഇന്ന്യെന്നാണാവോ – ദൈവം കണ്ടു."

എന്തെങ്കിലുമൊക്കെ പറയണമെന്നുണ്ടായിരുന്നു, സമാധാനിപ്പിക്കാൻ. റേഡിയം ചികിത്സകൊണ്ട് സുഖമാകും. ഈ രോഗം അത്ര ഭയങ്കരമൊന്നുമല്ല. ഒന്നും പറഞ്ഞില്ല. ആകെ തളർന്നുപോയിരുന്നു.

അമ്മ വേഷ്ടിയുടെ തുമ്പഴിക്കുന്നതു കണ്ടു. കൈ നീട്ടിയപ്പോൾ വാങ്ങി. ഒരു വെള്ളിയുറുപ്പിക.

"എന്തിനാമ്മേ?"

"ഉണ്ണി വെച്ചോ. എന്തെങ്കിലും ആവശ്യണ്ടാവും."

വർഷങ്ങൾ തന്നിൽനിന്ന് കൊഴിഞ്ഞുവീണപോലെ തോന്നി. കാൽപ്പെട്ടിയുടെ സമീപത്ത് വിരലുകൾ ഞൊടിച്ചുകൊണ്ടുനിൽക്കുന്ന ഒരു ചെറുക്കനാണിപ്പോൾ. വള്ളിവെച്ച ട്രൗസറിട്ട, പാറിപ്പറക്കുന്ന മുടി നെറ്റിയിലേക്കു വീണുകിടക്കുന്ന ഒരു ചെറുക്കൻ.

വണ്ടി നീങ്ങുമ്പോൾ ജാലകത്തിലെ ഇരുമ്പഴികളിലൂടെ വെളുപ്പും കറുപ്പും കലർന്ന മുടിച്ചുരുളുകൾ പാറുന്നു.

അമ്മ മരിച്ചു.

–മുറിയുടെ വാതിൽക്കൽ ആരോ മുട്ടി. തുറന്നപ്പോൾ കുട്ടൻ നായരാണ്. ചന്ദ്രേട്ടന്റെ കത്തുണ്ട് കൈയിൽ. ആദ്യത്തെ വാചകം: ബി പ്രിപ്പെയ്ഡ് ടു ഹിയർ ദി വേഴ്സ്റ്റ്...

പുലയുടെ മൂന്നാം ദിവസമാണ് വീട്ടിലെത്തുന്നത്. വൈകുന്നേരം. മുറ്റത്ത് അച്ഛൻ നടക്കുന്നു, ഏട്ടന്മാരുമുണ്ട്.

അപരിചിതമായ ഒരിടത്തേക്കു കയറിച്ചെല്ലുന്ന ഒരനുഭവമായിരുന്നു. ആ വീടും പരിസരവും എല്ലാം തന്നിൽനിന്ന് വളരെ അകന്നുകഴിഞ്ഞിരിക്കുന്നു.

അതിൽപ്പിന്നെ കൊല്ലത്തിലൊരു ദിവസം ഒത്തുകൂടുന്നു. ഓരോ കൊല്ലവും പടികയറുമ്പോൾ അയാൾ ഓർത്തുപോകുന്നു: പണ്ട്, വളരെ പണ്ടാണല്ലോ ഈ പടികയറിയത്. അയാൾ കണ്ണടച്ചുകിടന്നു.

"എണീക്കൂ, എളയത് വന്നിരിക്ക്ണ്."

നോക്കുമ്പോൾ നേരം പുലർന്നുകഴിഞ്ഞിരിക്കുന്നു, ഒരു നിമിഷമായിട്ടേയുള്ളൂ കണ്ണടച്ചിട്ടെന്നു തോന്നി. മുറിയിൽ ഇരുട്ടു പിന്നെയും തങ്ങിനിൽക്കുന്നു. ഉമ്മറത്തെത്തിയപ്പോൾ, പടിയിൽ പുൽപ്പായിൽ ചമ്രം പടഞ്ഞിരുന്ന് എളയത് മുറുക്കുകയാണ്.

"കുളിക്കാനൊക്കെ നോക്കാ, നേർത്തെ കഴിക്കാം."

അച്ഛൻ പൂമുഖത്തുനിന്നു കസേര വരാന്തയിലേക്ക് നീക്കിയിട്ട് കിടക്കുകയാണ്.

ഇണങ്ങൻ വന്നു പറഞ്ഞു: "അകത്തൊക്കെ ആയിരിക്ക്ണു."

'എന്നാ കുളിക്യാ' എളയത് ഓർമ്മപ്പെടുത്തി.

അച്ഛൻ ചോദിച്ചു: "തോർത്തുണ്ടില്ലേ?"

"മോളീന്ന് എടുത്തോളാം."

"ചന്ദ്രാ..." ഒതുക്കുകയറി പത്തായപ്പുരയിലേക്കു പോകുന്ന രാജിയെ കണ്ടപ്പോൾ അച്ഛൻ പറഞ്ഞു: "രാജീ, നെന്റച്ഛനെ വിളിച്ചാ."

അവൾ അവിടെനിന്നു നനുത്ത സ്വരത്തിൽ വിളിച്ചു: "അച്ഛാ, അച്ഛച്ഛൻ വിളിക്കുണു."

ചന്ദ്രേട്ടൻ കോണിയിറങ്ങി വന്നു.

"എളയത് വന്നിരിക്ക്ണു. കുളിച്ചിട്ട് വേഗം ക്രിയ കഴിച്ചോളിൻ."

"ഞാൻ കുളിക്കണില്ല."

"ഏ."

"സുഖംല്യ, രാത്രി നല്ല ജലദോഷം."

അച്ഛൻ ആലോചിച്ചു.

"എന്നാൽ കുളിക്കണ്ട. കൊളത്തിലെ വെള്ളം അല്ലെങ്കിത്തന്നെ കനം ള്ളതാ. ഉണ്ണീണ്ടല്ലോ. ഇതൊക്കെ പേരിനൊരാള്ണ്ടായാൽ മതി അല്ലെ എളേതേ..."

"അതേതെ. അത്രൊക്കേള്ളൂ."

മുകളിൽനിന്ന് ആരോ തോർത്തുമുണ്ട് കൊണ്ടുവന്നു കൊടുത്തു. കുപ്പയുടെ മുകളിൽ തൂക്കിയിട്ട ടിന്നിൽനിന്ന് ഉമിക്കരിയും ഈർക്കിലയുമെടുത്ത് അയാൾ നടന്നു.

കുട്ടൻനായർ ചോദിച്ചു: "കൊളത്തിലിക്കാ പൊഴേലിക്കാ?"

"കൊളത്തിലാ."

കഴിഞ്ഞകൊല്ലം പുഴയിലേക്കാണ് കുളിക്കാൻ പോയത്. മൂന്നുപേരുമുണ്ടായിരുന്നു. മൂന്നുപേരുംകൂടി നടക്കുമ്പോൾ ആളുകൾ അദ്ഭുതത്തോടെ വയൽവരമ്പുകളിൽ നോക്കിനിൽക്കും. കൊല്ലത്തിലൊരിക്കലാണ് അവരെ കാണുന്നത്. ദൂരസ്ഥലങ്ങളിൽ ഉദ്യോഗം നോക്കുന്നവരാണ്, പഠിപ്പുള്ളവരാണ്.

"ആയ്മ്മയ്ക്കതിനു യോഗം ഉണ്ടായില്ല."

ഈറനുമായി മടങ്ങിവന്നപ്പോൾ അച്ഛൻ പറഞ്ഞു: "കൂട്ടിത്തൊടണ്ട."

അയാൾക്കതിൽ വിശ്വാസമില്ല. തൊട്ടാലശുദ്ധിയാവുമെന്ന്. എല്ലാവർക്കും അശുദ്ധിയാണ്. എല്ലാവരിലും വിശുദ്ധിയുമുണ്ട്. അയാൾ ഒതുങ്ങിനിന്നു.

നടപ്പുരയിലാണ് ക്രിയയ്ക്കൊരുങ്ങിയിരിക്കുന്നത്. അയാൾക്കത് പരിചയമായിരിക്കുന്നു. കഴിഞ്ഞ കുറേ കൊല്ലങ്ങളായി ചെയ്യുന്നതാണ് എല്ലാം.

ഇളയതു പറഞ്ഞു: "കൈയും കാലും കഴുകി തറ്റുടുക്ക്വാ." അവിടെ നിലവിളക്ക് കൊളുത്തിവെച്ചിട്ടുണ്ട്. ഓട്ടുകിണ്ടിയിൽ വെള്ളം നിറച്ചുവെച്ചിട്ടുണ്ട്. നാക്കിലകളിൽ എള്ളും കറുകയും തുളസിപ്പൂവും ഉണ്ട്. ചെറിയ ഓട്ടുപാത്രങ്ങളിൽ എണ്ണയും വെണ്ണനെയ്യുമുണ്ട്. ഇണങ്ങൻ ചെപ്പുകുടത്തിലെ വെള്ളം ഒരരികിലേക്ക് മാറ്റിവെച്ച് വഴിയുണ്ടാക്കി.

ഇളയത് പതിവുപോലെ ഉരുവിടാൻ തുടങ്ങി. തനിച്ചാണതെല്ലാം ചെയ്യേണ്ടത്. എല്ലാവരുമുണ്ടാകുമ്പോൾ പലതും മൂത്ത ആൾ മാത്രം ചെയ്താൽ മതി. രാഘവേട്ടനെ തൊട്ടു ചന്ദ്രേട്ടൻ നിൽക്കും. ചന്ദ്രേട്ടന്റെ ചുമൽതൊട്ട് ഉണ്ണി നിൽക്കും.

നിലവിളക്കിനുമുമ്പിൽ അയാൾ മുട്ടുകുത്തി ഇരുന്നു. വാതിലിനപ്പുറത്തുനിന്ന് ആരെല്ലാമോ നോക്കുന്നുണ്ട്. ചുവന്ന മിഠായി നക്കിക്കൊണ്ടു നിൽക്കുന്ന രാജി കൗതുകത്തോടെ ഈ അദ്ഭുതം കാണുകയാണ്. ഉമ്മറത്തുനിന്ന് അച്ഛന്റെ സംസാരം കേൾക്കാം. അയാൾ നിശ്ശബ്ദമായി നിലംതളിച്ചു മെഴുകി. ഓലച്ചീന്തുകൾ എടുത്തുവെച്ചു.

എളയത് നിർദ്ദേശങ്ങൾ ഒരു പാട്ടുപോലെ ഉരുവിടുന്നു.

അയാൾ അനുസരിക്കുന്നു.

അയാൾക്കതിൽ വിശ്വാസമില്ല.

'ദീപാരാധിച്ചു തൊഴ്വാ."

"എള്ളും പൂവും ചന്ദനവും കൂട്ടി ഒന്നാരാധിച്ചു തൊഴ്വാ."

"കറുകത്തലയ്ക്കൽ ഒരു നീര്."

എല്ലാം ഒരു യന്ത്രംപോലെ അയാൾ അനുഷ്ഠിക്കുന്നു.

"എള്ളും പൂവും ചന്ദനവും എടുത്ത് രണ്ടു കൈയിലായി പകുത്തു പിടിച്ചു കറുകത്തലയ്ക്കല് പിതൃവിനെ ധ്യാനിച്ചു തൊഴ്വാ."

"മൂന്ന് നീര്."

മരിച്ചുപോയവരുടെ ആത്മാവുകൾ കറുകത്തലകളിലേക്ക് തിരിച്ചു വരികയില്ല! അയാൾക്കു വിശ്വാസമുണ്ട്. അയാൾ ഒന്നും ഓർക്കാതിരിക്കാൻ ശ്രമിച്ചു.

ചടങ്ങുകൾ ഓരോന്നായി കഴിഞ്ഞു. പിണ്ഡമുരുട്ടാൻ കല്പന കിട്ടി. മരിച്ച വ്യക്തിയുടെ ആത്മാവിനും വിശപ്പുണ്ടാവുമോ?

ഉണങ്ങലരിച്ചോറിന്റെ ഉരുളകൾ നിരത്തിവെച്ചു. അതിനും എള്ളും പൂവും ചന്ദനവും തെറിപ്പിച്ചു തൊഴുതു. കോടിനൂൽ ചുറ്റിച്ചു. എണ്ണയൊഴിച്ചു. ദീപം കാണിച്ചു വെള്ളം കൊടുത്തു. നാക്കില നടുചീന്തി കമിഴ്ത്തി. തരിയൂതി ചുവട്ടിലിട്ടു.

"മുഴുവൻ വാരിയെടുക്ക്വാ."

എളയത് കിണ്ടിയുമെടുത്ത് ഉമ്മറത്തേക്ക് നടന്നു. അയാൾ അനുഗമിച്ചു. കിണ്ടിയിൽ വെള്ളവുമായി ഇണങ്ങൻ പുറകെയുണ്ട്. മുറ്റത്ത് ചാണകം മെഴുകിയേടത്ത് എളയത് വെള്ളം തളിച്ചു. അയാൾ ഉണങ്ങല്ലരിച്ചോറിന്റെ ഉരുളകൾ നാക്കിലയിൽവെച്ചു. കമിഴ്ത്തിയ നാക്കിലച്ചീന്തുകൾ എടുത്തുകളഞ്ഞു. മൂന്നു പ്രാവശ്യം വെള്ളം തളിച്ചു.

"വാങ്ങിനിന്ന് കൈകൊട്ട്വാ."

അയാൾ കൈകൊട്ടി. ശബ്ദം വളരെ പതുക്കെയായിരുന്നു. മുറ്റത്ത് സദ്യയുണ്ണാൻ വന്നവർ സംസാരിക്കുന്ന ബഹളം നിറഞ്ഞ അന്തരീക്ഷം ഒറ്റപ്പെട്ട കൈകൊട്ട് വിഴുങ്ങിയതുപോലെ തോന്നി.

അച്ഛനും ജലദോഷമുള്ള ചന്ദ്രേട്ടനും വന്നു. കുട്ടൻനായരും ചെവിടു കേൾക്കാത്ത കുടുംബത്തിലെ ഒരു കാരണവരും. കോലായിലിരിക്കുന്ന കുട്ടികൾ കൗതുകത്തോടെ നോക്കുന്നു.

"വേണ്ടനേരത്ത് കാക്ക ഒന്നിനിം കാണില്ല."

എല്ലാവരും ആകാശത്തിലേക്കും മരക്കൊമ്പുകളിലേക്കും നോക്കി വീണ്ടും കൈകൊട്ടാൻ പറഞ്ഞപ്പോൾ അയാൾ ഉച്ചത്തിൽ കൈകൊട്ടി. ഒരു കാക്ക പറന്നുവന്ന് മേലേപ്പുറത്തെ മാവിന്റെ ചില്ലയിലിരുന്നു. ഒരു കാക്ക കൂടി. ചുറ്റുമുള്ളവർക്ക് ആശ്വാസമായി.

"ഇവിറ്റ എന്താ നോക്കി ഇരിക്കണെത്."

കാക്കൾ കൊത്തിയാലേ പരലോകത്തിലെ ആത്മാവ് തൃപ്തിപ്പെട്ടു എന്നറിയുകയുള്ളൂ.

ഉണ്ണി പ്രാർത്ഥിച്ചു: "കാക്കകളേ, നിങ്ങളിത് കൊത്തരുത്."

ഈ കറുത്ത വൃത്തികെട്ട പക്ഷികൾ മൺമറഞ്ഞ നല്ലവരുടെ ആത്മാവുകളല്ലാതിരിക്കട്ടെ.

ദൂരെ എവിടെനിന്നോ ഒരു കാക്കയുടെ കരച്ചിൽ കേട്ടു. കാക്കകൾ പറന്നുപോയി.

ചുറ്റും മുഖങ്ങൾ മ്ലാനമായി. ആരും ഒന്നും സംസാരിച്ചില്ല. വിങ്ങുന്ന നിശ്ശബ്ദത.

ഓരോരുത്തരായി കോലായിൽ കയറി. അച്ഛൻ ഒരു ചെറുക്കനെ വിളിച്ചു പറഞ്ഞു: "പട്ടി തിന്നാതെ നോക്കണം." എന്നിട്ടെന്തോ പിറുപിറുത്തു.

അച്ഛൻ ഉമ്മറത്തേക്ക് ഉണ്ണിയെ വിളിച്ചു. വെറ്റിലയും അടയ്ക്കയും ഒരു നാലണനാണ്യവും നീക്കിവച്ചു. എളയതിനും എണങ്ങനും കൊടുക്കാൻ കാലുറുപ്പികകൾ എടുക്കാൻ മറന്നുപോയത് അപ്പോഴാണുണ്ണി ഓർത്തത്. അച്ഛൻ മറക്കത്തില്ല.

എളയത് രണ്ടു കൈയും ഉയർത്തി അനുഗ്രഹിച്ചു. ഇണങ്ങന്റെ അനുഗ്രഹവും വാങ്ങി.

ഇണങ്ങനെ കാൽകഴുകിച്ചൂട്ടിയാൽ പിന്നെ ബലിശേഷം കഴിക്കണം. ഇരുന്നപ്പോൾ കുട്ടൻനായർ പറഞ്ഞു: "പേരിനിത്തിരി തൊട്ടു നോക്ക്യാമതി, സദ്യടെ ഒക്കെ ആയിരിക്ക്ണ്."

വിശക്കുന്നുണ്ട്. അതടങ്ങുന്നതുവരെ അയാൾ ഇഞ്ചിത്തൈരിൽ കുഴച്ച ഉണക്കല്ലരിയുടെ വേവാത്ത വറ്റ് വാരിത്തിന്നു.

നേരം പത്തു കഴിഞ്ഞിരിക്കുന്നു. കോലായിൽ ഇലയിടുന്ന തിരക്കാണ്. അയാൾ ഷർട്ടെടുത്തിട്ടു. നനഞ്ഞ മുണ്ട് ബാഗിന്റെ ഒരു കള്ളിയിൽ തിരുകിവച്ചു. ചന്ദ്രേട്ടനോടും ശാരദേട്ടത്തിയോടും യാത്ര പറഞ്ഞ് മുറ്റത്തിറങ്ങി. അച്ഛൻ ഇലയിടുന്നവർക്കു നിർദ്ദേശങ്ങൾ കൊടുക്കുകയാണ്.

"ഉണ്ണി പൊറപ്പെട്ട്വോ."

"ഈ വണ്ടി കിട്ടണം. ഇപ്പോ പോയാലേ പറ്റൂ."

"ഉണ്ണാറായിരിക്കണു, ഇല്യേ കുട്ടാ."

"ഒക്കെ റെഡി. പെണ്ണുങ്ങളും കുട്ട്യോളും ഇരുന്നാട്ടെ അ... പൊറത്ത്..."

"ഞാൻ പോണു. ഈ വണ്ടി കിട്ടണം."

അയാൾ നടന്നു. അച്ഛൻ വിളിച്ചു ചോദിച്ചു:

"കൊടയില്ലേ!"

"വെയില് സാരംല്യ."

നാട്ടുനടപ്പനുസരിച്ച് കുട്ടൻനായർ ചോദിച്ചു:
"ഇന്യെന്നാ?"
"അടുത്ത കൊല്ലത്തെ ചാത്തത്തിന്."

പൂമുറ്റത്ത് ഒരു നിമിഷം അയാൾ സംശയിച്ചുനിന്നു. നെന്മണികൾ മുഴുവൻ കൊഴിഞ്ഞുപോയ ആ കതിർക്കുല തൂങ്ങിനിൽക്കുന്നത് അയാൾ ശ്രദ്ധിച്ചു. സമൃദ്ധി വഴിഞ്ഞുനിന്നിരുന്ന ആ കതിർക്കുലയിൽനിന്ന് വീണു പോയത് നെന്മണികളല്ല വർഷങ്ങളാണ്. തൂങ്ങിനിൽക്കുന്ന ആ ശുഷ്കമായ വസ്തു ഒരു കതിർക്കുലയുടെ അസ്ഥികൂടം മാത്രമല്ല...

അയാൾ ഒതുക്കുകളിറങ്ങി. പടിക്കൽനിന്ന് അയാൾ തിരിഞ്ഞുനോക്കി. കയ്യാലയ്ക്കു പിറകിൽ സർപ്പക്കാവിനപ്പുറത്തെ കൊന്നമരം അവിടെ നിന്നു കാണില്ല.

അടുത്ത കൊല്ലവും ഞാൻ വരും.

എനിക്കതിൽ വിശ്വാസമില്ല.

എങ്കിലും അമ്മേ ഞാൻ വരുന്നു...

# ഓപ്പോള്

**ഓ**പ്പോള് കരയുകയായിരുന്നു.

ഓപ്പോള് കരയുന്നതു കാണാൻ അപ്പുവിനിഷ്ടമില്ല. വടക്കേമുറിയിൽ ജനാലപ്പടിമേൽ നെറ്റിയമർത്തിവെച്ചുകൊണ്ട് ഓപ്പോള് കരയുകയാണ്. അവർക്കെപ്പോഴും കരച്ചിലുതന്നെ കരച്ചില്! ഒരുപക്ഷേ, വലിയമ്മ ചീത്ത പറഞ്ഞിട്ടുണ്ടാവും. വലിയമ്മ അപ്പുവിനെയും ചീത്ത പറയാറുണ്ട്. അവനു കരച്ചിലല്ല, അരിശമാണുണ്ടാവുക. ഓപ്പോളുടെ അത്ര വലിപ്പമുണ്ടെങ്കിൽ അവൻ കാണിച്ചുകൊടുക്കുമായിരുന്നു. ഇത്ര വലുതായിട്ടും ഓപ്പോള് ചീത്ത മുഴുവൻ കേൾക്കും. ഓപ്പോളുടെ മുഖം വാടും. കണ്ണുകൾ നിറയും. അതു കാണുമ്പോൾ അവൻ പതുക്കെ സ്ഥലംവിടുകയാണ് പതിവ്.

കരയുമ്പോൾ ഓപ്പോളുടെ അടുത്തുനിൽക്കാൻ അപ്പുവിനു വയ്യ. കരച്ചിലിനിടയിൽ ഓപ്പോള് അവനെ കെട്ടിപ്പിടിക്കും. പിടിച്ചുപൂട്ടുന്നതവനിഷ്ടമാണ്. പക്ഷേ, 'മോനേ' എന്നു പിറുപിറുത്തുകൊണ്ട് നെറ്റിയിലും തലയിലും തെരുതെരെ ഉമ്മ മുത്തുമ്പോൾ ചൂടുള്ള കണ്ണുനീർത്തുള്ളികൾ അപ്പുവിന്റെ ശരീരത്തിൽ അടർന്നുവീഴും. അപ്പോൾ അവനും വെറുതെ കരയാൻ തോന്നും.

വലിയമ്മ ചീത്ത പറയുന്നത് അവനത്ര ശ്രദ്ധിക്കാറില്ല. ധാരാളം ചീത്ത കേട്ടുകഴിഞ്ഞു. കാലത്തെഴുന്നേൽക്കുന്നതുമുതൽ കേൾക്കാറുള്ളതാണ്. 'നേരുച്ച്യായാലേ ചെക്കനെണീക്കൂ. കണ്ടില്ലേ്യടാ, നെന്റെ തല പൊട്ടിയപ്പളയ്ക്കും പെരത്തറീംകൂടി പൊളിഞ്ഞില്ലേ്യ?'

കോലായുടെ വക്കിൽ അമ്മിക്കല്ലിന്റെ അടുത്തിരുന്ന് പല്ലു തേക്കുമ്പോൾ നിലത്ത് കുറച്ചു വെള്ളമായാൽ മതി, വലിയമ്മ തുടങ്ങും. 'കുരുത്തംകെട്ടോനെ, ന്റെ എല്ലും മുള്ളും നുറുങ്ങീട്ടാ നെലം തെച്ചരച്ചണ്ണ്.'

മുറ്റത്ത് കരടാക്കിയാൽ, കിണറ്റിലേക്കൊരു കല്ലിട്ടാൽ, ചെപ്പു കുടത്തിന്മേൽ ഒന്നു ചെണ്ട കൊട്ടിയാൽ, എല്ലാം വലിയമ്മയ്ക്കു ശകാരം തന്നെ ശകാരം. ഇപ്പോൾ സ്കൂളിൽ പോവാൻ തുടങ്ങിയതുകൊണ്ട് അവനല്പം ആശ്വാസമുണ്ട്. പകൽ അധികം ഉപദ്രവമില്ലല്ലോ.

ഓപ്പോൾക്ക് വലിയമ്മയെ രണ്ടു കൊടുത്താലെന്താ? പക്ഷേ, വലിയമ്മയെ ഭയപ്പെടുന്നത് അപ്പുവിനെക്കാൾ ഓപ്പോളാണ്. അപ്പുവിനെ ചീത്ത പറയുന്നതു കേൾക്കുമ്പോൾ ഓപ്പോള് ചിലപ്പോൾ പറയും: "അമ്മ അതിനെ പ്രാവി പ്രാവി കൊല്ലും."

"പ്ഫ!"

അതിനൊരാട്ടാണ് മറുപടി കിട്ടുന്നത്. അതുകൊണ്ടും നിർത്തില്ല. "അത്ര പഞ്ചാര്യാച്ചാൽ അങ്ങ്ട് മിണ്ങ്ങിക്കോ..."

"അവ്രോരടെ ആവുമ്പോ..."

അപ്പോൾ കുട്ടിയെ തൊടാൻ ചെന്നാൽ കറമ്പിപ്പയ്യ് കൊമ്പും കുലുക്കി വരാറുള്ളതുപോലെ വല്യമ്മയുടെ ഒരു വരവുണ്ട്.

"എടീ, അതിനേയ്, കണ്ടോര... ഹെന്റമ്മേ, എന്നെക്കൊണ്ട് പറേപ്പിക്കേണ്ട."

ഇത്രത്തോളമായാൽ അപ്പു പതുക്കെ മുറ്റത്തേക്കിറങ്ങിപ്പോവുകയാണ് പതിവ്. തൊടിയിൽ ചക്കന്റെകൂടെ ചുറ്റിനടക്കും. ചിലപ്പോൾ കുമ്പള വള്ളിക്കിടയിൽ ഒളിച്ചുകളിക്കുന്ന ചുവന്ന വാലുള്ള തുമ്പിയെ പിടിക്കാ നൊരു ശ്രമം നടത്തും. ഒരിക്കലും അവനതിനെ കൈയിൽ കിട്ടിയിട്ടില്ല. എന്തു സൂത്രക്കാരനാണെന്നോ, പട്ടുകോണകമുടുത്തു പറന്നുനടക്കുന്ന ആ തുമ്പിച്ചെറുക്കൻ. കുറേ കഴിഞ്ഞേ അപ്പു വീട്ടിനകത്തേക്കു പോവൂ. അതിനിടയ്ക്ക് അവൻ ഓർക്കും. ഓപ്പോള് വടക്കേമുറിയിൽ ജനാലയുടെ പടിയിൽ നെറ്റിയമർത്തിവെച്ച് തേങ്ങിക്കരയുകയാവും.

സന്ധ്യയ്ക്കു നാമം ചെല്ലുക എന്ന ബുദ്ധിമുട്ടുള്ള പണിയുണ്ട്. ഇട നാഴിയിലിരുന്നാണ് അപ്പു നാമം ചൊല്ലുക.

കുറേ നമശ്ശിവായ ഉരുവിടണം. പിന്നെ അശ്വതി ഭരണിയാണ്. അത വന് തെറ്റില്ല. മലയാളമാസം പന്ത്രണ്ടു കഴിഞ്ഞാൽ പിന്നെ ഓപ്പോളുടെ സഹായം വേണം. ഇംഗ്ലീഷുമാസവും വൺ ടു ത്രീയും ഓപ്പോളാണ് ചൊല്ലിക്കൊടുക്കേണ്ടത്.

ഓപ്പോൾക്ക് ഇംഗ്ലീഷറിയാം. ഉമ്മറത്തെ ഉണ്ണിക്കൃഷ്ണന്റെ ചിത്രമുള്ള കലണ്ടറിൽ അച്ചടിച്ച ഇംഗ്ലീഷൊക്കെ വായിക്കാൻ ഓപ്പോൾക്കു കഴിയും. ഓപ്പോള് എട്ടുവരെ പഠിച്ചതാണത്രേ.

എല്ലാം ചൊല്ലിക്കഴിഞ്ഞാൽ അവൻ ഓപ്പോളുടെ അടുത്തുചെന്നി രിക്കും. ഒന്നും പറയാറില്ല. ഓപ്പോളുടെ വിരലുകൾ അവന്റെ മുടിക്കുള്ളിൽ സഞ്ചരിച്ചുകൊണ്ടിരിക്കും. അപ്പോളായിരിക്കും അടുത്ത വീട്ടിൽനിന്നു പാട്ടുകേൾക്കുന്നത്. അടുത്ത വീട് വളരെ വലുതാണ്. അവിടെ അവൻ പോയിട്ടില്ല. വേലിക്കപ്പുറത്തുനിന്ന് കണ്ടിട്ടേയുള്ളൂ. അവിടെ ഒരുപാടാളു കളുണ്ട്.

അവിടെനിന്ന് പാട്ടുകേൾക്കാൻ തുടങ്ങിയത് ഈയിടെയാണ്. പാട്ടു

പാടുകയും വർത്തമാനം പറയുകയും ചെയ്യുന്ന ഒരു പെട്ടി അവിടെ കൊണ്ടുവന്നിട്ടുണ്ട്. പെട്ടിയെങ്ങനെയാണ് പാടുന്നതും പറയുന്നതും!

ചക്കൻ പറയുന്നത് അതിനകത്ത് ആളു കയറിയിരുന്നിട്ടുണ്ടാവും എന്നാണ്. ചക്കന് ഒന്നുമറിയില്ല. അവൻ സ്കൂളിൽ പോകുന്നില്ലല്ലോ. അവനെ മാത്രം കറമ്പി കുത്താൻ പോവില്ല. അതവന്റെ കേമത്തമൊന്നുമല്ല. മുടിങ്കോൽ കണ്ടിട്ടാണ്.

ആ പാട്ടൊക്കെ സിനിമയിലുള്ളതാണത്രേ. അപ്പു സിനിമ കണ്ടിട്ടില്ല. അവന്റെ ക്ലാസിലെ യശോദയും മണിയും കണ്ടിട്ടുണ്ടത്രേ. സിനിമയിലെ ചിത്രങ്ങൾകൊണ്ടുണ്ടാക്കിയ ഒരു സഞ്ചി അവൻ കണ്ടിട്ടുണ്ട്.

പാട്ടുകേട്ടാൽ ഓപ്പോൾക്ക് ഒരു 'പ്രാന്തി'ളകാറുണ്ട്. പിന്നെ ചോദിച്ചതിനൊന്നും മറുപടി പറയില്ല. അങ്ങനെ പിണക്കം കാട്ടുന്നതെന്തിനാണ്? ചിലപ്പോഴെല്ലാം ഓപ്പോള് അങ്ങനെ മിണ്ടാപ്പൂതമായിട്ടിരിക്കും. വല്ലാത്തൊരോപ്പോള്.

എന്നാലും അവന് ഓപ്പോളെ ഇഷ്ടമാണ്. രാവിലെ സ്കൂളിൽ പോകുന്നതിനുമുമ്പ് കുളിപ്പിക്കുന്നത് ഓപ്പോളാണ്. ഉരമുള്ള പീച്ചിക്കകൊണ്ട് മേലൊക്കെ തേയ്ക്കുന്നത് അവന് ഇഷ്ടമാവാറില്ല. തോർത്തുമുണ്ടിന്റെ തുമ്പ് കൂർപ്പിച്ച് ചെവിയിൽ തിരിക്കുമ്പോൾ അവന് ഇക്കിളിതോന്നും. ഓപ്പോളാണ് കഞ്ഞി വിളമ്പിത്തരുന്നത്. കഞ്ഞി കുടിച്ചു കൈകഴുകിയാൽ ഈറൻമുണ്ടുകൊണ്ട് നെഞ്ഞത്തെ വെള്ളം തുടച്ച്, തലേദിവസം തിരുമ്പി മടക്കിവെച്ച ഷർട്ടും വള്ളിട്രൗസറും ഇടുവിക്കും. തല ചീകിക്കഴിഞ്ഞ് മുഖത്തെ എണ്ണമിനുപ്പ് ഒരിക്കൽക്കൂടി തുടച്ചുകളഞ്ഞാൽ അവനു സ്കൂളിൽ പോകാം.

രാത്രിയിൽ അവൻ ഉണ്ണാനിരിക്കുമ്പോൾ ഓപ്പോളും അടുത്തുണ്ടാകും. ഓപ്പോള് വായിൽ തരുന്നതാണ് അവനിഷ്ടം. പക്ഷേ, വലിയമ്മ കാണുമ്പോൾ ഓപ്പോള് ചോറെടുത്തു തരില്ല. കാരണം, ഒരിക്കൽ വലിയമ്മ പറഞ്ഞു: "ചോറു തൊള്ളേക്കൊടുക്ക്ണൂ? ഒർള്ളക്കുട്ടി..."

ചിലപ്പോൾ മാത്രമേ ഓപ്പോള് വലിയമ്മയോട് മറുപടി പറയൂ. ഓപ്പോള് പറയുന്നതു കേൾക്കുമ്പോൾ വലിയമ്മയുടെ കലി വർദ്ധിക്കും. പിന്നെ ബഹളമായി. കുറേ പറഞ്ഞാൽ ഓപ്പോള് കരയും. ചിലപ്പോൾ വലിയമ്മയും.

വലിയമ്മ കരഞ്ഞാൽ അവനൊന്നുമില്ല. ഒരിക്കൽ മാത്രമേ വലിയമ്മ കരയുന്നതുകണ്ട് അവന് സങ്കടം തോന്നിയിട്ടുള്ളൂ. അത് ഓപ്പോളായിലഹള കൂട്ടിയിട്ടല്ല.

ആ സംഭവം അപ്പു മറന്നിട്ടില്ല. വലിയമ്മയെ കരയിപ്പിച്ച ആ മനുഷ്യനെയും.

ചക്കൻ ഉണ്ടാക്കിക്കൊടുത്ത ഓലപ്പന്തു തട്ടിക്കൊണ്ട് അപ്പു മുറ്റത്തു കളിക്കുകയായിരുന്നു. അപ്പോൾ പടിക്കൽനിന്നൊരു വിളി.

"അമ്മാ!"

നോക്കുമ്പോൾ ഒരാളുണ്ട് വേലിയും പിടിച്ചു നിൽക്കുന്നു. നീണ്ട കൈയുള്ള കുപ്പായവും കക്ഷത്തൊരു സഞ്ചിയുമുണ്ട്. വലിയമ്മ മുറ്റത്തിറങ്ങി വേലിക്കരികിലേക്കു നടന്നു. വലിയമ്മ എന്തെല്ലാമോ പറയുന്നു.

"നെന്റെ തള്ളയല്ലേ പറേണ്? ഇത്രത്തോളം വന്ന്ട്ട് ഇവിട്യ്യോന്ന് കേറ്യാലെന്താ കുമാരാ?"

വലിയമ്മ പറഞ്ഞത് ന്യായമാണെന്ന് അപ്പുവിനും തോന്നി. ഏതാ ഇത്ര വലിയ പവറുകാരൻ? അയാൾക്ക് വലിയമ്മയോട് വർത്തമാനം പറയണമെങ്കിൽ അങ്ങോട്ടു വിളിക്കണോ? വീട്ടിൽ കയറി വന്നൂടെ?

അയാൾ പറയുന്നത്, "ഈ പടി ഇനി ചവിട്ടില്യാന്ന് പറഞ്ഞ് ഇറങ്ങീട്ട് അഞ്ചാറു കൊല്ലായില്ലേ? അതിനി ഉണ്ടാവില്ലമ്മേ."

വലിയമ്മയ്ക്ക് നല്ല രണ്ടു ചീത്തയങ്ങോട്ടു കൊടുത്താലെന്താ? എപ്പോഴും കുരച്ചു ചാടാറുള്ള വലിയമ്മ ആ പവറുകാരനോട് പിന്നെയും കെഞ്ചുകയാണ്:

"വട്ടീല്ട്ടതായ്പ്പോയില്ലേ? നിക്കവളെ കൊല്ലാൻ വയ്ക്ക്വോ?"

അതിനയാൾ പറഞ്ഞ മറുപടി അപ്പുവിനു മനസ്സിലായില്ല.

"എടാ, എന്റെ തല തെക്കെ കണ്ടത്തിലെത്തണ്കാലംവരെങ്കിലും..."

"അത് കഴിഞ്ഞാ ഇതുംകൂടിണ്ടാവില്ല."

അയാൾ വീണ്ടും കയർക്കുകയാണ്: "ഈ വേദാന്തം മകളോട് നേർത്തെ പറയേണ്ടതായിരുന്നു."

അതിനിടയ്ക്ക് അയാൾ അവന്റെ നേരെ നോക്കി. ആ നോട്ടം അത്ര സുഖമുള്ളതല്ല. തരം കിട്ടിയാൽ കുട്ടികളുടെ കഴുത്തുപിരിച്ച് പൊക്കണത്തിലാക്കാൻ നടന്ന ആ ഗോസായിയുണ്ടല്ലോ. അയാൾ നോക്കിയപ്പോൾകൂടി അപ്പുവിന് ഇത്ര ഭയം തോന്നിയില്ല. ഈ മനുഷ്യനും കഴുത്തു പിരിക്കുമോ?

അവൻ പതുക്കെ ഉമ്മറത്തേക്കു കയറി. ഓപ്പോള് അകത്തക്കു പോയിരുന്നു. അടുക്കളയിൽനിന്ന് പുറത്തേക്കുള്ള വാതിൽക്കൽ വാഴക്കൂട്ടത്തിലേക്കു നോക്കിക്കൊണ്ട് ഓപ്പോൾ നിൽക്കുകയായിരുന്നു. മുണ്ടിന്റെ കോന്തലയിൽ പിടിച്ചുതൂങ്ങിക്കൊണ്ട് അപ്പു ചോദിച്ചു:

"ആരാ ഓപ്പോളേ പടിക്കല്?"

ഓപ്പോള് അത് കേട്ടില്ലെന്നു തോന്നുന്നു.

"ഓപ്പോളേ ആരാ പടിക്കല്?"

ഓപ്പോള് എന്തോ പറയാൻ ഭാവിച്ചു. പക്ഷേ, പറഞ്ഞില്ല.

"ആരാ ഓപ്പോളേ..."

"അത്..."

"കഴുത്ത് പിരിക്ക്വോ?"

"ആര്?"

"അയാളേയ്.... കുട്ട്യോൾടെ കഴ്ത്ത് പിരിക്കില്ലേ?" ഓപ്പോൾക്ക് ശ്വാസം മുട്ടുന്നതുപോലെ തോന്നി. "അത്... മോന്റെ അമ്മാമ്യാ."

അതല്ല പുതുമ! അമ്മാമയായിട്ട് മൂപ്പരിതാണോ ചെയ്യേണ്ടിയിരുന്നത്? പടിക്കൽ വന്നുനിന്ന് പതുക്കെ വലിയമ്മയെ വിളിക്കുക. എന്നിട്ട് പേടിപ്പെടുത്താൻവേണ്ടി അപ്പുവിനെ വല്ലാതെ നോക്കുക... വല്ലാത്തൊരമ്മാമ!

ഓപ്പോള് വെറുതെ പറഞ്ഞതാവുമോ?

"അത്യോ ഓപ്പോളേ?"

"ഹതെ."

"അമ്മാമ്യെന്താ വരാത്ത്?"

അതിന് ഓപ്പോള് മറുപടി പറഞ്ഞില്ല.

"അമ്മാമ വരില്ല."

പിന്നെയും ചോദിക്കാൻ ഭാവിക്കുമ്പോൾ ഓപ്പോളുണ്ട് കണ്ണുതുടയ്ക്കുന്നു.

"ഈ ഓപ്പോൾക്ക് പ്രാന്താ..."

അപ്പോൾ വലിയമ്മ അകത്തേക്കു വന്നു. വലിയമ്മയെ കണ്ടപ്പോഴാണ് അപ്പു അമ്പരന്നത്. വലിയമ്മ തേങ്ങിക്കരയുകയായിരുന്നു. കണ്ണീരിനിടയിൽ അവർ പലതും പിറുപിറുക്കുന്നുണ്ടായിരുന്നു. അപ്പുവിനും സങ്കടം തോന്നി. എത്രതന്നെ ചീത്ത പറഞ്ഞാലും അവന്റെ വലിയമ്മയല്ലേ?

കുറച്ചാത്മവിശ്വാസത്തോടെ അവൻ ഉമ്മറത്തുവന്ന് പടിക്കലേക്കു കണ്ണോടിച്ചു.

അമ്മാമ പൊയ്ക്കഴിഞ്ഞിരുന്നു.

ഒരമ്മാമനുണ്ടാവുന്നത് നല്ലതാണ്. പക്ഷേ, ഇങ്ങനെ നോക്കിപ്പേടിപ്പെടുത്തരുത്. പടിക്കൽ വന്നുനിന്ന് വലിയമ്മയെ വിളിച്ച് അതുമിതും പറഞ്ഞ് കരയിപ്പിക്കരുത്.

പടിഞ്ഞാറെ വീട്ടിലെ ജാനുവിന് ഒരമ്മാമയുണ്ട്. അയാൾ ദൂരത്തെവിടെയോ ആണ്. ഏഴു കടലും കടന്ന് ചെന്നാലേ അയാളുടെ ദിക്കിലെത്തൂ. അവിടെ പട്ടുകുപ്പായവും മൊട്ടുകുടയും ധാരാളമുണ്ട്. അയാൾ വന്നപ്പോൾ ജാനുവിന് ഇതുരണ്ടും കിട്ടി. മൊട്ടുകുടയ്ക്ക് നല്ല ഭംഗിയുണ്ട്. തീരെ കനമില്ല. അവളമ്പലത്തിലേക്ക് അമ്മയുടെ കൂടെ പോകുമ്പോഴേ അതെടുക്കൂ. കുപ്പായം പാകമാവാത്തതുകൊണ്ട് പെട്ടിയിൽ വെച്ചിരിക്കുകയാണ്.

വീട്ടിലുള്ള അവളുടെ അമ്മാമൻ ഒന്നും അവൾക്കു കൊടുത്തിട്ടില്ല.

അവൾക്ക് കൂടുതൽ ഇഷ്ടം ഏഴു കടൽ കടന്നുവന്ന അമ്മാമനെയാണ്. അയാളിനി അടുത്ത കൊല്ലവും വരുമത്രേ!

അപ്പുവിന്റെ അമ്മാമൻ ഇങ്ങനെ കുഴപ്പക്കാരനായതിൽ അവനു സങ്കടമുണ്ട്. അയാൾ വരില്ലെന്നാണ് ഓപ്പോൾ പറഞ്ഞത്. അയാൾ പാർക്കുന്ന സ്ഥലത്ത് മൊട്ടുകുട കിട്ടുമോ? കിട്ടിയാൽത്തന്നെ അയാൾ കൊണ്ടുവരില്ല. കണ്ടിട്ടില്ലേ നോട്ടം? വലിയമ്മയെക്കൂടി കരയിപ്പിച്ചുകളഞ്ഞു. വീട്ടിനകത്തു കയറാത്തത് പിണക്കമുള്ളതുകൊണ്ടാവും. ആരോടാണ് പിണക്കം?

ഇനി വരുമ്പോൾ ചോദിക്കാനുറച്ചതായിരുന്നു. പക്ഷേ അമ്മാമ വന്നില്ല.

അമ്മാമ എവിടെയാണ്? ഓപ്പോള് പറയുന്നില്ല. ജാനുവിന് അങ്ങനെ യൊരാളെ അറിയില്ല. അവനൊരമ്മാമയുണ്ടെന്നു വിശ്വസിക്കാൻകൂടി അവൾക്കു പ്രയാസം. ചക്കന് കുറച്ചൊക്കെ അറിയാം. “ഓല്ക്ക് പൊയ്ക്കര വീടും പറമ്പുംണ്ട്....”

ചക്കൻ കണ്ടിട്ടുണ്ടത്രേ. അവനാവഴി പോയ കാലത്താണ് പുതിയ പുരയ്ക്ക് ഓടു മേയുന്നത്.

“അമ്മാമ ഇങ്ങട്ട് ന്താ വരാത്തത്?”

“ഓല് തെറ്റിപ്പോയതല്ലേ?”

എന്തിനാണ് തെറ്റിയതെന്നു ചക്കനും അറിഞ്ഞുകൂടാ.

ആലോചിക്കുമ്പോൾ അവനൊന്നും മനസ്സിലാകുന്നില്ല. പല സംശയ ങ്ങളും അവന് തീർക്കേണ്ടതായിട്ടുണ്ട്. പക്ഷേ, ആരോടു ചോദിക്കും?

ഓപ്പോളാണ് അവന്റെ സംശയങ്ങൾ സാധാരണ തീർക്കുക. രാത്രി യിൽ ഉറങ്ങാൻ കിടക്കുമ്പോഴാണത്.

അവൻ ഊണു കഴിക്കുമ്പോഴേക്കും വടക്കേ അറയിൽ കോസറി വിരിച്ചിട്ടുണ്ടാകും. ചുവപ്പിൽ വലിയ വെള്ളപ്പൂക്കളുള്ള ഒരു പഴയ സാരി യാണ് കോസറിയിൽ വിരിക്കുക. അതുകൊണ്ടാണവന് ആ കോസറി യിൽ കിടക്കാനിഷ്ടം. അത് ഓപ്പോളുടെ സാരിയാണ്.

ഓപ്പോൾക്ക് മറ്റൊരു സാരികൂടിയുണ്ട്. അത് പെട്ടിയിൽ മടക്കി വച്ചിരി ക്കുകയാണ്. ഓപ്പോളതുടുത്തു കണ്ടിട്ടില്ല. ആ പെട്ടി തുറക്കുമ്പോൾ നല്ല മണമുണ്ട്. കൈതപ്പൂവിന്റെ വാസനയാണ്. കൈതപ്പൂവിന്റെ മണം പരത്തുന്ന സാരിയും ചുറ്റി ഓപ്പോളു നടന്നാൽ നല്ല രസമുണ്ടാവും.

ഊണുകഴിഞ്ഞ ഉടനെ കിടക്കുമെങ്കിലും ഓപ്പോള് വരുന്നതുവരെ അപ്പു ഉറങ്ങില്ല. അടുക്കള അടിച്ചുവാരി പാത്രങ്ങൾ കഴുകിവെച്ചശേഷമേ ഓപ്പോള് വരൂ. ഓപ്പോളെ കെട്ടിപ്പിടിച്ചു കിടക്കുമ്പോൾ അവൻ സംശയ ങ്ങൾ ഓരോന്നു ചോദിക്കും. ജാനു അന്നു പറഞ്ഞതൊക്കെ നുണ യാണോ എന്നാണ് മിക്കപ്പോഴും അവനറിയേണ്ടത്.

അവളെന്തു നുണയാണെന്നോ ചിലപ്പോൾ പൊട്ടിക്കുക! ഒൻപതു കുട്ടിയെ തിന്ന ഒരു പാമ്പുണ്ടത്രേ അവളുടെ വീട്ടിന്റെ തെക്കുള്ള പാമ്പിൻകാവിൽ. അതു കല്ലുവെച്ച നുണയല്ലേ? ഒരു പാമ്പിന്റെ വയറ്റിൽ ഏഴു കുട്ടിയെത്തന്നെ കൊള്ളില്ല!

ഒരിക്കൽ ജാനു പറഞ്ഞു, അവൾ ദൈവത്തെ കണ്ടുവെന്ന്.

അപ്പുവിന് വിശ്വാസമായില്ല. അപ്പു കണ്ടിട്ടില്ല. ചക്കൻ കണ്ടിട്ടില്ല. ഓപ്പോളുംകൂടി കണ്ടിട്ടില്ല.

ജാനു രാത്രിയിലാണത്രേ കണ്ടത്. ദൈവത്തിന് ആണ്ടിയൂട്ടിനു വന്ന പൂശാരിയെക്കാളും താടിമീശയുമുണ്ട്. അവൾ നുണയാണോ പറയുന്ന തെന്നറിയാൻ അപ്പു ചോദിച്ചു: "തലയിലെന്താ?"

"എന്ത് തലയില്?"

"ദെയ്‌വത്തിന്റെ തലേല്?"

ജാനു കീഞ്ഞാലോചിച്ചശേഷം പറഞ്ഞു: "തലമുടി."

"പുപ്പുപ്പൂയ്." അപ്പു ആർത്തുവിളിച്ചു. "ദൈവത്തിന്റെ തലേല് കിരീടാണ്."

അത് ജാനു കണ്ടിട്ടില്ല. അവൾ നാണിച്ചുപോയി.

നുണ പറയുമെങ്കിലും അവളെ അവനിഷ്ടമായിരുന്നു. അവളുണ്ടാ യിരുന്നപ്പോൾ കളിക്കാൻ കൂട്ടുണ്ട്. ഇപ്പോൾ അവളുമില്ല. ജാനുവിനെ അവളുടെ അച്ഛൻ കൊണ്ടുപോയി. കാടും മലയുമുള്ള സ്ഥലത്തേക്കാണ് പോയത്. പക്ഷേ കടലു കടക്കേണ്ട. കടലുകളേഴും കടന്നുചെന്നെത്തു ന്നത് അവളുടെ അമ്മാമ താമസിക്കുന്ന സ്ഥലത്താണല്ലോ. അച്ഛന്റെ കൂടെ പോകുമ്പോൾ അവൾക്കു തീവണ്ടിയിലിരിക്കാം. തീവണ്ടി വലിയ കുന്നിന്റെ വയറു തുളച്ചാണത്രേ പായുക.

പോകുന്നതിന്റെ തലേദിവസം ജാനു അപ്പുവിന്റെ വീട്ടിൽ വന്നു. കൂടെ അവളുടെ അമ്മയുമുണ്ടായിരുന്നു.

"ഞങ്ങള് നാളെ തീവണ്ടീല് കേറി പൂവൂലോ" എന്നവൾ പറഞ്ഞ പ്പോൾ അവനല്പം അസൂയയാണു തോന്നിയത്. അവൾക്കെന്തെല്ലാം കാണാം! അവൾ പോകുന്ന സ്ഥലത്ത് നല്ല റബ്ബർപന്തും സൈക്കിളു മൊക്കെ കാണുമായിരിക്കും.

അപ്പുവിന് എവിടേക്കെങ്കിലും ഒന്നു പോയാൽ കൊള്ളാമെന്നുണ്ട്. ആരെങ്കിലും വന്നു വിളിച്ചുകൊണ്ടു പോവാതെ അവനെന്തു ചെയ്യും?

താലപ്പൊലിപ്പാല നിൽക്കുന്ന കുന്നിനപ്പുറം അവൻ കണ്ടിട്ടില്ല. ഏഴു കടലിനപ്പുറമുള്ള രാജ്യങ്ങൾ. കൂറ്റൻ കുന്നുകളുടെ വയറു തുളച്ചു പായുന്ന തീവണ്ടി. മൊട്ടുകുടയും പട്ടുകുപ്പായങ്ങളും നിറഞ്ഞ ആ സ്ഥല ങ്ങളിലെ കുട്ടികൾക്ക് എന്തു രസമായിരിക്കും.

ജാനുവിന്റെ അമ്മ ഓപ്പോളോട് യാത്ര പറഞ്ഞു. അവർ ഒരുമിച്ചു പഠിച്ചതാണത്രേ. ജാനുവിന്റെ അച്ഛന്റെ കൂടെ പല സ്ഥലങ്ങളിലും പോയിട്ടുണ്ടത്രേ! പിന്നെ ഒരു തമാശ കേൾക്കണോ? ജാനുവിന്റെ അച്ഛനെപ്പറ്റി അവളുടെ അമ്മ പറയുക 'അമ്മൂന്റച്ഛൻ' എന്നാണ്!

ജാനുവിന്റെ അമ്മ പോയപ്പോൾ ഓപ്പോളുടെ കണ്ണിൽ വെള്ളം നിറഞ്ഞു.

ഒരുപക്ഷേ, ഓപ്പോൾക്കും കുന്നിന്റെ വയറുതുളച്ചുപായുന്ന തീവണ്ടിയിൽ പോകണമെന്നുണ്ടായിരിക്കും!

ഓപ്പോള് എവിടേക്കും പോവാറില്ല. അമ്പലക്കുളത്തിലേക്കുകൂടി. കുളിക്കുന്നത് വീട്ടിൽ കിണറ്റിൻകരയിലാണ്. പടിക്കലെ ഭഗവതിക്കാവിൽ പാട്ടും താലവുമുണ്ടായപ്പോൾ വല്യമ്മ പോയി. അപ്പുവും പോയി. എന്നിട്ടും ഓപ്പോള് വന്നില്ല.

"ഓപ്പോള് വരില്ലെ വല്യമ്മേ?"

അപ്പോൾ വലിയമ്മ കുരച്ചു ചാടി: "ചെക്കാ മിണ്ടാണ്ടവടെ നിന്നോ."

കഴിഞ്ഞ ഇടവത്തിലാണ് അവൻ സ്കൂളിൽ പോകാൻ തുടങ്ങിയത്. ഇനി രണ്ടുമാസംകൂടി കഴിഞ്ഞാൽ പരീക്ഷയായി. അതിൽ ജയിച്ചാൽ അവനിനി രണ്ടാംക്ലാസിലാണിരിക്കുക.

ജാനു അവളുടെ അച്ഛന്റെ സ്ഥലത്തെത്തിയാൽ സ്കൂളിൽ പോകാമത്രേ. അവിടെയും സ്കൂളുണ്ടായിരിക്കും. കേളുമാഷ് ഉണ്ടാവുമോ ആവോ? ഉണ്ടാവാതിരിക്കട്ടെ, അടിവാങ്ങാതെ കഴിയാമല്ലോ.

ക്ലാസിൽ അവനൊരു കൂട്ടുകാരനുണ്ട്, കുട്ടിശ്ശങ്കരൻ. പാടത്തിന്റെ മറുകരയ്ക്കാണ് കുട്ടിശ്ശങ്കരന്റെ വീട്. അവരൊരുമിച്ചാണ് സ്കൂളിൽ പോവുന്നതും വരുന്നതും. കേളുമാഷ് ചിലപ്പോൾ കുട്ടിശ്ശങ്കരനെ കുട്ടിച്ചാത്തനെന്നു വിളിക്കും. എല്ലാവരും ചിരിക്കും. അവനതു കേൾക്കണം. എന്നാലും കേളുമാഷ് അടിക്കുന്ന അടി സഹിച്ചുകൂടാ.

കുട്ടിശ്ശങ്കരൻ ഒരിക്കൽ അവനൊരു ചെറുനാരങ്ങ സമ്മാനിച്ചു.

അതവന്റെ വീട്ടിൽനിന്നു കൊണ്ടുവന്നതായിരുന്നു. അവന്റെ വീട്ടിൽ തലേദിവസം കുറേ ചെറുനാരങ്ങയുണ്ടായിരുന്നുവത്രേ. അവന്റെ കുഞ്ഞ്യോപ്പോളുടെ കല്യാണമായിരുന്നു.

"കല്യാണത്തിനെന്തിനാ ചെറുനാരങ്ങ?"

"പൊട്ടാ, അതറീല്ലേ?"

അവൻ ചോദിക്കുകയാണ്. കുട്ടിശ്ശങ്കരന്റെ നാട്യം അവനൊരുപാടു കല്യാണം കണ്ടിട്ടുള്ളതുപോലെയാണ്. കല്യാണത്തെപ്പറ്റി കുട്ടിശ്ശങ്കരൻ വിവരിച്ചുകൊടുത്തു. വളരെ ആളുകൾ വീട്ടിൽ വരും. പന്തലിൽ വന്നിരിക്കുന്നവരെയെല്ലാം കുപ്പിയിൽ പനിനീരു നിറച്ചു തളിക്കും. പനിനീരിനു

നല്ല വാസനയുണ്ട്. പിന്നെ കളഭവും ചെറുനാരങ്ങയും എല്ലാവർക്കും കൊടുക്കുമത്രേ.

ഇതൊന്നും അപ്പു വിശ്വസിച്ചില്ല. നുണയാണെന്നു തുറന്നുപറഞ്ഞാൽ അവൻ ചോദിക്കും.

"നീയ് കല്യാണം കണ്ടിട്ടുണ്ടോ?"

അപ്പോൾ ഇല്ലെന്നു സമ്മതിക്കേണ്ടിവരും.

കുട്ടിശ്ശങ്കരനെ ആശ്വസിപ്പിക്കാൻവേണ്ടി അപ്പു പറഞ്ഞു: "ന്റൊടെ ന്റോപ്പോൾക്ക് കല്യാണംണ്ടായാൽ അന്ന് നാരങ്ങ തരണ്ട്."

പക്ഷേ കുട്ടിശ്ശങ്കരൻ പറയുകയാണ്: "അയിന് അനക്ക്ണ്ടോ ഓപ്പോള്...?"

അതു കേട്ടപ്പോൾ അപ്പുവിന് കലശലായ ദേഷ്യം വന്നു. 'കുട്ടിച്ചാത്താ' എന്നു നാലുവട്ടം വിളിച്ച് ചെകിട്ടത്ത് അടിക്കാനാണ് തോന്നിയത്. കുട്ടിശ്ശങ്കരൻ അവനേക്കാളും വലുപ്പമുണ്ട്. അതുകൊണ്ടു ചെയ്തില്ല.

"ന്റെ ഓപ്പോള് പിന്നാരട്യാ?"

"പൊട്ടാ, അന്റോപ്പോള് അന്റമ്മ്യല്ലേ?"

അപ്പോൾ കുട്ടിശ്ശങ്കരന്റെ വിഡ്ഢിത്തമോർത്തു ചിരിയാണ് വന്നത്. വെറുതെയല്ല കേളുമാഷ് കുട്ടിച്ചാത്തന് ബുദ്ധിയില്ലെന്നു പറയുന്നത്.

"പോടാ, അനക്കൊന്നുവറീല്യ."

"പിന്നെ അനക്കാ നിശ്ശും? ന്റമ്മ പറഞ്ഞൂലോ."

"അന്റമ്മയ്ക്കാ നിശ്ശും?"

പിന്നെ പിണക്കമായി. കുട്ടിശ്ശങ്കരൻ ചെറുനാരങ്ങ തിരിച്ചു ചോദിച്ചു. ചെറുനാരങ്ങയെടുത്ത് മുമ്പിലെറിഞ്ഞ് അവനൊന്നു കൊഞ്ഞനംകാട്ടി.

സ്കൂൾ വിട്ടുപോരുമ്പോൾ അവനാലോചിച്ചു. ഓപ്പോള് എങ്ങനെയാണ് അമ്മയാവുക? അവന് അമ്മയും അച്ഛനുമൊന്നുമില്ല. ഓപ്പോളും വലിയമ്മയും മാത്രമേയുള്ളൂ. അതിൽ വലിയമ്മയെ കണക്കിൽ കൂട്ടണ്ട. "ചെക്കാ, അതു ചെയ്യണ്ട, ചെക്കാ ഇതു ചെയ്യണ്ട... ചെക്കാ, നെന്റെ തല കണ്ടപ്പോ ചെക്കാ..."

അവന് ഓപ്പോള് മതി. എന്നിട്ട്, ആ നല്ല ഓപ്പോള് അമ്മയാണെന്നു പറയുന്ന കുട്ടിച്ചാത്തനെ എന്താണു ചെയ്യേണ്ടത്?

അവനമ്മ വേണ്ട.

അമ്മയുണ്ടാവുമ്പോഴുള്ള കുഴപ്പം അവൻ കാണുന്നുണ്ട്. ഓപ്പോളുടെ അമ്മയല്ലേ വലിയമ്മ? എന്നിട്ട് ഓപ്പോൾക്ക് എപ്പോഴെങ്കിലും സ്വൈരമുണ്ടോ?

കഴിഞ്ഞ നാലഞ്ചു ദിവസങ്ങളായി ഓപ്പോള് രാവും പകലും കരച്ചിൽ

തന്നെയാണ്. വലിയമ്മ ചീത്തപറയുന്നില്ല. എന്നിട്ടും കരച്ചിൽതന്നെ കരച്ചില്!

"ഈ ഓപ്പോൾക്ക് പ്രാന്താ..."

ഓപ്പോൾക്ക് അപ്പുവിനോട് പിണക്കമില്ല. രാത്രിയിൽ കെട്ടിപ്പിടിച്ചു കിടക്കുമ്പോൾ ഓപ്പോള് പലതും പറഞ്ഞു. കഥയല്ല. കഥ കേൾക്കാനാണ് അപ്പുവിനിഷ്ടം. ഓപ്പോൾക്ക് കുറേ കഥകളറിയാം. മാണിക്യക്കല്ല് കണ്ട രാജകുമാരന്റെ കഥ. അതു കേട്ടശേഷമാണ് മാണിക്യക്കല്ല് കണ്ടാൽ ഒളിച്ചുവയ്ക്കാനുള്ള സൂത്രം അപ്പുവിനു മനസ്സിലായത്. ചാണകത്തിലാണ് പൊതിയേണ്ടത്. എന്നാൽ ശോഭ കാണില്ല. പിന്നെ കല്ലായിപ്പോയ രാജകുമാരിയുടെ കഥ. ജീവിപ്പിക്കാൻ കുട്ടിയെ അറുത്തു കല്ലിൽ ചോരയൊഴിച്ചതു കേട്ടപ്പോൾ അവന് കരച്ചിൽ വന്നു.

ഇപ്പോൾ ഓപ്പോള് കഥയൊന്നും പറയാറില്ല. മിണ്ടാതെ കിടക്കും. കുറേ കഴിഞ്ഞാൽ ചോദിക്കും "മോനുറങ്ങ്യോ..."

"ഇല്ല."

"മോൻ നല്ലോണം പഠിക്കണം."

"ഉം."

"മോനേയ് നല്ല കുട്ട്യാവണം."

"ഉം."

"വലുതായാ ഓപ്പോളെ നല്ലോണം നോക്കില്ല്യേ?"

ഇതെന്ത് അർത്ഥമില്ലാത്ത ചോദ്യമാണ്? എന്നാലും മൂളും.

"ഓപ്പോൾക്ക് മോനേയുള്ളൂ."

രണ്ടുമൂന്നു ദിവസമായി ഓപ്പോൾക്ക് സുഖമില്ല. കുളിപ്പിക്കുമ്പോഴും ചോറു കുഴയ്ക്കുമ്പോഴും തല ചീകുമ്പോഴും ഒന്നും പറയില്ല. വെറുതെ അവന്റെ മുഖത്തിങ്ങനെ നോക്കും. എന്നിട്ട് അന്തം വിട്ടുകൊണ്ട് ഒരിരുത്തമുണ്ട്.

"ഈ ഓപ്പോൾക്ക് പ്രാന്താ..."

ഉച്ചയ്ക്ക് ഓപ്പോളും വലിയമ്മയും നടുവിലെ മുറിയിൽ നിലത്ത് കിടക്കുമ്പോൾ വലിയമ്മ പറയുന്നതു കേട്ടു.

"ഓനെ വിചാരിച്ച് നീയ് മനസ്സ് പുണ്ണാക്കണ്ട."

ഓപ്പോളൊന്നും പറഞ്ഞില്ല.

"വന്നതുവന്നു. അതും ഇതും ആലോയ്ച്ചാ നെല കിട്ടില്ല. ഇതങ്ങ്ട് ശര്യായാ ജയിച്ചു."

അതിനും ഓപ്പോൾക്കൊന്നും പറയാനില്ല.

"അതൊക്കെ ശങ്കരൻനായര് നടത്തും. അയാള് ആന്തരള്ളോനാ."

"അമ്മെന്താമ്മേ പറേണ്?"

"നീയേയ്..." വലിയമ്മയുടെ ശബ്ദം കുറച്ചൊന്നു വ്യത്യാസപ്പെട്ടു:

"വെറുതെ ഓരോന്നിനൊരുങ്ങേണ്ടാ. ഇതും പെഴച്ചാപിന്നെ ജന്മം മുഴ്വോൻ ഇങ്ങനെതന്നെ ഇരുന്നോളോണ്ടു."

"ഇത് ചതിയല്ലേ?"

ഓപ്പോളാണ് ചോദിക്കുന്നത്.

"അത് നീയറ്വേണ്ട."

"പിന്നെ അതിന്റെ കേടുംകൂടി നിക്കാവും."

"അതൊക്കെ ശങ്കരന്നായർക്ക് നിശ്ശംണ്ട്. വയനാട്ട് കെടക്കണെ ആളക്ക് ഇതിന്റെ കമ്പ്യല്ലെ."

"അമ്മേ, അപ്പൂന്റെ."

"അപ്പും ശിപ്പും. മാള്വോ, നെന്നോട് ഞാൻ പറേണ്. ഈ അനർത്ഥോന്ന് ഒഴിക്കാം നിരീക്ക്മ്പോ..."

ഓപ്പോള് മിണ്ടുന്നില്ല.

വീണ്ടും വലിയമ്മ പറഞ്ഞു: "ഒക്കെ ശങ്കരന്നായര് ഏറ്റ്ട്ടുണ്ട്..."

ഏതാണീ ശങ്കരന്നായര്? ഇത്ര വലിയ കേമനെ ഒന്നു കാണണമല്ലോ. അങ്ങനെയിരിക്കുമ്പോൾ കേട്ടു, ശങ്കരൻനായർ ഒരു ദിവസം വീട്ടിൽ വരുന്നുണ്ട്.

ശങ്കരൻനായർ നല്ല മനുഷ്യനായിട്ടാണ് തോന്നിയത്. അയാൾ തിണ്ണയിലിരുന്ന് വലിയമ്മയുമായി സംസാരിക്കുമ്പോൾ പപ്പടവട്ടത്തിലുള്ള നരച്ച തലമുടിയുടെ ഭംഗിയാണവൻ നോക്കിയത്.

അയാൾക്ക് വലിയമ്മയോട് ഒരുപാടു കാര്യങ്ങൾ പറയാനുണ്ട്.

അതൊന്നും അവന് കേൾക്കേണ്ട. വയനാട്ടിൽവെച്ച് കല്യാണം നടത്തുന്നുണ്ടത്രേ. നടത്തിക്കോട്ടെ. ചെക്കന്റെ കാര്യം ചെവീല് വീഴാതെ നോക്കണം. നോക്കിക്കോട്ടെ. അപ്പുവിന് ആ പപ്പടവട്ടത്തിൽ നിർത്തിയ തലമുടി ഒന്നു നല്ലപോലെ കാണുകയേ വേണ്ടൂ. അതിന്റെ നടുവിലൊരു നാലു നീണ്ട മുടി വെച്ചു കൊടുത്താൽ നന്നായിരിക്കുമെന്നു തോന്നുന്നു.

സ്കൂളിലെ തോട്ടത്തിന്റെ നടുവിൽ ചട്ടിയിൽ കുതിരവാലിവെച്ച പോലെ ഭംഗിയുണ്ടാവും. അവൻ തല പുറത്തേക്കിട്ട് ഒന്നുകൂടി നല്ല പോലെ നോക്കി.

ശങ്കരൻനായർ ശബ്ദം താഴ്ത്തി. വലിയമ്മ തിരിഞ്ഞുനോക്കിയപ്പോൾ അപ്പുവിനെ കണ്ടു.

"അപ്പു മിറ്റത്തുപോയി കളിച്ചാ..."

അവൻ അകത്തുപോയി. ഓ, അവരുടെ പഞ്ചായത്ത്!

വയനാട്ടിലെ കല്യാണംകൊണ്ട് അവനെന്തു കാര്യം? ഒരു ചെറു നാരങ്ങാകൂടി കിട്ടില്ല. ആരുവേണമെങ്കിൽ കല്യാണം നടത്തിക്കോട്ടെ. അപ്പുവിനെന്തു ചേതം?

അകത്തെ മുറിയിൽ അരിയിട്ടുവയ്ക്കുന്ന മുരുക്കുപെട്ടി അവനൊന്നു തുറന്നടച്ചു. അതിനകത്ത് ചിറകു മുളയ്ക്കാത്ത ഒരു കൂറ കണ്ണുമിഴിച്ചു നോക്കുന്നു! ജനാലയിൽ കയറിനിന്ന് ചുവരിലെ ആണിയിൽ തൂക്കിയിട്ട പൂവട്ടിയിലൊന്നു നോക്കി. വെറുതെ. അതിൽ കടുകാണ്.

അടുക്കളയിൽനിന്ന് ഓട്ടുഗ്ലാസ് വീഴുന്ന ശബ്ദം കേട്ടു. ഓപ്പോളാണ് അടുക്കളയിൽ.

വലിയമ്മ വിളിച്ചു: "മാളോ!"

ഗ്ലാസ് വീണതിനു ചീത്ത പറയാനാവുമോ?

"എടീ മാളോ!"

ഓപ്പോള് ഉമ്മറത്തേക്കുള്ള വാതിൽക്കൽ വന്നുനിന്നു.

എന്തൊക്കെയാണിപ്പോൾ ഓപ്പോള് കേൾക്കാൻ പോവുന്നതെന്നു ഭയപ്പെട്ട് അപ്പു ചെവിടോർത്തു.

"ഒക്കെ അമ്മ പറഞ്ഞില്ലേ?"

ശങ്കരൻനായരാണ് ചോദിക്കുന്നത്.

"ഒന്നും വിചാരിക്കാനില്ല. ഒക്കെ ഞാനേറ്റു. അയാള് നല്ലൊരുത്തനാ. ഒറ്റത്തടി. ഇതൊന്നും അയാള് അറിയാൻപോണില്ല."

ഓപ്പോള് ഒന്നും പറയുന്നില്ല.

"സംഗതി അവിടെവെച്ചു നടത്താം. നാലാളെ ക്ഷണിക്കണം."

"അത് പതിവില്ല്യാത്തതാന്നു പറേല്യേ?"

വലിയമ്മയ്ക്കാണ് സംശയം.

"നിങ്ങള് എന്റെ ബന്ധുക്കളാ. നിങ്ങക്കാരൂല്യ. ഞാനാച്ചാ പത്തിരുപതു കൊല്ലായിട്ട് അവിട്യാ. അപ്പോ ദേവക്യേമ്മയ്ക്കു മനസ്സിലായോ?"

"എന്താ ശങ്കരന്നായരേ?"

"ഹ... ഹ... ഹ... അതാ, ഞാൻ പറഞ്ഞിരിക്ക്ണ്. അപ്പോ ന്റെ സ്ഥലത്തുവെച്ച് ചുരുക്കത്തിലൊരു പൊടമുറി നടത്ത്യാൽ എന്താ തെറ്റ്?"

"അതു ശരി. ശങ്കരന്നായരേ ങ്ങളാണ് നിക്കിള്ളൊരാശ്രയം."

"അതോണ്ട്യന്ന്യല്ലേ ഞാനിദ് പാട്ട്പിടിച്ച് കൊണ്ടന്ന്? അയാള്ക്ക് കുട്ട്യേ കാണ്ണംന്ന് പറഞ്ഞു. അയിനോ?"

വലിയമ്മ എന്തൊക്കെയോ പിറുപിറുത്തു.

"അതൊന്നും ചെവീല് വീഴാതെ ഞാൻ നോക്കിക്കോണ്ട്."

"ഒക്കെ നേര്യായാൽ ഒരു കൂട്ടുപായസം താഴ്ത്തെക്കാവിലു കഴിക്കാൻ നേർന്നിട്ടുണ്ട്."

"ഒക്കെ ശര്യാവുംന്ന്. മകളക്ക് ഒരു ബുദ്ധിമുട്ടും വരില്ല്യാ. അയാൾക്ക് ഗവർമ്മേണ്ട്ന്ന് കിട്ട്യേ നാലേക്ര ഭൂമീണ്ട്. പണിട്ത്താ സുഖായി കഴ്യാം."

അപ്പോൾ ഓവിന്റെ താഴെവെച്ച ഒഴിഞ്ഞ താമ്പാളത്തിനകത്ത് പതുങ്ങിയിരിക്കുന്ന ഒരു കൊമ്പുള്ള വിദ്വാനെ അപ്പു കണ്ടെത്തി. കൂറയല്ല. ഇതൊരു പുതിയ വീരനാണ്. ഇവനെ വെറുതെ വിടാൻ പാടില്ല. വേണ്ട സമയത്ത് ചൂല് കാണില്ല. നല്ല വണ്ണമുള്ള ഒരീർക്കിലി വേണം.

ഉമ്മറത്ത് അപ്പോഴും സംസാരം നടക്കുന്നുണ്ട്. ശങ്കരന്നായരും വലിയമ്മയുമാണ് പറയുന്നത്. ഒക്കെ സ്വകാര്യമാണ്. അതാണിത്ര പതുക്കെ.

എന്തോ ആവട്ടെ, എവിടെപ്പോയി ചൂല്? പതുങ്ങിക്കിടക്കുന്ന കൊമ്പനെ ഒന്നു വീക്കണം.

ചൂലന്വേഷിച്ച് അടുക്കളയിലേക്കു ചെന്നപ്പോൾ ഓപ്പോളുണ്ട് അവിടെ. ഇത്തിരിമുമ്പല്ലേ ഓപ്പോള് ശങ്കരന്നായരുടെ പഞ്ചായത്ത് കേൾക്കാൻ പോയത്? ഓപ്പോളോട് ചൂലെവിടെ എന്നു ചോദിച്ചപ്പോൾ അവനെ വാരിയെടുക്കുകയാണ് ചെയ്തത്. എന്നിട്ട് നെറ്റിയിലും തലയിലും കുറേ ഉമ്മ വെച്ചു. ഓപ്പോളുടെ കണ്ണുനീർ അവന്റെ മുഖത്തും ശിരസ്സിലുമെല്ലാം ഇറ്റുവീണു.

ശങ്കരന്നായർ ഒന്നും ചീത്ത പറയുന്നതു കേട്ടില്ല. വലിയ ശുണ്ഠി പിടിച്ചിട്ടില്ല. പിന്നെയെന്തിനാണു കരയുന്നത്?

"ഈ ഓപ്പോൾക്ക് പ്രാന്താ..."

രാത്രിയിൽ ഓപ്പോള് ചോദിച്ചു: "ഓപ്പോളില്ലെങ്കി മോന് വല്യമ്മടെ അട്ത്ത് കെടന്നൂടെ?"

"ഞാനോപ്പോൾടെ കൂട്യാണ്."

"ഓപ്പോള് പോയാലോ?"

"എവിടയ്ക്കാ ഓപ്പോള് പോണ്?"

ഓപ്പോള് പറഞ്ഞില്ല. വീണ്ടും വീണ്ടും ചോദിച്ചപ്പോൾ മറുപടി കിട്ടി.

"എങ്ങട്ടൂല്യ. ഓപ്പോള് കളി പറയ്വാ..."

ഹാവൂ, അപ്പുവിന് സമാധാനമായി.

ഒരു വൈകുന്നേരം സ്കൂൾ വിട്ടുവന്നപ്പോൾ അവന് ഓട്ടട കിട്ടി. അതു പതിവില്ലാത്തതാണ്. അങ്ങനെ പ്രത്യേകമായെന്തെങ്കിലും കിട്ടിയാൽ ചക്കന്റെ മുമ്പിൽനിന്ന് തിന്നണമെന്ന് അപ്പുവിന് നിർബന്ധമുണ്ട്. ആ ചക്കന്റെ കൊതി കാണണം. അവന് വല്ലാത്ത കൊതിയാണ്. അവൻ നോക്കിനിൽക്കുമ്പോൾ ഒന്നും തിന്നരുതെന്ന് ഓപ്പോൾ പറഞ്ഞിട്ടുണ്ട്. എന്നാലും അവനു മുടിങ്കോലുണ്ടാക്കാനറിയാം. കറമ്പി അവനെമാത്രം കുത്തില്ല. അവന് വേണമെങ്കിൽ കറമ്പിയുടെ കഴുത്തിൽ കെട്ടിപ്പിടിക്കാം!

അട തിന്നാതെ ഒളിച്ചുപിടിച്ച്, ഓപ്പോൾ കാണാതെ അവൻ മുറ്റത്തിറങ്ങി. ചക്കൻ മൂടയിൽനിന്ന് വൈക്കോൽ വലിച്ചെടുക്കുകയായിരുന്നു. പതിവുപോലെ ഒരു ചെകരം അട്യേന് ചെറ്യമ്പ്രാ എന്നവൻ കെഞ്ചിയില്ല.

"അട്യേന് വല്യമ്പ്രാള് തന്നൂലോ..."

"നൊണ."

"അട്യേനാ ഓല് വന്നപ്പോ ചായപ്പൊടീം പഞ്ചാരീം വാങ്ങിക്കൊണ്ടന്ന്."

"ആരേ വന്ന്?"

"വിര്ന്ന്വാര്, ദ്വോക്കി. ചെറ്യമ്പ്രാ."

ചക്കൻ മടിയഴിച്ചു കാണിച്ചു. മൂന്നു ബീഡിക്കുറ്റി!

"ആ ബന്ന തമ്പ്രാൻ വലിച്ചിട്ടതാ."

ബീഡി വലിക്കുന്നെങ്കിൽ യോഗ്യൻ തന്നെയാവണം. ശങ്കരൻ നായർക്ക് പപ്പടവട്ടത്തിലുള്ള മുടിയുണ്ടെങ്കിൽകൂടി ബീഡി വലിക്കാൻ വയ്യ. അയാൾ കഴിഞ്ഞയാഴ്ച വന്നപ്പോൾ വല്യമ്മയെപ്പോലെ വെറുതെ മുറുക്കിത്തുപ്പി. മോശം!

എവിടെ വിരുന്നുകാർ? ഓപ്പോളെ കണ്ട് ചോദിക്കാൻ വീട്ടിനകത്തേക്കോടി. ഓപ്പോൾ തൊടിയിലായിരുന്നു. വലിയമ്മ കാവുത്തിന്റെ തൊലി കളയുകയാണ്.

"എവിടെ വലിയമ്മേ, വിരുന്ന്വാര്?"

"എന്ത് വിരുന്ന്വാരെടാ... ഇബടെ ആരെടാ വിരുന്ന് വര്ണ്, കാലനോ?"

പേര് ചക്കൻ പറഞ്ഞില്ല. കാലനെങ്കിൽ കാലൻ. എവിടെ? അതാണവനറിയേണ്ടത്.

"ചെക്കാ നൊനാമ്പീമ്പിത്തരംകൊണ്ട് വന്നാണ്ടല്ലോ... കൊല്ലി ഞാനടിച്ചു തിരിക്കും."

ഓ, അവന് കേൾക്കണ്ട. ഒരു വിരുന്നുകാരൻ വന്നപ്പോളത്തെ പത്രാസാണ് വല്യമ്മയ്ക്ക്!

അവൻ പിന്നെ അന്വേഷിച്ചില്ല.

രാത്രിയിൽ ഒരുറക്കം കഴിഞ്ഞ് കണ്ണുതുറന്നപ്പോൾ കോസറിയിൽ തൊട്ടടുത്ത് ഓപ്പോളില്ല. മുറിയിൽ വിളക്കുണ്ട്. ഓപ്പോൾ പെട്ടിതുറന്നു വെച്ച് സാധനങ്ങളെന്തെല്ലാമോ അടുക്കിവെക്കുകയാണ്. മുറിയിൽ കൈതപ്പൂവിന്റെ മണമുണ്ട്. അവനുറങ്ങുമ്പോൾ സമീപത്ത് ഓപ്പോളുണ്ട്. എന്നിട്ട് എഴുന്നേറ്റതെന്തിനാണ് പിന്നെ? രാത്രിയിൽ വിളക്കു കത്തിച്ചിരുന്നു പെട്ടിയിൽ മുണ്ടും ബ്ലൗസുമൊക്കെ കുത്തിനിറയ്ക്കുന്നതെന്തിനാണ്? പതുക്കെ എഴുന്നേറ്റ് ശബ്ദമുണ്ടാക്കാതെ ചെന്ന് ഓപ്പോളുടെ കഴുത്തിൽ പിടിച്ച് പേടിപ്പെടുത്തണമെന്നു തോന്നി. പക്ഷേ, എഴുന്നേൽക്കാൻ വയ്യ. കണ്ണുകൾ പതുക്കെ അടയുകയാണ്. രാജകുമാരൻ മാണിക്യക്കല്ലു കണ്ടെത്തിയ കാട് ഓർമ്മയിൽ വരുന്നു. കൈതപ്പൂവിന്റെ നേർത്ത മണം. അവൻ വീണ്ടും കണ്ണടച്ചു.

രാവിലെ അപ്പു ഉണർന്നില്ല. ഓപ്പോള് വിളിച്ചുണർത്തുകയാണ് ചെയ്തത്. കിണറ്റിൻകരയിലെ കുളിയും കഞ്ഞികുടിയും കഴിഞ്ഞപ്പോൾ ഓപ്പോൾ കുപ്പായമിടുവിച്ചു. തല മിനുക്കിക്കൊടുക്കുമ്പോൾ ഓപ്പോള് പറഞ്ഞു: "മോൻ സ്കൂളിൽ പോവുമ്പോ നല്ലോണം നോക്കണം. കന്നും പൈക്കളും വരും."

അതും പലപ്പോഴും പറയാറുള്ളതാണ്.

അവൻ സമ്മതിച്ചു.

"കുട്ട്യോളായിട്ട് തല്ല് കൂടരുത്..."

"ഉം... ഉം."

"വല്യമ്മ മോനെ നല്ലോണം നോക്കും."

"ഉം."

"വല്യമ്മ പറയണപോലെ വികൃതി കാട്ടാണ്ട് നടക്കണം."

"വല്യമ്മേ ചീത്ത്യാ. നിയ്ക്കോപ്പോള് മതി..."

"മോനേ..."

കിതച്ചുകൊണ്ട് അപ്പുവിനെ മാറോടടുക്കിപ്പിടിച്ച് ഓപ്പോള് തകർന്ന സ്വരത്തിൽ വിളിച്ചു: "എന്റെ മോനേ..."

ഓപ്പോള് കരയുമോ എന്നായിരുന്നു അപ്പുവിന്റെ ഭയം. ഇല്ല. ഇക്കുറി ഓപ്പോള് കരഞ്ഞില്ല. അതുകൊണ്ട് അവന് പരിഭ്രമമുണ്ടായില്ല.

അപ്പോൾ അവനെന്തോ പറയാൻ തോന്നി.

"പിന്നേയ്, ഓപ്പോളേ..."

"മോനൊന്ന് അമ്മേന്ന് വിളി..."

അതവന് ഇഷ്ടമായില്ല.

"എന്തിനാ ഓപ്പോളേ?"

"ഒന്നിനല്ല, വെറുതെ..."

"അയിനമ്മെവടെ ഓപ്പോളേ?"

ഓപ്പോള് അതിനുത്തരം പറഞ്ഞില്ല. ഓപ്പോളുടെ കൈകൾ പതുക്കെ അയഞ്ഞു. അവർ മുഖംതിരിച്ച് ഒന്നും മിണ്ടാതെ നിന്നു. കുറേക്കഴിഞ്ഞ് ആണിയിൽനിന്ന് സഞ്ചിയെടുത്ത് കൈയിൽ കൊടുത്ത് പറഞ്ഞു: "മോൻ പൊയ്ക്കോ..."

അപ്പു ഓലക്കുട ചുമലിൽവച്ച് അതിന്റെ ചായംതേച്ച കാലിൽ സഞ്ചി തൂക്കിയിട്ട് മുറ്റത്തിറങ്ങി നടന്നു. പടി കടന്നപ്പോൾ അവനൊന്നു വീഴാൻ പോയി. വീണില്ല. ആരെങ്കിലും കണ്ടുവോ എന്നറിയാൻ തിരിഞ്ഞു നോക്കിയപ്പോൾ ഉമ്മറവാതിലും പിടിച്ചുനിന്ന് ഓപ്പോൾ തുറിച്ചുനോക്കുകയായിരുന്നു. ഗോസായിമാരുടെ നോട്ടം ഓപ്പോൾക്കെങ്ങനെ കിട്ടി? അവൻ നോക്കുമ്പോൾ ഓപ്പോള് ആമയെപ്പോലെ തലവലിച്ചുകളഞ്ഞു.

"ഈ ഓപ്പോൾക്ക് പ്രാന്താ..."

പാടത്തിന്റെ മറുകരയിലെത്തിയപ്പോൾ കടലാവണക്കിന്റെ ഇല പൊട്ടിച്ച് പൊള്ളകളൂതിവിട്ടുകൊണ്ട് കുട്ടിശ്ശങ്കരൻ നിൽക്കുന്നുണ്ടായിരുന്നു. അവന്റെ സഞ്ചിയിൽ രണ്ടു നെല്ലിക്കയുമുണ്ടായിരുന്നു. ചെറുത് അപ്പുവിന് കൊടുത്തു. ചെറുതായാലും നല്ല മധുരമുണ്ട്. വെള്ളമില്ലാത്ത ഒരു തോടും ഇടവഴിയും ഒരു ചെറിയ കുന്നും കടന്നുവേണം സ്കൂളിലെത്താൻ.

കുന്നു കടക്കുമ്പോഴാണ് പേടി. പോത്തും പശുക്കളും ഒരുപാടുണ്ടാവും. അതു സാരമില്ല. ചിലപ്പോൾ മനമക്കാവിലെ കൂറ്റനുണ്ടാവുമത്രേ. അപ്പു ഒരിക്കലും കണ്ടിട്ടില്ല. കാണരുതേ...

ഉച്ചയ്ക്ക് ഷാരത്തെ നാരായണന്റെ സ്ളെയിറ്റു പെൻസിൽ അപ്പുവിന്റെ കൈയിൽനിന്നു വീണ് പൊട്ടി. നാരായണൻ കരഞ്ഞു. മാഷോടു പറയാൻ ഭാവിച്ചപ്പോൾ കുട്ടിശ്ശങ്കരനാണ് സന്ധി പറഞ്ഞത്. കേളുമാഷ്ടെ അടുത്തു കേസ് ചെന്നാൽ അപ്പുവും വിഷമിച്ചുപോവും. കേസില്ലാതെ കഴിക്കാൻ നാളെ ഒരു മുക്കാല് നാരായണനു കൊടുത്താൽ മതി. അപ്പുവിന് ആശ്വാസമായി.

ഒരു മുക്കാല് ഓപ്പോളോടു ചോദിച്ചാൽ കിട്ടാതിരിക്കില്ല.

വൈകുന്നേരം വീട്ടിലെത്തി തിണ്ണയിലേക്കു പുസ്തകസഞ്ചി ഒരേറു കൊടുത്ത് അവൻ ഓപ്പോളെ വിളിച്ചു.

"ഓപ്പോ..."

ഓപ്പോളല്ല വിളി കേട്ടത്. വലിയമ്മയാണ്. വലിയമ്മ അടുക്കളയിൽനിന്ന് പുറത്തുവന്ന് ചോദിച്ചു: "ഇന്നെന്താപ്പോ നേർത്തെ?"

"ഇന്നെന്താത്ര ലോഗ്യം?" എന്നങ്ങോട്ടു ചോദിക്കാനാണു തോന്നിയത്. ചോദിച്ചില്ല. അടി വീണാലോ? "എട്ത്തു ഓപ്പോള്?"

"കഞ്ഞീണ്ട് വെളമ്പീട്ട്. കുപ്പായമഴിച്ചിട്ട് വന്നോ..."

അവനു കഞ്ഞിയല്ല ആവശ്യം ഓപ്പോളാണ്. നാളേക്ക് ഒരു മുക്കാൽ കിട്ടിയില്ലെങ്കിൽ മാനം പോയി.

"ഓപ്പോളെട്ത്തു?"

അവൻ വടക്കേമുറിയിൽ കടന്നു. അവിടെ ഓപ്പോളില്ല. കൈതപ്പൂവിന്റെ ഒരു നേർത്ത മണം ആ മുറിയിൽ തങ്ങിനില്പുണ്ട്.

"എട്ത്തൂ വല്യമ്മേ ഓപ്പോള്?"

"ഓപ്പോള്... ഇവിടില്യ."

"എവടെ?"

"ഓപ്പോള്... ഒർത്തില് പോയിരിക്ക്യാ..."

"എവടയ്ക്കാ?"

"ഓപ്പോളേയ്... ഓപ്പോള് പോയിട്ട് വരും. വരുമ്പോ അപ്പൂന് പന്ത് കൊണ്ടുവരും..."

പന്തു കൊണ്ടുവന്നോട്ടെ, എന്നാലും അവനെ കൂട്ടാതെ, അവനോടു പറയാതെ, പോയതെന്തിന്?

അവനരിശം കയറി, വല്ലാത്തൊരോപ്പോള്. ഓപ്പോളിതു ചെയ്തില്ലേ? അപ്പു ഇനി മിണ്ടില്ല. ഈ ഓപ്പോളെ എന്താ ചെയ്യേണ്ടത്?

ഓപ്പോളുടെ പെട്ടിയിൽ മുക്കാല് കാണുമായിരിക്കും. ഒരു മുക്കാലല്ല, രണ്ടു മുക്കാലുതന്നെ എടുക്കണം. അതിനു ചീത്ത പറയാൻ വന്നാൽ കാണിച്ചുകൊടുക്കാം!

പക്ഷേ പെട്ടിയെവിടെ?

അവനു കരച്ചിൽ വന്നു.

വലിയമ്മ വീണ്ടും വിളിച്ചു.

അപ്പുവിന് കഞ്ഞി വേണ്ട.

അവൻ മുറ്റത്തിറങ്ങി. കൂവളത്തറയിൽ ഇളകിക്കിടക്കുന്ന കല്ലെടുത്ത് ഒതുക്കുകല്ലിൽ ഒരേറു കൊടുത്തു. എന്നിട്ട് പടിഞ്ഞാറെപ്പുറത്തേക്കു നടന്നു.

"അപ്പോ, മോന് വല്യമ്മ കഞ്ഞിവിളമ്പിത്തരാം."

അപ്പുവിന് വല്യമ്മയുടെ ലോഗ്യം വേണ്ട.

ഓപ്പോള് വരട്ടെ. റബ്ബർ പന്ത് കൈയിൽത്തന്നാൽ വലിച്ചൊരേറു കൊടുക്കും. അതുതന്നെ. വലിയമ്മ വീണ്ടും വിളിച്ചു.

അപ്പുവിനൊന്നും വേണ്ട. അവനൊന്നു കരയാനാണ് തോന്നിയത്. ഓപ്പോളോടുള്ള അരിശം മുഴുവൻ കാണിച്ചുകൊണ്ട് ഉറക്കെ കരയാൻ...

ഓപ്പോള് വരുമ്പോൾ അവന് കവറിട്ട പന്തും മിട്ടായിയുമാണ് കൊണ്ടു വരുന്നതെങ്കിലോ? അപ്പോളെന്തു ചെയ്യണം?

എന്നാലും ഓപ്പോള് പറയാതെ പോയില്ലേ?

വല്ലാത്തൊരോപ്പോള്...

"ഈ ഓപ്പോൾക്ക് പ്രാന്താ..."

∎

# കർക്കിടകം

**മി**ഥുനം - കർക്കിടകം കാലത്തെ മഴ അമ്മയെപ്പോലെയാണ്. ഓർക്കാതിരിക്കുമ്പോഴാണ്, നല്ല നേരമാണെന്നു വിചാരിച്ച് അടുക്കുമ്പോഴാണ്, പൊട്ടിച്ചാടുക. ഇടിയും മഴയും തുടങ്ങിയാൽ സ്കൂളിൽ വരുന്നതും പോകുന്നതും മാത്രമല്ല വിഷമം. വിശപ്പും.

രാവിലെ കഞ്ഞികുടിച്ച് സ്കൂളിൽ പോയാൽപ്പിന്നെ വൈകുന്നേരം വീട്ടിലെത്തിയാലേ വല്ലതും കഴിക്കൂ. അച്ഛന്റെ മണിയോർഡർ വന്ന ഉടനെ മൂന്നുനാലു ദിവസം എല്ലാ മാസവും രണ്ടണ വീതം തരും. അതു കഴിഞ്ഞാൽപ്പിന്നെ ഉച്ചയ്ക്ക് ഒന്നുമില്ല. ഒരു മണിയടിച്ചാൽ ഞങ്ങൾ കുറേപേർ മാരാരുടെ ഹോട്ടലിന്റെ പിന്നിൽ പോയി വെള്ളം കുടിക്കും. ഊണും ചായയും കഴിക്കാത്ത കുട്ടികൾക്കുവേണ്ടി മാരാർ അവിടെ വലിയ ഇഡ്ഡലിപ്പാത്രത്തിൽ വെള്ളം നിറച്ചുവയ്ക്കും. വലിയ ഓട്ടുഗ്ലാസ്സും.

മഴക്കാലം വന്നാൽ വിശപ്പു മാത്രമേയുള്ളൂ. ദാഹമില്ല.

നാലു നാഴിക നടന്നു സ്കൂളിലെത്തുമ്പോഴേക്കുതന്നെ വിശപ്പു തുടങ്ങും. നാലാമത്തെ പീരിയേഡ് ആകുമ്പോഴേക്ക് വിശപ്പു തീപോലെ ആളിപ്പടരുകയായിരിക്കും. ആ സമയത്താണ് മതിലിനപ്പുറമുള്ള ഹോട്ടലിന്റെ അടുക്കളയിൽനിന്നു വറുത്തിടുന്ന മണം വരിക.

ബെല്ലടിച്ചാൽ അധികംപേരും മതിലുചാടി മാരാരുടെ ഹോട്ടലിലേക്കു കടക്കുന്നു. ചിലർ രാവിലെ ചോറ്റുപാത്രത്തിൽ ചോറുകൊണ്ടുപോയി വച്ചിട്ടുള്ളവരാണ്. ചിലർ കാശുകൊടുത്ത് ഊണു കഴിക്കുന്നവരാണ്. സ്കൂൾകുട്ടികൾക്കു മാരാർ കൺസെഷൻ കൊടുക്കുന്നുണ്ട്. നാട്ടുകാർക്ക് ആറണയാണ്. പക്ഷേ, സ്കൂൾകുട്ടികൾക്ക് അഞ്ചണ മതി. കല്ലടത്തൂരിൽനിന്നു വരുന്ന രങ്കൻ, കുറ്റിപ്പാലക്കാരൻ ശിവദാസൻ, വിളക്കത്ര ഗോവിന്ദൻ, ഞാൻ. ഞങ്ങൾ നാലുപേരാണ് വെള്ളംകുടിച്ചു പോരുന്നവർ. ഒ. മുഹമ്മദും പി. മുഹമ്മദും ചന്തപ്പടിക്കലെ ചായപ്പീടികയിൽ നിന്നു ചായ കുടിക്കുകയാണത്രെ പതിവ്.

ഉച്ചകഴിയുമ്പോഴേക്ക് വിശപ്പു ചത്തുകഴിയും. പിന്നെ ഒന്നും വേണ്ട. നാലുമണിവരെ ഇരിക്കാൻ വിഷമമില്ല. ശവം പോലെ. അതുകഴിഞ്ഞു മടക്കയാത്രയിലാണ് വീണ്ടും വിശപ്പുവരുന്നത്. അപ്പോൾ, വീട്ടിൽ ചെന്നാൽ കൂട്ടാനെന്തായിരിക്കുമെന്ന് ആലോചിച്ചുകൊണ്ടു നടക്കാം.

ഗോവിന്ദനും ഞാനും ഒരുമിച്ചാണ് മടക്കം. മഴക്കാലത്ത് കുന്നിറങ്ങുമ്പോഴേക്കും നനഞ്ഞുകഴിയും. എങ്ങനെ കുടപിടിച്ചാലും കാറ്റിന്റെ കൂടെ വെള്ളം ഒളിച്ചുകടക്കും. രങ്കന്റെ കൈയിൽ ചിലപ്പോൾ ഒരു ബീഡി കാണും. തണുപ്പത്ത് ഒരു പുക വിട്ടാലത്തെ രസം രങ്കൻ വർണ്ണിക്കുമ്പോഴെല്ലാം കൊതി തോന്നാറുള്ളതാണ്. തെറ്റു ചെയ്യാനുള്ള ധൈര്യമില്ല. കാരണം ഞാൻ തെക്കേപ്പാട്ടെ അമ്മാളുഅമ്മയുടെ മകനാണ്. ‘കാശും പണവുമില്ലെങ്കിലും ആയമ്മടെ കുട്ട്യോളൊക്കെ നല്ല സ്വഭാവാ’ണെന്നു പറയാത്ത നാട്ടുകാരില്ലത്രെ. (അമ്മതന്നെയാണ് ഈ വിവരം വീട്ടിൽ ഇടയ്ക്കിടെ പറയുന്നത്)

രങ്കൻ പിരിഞ്ഞുകഴിഞ്ഞാൽ ഗോവിന്ദൻ രണ്ടു നാഴിക കൂടി എന്റെ കൂടെയുണ്ട്. ഗോവിന്ദൻ ഇരുണ്ടു തടിച്ചിട്ടാണ്. മുണ്ടും ഷർട്ടുമാണ്. ട്രൗസറിട്ടു വരുന്നവർ ക്ലാസ്സിൽ കുറച്ചേയുള്ളൂ. അതിലൊരാളാണ് ഞാൻ.

കുടക്കല്ലിന്റെ സമീപത്തുവച്ച് ഗോവിന്ദൻ വഴിതെറ്റും. പിന്നെ തനിച്ചാണ് നടത്തം. അപ്പോൾ അടുക്കളയിൽ ഉറിയിൽ അടച്ചുവച്ചിട്ടുള്ള കഞ്ഞിയെപ്പറ്റി ആലോചിച്ചാൽ മതി, നടത്തത്തിനു വേഗം കൂടും. കൂട്ടാനെന്തായിരിക്കും? ചക്കയോ കായയോ? കയ്യാലയുടെ പിറകിലെ പ്ലാവിന്റെ ചക്കയാണെങ്കിൽ വെണ്ണപോലെയിരിക്കും. അത്ര സ്വാദാണ്.

കാലത്താരംഭിച്ച മഴ സ്കൂൾ വിട്ടിട്ടും അവസാനിച്ചിരുന്നില്ല. നനഞ്ഞ ട്രൗസറിന്റെ അറ്റം പിഴിഞ്ഞുകളഞ്ഞാണ് അന്ന് ക്ലാസ്സിൽ കയറി ഇരുന്നതുതന്നെ. ഉച്ചയായപ്പോഴേക്ക് ഷർട്ടും ട്രൗസറും ഒരുവിധം ഉണങ്ങി. വയറു വേദനിക്കുന്നപോലെ തോന്നി.

വൈകുന്നേരത്തെ മഴയത്തു നടക്കാൻ സാരമില്ല. വെള്ളം തട്ടിത്തെറിപ്പിച്ചുകൊണ്ട് ഉല്ലാസത്തിലാണ് യാത്ര.

ആകെ നനഞ്ഞു കുതിർന്നാണ് വീട്ടിൽ ചെന്നുകയറിയത്. കുട കോലായിൽവച്ച്, ഉമ്മറത്തെ ചാരുപടിമേൽ കറുത്ത റബ്ബർകഷണം കൊണ്ടു കെട്ടിയ പുസ്തകക്കെട്ടിട്ട് അകത്തേക്കു കടന്നപ്പോൾ പതിവുപോലെ വിളിച്ചു:

“അമ്മേ...”

മീനാക്ഷിയേടത്തിയുടെ ശബ്ദം കേട്ടു:

“അമ്മ തെക്കേല്യ്ക്ക് പോയതാ.”

അമ്മയാണ് വിളമ്പിത്തരുക പതിവ്. മീനാക്ഷിയേടത്തി വിളമ്പുന്നത് എനിക്കിഷ്ടമല്ല. മീനാക്ഷിയേടത്തി കുടുംബത്തിൽപ്പെട്ട സ്ത്രീയാണ്. കുറേ കാലമായി അമ്മയെ സഹായിക്കാൻ നിൽക്കുകയാണ്. ചെറിയമ്മയ്ക്ക് അതിൽ ദേഷ്യമുണ്ട്. അമ്മ പറയും:

“ഇല്യാഞ്ഞിട്ടല്ലേ അവളടോടെ?”

“ഇവടെ നെല്ലും പണവും നെറഞ്ഞിരിക്ക്ല്ലേ!” എന്നാണു ചെറിയമ്മ പരിഹാസത്തിൽ പറയുന്നത്. “നാലാൾക്കു തിന്നാനുള്ളത് ആ ജന്തൂന്

ഒറ്റയ്ക്കു വേണം."എന്നാണ് ചെറിയമ്മ പറയാറുള്ളത്, മീനാക്ഷിയേടത്തി കേൾക്കാതെ, കണ്ടാലതു തോന്നുകയും ചെയ്യും. തടിച്ചു പൊക്കത്തിലുള്ള സ്ത്രീ. പല്ലു പൊന്തിയിട്ടുണ്ട്. അവർ ബ്ലൗസിടില്ല. ബോഡിയും ഇടില്ല. പുറത്തു പോകുമ്പോൾ ഒരു തോർത്തെടുത്തു ചുമലിലിടും. അടുത്തു വരുമ്പോൾ സദാ അടച്ചിടാറുള്ള ശാക്തേയം കഴിക്കുന്ന കുട്ടിയറയുടെ വാതിൽ തുറന്നാലത്തെ മണമാണ്. കഞ്ഞിക്കിണ്ണം വയ്ക്കുമ്പോൾ മീനാക്ഷിയേടത്തി എന്തെങ്കിലും പറയും. അപ്പോൾ തുപ്പൽ തെറിക്കും എന്നാണ് എന്റെ ഭയം. അവർ വിളമ്പിയാൽ മനസ്സില്ലാമനസ്സോടെയാണ് കഴിക്കേണ്ടിവരിക.

ഷർട്ടഴിച്ചു തെക്കിനിയിൽ കെട്ടിയ മുളയിൽ നിവർത്തിയിട്ടു തിരിഞ്ഞപ്പോൾ ചെറിയമ്മയുടെ നാമജപം കേട്ടു. ചെറിയമ്മ കുളിച്ചുവരികയാണ്. മഴക്കാലമായാലും മൂന്നുനേരം കുളിക്കും. എന്നാലും ശരീരം എപ്പോഴും എരിയുകയാണെന്നാണ് പറയുന്നത്. ചെറിയച്ഛന്റെ മരുമകൻ മാരണം ചെയ്തിട്ടാണ് ഈ എരിച്ചിൽ മാറാത്തത്.

കിഴക്കെ ജനലിനടുത്ത് തൂക്കിയിട്ട ഭസ്മക്കൊട്ടയിൽനിന്ന് ഭസ്മമെടുത്തു മച്ചിന്റെ മുമ്പിൽനിന്നു തൊഴുതു ചെറിയമ്മ ഈറൻ മാറ്റാൻ പോകുമ്പോൾ ഞാൻ ചോദിച്ചു.

"അമ്മെടുത്തൂ ചെറ്യേമേ?"

"ആവോ!"

അടുക്കളത്തളത്തിൽ ചെന്നപ്പോൾ മീനാക്ഷിയേടത്തി ഇരുന്ന് വാഴക്കിഴങ്ങു ചെത്തുകയാണ്. ഉച്ചയ്ക്കും വാഴക്കിഴങ്ങായിരുന്നോ ആവോ? വാഴക്കിഴങ്ങിന്റെ ഉപ്പേരി പുരട്ടുന്നതിനുമുമ്പേ വറുത്തുപൊടിച്ച അരി വിതറണം. എന്നാലേ സ്വാദുള്ളൂ.

പലകയെടുത്തിട്ടിരുന്നു തെല്ലരിശത്തോടെ പറഞ്ഞു:

"കഞ്ഞ്യെടുത്തു വയ്ക്കൂ മീനാക്ഷിയേടത്തി."

വാഴക്കിഴങ്ങു നുറുക്കുന്നതിനിടയിൽ തലയുയർത്താതെതന്നെ മീനാക്ഷ്യേടത്തി പറഞ്ഞു:

"കഞ്ഞിന്ന് പൂച്ച തട്ടിമറിച്ചു പോയി കുട്ട്യേ."

സങ്കടമായിരുന്നില്ല, അപ്പോൾ. അവരെ കൊല്ലാനുള്ള ദേഷ്യം. എത്ര എളുപ്പത്തിൽ പറഞ്ഞു, കഞ്ഞി പൂച്ച തട്ടിമറിച്ചു പോയെന്ന്.

മുഖത്തു നോക്കാതെ മീനാക്ഷിയേടത്തി പറഞ്ഞു:

"കുട്ടി പോയി കുളിച്ചുവന്നോ. അരി വാർക്ക്ണേന്റെ മുമ്പേത്തിരി മുക്കിത്തരാം."

കൊയ്ത്തുകാലത്തുമാത്രം പതിവുള്ളതാണത്. വൈകുന്നേരം അരി വാർക്കുന്നതിനു മുമ്പായി കിണ്ണത്തിലേക്കു കഞ്ഞി മുക്കിയെടുക്കുന്നത്. അശ്രീകരമാണ് ആ സമ്പ്രദായം എന്നാണ് അമ്മ പറയാറുള്ളത്.

ചെറിയമ്മ ചന്ദ്രനും കമലത്തിനും വേണ്ടി തുടങ്ങിവച്ചതാണ്. വേണോ എന്നു ചോദിച്ചാൽത്തന്നെ ഞാൻ പറയില്ല. അശ്രീകരമായ പ്രവൃത്തി സ്വഭാവഗുണമുള്ള ഞാൻ ചെയ്യുകയോ?

"രണ്ടു കുട്ട്യോളെ ഞാനും വളർത്തീട്ട്ണ്ടല്ലോ. അവരെ കണ്ടു പഠിക്കട്ടെ" എന്ന് അമ്മയ്ക്കു പറയാൻ അവസരം കിട്ടണ്ടെ?

"അമ്മെടുത്തൂ?" ഞാൻ ശബ്ദമുയർത്തി. "തെണ്ടാൻ കണ്ടനേരം?"

മീനാക്ഷിയേടത്തിയെ ശകാരിക്കാൻ വയ്യ. അമ്മ വന്നാൽ അമ്മയോടെങ്കിലും ശുണ്ഠിയെടുക്കാമായിരുന്നു.

"അമ്മ പ്പോ വരും. നീയ് ഞാൻ പറഞ്ഞത് കേൾക്ക്ണ്ണ്ടോ?"

ഞാൻ അടുക്കളയുടെ അരച്ചുവർ പിടിച്ചുനിന്നപ്പോൾ മുത്തശ്ശിയെ കണ്ടു. അടുപ്പിൽനിന്ന് തിരഞ്ഞെടുത്ത മൺകട്ടയെടുത്തുവച്ച് ഭസ്മവും കച്ചൂരിക്കിഴങ്ങും ചേർത്തു പൊടിക്കുകയാണ്. ജലദോഷം വന്നാൽ മുത്തശ്ശി ആ പൊടി എല്ലാവരെക്കൊണ്ടും നെറുകയിൽ തിരുമ്മിക്കും.

അടുപ്പിൽ മൂന്നിലും തീയെരിയുന്നില്ല. അതു മനസ്സിലാക്കിയിട്ടാവണം മീനാക്ഷ്യേടത്തി പറഞ്ഞു:

"ദാന്ന് പറേമ്പളയ്ക്ക് മീനാക്ഷ്യേടത്തി ശര്യാക്കില്ലേ?"

മുത്തശ്ശി എന്നെ കണ്ടു.

"എടീ, കർപ്പെട്ടിണ്ടെങ്കിൽ ഒന്നൊരു ക്ലാസ് വെള്ളം ണ്ടാക്കിക്കൊടുക്ക്. രാവിലെ കഞ്ഞുടിച്ച് പോയതല്ലേ?"

മീനാക്ഷിയേടത്തി അതുകേട്ട ഭാവം നടിച്ചില്ല.

ഞാൻ ഉമ്മറത്തേക്കു നടന്നു. ചെറിയമ്മ കോലായിൽ പടിഞ്ഞാറെ അറ്റത്തെ തൂണിനടുത്ത് തല വേർപ്പെടുത്തിക്കൊണ്ട് കാലും നീട്ടി ഇരിക്കുകയാണ്.

"ചന്ദ്രനെവിടെ?"

"അവര് രണ്ടാളും പേരശ്ശനൂർക്ക് പോയി."

പേരശ്ശനൂരാണ് ചന്ദ്രന്റെയും കമലത്തിന്റെയും അച്ഛന്റെ വീട്. ചെറിയച്ഛൻ മരിച്ചിട്ട് മൂന്നു കൊല്ലമായി. ഭാഗത്തിൽ പെങ്ങന്മാർക്ക് അവകാശത്തീരുകൊടുത്ത് ഇവിടെ വന്നു താമസമാക്കി. ഇവിടെ കിടന്നുതന്നെ മരിച്ചു.

"ഞാൻ അങ്ങട് പൊയ്ക്കോളാൻ പറയ്യേ. നാലീസെങ്കിൽ നാലീസം അവിടെ നിൽക്കട്ടെ."

വടക്കെ മുറിയുടെ അകത്തുനിന്ന് മുത്തശ്ശിയുടെ കൊക്കിക്കുര കേട്ടു. പിന്നീടൊരു വിളിയും:

"മീനാക്ഷ്യേ!"

മീനാക്ഷിയേടത്തി അതു കേട്ടില്ല.

"കൊളത്തിൽപ്പോണോര് ന്റൊരു തോർത്തുണ്ടും കൂടി കൊണ്ടോവാൻണ്ട്."

ചെറിയമ്മ അതു കേട്ടു.

"അതിത്തിരി നേർത്തെ പറഞ്ഞൂടല്ലോ തള്ളയ്ക്ക്. എല്ലാവരും തിരുമ്പലും കുളീം കഴിഞ്ഞ നേരം നോക്കിത്തന്നെ പറഞ്ഞാ മതി. എന്നാ വര്ണോരോടും പോണോരോടും വായ്ത്താരി തൊടങ്ങാലോ. എനിക്ക് ഒരു തോർത്തു തിരുമ്പിത്തരാൻകൂടി ഇവടെ ആളില്ല."

മുത്തശ്ശിയുടെ ചിലമ്പിച്ച ശബ്ദം അനുകരിച്ചുകൊണ്ടാണ് ചെറിയമ്മ അവസാനത്തെ വാചകം പറഞ്ഞത്.

ഞാൻ ഉമ്മറപ്പടിയിൽ ലോകത്തോടു മുഴുവൻ ദേഷ്യമായി പുകഞ്ഞു കൊണ്ടു ഇരുന്നു. അപ്പോൾ അമ്മയുണ്ട് തെക്കെ കളമുറ്റത്തുകൂടെ നടന്നുവരുന്നു. നിറമുള്ള ഒരു തോർത്തുമുണ്ടാണ് ചുമലിൽ. അപ്പോൾ തെക്കേതിലേക്കാവില്ല, അല്പം അകലെ എവിടേക്കെങ്കിലുമായിരിക്കും.

ഒരീർക്കിലക്കഷണംകൊണ്ട് നിലത്തു വരച്ചും കുറിച്ചും മുഖമുയർത്താതെ ഞാൻ ഇരുന്നു. എന്തെങ്കിലും പറയുമ്പോൾ വേണം പൊട്ടിത്തെറിക്കാൻ.

"നനഞ്ഞ ട്രൗസറ് അഴിച്ചിട്ട് ഒരു തോർത്തെടുത്ത് ചിറ്റായിരുന്നില്ലെടാ?"

ഞാൻ മിണ്ടിയില്ല.

"മീനാക്ഷ്യേ!"

അമ്മ എന്റെ മുന്നിൽ കോലായിൽ മുറ്റത്തേക്കു കാൽ തൂക്കിയിട്ട് ഇരുന്നു.

മീനാക്ഷിയേടത്തി വന്നപ്പോൾ അമ്മ ചോദിച്ചു:

"കാപ്പിപ്പൊടി ബാക്കിണ്ടോടീ?"

ഉള്ളതു തട്ടിക്കൊടഞ്ഞിട്ടല്ലേ ഉച്ചയ്ക്കു വെള്ളം തെളപ്പിച്ചത്."

"ആ മാപ്ളടെ പീട്യേന്നു സാമാനം വാങ്ങല് നിർത്ത്യാലേ നേരെയാവുള്ളൂ."

അമ്മ ആരോടെന്നില്ലാതെ പറഞ്ഞു.

അബ്ദുവിന്റെ പീടികയിൽ ചെന്നപ്പോൾ കണക്കു തീർക്കാതെ ഇനി പറ്റിൽ സാമാനങ്ങൾ വാങ്ങേണ്ടെന്ന് അയാൾ പറഞ്ഞതു രണ്ടു ദിവസം മുമ്പാണ്.

"അച്യുതൻ വന്നോ?"

അച്യുതൻ എന്റെ അമ്മാവനാണ്? അമ്മയുടെ താഴെയുള്ള ആങ്ങള.

"കണ്ടില്ല."

"ഉം. ചായപ്പീട്യേലത്തെ വെള്ളം കടം കിട്ട്ണോടത്തോളം കാലം

ആണുങ്ങള് അടുക്കളേലത്തെ കാര്യം അന്വേഷിക്കില്ല. നീയാ വടക്കേലെ കല്യാണ്യേ ഒന്നു വിളിച്ചാ മീനാക്ഷ്യേ."

"ഇല്ലത്തെ കുഞ്ഞാത്തോല് എന്തു പറഞ്ഞു ഏടത്ത്യേ."

"മറ്റന്നാളയ്ക്ക് നോക്കാംന്ന് പറഞ്ഞു. തരും."

"അറ്റ കയ്യിനു ഉപ്പു തേക്കില്ല, ആ അസത്ത്."

"എന്നാലും എന്റടുത്ത് വല്യേ ലോഗ്യം കാട്ടും. ഞാനൊരു ചാക്ക് നെല്ല് ചോദിച്ചാൽ തരാണ്ടിരിക്ക്യേ! അസ്സല് കാര്യം."

വാതിൽപ്പടിയിൽ നിന്നുകൊണ്ട് മീനാക്ഷ്യേടത്തി ഓർമ്മിപ്പിച്ചു:

"ഇന്നത്തെ കാര്യം എന്താ ചെയ്യണ്ട്? ഗോപാലേട്ടന്റോടയ്ക്ക് ആളെ വിട്ടാലോ?"

"പ്ഫ!" അമ്മ ക്ഷോഭിച്ച് ഒരാട്ടാണ് കൊടുത്തത്. "കോവാലേട്ടൻ! അങ്ങനെ തിന്നണ്ട. ഓനൊക്കെ എന്നേടീ വല്തായത്? അവ്ടത്തെ പെണ്ണുങ്ങൾടെ നെലയെന്താ! ഇന്നലെവരെ പാലയ്ക്കലെ മേൻന്റവടെ വിഴ്പ്പു തിരുമ്പല്ലേർന്ന്?"

ശാന്തമായപ്പോൾ അമ്മ പിന്നെയും ഓർമ്മിപ്പിച്ചു:

"നീയാ കല്യാണ്യേ വിളിക്ക്."

മീനാക്ഷിയേടത്തി പോയപ്പോൾ വിചാരിച്ചു, ഇനി അമ്മ ചോദിക്കും, ഞാൻ കഞ്ഞി കുടിച്ചോ എന്ന്. പക്ഷേ, അമ്മ എന്നെ ശ്രദ്ധിക്കുന്നില്ല. പുറംതിരിഞ്ഞിരുന്നു പടിഞ്ഞാറെ ഇറയത്തു തല വേർപെടുത്ത്, വിരലിൽ മുടിനാരു ചുറ്റിവയ്ക്കുന്ന ചെറിയമ്മയിലാണു ശ്രദ്ധ.

"പെൺനായാട്ടു തൊടങ്ങ്യാൽ അധോഗത്യല്ലേ പിന്നെണ്ടാവൂ? എന്നും നെറഞ്ഞ സന്ധ്യയ്ക്ക് ഉമ്മറത്തിരുന്ന് തല വേറെടുക്കും. എന്നിട്ട് മിറ്റത്തൊക്കെ തലനാർ പാറിനടക്കും."

ചെറിയമ്മ പതിവുപോലെ അത് കേട്ടഭാവം നടിച്ചില്ല.

അടുത്തത് എന്റെ നേരെയായിരിക്കുമെന്നു കരുതി നിൽക്കുകയായിരുന്നു ഞാൻ.

"നീയ് കുളിച്ചില്ലേ?" അറിയാതെ അമ്മയുടെ സ്വരം താന്നുപോയി. "ഇന്നിവിടെ ഉച്ചയ്ക്ക് വച്ചിട്ടില്ല കുട്ട്യേ. അല്ലാതെ എട്ത്ത് വയ്ക്കാൻ മറന്നതൊന്ന്വല്ല. കുളിച്ചു വരുമ്പളയ്ക്ക് അത്താഴത്തിന്റെ അരി തെളയ്ക്കും."

ഞാൻ ഇളകാതെ ഇരിക്കുന്നതു കണ്ട് അമ്മ പറഞ്ഞു:

"ഓടി വാ."

ദേഷ്യവും വിശപ്പും കത്തിയടങ്ങിക്കഴിഞ്ഞിരുന്നു. അകത്തു കടന്ന് തോർത്തു തിരയുമ്പോൾ അമ്മ പറയുകയാണ്:

"അവറ്റിന്റെ തന്ത അന്യനാട്ടിൽക്കെടന്ന് കഷ്ടപ്പെട്ടിട്ടെന്താ കാര്യം!"

അടുത്ത വീട്ടുകാരുടെ തോട്ടത്തിലാണ് കുളം. ഇടവപ്പാതി കഴിഞ്ഞ മുതൽക്ക് കുളം നിറഞ്ഞൊഴുകുകയാണ്, പാടത്തേക്ക്. വക്കത്തെ മണ്ണിടിഞ്ഞു കുളത്തിനു വിസ്താരം കൂടിയിട്ടുണ്ട്. തെച്ചിപ്പൊന്ത വെള്ള ത്തിലാണ്.

കുളി കഴിഞ്ഞു വന്ന് തേഞ്ഞ സോപ്പ് എവിടെയാണു വയ്ക്കേണ്ടത് എന്നു ചോദിക്കാനെന്ന നാട്യത്തിൽ അടുക്കളയിലേക്കു ചെന്നുനോക്കി. അപ്പോൾ അടുപ്പിൽ തീയെരിയുന്നുണ്ട്. വലിയ കലത്തിൽ വെള്ളം തിളയ്ക്കുന്നു. മീനാക്ഷിയേടത്തി അടുക്കളക്കോലായിലിരുന്ന് അരി കഴുകുകയാണ്. അടുത്ത് കല്യാണിക്കുട്ടിയുണ്ട്.

“ഈ ചാക്കരിക്ക് വല്ലാത്ത നാറ്റം.”

കല്യാണിക്കുട്ടി പറയുകയാണ്. ചെറിയ ചെമ്പുപാത്രത്തിലേക്ക് മീനാക്ഷിയേടത്തി കഴുകിവാരിയിടുന്ന അരി കണ്ടപ്പോൾ മനസ്സിൽ ആഹ്ലാദമായി.

“രാത്ര്യത്തെ കാര്യം ഇങ്ങന്യായി. നാളയ്ക്കോ?” മീനാക്ഷിയേടത്തി ചോദിക്കുന്നു.

ചെത്തിത്തേക്കാത്ത ചുവരിന്റെ പൊത്തിൽ നായിന്റെ നാവുപോലെ തേഞ്ഞ സോപ്പു തിരുകിവച്ച് ഞാൻ മുറ്റത്തിറങ്ങി. മഴവെള്ളം അവിട വിടെ തളംകെട്ടി നിൽക്കുന്നു. തൊഴുത്തിന്റെ കോലായിൽ പശുക്കുട്ടി കിടന്ന് അയവിറക്കുന്നു. അതിന്റെ കണ്ണിനു താഴത്തെ മുറിവിനു ചുറ്റും ഈച്ചകൾ പാറിനടക്കുന്നു. കഴിഞ്ഞകൊല്ലത്തെ മഴക്കാലത്താണ് അതിന്റെ തള്ള വരുച്ചാലിൽ വീണു ചത്തത്. രാവിലെ കറന്നു വിട്ടതാണ്. സന്ധ്യകഴിഞ്ഞ് തിരിച്ചെത്തിയില്ല. ആദ്യം മീനാക്ഷിയേടത്തി പോയി തിരഞ്ഞു. പിന്നെ അച്യുമ്മാമ. രാവിലെ ചക്കന് ആളെ അയച്ചു. മരുന്നു പറിക്കാരൻ ചക്കൻ കുന്നിൻപുറത്ത് അറിയാത്ത സ്ഥലമില്ല. ചക്കൻ വൈകുന്നേരം വന്നു പറഞ്ഞപ്പോൾ മുത്തശ്ശിയടക്കം നിലവിളിച്ചു പോയി. ചെറിയച്ഛൻ വടക്കിനിയിൽ കിടന്നു മരിച്ച ദിവസംപോലും വീട്ടിലാർക്കും ഇത്ര സങ്കടം തോന്നിയിട്ടില്ല.

തൊഴുത്തിന്റെ പിറകിലെ പടൽവാഴക്കൂട്ടത്തിലേക്ക് വെറുതെ കുറേനേരം കല്ലുകളെറിഞ്ഞ് ചുറ്റിനടന്ന് ഉമ്മറത്തു ചെന്നു കയറി.

അമ്മ അപ്പോഴും കോലായിലിരിക്കുകയാണ്. ചെറുമൻ കണക്കറായി മുറ്റത്തിന്റെ അരികിൽ പൂപ്പൽപിടിച്ച മതിലിൽ കൈവച്ചുകൊണ്ടു നിൽക്കുന്നു.

“ഇക്കുറിത്തെ വെളേം പോയതന്നെ ഇമ്പ്രാൾമ്മോ. മഴങ്ങനെ വിടാണ്ടെ നിന്നാൽ അപ്പിടി പതിരന്നെ.”

“ നാലുമാസം തെകച്ച് ഉണ്ണാൻ ള്ള നെല്ല് കൃഷീന്ന് കിട്ടീട്ട്ള്ള കാലം മറന്നു.”

“കാലം പെയച്ച കാലത്ത് അങ്ങന്യാ.”

കണക്കറായി തൊപ്പിക്കുട ചൂടി മുറ്റത്തിന്റെ അരുകിലൂടെ നടന്നു പടിഞ്ഞാറെ പടിക്കലേക്കു കയറാൻ നോക്കുമ്പോൾ ചെറിയമ്മ ചോദിച്ചു.

"കണക്കറായ്യേ, അന്റെ വട്ടീല് വെറ്റില ണ്ടോ? അങ്ങാടീല്യ്ക്ക് അയയ്ക്കാൻ ഒരാളെ കിട്ടീല്യ."

ഞാൻ അമ്മയെയാണ് നോക്കിയത്. ചെറിയമ്മ കീഴ്ക്കൊറഞ്ഞവരോടു വെറ്റിലയും പുകയിലയും ചോദിക്കുന്നത് കേൾക്കുമ്പോഴെല്ലാം അമ്മയ്ക്കു കലികയറും.

കണക്കറായി മടിയിൽ നിന്നു വട്ടിയെടുത്തു പരിശോധിച്ച് ഒരു വെറ്റിലത്തുണ്ടു കോലായുടെ അറ്റത്തുവച്ചു പറഞ്ഞു:

"കരിഞ്ഞ ഒരു കണ്ടേള്ളു ഇമ്പ്രാൾമ്മോ."

ചെറിയമ്മ അതെടുത്ത് അകത്തേക്കു പോകുമ്പോൾ ഞാൻ വിചാരിച്ചു. ചെറിയമ്മയ്ക്ക് ഭക്ഷണം കഴിക്കാതിരിക്കാം. പക്ഷേ, മുറുക്കാതെ വയ്യ. അടയ്ക്കയില്ലെങ്കിൽ തെങ്ങിന്റെ വേരു മതി. കൊയ്ത്തുകാലത്ത് അമ്മ കാണാതെ നെല്ലു കൊടുത്തു വെറ്റിലയും പുകയിലയും വരുത്തുന്നത് ഞാൻ കണ്ടിട്ടുണ്ട്.

കല്യാണിക്കുട്ടി ഉമ്മറത്തുവന്ന് അമ്മയുടെ അടുത്തിരുന്നു.

"എത്ര കിട്ട്യേടീ."

"മുന്നാഴി."

"ഉം. അന്നന്ന് റേഷൻ വാങ്ങി ഉണ്ണ്ണോരടെ കയ്യില് അങ്ങന്യാ ഉണ്ടാവ്വാ?"

"കൊത്തലങ്ങാട്ടേല്യ്ക്ക് ഒരാളെ അയയ്ക്കായിരുന്നില്ലേ? അവര് നിർത്തിപ്പണത്തിന് നാല് ചാക്ക് നെല്ല് വാങ്ങിട്ട്ണ്ടത്രെ മാള്വേടത്ത്യേ."

"ചോദിച്ചാൽ തരും. എന്നിട്ട് നാളെ നാടു മുഴ്വോൻ കൊട്ടിഘോഷിക്കും ചെയ്യും. പഷ്ണ്യായാലും ന്റെ കുട്ട്യോൾക്ക് നാലാൾടെ മുമ്പില് തല നീർത്തി നടക്കണം."

എന്നിട്ട് അമ്മ എപ്പോഴും പറയാറുള്ള കണക്കുകൾ പറയാൻ തുടങ്ങി. അച്ഛൻ മാസാമാസം നാല്പതുറുപ്പിക അയയ്ക്കുന്നുണ്ട്. മിക്ക മാസത്തിലും ഏട്ടൻ പത്തുറുപ്പിക അയയ്ക്കുന്നു.

"ഓന്നാംത്യായാൽ വക്കും തെന്നും പൊട്ടാതെ പത്തയമ്പതുറുപ്യ വരണ്ണ്ട് കയ്യില്. ഈ കരിമ്പ്രങ്ങളെ മുഴ്വോൻ ഇതോണ്ടു വേണ്ടേ പോറ്റാൻ?"

അച്യുമ്മാമ, ചെറിയമ്മ, ചെറിയമ്മയുടെ മക്കൾ, മീനാക്ഷിയേടത്തി എല്ലാവരും അടങ്ങുന്നു അമ്മ പറയുന്ന 'കരിമ്പ്ര'ങ്ങളിൽ.

"അക്കരേന്ന് കുട്ട്യോള് വന്നില്ലേ ഇക്കുറി?"

അക്കരയിലെ കുട്ടികൾ എന്നുവച്ചാൽ പുഴയുടെ മറുവശത്തു താമസിക്കുന്ന അച്യുമ്മാവന്റെ കുട്ടികളാണ്. കർക്കിടകമായാൽ മറുകരയിൽ

നിന്ന് അവർ ഇടയ്ക്കിടെ വിരുന്നുവരും. അഞ്ചെട്ടു ദിവസം താമസിച്ചു പോകുമ്പോൾ മുത്തശ്ശി ക്ഷണിക്കും:

“നാളെയോ മറ്റന്നാളോ ഇങ്ങട്ടന്നെ പോരിൻ.”

മുത്തശ്ശി അച്യുതന്റെ മക്കളുടെ കഷ്ടപ്പാട് പറയാൻ തുടങ്ങിയാൽ ചെറിയമ്മ മുത്തശ്ശിയെ ശകാരിക്കും:

“ഈ തള്ളടെന്തി പക്ഷഭേദം ആർക്കും ണ്ടാവില്ല. അക്കരേത്തെ കുട്ട്യോൾടെ കഷ്ടപ്പാടിന്റെ വർണ്ണനേ ള്ളൂ ഏതു നേരൂം. എനിക്കും ണ്ടല്ലോ രണ്ട് കുട്ട്യോള്. ഏടത്തിക്കും ണ്ട് പത്ത് പന്ത്രണ്ട് വയസ്സായ ഒരാൺകുട്ടി ഇവടെ. അവരെ വിളിക്ക്വാവട്ടെ. പറയ്വാവട്ടെ ഉം...ഉം.....! ആ കുട്ട്യോള് വന്നാൽ തള്ളയ്ക്ക് വാതക്കടച്ചിലൂംല്യ, ഏക്കൂല്യ, കുളിപ്പിക്കാനും തിരുമ്പാനും കെടത്താനും ഒക്കേള്ളു പിന്നെ നേരം.”

ചെറിയമ്മ പറയുന്നതു മുഴുവൻ സത്യമല്ല. കാരണം ജലദോഷം വന്ന് തുമ്മുന്നതു കേട്ടാൽ മുത്തശ്ശി വിളിക്കും. മൺകുടുക്കയിലാക്കി വച്ച പൊടി തലയിൽ തിരുമ്മും. എന്നിട്ട് കൈ മൂക്കിൽവച്ചു വലിക്കാൻ പറയും.

അമ്മ ചെറിയമ്മയെ ശാസിക്കും.

“എടീ, നാഴ്യേങ്കിൽ നാഴി ഇവടെ കൊയ്തുവയ്ക്കാനുണ്ടല്ലോ. കൊല്ലത്തില് മുന്നൂറ്ററുപത് ദിവസവും അവര്ക്ക് അരി വാങ്ങണ്ടെ?”

കർക്കിടകത്തിൽ ചന്ദ്രനും കമലവും ഇടയ്ക്കിടെ പേരശ്ശനൂർക്കു വിരുന്നു പോവുന്നു. അച്യുമ്മാമയുടെ കുട്ടികൾ ഇങ്ങോട്ടു വരുന്നു. ഞാൻ മാത്രം ഇവിടെത്തന്നെ കഴിയണം. കാരണം, അച്ഛന്റെ വീട് ദൂരെയാണ്. അണ്ടത്തോടാണ്. ഇരുപത്തഞ്ചുനാഴിക ബസ്സിനു പോണം. പിന്നെ തോണിക്കും.

അച്ഛൻ വരുമ്പോൾ മാത്രമേ ഞങ്ങൾ അവിടെ പോകാറുള്ളൂ. അമ്മയ്ക്ക് അതും അത്ര ഇഷ്ടമായിട്ടല്ല. കാരണം, അമ്മയ്ക്ക് അച്ഛമ്മയെ ഇഷ്ടമല്ല. അച്ഛൻ ഭാര്യവീട്ടുകാരെ മുഴുവൻ പോറ്റുന്ന തിരക്കിൽ വീട്ടിലെ കാര്യം ശ്രദ്ധിക്കുന്നില്ലെന്ന് അച്ഛമ്മ പലരോടും ആവലാതി പറയുന്നുണ്ടത്രെ.

കല്യാണിക്കുട്ടി വെറുതെ നിന്നു നാട്ടുപഞ്ചായത്തു പറയാൻ തുടങ്ങിയപ്പോൾ അമ്മ പറഞ്ഞു, മുറ്റത്തെ പൊടിയും കരടുമൊന്നടിക്കാൻ.

കല്യാണിക്കുട്ടി മുണ്ടിന്റെ തുമ്പ് എടുത്തു കുത്തി, മുറ്റമടിക്കുന്നതു കാണാൻ നല്ല ഭംഗിയുണ്ട്. അറ്റം കെട്ടിയിട്ട മുടി ചുമലിലൂടെ വീണ് ഇപ്പോൾ നിലത്തു മുട്ടുമെന്ന് തോന്നും. ചുവന്ന കുപ്പിവളകൾ കിലുങ്ങും.

(പിന്നെയും മൂന്നു വർഷങ്ങൾ കഴിഞ്ഞപ്പോഴാണ് കല്യാണിക്കുട്ടി സുന്ദരിയാണെന്ന് ഞാൻ മനസ്സിലാക്കുന്നത്.)

അരി തിളയ്ക്കാറായിട്ടുണ്ടാവുമോ എന്നു മനസ്സിൽ കണക്കു കൂട്ടി, ചുവന്ന കുപ്പി വളകളുടെ കിലുക്കം കേട്ടുകൊണ്ടു തൂണും

ചാരിയിരിക്കുമ്പോൾ അടിച്ചുവാരൽ നിർത്തി പടിക്കലേക്കു നോക്കിക്കൊണ്ട് കല്ല്യാണിക്കുട്ടി പറഞ്ഞു:

"മാളേടത്തി, ആരാ വര്ണ്? ഇങ്ങട്ടെന്ന്യ തോന്ന്ണൂ."

ഞാനും നോക്കി. ഇങ്ങോട്ടുതന്നെ.

ഷർട്ടിട്ട ആരോ ആണ് വരുന്നത്. അമ്മയും ചെരിഞ്ഞു നീങ്ങിയിരുന്നു നോക്കി. പടി കടന്ന് ഒതുക്കുകൾ കയറി മുകളിലെത്തിയപ്പോൾ ആളെ എനിക്കു മനസ്സിലായി.

"ശങ്കുണ്ണ്യേട്ടനാ അമ്മേ."

"ഏത് ശങ്കുണ്ണ്യേട്ടൻ?"

"അണ്ടത്തോട്ടെ ശങ്കുണ്ണ്യേട്ടൻ."

"ഓന്റീശ്വരാ!" അമ്മ വെമ്പലോടെ കല്യാണിക്കുട്ടിയോടു പറഞ്ഞു: "കല്യാണ്യേ, ഓട് അടുക്കളേല്ക്ക്. ഉള്ളതു വാർക്കാൻ പറ."

പുഴുകുത്തിയ കട്ടപ്പല്ലുകൾ മുഴുവൻ കാണിച്ചു ചിരിച്ചുകൊണ്ടു കുട മടക്കി ശങ്കുണ്ണ്യേട്ടൻ പെണ്ണുങ്ങളുടെ ശബ്ദത്തിൽ ചോദിച്ചു:

"എന്താ അമ്മായേ്യ അറിയ്യോ?"

"ശങ്കുണ്ണ്യോ? മുത്തൻപ്ലാവു കോടി കായ്ക്കാണല്ലോ. കേറിരിക്ക്. ആ കിണ്ടീല് ഒരു കിണ്ടി വെള്ളംകൊണ്ടന്ന് കൊടുക്ക് ഉണ്ണ്യേ."

"ഞാൻ എടുത്തോളാം."

കിഴക്കേ കോലായയുടെ അറ്റത്ത് കുപ്പയ്ക്കടുത്തുവച്ച വെള്ളമെടുത്തു ശങ്കുണ്ണ്യേട്ടൻ കാലു കഴുകിയതു നന്നായി. ഏഴാം ക്ലാസ്സിൽ പഠിക്കുന്ന ഞാൻ അയാൾക്കു കാൽ കഴുകാൻ വെള്ളം കൊണ്ടുവരിക!

"ആ പുൽപ്പായത്തട്ക്ക്ട്ട് കൊടുക്ക് ഉണ്ണ്യേ."

"ഞാൻ ഇബടിരുന്നോളാം അമ്മായേ്യ."

"അല്ലെടോ. അതിനൊക്കെ ഒരു ചിട്ടല്യേ?"

അയാൾ മുളങ്കാലുള്ള പഴയ കുട ഉത്തരത്തിൽ തൂക്കിയിട്ട് ഉമ്മറത്തെ ചാരുപടിമേൽ കയറിയിരുന്നു.

"അണ്ടത്തോട്ട്ന്നന്നെ?"

"ആ."

"വിശേഷൊന്നുംല്യലോ."

"ഹേയ്. ഇശ്ശി ദിവസായി അമ്മായീം കുട്ട്യോളേം വന്നു കാണണംന്നു വിചാരിക്ക്ണൂ. ഇപ്പഴേ തരായിട്ടുള്ളു."

"അതൊക്കെ വേണ്ടതന്നെ."

അമ്മ അച്ഛമ്മയുടെയും അച്ഛൻപെങ്ങന്മാരുടേയും വിശേഷങ്ങൾ ചോദിച്ചു. ശങ്കുണ്ണ്യേട്ടന്റെ വീട്ടിലെ വിശേഷങ്ങൾ ചോദിച്ചു.

"ഉണ്ണി ഏതു ക്ലാസ്സിലാപ്പോ?"

അയാളുടെ മുഖത്തുനോക്കാതെ ഞാൻ ഉത്തരം പറഞ്ഞു:

"ഏഴില്."

അയാളുടെ മുഖത്തു നോക്കാൻ എനിക്കു മുമ്പും ഇഷ്ടമില്ല. വസൂരിയുടെ കുഴികൾ വീണ മുഖമാണ്. എപ്പോഴും പുഴുക്കുത്തിയ അറപ്പു തോന്നിക്കുന്ന പല്ലുകൾ വെളിയിൽ കാണിച്ച് ഇളിച്ചുകൊണ്ടിരിക്കും; കാരണമൊന്നുമില്ലാതെ. അച്ഛന്റെ ഏതോ താവഴിയിൽപ്പെട്ട മരുമകനാണ്. അച്ഛന്റെ കൂടെ ഞങ്ങൾ അവിടെ ചെന്നപ്പോൾ കണ്ട പരിചയമേയുള്ളൂ. അച്ഛനോ അച്ഛന്റെ അനുജനോ ലീവിൽ വരുന്ന കാലത്തേ ശങ്കുണ്ണ്യേട്ടനെ അവിടെ കാണൂ. അമ്മിണിയോപ്പുവും ലക്ഷ്മിയോപ്പുവും ശങ്കുണ്ണ്യേട്ടൻ കേൾക്കെത്തന്നെ പറയും: "വല്യോപ്പ വര്ണ കാലത്ത് അടുത്തുകൂടും. പിന്നെ തിരിഞ്ഞു നോക്കില്ല."

അരിയിടിക്കുക, വെള്ളം കോരുക, അങ്ങാടിയിൽപ്പോയി സാമാനം കൊണ്ടു വരിക തുടങ്ങിയ പണികളെല്ലാം ചെയ്യും.

ഞാൻ പതുക്കെ അകത്തേക്കു നടന്നു. മീനാക്ഷിയേടത്തി അരി വാർക്കുകയാണ്. കല്യാണിക്കുട്ടി സ്ഥലം വിട്ടിരിക്കുന്നു.

"ആരാ ഉണ്ണ്യേ?"

"ശങ്കുണ്ണ്യേട്ടൻ. അണ്ടത്തോട്ട് ഒരു ശങ്കുണ്ണ്യേട്ടനില്ലേ, അവര്."

"നൂറു ദിക്കില് പാഞ്ഞു നടന്നിട്ടാ മുന്നാഴി അരി കിട്ടീത്, അപ്പളയ്ക്ക് ഒരു വിരുന്നൂട്ടിനുള്ള വരവ്."

മീനാക്ഷിയേടത്തി ഉറക്കെത്തന്നെയാണ് പറഞ്ഞത്. അതു കേട്ടുകൊണ്ട് നടന്നുവന്ന അമ്മ ക്ഷോഭിച്ചു:

"മിണ്ടല്ലെടി ഒരുമ്പെട്ടോളേ, അവനോന്റെ ഇല്ല്യായ അവനോൻ അറിഞ്ഞാൽ മതി."

മീനാക്ഷിയേടത്തി കലം നിവർത്തി, അടപലകയിൽ പറ്റിപ്പിടിച്ച വറ്റുകൾ തട്ടി കലത്തിലേക്കിട്ടു.

"ശങ്കുണ്ണ്യായാലും അണ്ടത്തോട്ട്ന്ന് വര്ണ ഒരാണൊരുത്തനാ. അവടെച്ചെന്നു നൂറാളോടു പറയും. അമ്മായ്യമ്മടെ വീട്ടിൽച്ചെന്ന വിശേഷം. നെനക്കു ചങ്കും പൊങ്കംല്യ. അതോണ്ട് പറയ്യാ. അണ്ടത്തോട്ട്ന്ന് ഏതു പറയൻ വന്നാലും അതിന്റെ മര്യാദ ചെയ്യണം. ഞാൻ മാനമര്യാദ്യായിട്ട് ചെന്നു പാർക്ക്ണ സ്ഥലാ."

നാലുമുഴം നാവുള്ള മീനാക്ഷിയേടത്തി മിണ്ടിയില്ല.

അമ്മ എല്ലാവരേയും ചീത്ത പറയും. അച്ച്യുമ്മാവനെയടക്കം. ആരും എതിർത്തു പറയില്ല. കാരണം ഭാഗത്തിൽ കടം വീട്ടിയത് അച്ഛനാണ്. അച്ഛന്റെ പണം വരുന്നതുകൊണ്ടാണ് ഈ കരിമ്പ്രങ്ങളു കഴിയുന്നത്!

“ഉണ്ണ്യേ, നീയാ ചെട്ടിച്ച്യാരടെ പെരേല് ചെന്നിട്ട് ഒരണയ്ക്ക് പപ്പടം വാങ്ങിക്കാ. കാശു ഞാൻ നാളെ കൊടുത്തയയ്ക്കാന്ന് പറ. പോവുമ്പോ ആ കണക്കറായീടെ ചെക്കനോട് ഒന്നോടിവരാൻ പറ. മീനാക്ഷ്യേ, തെങ്ങ്മ്മ്ല്ന്ന് ഉള്ളേല് മൂത്തത് നോക്കീട്ട് ഒരു നാളികേരം ഇടീച്ചോ..... അരച്ചു കലക്കിണ്ടാക്കാം. വാഴക്കെഴങ്ങിന്റെ കൂട്ടാൻ മാത്രായിട്ട് എങ്ങന്യാ അണ്ടത്തോട്ട്വാർക്ക് വെളമ്പിക്കൊടുക്ക്വ? കല്യാണീടടുത്ത്ന്ന് ഒരുതുള്ളി വെളിച്ചെണ്ണ തരാൻ പറ.”

നിറയെ കല്പനകളും നിർദ്ദേശങ്ങളും കൊടുത്ത് അമ്മ വീണ്ടും ഉമ്മറത്തേക്കു പോകുമ്പോൾ തിരിഞ്ഞു നിന്ന് ഓർമ്മിപ്പിച്ചു:

“പപ്പടം പൊട്ടിച്ചു വറക്കണ്ട. കാച്ച്യാൽമതി. മറ്റതു മോശണ്ട്.”

ചോറ്റുകലത്തിലേക്കും താഴെ അഞ്ചരിച്ചെമ്പിൽ നേർത്ത മഞ്ഞ നിറത്തിൽ ദുർഗന്ധമുള്ള ആവിയോടെ നിറഞ്ഞുകിടക്കുന്ന കഞ്ഞി വെള്ളത്തിലേക്കും നോക്കിക്കൊണ്ട് ഞാൻ നിന്നു.

മീനാക്ഷിയേടത്തിക്ക് ഓർമ്മയില്ലേ ഞാൻ കഞ്ഞി കുടിച്ചിട്ടില്ലെന്ന കാര്യം?” ദാഹിക്കുന്നു എന്നു പറഞ്ഞാലോ? വിശക്കുന്നു എന്നു പറയാൻ മാനം സമ്മതിക്കുന്നില്ല.

ചെട്ടിച്ചിയാരുടെ പുരയിലേക്കു നടക്കുമ്പോൾ ഓർത്തു ശങ്കുണ്ണ്യേട്ടൻ വന്നതു നന്നായി. പപ്പടവും അരച്ചുകലക്കിയുമുണ്ട്. പപ്പടം കാച്ചിയ വെളിച്ചെണ്ണ ചോറിലൊഴിച്ച് കുറച്ച് ഉപ്പും ഇട്ടാലത്തെ സ്വാദോർത്തപ്പോൾ വായിൽ വെള്ളം നിറഞ്ഞു. മീനാക്ഷിയേടത്തിയോടു സ്വകാര്യത്തിൽ പറഞ്ഞ് കുറച്ചു വെളിച്ചെണ്ണ വാങ്ങണം.

പപ്പടം വാങ്ങി തിരിച്ചുപോരുമ്പോൾ തെക്കെ വീട്ടുകാരുടെ വേലി ക്കടുത്തു നിൽക്കുന്ന മൂവാണ്ടന്റെ ചുവട്ടിൽ ഒരു മാങ്ങ കിടക്കുന്നതു കണ്ടു. ഓടിച്ചെന്നെടുത്തപ്പോൾ ഒരുവശത്തെ തോലേ ബാക്കിയുള്ളൂ. അകം മുഴുവൻ കാക്ക കൊത്തിത്തിന്നിരിക്കുന്നു.

തിരിച്ചുവന്നപ്പോൾ ശങ്കുണ്ണ്യേട്ടൻ ഷർട്ടഴിച്ചു മടക്കി, മെത്താരണ യുടെ ചുവട്ടിൽ വച്ചിരിക്കുന്നു. അമ്മ ഇരുന്നു വിശേഷം പറയുകയാണ്.

മഴ കഴിഞ്ഞിട്ടു വേണം വീടൊന്ന് മേൽക്കൂടു മാറ്റി ഓടിടാൻ. പ്ലാവു രണ്ടെണ്ണം അതിനുവേണ്ടി നോക്കിവച്ചിരിക്കയാണത്രെ.

നാലുകൊല്ലം പെരമേയാൻ ചെലവാക്ക്ണ കാശ് മത്യല്ലോ ഇതൊന്ന് ഓടിടാൻ. ഗോയിന്ദുട്ടി എപ്പഴും എഴുതും.

അച്ഛന്റെ വീടു പുതിയതായി പണികഴിപ്പിച്ച വലിയ ഓടിട്ട വീടാണ്. അതു മനസ്സിൽവച്ചുകൊണ്ടായിരിക്കാം അമ്മ പറയുന്നത്.

“ഈ വീട് പൊറമേന്ന് ഇങ്ങനെ കാണ്ണപോലെയല്ല. എത്ര സ്ഥലാ അകത്ത്. കോട്ടപോലെയല്ലേ കെടക്ക്ണ്? അടിക്കാനും തൊടയ്ക്കാനും തന്നെ വേണം ഒരാള്. ആ മീനാക്ഷി ഉള്ളതുകൊണ്ട് ചെതലും മാറാലേം തട്ട്ണ്ണ്ട്. എന്നെക്കൊണ്ടാവ്വോ ഇതൊക്കെ നോക്കി നടത്താൻ.”

ശങ്കുണ്ണിയേട്ടൻ പെണ്ണുങ്ങളുടെ ശബ്ദത്തിൽ മൂളുന്നുണ്ട്.

ഏട്ടന്റെ ഉദ്യോഗം, അച്ഛൻ മാസാമാസം അയയ്ക്കുന്ന മണിയോർഡർ, ഉണ്ണിയുടെ (എന്റെ) ബുദ്ധിശക്തി, പുരമേച്ചിൽ ദിവസം നടത്തുന്ന സദ്യയുടെ ചിലവ്, അങ്ങനെ പലതും അമ്മ പറയുന്നുണ്ട്.

പുറത്തു മാനം വീണ്ടും കറുക്കുകയാണ്. സന്ധ്യ നേരത്തെ വന്നിരിക്കുന്നു.

"ശങ്കുണ്ണിക്ക് കുളിക്കണ്ടെ?

"കുളിക്കണം."

"ഉണ്ണ്യേ, മീനാക്ഷ്യേ്യാട് ആ തോർത്തും പത്തായത്തിലെ പുത്തൻ കലത്ത്ന്ന്ത്തിരി വാകപ്പൊടീം കൊണ്ടരാൻ പറ. ഓടത്തില് കൊറച്ച് നല്ലെണ്ണ എട്ത്ത് കൊണ്ടന്ന് കൊടുക്ക് തെക്കെ അറേല് ഭരണീല് ണ്ടാവും."

അകത്തു വടക്കിനിയിൽ ചെറിയമ്മ കോസറി വിരിക്കുകയാണ്. ചെറിയമ്മയ്ക്ക് ഏതു സമയവും കിടക്കണം. മേലെല്ലാം എപ്പോഴും മുളകരച്ചു തേച്ചതുപോലെ ചുട്ടുനീറുകയാണല്ലോ. വൈകുന്നേരമായാൽ കോസറി വിരിച്ചു കുടഞ്ഞിടും.

മുത്തശ്ശി കിടക്കുന്ന അകത്ത് ഇരുട്ടാണ്. ആ കുടിലിന്റെ ചുവട്ടിലാണ് എണ്ണഭരണി.

"എന്താടാ നോക്ക്ണ്?"

"എണ്ണ."

"ആരക്കാ?"

"ആ ശങ്കുണ്ണ്യേട്ടൻ വന്നിട്ട്ണ്ട് അണ്ടത്തോട്ട്ന്ന്."

"അണ്ടത്തോട്ട്ന്നോ?"

മുത്തശ്ശിയുടെ ശബ്ദത്തിൽ ബഹുമാനമുണ്ട്. അണ്ടത്തോടു നിന്ന് ഒരാൾ വരിക എന്നതു ചില്ലറ കാര്യമല്ല. അച്ഛന്റെ വീടുമായി ബന്ധപ്പെട്ട ആരെയും പറയുക അണ്ടത്തോട്ടുകാരെന്നാണ്.

ഭരണിയുടെ അടപ്പ് ശീല ചുറ്റി അടച്ചുവച്ചിരിക്കയാണ്. കഴുത്തിൽ ഉറുമ്പു കയറാതിരിക്കാൻ മണ്ണെണ്ണശ്ശീല ചുറ്റിവച്ചിട്ടുണ്ട്. ഭരണിയെടുത്ത് വാതിലിനടുത്തു വെളിച്ചത്തിൽ കൊണ്ടുവന്നുവച്ച് തുറന്നുനോക്കി. ആകെ ഒരു മൂലയിൽ കുറച്ചേയുള്ളൂ എണ്ണ.

മാസത്തിലൊരിക്കൽ എണ്ണക്കാരൻ മാപ്പിള വരുമ്പോൾ നാഴിയെണ്ണ വാങ്ങിവയ്ക്കും. ഞായറാഴ്ച ദിവസം തേച്ചുകുളിക്കാൻ പറഞ്ഞ് ഒരു ചെറിയ കുഴിയൽ എണ്ണ എനിക്ക് ഒഴിച്ചു തരും. അതു തുള്ളിയും കളയാതെ മേലു പുരട്ടണം. അമ്മയ്ക്കു വെളിച്ചെണ്ണ തലയിൽ പിടിക്കില്ല. അതുകൊണ്ടാണ് നല്ലെണ്ണ വാങ്ങുന്നത്. നാഴിയെണ്ണ ഒരു മാസത്തേക്കാണ്.

ചെറിയ ഓട്ടുകിണ്ണത്തിലേക്ക് എണ്ണ ഒഴിച്ചപ്പോൾ അധികമായെന്നു തോന്നി. ഇനി കീടനേ ബാക്കിയുള്ളൂ, ഭരണിയിൽ.

ഉമ്മറത്തേക്ക് ഓട്ടുകിണ്ണവുമായി കടന്നുവന്നപ്പോൾ അമ്മയുടെ കണ്ണുകൾ അതിൽ പതിഞ്ഞു. തെറ്റുചെയ്ത വകയ്ക്കുള്ള ഒരു ശാസന യുണ്ട് കണ്ണിൽ.

മീനാക്ഷിയേടത്തി കൊണ്ടുവന്നു കൊടുത്ത തോർത്തുചുറ്റി വലിയ മുണ്ട് ഉത്തരത്തിൽ ചുരുട്ടിവച്ച് ശങ്കുണ്ണിയേട്ടൻ വിസ്തരിച്ച് എണ്ണ തേച്ചു തുടങ്ങി. തലയിലും മേലും സമൃദ്ധമായി എണ്ണ തേച്ചു കഴിഞ്ഞപ്പോൾ ഓടത്തിൽ പകുതി എണ്ണ ബാക്കിയുണ്ട്. അമ്മയുടെ മനസ്സിൽ എന്നോടാ യിരിക്കും ദേഷ്യം മുഴുവൻ.

കടലാസുകഷണത്തിൽ കൊണ്ടുവന്നുവച്ച വാകപ്പൊടിയെടുത്ത പ്പോൾ അത് ഓടത്തിൽ ബാക്കിയുള്ള എണ്ണയിലിട്ട് കുഴയ്ക്കും ശങ്കുണ്ണ്യേട്ടൻ എന്നു കരുതിയില്ല. എണ്ണയിൽ കുതിർത്ത് വാക ഒരുരുള യാക്കി കയ്യിലിട്ട് ആട്ടിക്കൊണ്ട് ശങ്കുണ്ണ്യേട്ടൻ ചോദിച്ചു: “കൊളം എവട്യാ ഉണ്ണ്യേ?”

വഴി കാണിച്ചുകൊടുക്കാൻ എന്തോ, അമ്മ പറഞ്ഞില്ല.

ഞാൻ തെക്കേ മുറ്റത്തിന്റെ അതിർത്തിയിൽ ചെന്നു ചൂണ്ടിക്കാണിച്ചു പറഞ്ഞു:

“ദാ, അതിലൂടെ എറങ്ങ്യാ മതി.”

മീനാക്ഷിയേടത്തി വിളക്കു കൊളുത്തിക്കാണിച്ചു.

“ഉണ്ണിക്കു നല്ല വെശപ്പ്ണ്ടാവും.”

അമ്മ എന്നോടും മീനാക്ഷിയേടത്തിയോടുമായി പറഞ്ഞു.

ഞാൻ കേട്ട ഭാവം നടിച്ചില്ല.

“പാട്ട്രാശി അങ്ങട്ട് കഴിഞ്ഞോട്ടെ. എന്നിട്ട് ഉണ്ണാം.”

വാക പൊതിഞ്ഞുകൊണ്ടുവന്ന കടലാസുകഷണം മുറ്റത്തു നിന്ന് പെറുക്കി അമ്മ ഒതുക്കുകല്ലിൽ വീണ എണ്ണത്തുള്ളികൾ തുടച്ചു വലിച്ചെറിഞ്ഞപ്പോൾ ആരോടെന്നില്ലാതെ പറഞ്ഞു:

“എണ്ണയ്ക്ക് എന്താ വെല! പക്ഷേ, അണ്ടത്തോട്ട്വാര് വരുമ്പോ നമ്മള് ചേപ്രത്തംകാണിച്ചൂന്ന് വരാൻ പാടില്ലല്ലോ.”

എന്നോട് ഇതൊക്കെ എന്തിനു പറയുണു? പപ്പടം കാച്ചിയ വെളിച്ചെ ണ്ണയൊഴിച്ച ചോറിന്റെ സ്വാദാണ് എന്റെ നാവിൽ. വാഴക്കൂട്ടത്തിനിടയിൽ ഇരുട്ടിന്റെ കീറുകൾ ചെറുമക്കുട്ടികളെപ്പോലെ പരുങ്ങിക്കൂടുന്നതു നോക്കിക്കൊണ്ടു ഞാനിരുന്നു.

ശങ്കുണ്ണ്യേട്ടൻ കുളികഴിഞ്ഞുവന്ന് കിഴക്കെ കോലായിൽ ചെന്ന് ഉത്തരത്തിൽവച്ച വലിയ മുണ്ട് ചുറ്റി കൈകൊണ്ട് തല മാടിയൊതുക്കി. നനഞ്ഞ തോർത്ത് എന്നെ ഏല്പിച്ചു.

അപ്പോഴാണ് അച്യുമ്മാമ വരുന്ന ശബ്ദം കേട്ടത്. അച്യുമ്മാമ വരുന്നത് ദൂരത്തുനിന്നു കേൾക്കാം. ഏമ്പക്കം വായുകോപമാണത്രെ.

"ആരാത്?" അച്യുമ്മാമ ശങ്കിച്ചുകൊണ്ടു ചോദിച്ചു.

അമ്മ പറഞ്ഞു:

"അണ്ടത്തോട്ട്ന്നാ."

അച്യുമ്മാമയുടെ ശബ്ദം പെട്ടെന്നു താണു.

"ആരാ."

"ആ ശങ്കുണ്ണ്യാ."

കുപ്പക്കല്ലിൽ നിന്നു കാലു കഴുകി വന്ന ശങ്കുണ്ണ്യേട്ടൻ ചാരുപടിമേൽ കയറിയിരുന്നു.

"എന്തേടോ ങ്ങനെ വഴിതെറ്റാൻ?"

ശങ്കുണ്ണ്യേട്ടൻ ചിരിച്ചു ചാരുപടിമേൽനിന്ന് എഴുന്നേറ്റു.

"ഇരിക്കെടോ. ഇരുന്നോ."

അണ്ടത്തോട്ടുകാരനെ അച്യുമ്മാമയും ബഹുമാനിക്കുന്നുണ്ട്.

അച്ഛന്റെ വീട്ടിലെ അടുക്കളമുറ്റത്തു മടൽക്കൂമ്പാരത്തിനടുത്ത്, ഈർക്കിലകൊണ്ടു തൊണ്ണിൽക്കുത്തി, അമ്മിണിയോപ്പുവിന്റെ വിളിയും കാത്തു വിശന്നിരിക്കാറുള്ള ശങ്കുണ്ണ്യേട്ടനോടാണ് അച്യുമ്മാമന്റെ ആദരവ്.

അച്യുമ്മാമ ഉച്ചത്തിൽ തേട്ടിക്കൊണ്ടു താഴത്തെ കോലായിലിരുന്നു ബീഡി കത്തിച്ചു.

"തെക്ക് എന്തൊക്ക്യാടോ വിശേഷം?"

ചാരുപടിമേൽ കാലു വിറപ്പിച്ചുകൊണ്ട് ഇരുന്ന ശങ്കുണ്ണ്യേട്ടൻ പറഞ്ഞു:

"ങ്ഹേ! വിശേഷൊന്നുംല്യ. അമ്മായിടേം കുട്ട്യോൾടേം വിവരറിയാലോച്ചിട്ട് പോരേ."

"തെക്കോട്ടൊക്കെ ഒന്നു വരണംന്ന് കൊറെ കാലായി വിചാരിക്കുന്നു. ഇനി അള്ള്യേൻ വരുമ്പളാവട്ടെ. ഗുരുവായിരും ഒന്നു തൊഴണം."

കർക്കിടകത്തിൽ എത്ര വേഗത്തിലാണ് ഇരുട്ടു പരക്കുന്നത്. ഉമ്മറത്ത് ചുവരിലെ ആണിയിൽ മൂട്ടവിളക്കു കത്തിച്ചുവെച്ചു. അകത്തു മച്ചിന്റെ മുമ്പിൽവെച്ച നിലവിളക്കിന്റെ തിരി കെട്ടു. പച്ചത്തിരി കത്തിയ മണം ഒരുനിമിഷം വായുവിൽ തങ്ങിനിന്നു.

അമ്മ അകത്തേക്കു പോവുമ്പോൾ ആരോടെന്നില്ലാതെ വിളിച്ചു ചോദിച്ചു:

"ആ വല്യേ റാന്തല്വെളക്കിന്റെ ചിമ്മിനി വാപ്പൂന്റെ പീട്യേല് വന്നില്ലേ കുട്ട്യോളേ."

വെള്ളിയാഴ്ചയായതുകൊണ്ട് വായിക്കേണ്ട. എല്ലാ ദിവസവും ഈ നേരത്ത് വായിക്കാറുണ്ട്. പക്ഷേ, വെള്ളിയാഴ്ച പതിവില്ല. ശനിയും ഞായറും മുഴുവൻ കിടക്കുന്നുണ്ടല്ലോ മുന്നിൽ.

പുറത്തു മഴ പൊടിയാൻ തുടങ്ങുന്നു. പടിഞ്ഞാറെ കോലായിൽ ചുമരും ചാരി കിടന്നു. അച്യുമ്മാമ പണ്ടൊരിക്കൽ അണ്ടത്തോട്ടു പോയപ്പോൾ കഴിച്ച ഒരു വിശേഷപ്പെട്ട മീൻകൂട്ടാനെപ്പറ്റി പറയുകയാണ്.

എനിക്കു തല പൊക്കാൻ വയ്യ. ഉറക്കം വരുന്നുണ്ടെന്നു തോന്നി. ഒരു നേർത്ത കാറ്റടിച്ചപ്പോൾ തണുപ്പിന്റെ ഒരല ശരീരത്തിലൂടെ സഞ്ചരിക്കുന്നു. മേലെല്ലാം രോമം എഴുന്നേറ്റു നിൽക്കുന്നപോലെ.

വീണ്ടും ഉമ്മറത്ത് അമ്മയുടെ ശബ്ദം കേട്ടു:

"അച്യുതന് കുളി ണ്ടോ?"

"വയ്യ. മഴ തൊടങ്ങ്യമുതല് ചീരാപ്പ് വിട്ണില്ല. കയ്യും കാലും കഴ്കണം."

"ന്നാ ശങ്കുണ്ണി വാ, ഊണു കഴിക്കാം."

ശങ്കുണ്ണിയേട്ടൻ എഴുന്നേറ്റപ്പോൾ ചാരുപടി ശബ്ദിച്ചു.

"ഉണ്ണി എവടെ?"

"അവൻ പിന്നെ ഉണ്ടോളും. സ്കൂള് വിട്ടു വന്നപ്പോ ഉണ്ടതാണല്ലോ."

ചിമ്മിനിവിളക്കിന്റെയും അമ്മയുടെയും പിറകെ ശങ്കുണ്ണ്യേട്ടൻ അകത്തേക്കു പോവുന്നു.

അപ്പോൾ ശരിക്കും കരയണമെന്നു തോന്നി.

എഴുന്നേൽക്കാൻ വയ്യ. എന്നിട്ടും എണീറ്റു. ഉമ്മറത്തു വന്നു നിന്നു. ചുമരിൽ എരിയുന്ന മൂട്ടവിളക്കിനു ചുറ്റും പ്രാണികൾ പാറിനടക്കുന്നു. അബദ്ധത്തിൽ അകത്തു വീണ ഒരു ചിറകുള്ള ജീവി കുപ്പിക്കകത്തു പിടയുന്നു. ഇരുണ്ടുകിടക്കുന്ന തെക്കിനിയിലേക്കു കടന്നു. വടക്കെ വാതിൽക്കൽ കള്ളനെപ്പോലെ പതുങ്ങി നിന്നു. അടുക്കളത്തിൽ വലിയ നാക്കിലയുടെ പിന്നിൽ പുൽപ്പായത്തടുക്കിൽ ശങ്കുണ്ണ്യേട്ടൻ വിസ്തരിച്ച് ഉണ്ണാൻ തുടങ്ങുമ്പോൾ അമ്മ പറയുകയാണ്:

"മഴ തൊടങ്ങ്യേശേഷം കടല് കരിഞ്ഞിരിക്ക്വാ. മീനൊന്നും കിട്ട്ണില്ല. കൂട്ടാനൊക്കെ മോശാവും ശങ്കുണ്ണ്യേ."

ഞാൻ തിരികെ ഉമ്മറക്കോലായിലേക്കു നടന്നു.

മനസ്സിൽ മറ്റെന്തെങ്കിലും ആലോചനയുണ്ടെങ്കിൽ വിശപ്പറിയില്ല. കല്ലടത്തൂർക്കാവിലെ ഉത്സവത്തെപ്പറ്റി ആലോചിച്ചു. ക്ലാസ്സിലെ മേൽപ്പുരയിൽ തൂങ്ങിക്കിടക്കുന്ന രങ്കന്റെ റബ്ബർനാടയെപ്പറ്റി ആലോചിച്ചു. വീരരാഘവൻ മാസ്റ്ററുടെ സൂചിക്കിരുത്തുന്ന നുള്ളലിൽനിന്നു രക്ഷപ്പെട്ട സംഭവമാലോചിച്ചു. പിന്നെ ആകെ ഇരുട്ടാണ്.

മീനാക്ഷിയേടത്തി വിളക്കുംകൊണ്ടു മുന്നിൽ വന്നു വിളിച്ച പ്പോഴാണ് കണ്ണു തുറന്നത്.

"വാ, ഇത്രവേഗം ഒറക്കായ്യോ?"

ഉമ്മറത്തുകൂടെ പോകുമ്പോൾ ശങ്കുണ്ണ്യേട്ടൻ കിഴക്കെ കോലായി ലിരുന്നു ബീഡിവലിക്കുന്നു. ഒരേമ്പക്കം കേട്ടു. വായുകോപംകൊണ്ടുള്ള ഏമ്പക്കമെല്ല. പുല്ലുവട്ടിയിൽ കറുകക്കെട്ടു കൊണ്ടുവന്നിട്ടാൽ പാണ്ടിപ്പയ്യ് പുറപ്പെടുവിക്കുന്ന ശബ്ദംപോലെ.

അമ്മ അടുക്കളത്തളത്തിൽ ചിമ്മിനിവിളക്കിന്റെ സമീപമിരിക്കുന്നു. ചുമർചാരി വച്ച ചെറിയ പലകയിട്ടു ഞാനിരുന്നപ്പോൾ മീനാക്ഷിയേടത്തി കിണ്ണം കൊണ്ടു വന്നുവച്ചു. ദുർഗന്ധമുള്ള ചാക്കരിയുടെ വാർത്ത വെള്ളം.

ഞാൻ മുഖമുയർത്തിയില്ല.

അമ്മ സ്വകാര്യം പറയുന്ന സ്വരത്തിൽ മന്ത്രിച്ചു:

"ചോറില്ല കുട്ട്യേ."

മീനാക്ഷിയേടത്തി മടമ്പിടിച്ചുകൊണ്ടു തിരികെ വന്നു പറഞ്ഞു, എന്നോട്:

"കൊറച്ചുംകൂടി തക്കരിക്കാൻ പറ മര്വോനെ. പിന്നീം പിന്നീം വെലക്ക്വല്ലേര്ന്ന്. ചോറു വേണ്ട, വാർത്ത വെള്ളത്തിലിടാൻ ഒരുപിടി വറ്റെങ്കിലും വയ്ക്കെണ്ടെ?"

മീനാക്ഷിയേടത്തി ഇത്രയധികം തലയെടുപ്പോടെ മുമ്പ് സംസാരിച്ചു കണ്ടിട്ടില്ല."

അമ്മ തലകുനിച്ചിരുന്നു. എന്നിട്ട് പതിഞ്ഞ സ്വരത്തിൽ പറഞ്ഞു:

"പതുക്കെ പറയെന്റെ മീനാക്ഷ്യേ. നാളീം അണ്ടത്തോട്ട്വാരടെ മുഖത്ത് എനിക്ക് നോക്കണ്ടതാ. അറിയ്യ്യോ?"

ചാക്കരി വാർത്ത വെള്ളം നാലു പ്ലാവില കുടിച്ചപ്പോൾ ഛർദ്ദിക്കാൻ വരുന്നപോലെ തോന്നി. ഉപ്പിട്ട വാഴക്കിഴങ്ങിന്റെ ഒരു കഷണം കടിച്ചു നോക്കി. തണുത്ത കഞ്ഞിവെള്ളം ഇറങ്ങുന്നില്ല. ഞാൻ എഴുന്നേറ്റു കൈ കഴുകി.

രാത്രി ഉറക്കം വന്നില്ല. തെക്കിനിയിൽ അമ്മയുടെ കോസറിയുടെ സമീപത്താണ് ഞാൻ പതിവുപോലെ കിടക്കുന്നത്. ഉമ്മറത്തുനിന്ന് ശങ്കുണ്ണ്യേട്ടന്റെ കൂർക്കംവലി കേൾക്കാം. അമ്മയുടെ കാൽക്കൽ പായ വിരിച്ചു കിടക്കുന്ന മീനാക്ഷ്യേടത്തി തിരിഞ്ഞും മറിഞ്ഞും കിടക്കുന്നു. അകത്തു വിശപ്പ് ഒരു തീപ്പന്തമായി ചൂടുള്ള ആവിയായി, ഒരു നനുത്ത വേദനയായി ചുറ്റിനടക്കുന്നു. മയക്കം വരുന്നുണ്ടെന്നു തോന്നും. അറിയാതെ ഉടനെ കണ്ണു തുറക്കും. മുത്തശ്ശിയുടെ കൊക്കിക്കുരയും ദൂരെനിന്നു ചീവിടുകളുടെ കരച്ചിലും കേൾക്കാം. അകലത്തെ പാടത്തു

നിന്നുള്ള തവളകളുടെ കരച്ചിൽ ചിലപ്പോൾ പെരുകിപ്പെരുകി ചെവിക്കു തൊട്ടടുത്തു നിന്നാണെന്നു തോന്നും. പിന്നെയും അകന്നുപോവും:

"മീനാക്ഷി ഉറങ്ങ്യോ?"

അമ്മയുടെ ചോദ്യമാണ്.

"ഊ...ഉം."

"ആമിനുമ്മടെ അടുത്തു പൈസണ്ടാവും രാവിലെ ചെന്നു രണ്ടു റുപ്പിക തരാൻ പറേണം. ഉണ്ണീടച്ഛന്റെ പണം വരുമ്പോൾ തരാംന്ന് പറ. ശങ്കുണ്ണി നാളെ രാവിലെ പൊറപ്പെട്ടാൽ രണ്ടുറുപ്പ്യേങ്കിലും കൊടുക്കണ്ടെ വഴിച്ചെലവിന്?"

മീനാക്ഷിയേടത്തി മിണ്ടിയില്ല.

"ബസ്സുകൂലി മാത്രായിട്ട് കൊടുക്ക്ണത് ഒരു വകയല്ലേ? രാവിലെ ത്തിരി ചായപ്പൊടിക്ക് എന്താടീ ചെയ്യാ"

മീനാക്ഷിയേടത്തി മിണ്ടിയില്ല.

"പോയാലും പോയില്ലെങ്കിലും രാവിലെ ഒരു ഗ്ലാസ്സു ചായ കൊടുക്കണ്ടെ? അണ്ടത്തോട്ട്വാര് വരുമ്പോ നമ്മളതിന്റെ മര്യാദയ്ക്കു ചെയ്യണ്ടെ?"

കുറച്ചു കാത്തുനിന്നിട്ട് അമ്മ പറഞ്ഞു:

"മീനാക്ഷിക്ക് എത്ര വേഗാ ഒറക്കം വര്വാ!"

ചുറ്റുമുള്ള തണുത്ത ഇരുട്ടിൽ ഉമ്മറത്തുനിന്നുള്ള ശങ്കുണ്ണ്യേട്ടന്റെ കൂർക്കംവലി ഒരു ചേരയെപ്പോലെ ഇഴഞ്ഞു നടക്കുന്നു.

ഞാൻ കമിഴ്ന്നു കണ്ണടച്ചു കിടന്നു. വലിയ പുതപ്പിന്റെ പകുതി എന്റെ മേലേക്കു നീട്ടിയിട്ട് അമ്മ എന്നെ തൊട്ടു തടവി പറഞ്ഞു:

"പാവം ചെക്കനൊറങ്ങി. ഒന്ന് ഒറങ്ങിക്കിട്ട്യാൽ മത്യായിരുന്നു ന്റെ ഗുരുവായിരപ്പാ......!"

പുറത്തു വാഴക്കൂട്ടത്തിൽ വീഴുന്ന മഴത്തുള്ളികളുടെ ശബ്ദം ഒരു മേളമായി മാറുന്നു. കറുത്ത കർക്കിടക രാത്രിയുടെ മാളങ്ങളിൽ നിന്ന് ആയിരം സ്വരങ്ങൾ കേൾക്കുന്നു..... ഉറക്കം എവിടെയാണിപ്പോഴും പതുങ്ങി നിൽക്കുന്നത്?

■

# കുട്ട്യേടത്തി

വലിയമ്മയ്ക്ക് രണ്ടു പെൺമക്കളുണ്ടായിരുന്നു: കുട്ട്യേടത്തിയും ജാനേ്വടത്തിയും.

ജാനേ്വടത്തിയെ കാണാനാണ് ചന്തം. വെളുത്തിട്ടാണ്. നീലിച്ച ഞരമ്പുകൾ തെളിഞ്ഞുനിൽക്കുന്ന കൈത്തണ്ടകൾക്ക് വാഴക്കൂമ്പിന്റെ മിനുപ്പുണ്ട്. അവർ അടുത്തുവരുമ്പോൾ ചന്ദനസോപ്പിന്റെ മണമുണ്ട്. എപ്പോഴും അവരുടെ മുണ്ടും ബ്ലൗസുമൊക്കെ വെളുവെളെ തെളിഞ്ഞിരിക്കും. പക്ഷേ, എനിക്കു കൂടുതലിഷ്ടം കുട്ട്യേടത്തിയോടായിരുന്നു.

കുട്ട്യേടത്തി കറുത്തിട്ടാണ്. ജാനേ്വടത്തിയുടെ അഭിപ്രായത്തിൽ, തൊട്ടു കണ്ണെഴുതാം. ചിരിക്കാതിരിക്കുമ്പോഴും വലിയ രണ്ടു പല്ലുകളുടെ അറ്റം പുറത്തു കാണും. അവരുടെ കൈത്തണ്ടയിൽ പിടിക്കുമ്പോൾ, ഉണങ്ങിയ വിറകുകൊള്ളിയിൽ പിടിക്കുന്നപോലെ, എന്തൊരു പരുപരുപ്പാണ്! കറുത്ത പുള്ളിയുള്ള ജാക്കറ്റാണ് നിത്യവും കാണുക. നിറയെ അഴുക്കുണ്ടാവും. മുണ്ടിൽ മണ്ണും കരിയും കാണാത്ത നേരമില്ല. അടുത്തു വരുമ്പോൾ വിയർപ്പിന്റെയും എണ്ണയുടെയും നനച്ചു നിവർത്താതെയിട്ട ഈറൻതുണിയുടെയും മണമുണ്ട്. ഓക്കാനം വരും.

ഒരു കാര്യം വിട്ടുപോയി: കുട്ട്യേടത്തിയുടെ ഇടത്തേ കാതിൽ 'മണി'യുണ്ട്. മണി എന്നുവെച്ചാൽ ഒരു കഷണം മാംസം തുറിച്ചുനിൽക്കുന്നതാണ്. അവർ അടുത്തു നിൽക്കുമ്പോൾ, സംസാരിക്കുമ്പോൾ, തല വേർപെടുത്ത് ഇരിക്കുമ്പോൾ എല്ലാം ഞാൻ 'മണി'യായിരിക്കും നോക്കുന്നത്.  കുട്ട്യേടത്തി അതു തൊടുന്നതു കാണുമ്പോൾ അറപ്പു തോന്നുന്നത് എനിക്കാണ്.

എന്നാലും, കുട്ട്യേടത്തിയെ എനിക്കിഷ്ടമായിരുന്നു.

വീട്ടിൽ ആർക്കും കുട്ട്യേടത്തിയെ ഇഷ്ടമല്ല. വലിയമ്മ കാണുമ്പോഴൊക്കെ ശകാരിക്കും. കാരണങ്ങൾ എപ്പോഴും ഒന്നാണ്: അടക്കമില്ല, ഒതുക്കമില്ല. തോട്ടം മുടിയാൻ കാലത്ത് ചണ്ണ പൊട്ടുമെന്നൊരു തത്ത്വവും ശകാരത്തിന്റെ കൂടെ വലിയമ്മ പറയും. അതുകൊണ്ടും തീർന്നില്ലെങ്കിൽ,

"നീയാവും കാലത്ത് നക്കുപ്പും നാരായക്കല്ലും ണ്ടാവില്ല."

എപ്പോഴും കേൾക്കാറുള്ളതുകൊണ്ടാവണം, കുട്ട്യേടത്തി അപ്പോൾ ഉറക്കെ ചിരിക്കും. അതുകണ്ടാൽ വലിയമ്മയ്ക്കു കലി കയറും. അടുത്തു കിടക്കുന്ന വെട്ടുകത്തിയോ മരക്കയിലോ എടുത്ത് അടിക്കാനോങ്ങി ക്കൊണ്ടു പറയും:

“പൊയ്ക്കോ, ന്റെ മുമ്പ്ന്ന് പൊയ്ക്കോ, ദ്നേന്റെ വയറ്റിലൂറ്യപ്പോ ജന്മം പാഴായി.”

കുട്ട്യേടത്തി വലിയമ്മ പറയുന്നതു മിക്കപ്പോഴും അനുസരിക്കില്ല. എന്റെ കൂടെ നടന്നു കളിക്കാനാണ് അവർക്കിഷ്ടം. കയ്യാലയുടെ പിന്നി ലിരുന്ന് കൊത്തങ്കല്ലുകളിക്കും; മണലിൽ മാന്തി കുഴിയാനയെ പിടിച്ചു തരും. ഇതൊന്നും വലിയമ്മ കാണാതെ വേണം. എന്റെ അമ്മയും കാണാൻ പാടില്ല. കണ്ടാൽ ശകാരം എനിക്കല്ല, കുട്ട്യേടത്തിക്കാണ്.

“മാളുകുട്ട്യേ!”

വലിയമ്മ വിളിക്കും; ഇടിമുരളുന്ന ശബ്ദത്തിൽ.

വിളി കേട്ടില്ലെങ്കിൽ പിന്നത്തെ വിളി:

“എടീ ഒരുമ്പെട്ടോളേ!”

“എന്താ അമ്മയ്ക്ക്?”

കുട്ട്യേടത്തിക്കു രസിക്കില്ല.

“ഒന്നിമ്പോക്കണംപോന്ന ഒരു പെണ്ണാടി നീയ്. കുറ്റാടീ, രണ്ടു കച്ച തരാൻ ഒരുത്തൻ വരാത്തത്?”

കുട്ട്യേടത്തി കളിച്ചുനടക്കാൻ പാടില്ല. ദോഷമുണ്ട് - കുട്ട്യേടത്തിക്ക് ഒരാൾ വരില്ല!

വലിയമ്മ എന്നെ ശകാരിക്കില്ല. ഉപദേശിക്കും:

“വാസ്വോ, നീയൊരാങ്കുട്ട്യാ... നീയ്യി പെണ്ണിന്റെ വാല്മ്ത്തൂങ്ങി നടക്കരുത്.”

വലിയമ്മയ്ക്ക് എനിക്കും ഒരു തത്ത്വം പറഞ്ഞുതരാനുണ്ട്:

“കല്ലാടും മിറ്റത്തു നെല്ലാടില്ല.”

കുട്ട്യേടത്തി ഒരിടത്ത് അടങ്ങിയിരിക്കില്ല. എല്ലാവരുമായി വഴക്കു കൂടും. കുളക്കടവിൽനിന്ന് ഓരോ ദിവസം പോരുന്നതും ഓരോ കേസ് ഉണ്ടാക്കിയിട്ടാണ്. ആന്തൂരെ മീനാക്ഷിയമ്മയുടെ വെള്ളിക്കിണ്ണം വെള്ള ത്തിലേക്കു വലിച്ചെറിഞ്ഞു; ചുമ്മുക്കുട്ടിയുടെ പുറം അടിച്ചു പൊളിച്ചു; ‘ജലപിശാചു’കാരിയായ മൂകാമിഅമ്മയുടെ മേലേക്കു വെള്ളം തെറിപ്പിച്ചു - അങ്ങനെ പലതും. അമ്മയും വലിയമ്മയും നൂറുവട്ടം വിലക്കിയാലും തുലാത്തിൽ വെള്ളംകോരും.

ഉച്ചയ്ക്ക് കുട്ട്യേടത്തിക്ക് ഒരു സർക്കീട്ടുണ്ട്. ഇല്ലത്തുവളപ്പിലും വടക്കേ തിലും കാളിയുടെ പുരയിലും ആമിനുമ്മയുടെ മുറ്റത്തും ചുറ്റിനടന്നേ

തിരിച്ചെത്തൂ. കുട്ട്യേടത്തി 'ഒന്നിമ്പോക്കണം' പോന്ന പെണ്ണായതുകൊണ്ട് അങ്ങനെ നടക്കാൻ പാടില്ല. അമ്മ പറഞ്ഞു, വലിയമ്മ പറഞ്ഞു. വലിയമ്മ പുളിവാറൽ ഒടിയുന്നതുവരെ അടിച്ചുനോക്കി. പക്ഷേ, കുട്ട്യേടത്തി അതു നിർത്തിയില്ല.

ഊണുകഴിഞ്ഞാൽ വലിയമ്മ നടപ്പുരയിൽ കിടന്നുറങ്ങും. അമ്മ വടക്കിനിയിലും. ജാനേടത്തിയുടെ മുറി മുകളിലാണ്. ഊണുകഴിഞ്ഞാൽ വെറ്റില മുറുക്കി ചുണ്ടു ചുവപ്പിച്ചു മുകളിലെ മുറിയിൽ ചാരുപടിയിൽ കയറിയിരുന്ന അവർ 'സരോജിനിയുടെ കടുംകൈ' പാടാൻ തുടങ്ങും. പതുക്കെയാണ്. ജാനേടത്തിക്ക് വായിക്കാനറിയാം. എഴുത്തു പഠിച്ചിട്ടുണ്ട്. കുട്ട്യേടത്തിയുമായി വഴക്കുണ്ടാവുമ്പോഴെല്ലാം അവർ പറയും:

"കുട്ട്യേടത്തീ, ഞാനേയ് രണ്ടക്ഷരം പഠിച്ചതാ."

ഇടയ്ക്ക് ജാനേടത്തിയുടെ മുറിയിൽ ഞാൻ കയറിച്ചെല്ലും. പാട്ടു പുസ്തകം വായിക്കാത്ത നേരത്തെല്ലാം അവർ കണ്ണാടിയുടെ മുമ്പിലിരുന്നു നെറ്റിയിൽ തലമുടി ചുരുട്ടി പതിപ്പിച്ചുവെച്ച് കുറുനിരയുണ്ടാക്കാൻ ശ്രമിക്കുകയാവും. അവരുടെ മേലെങ്ങാൻ തൊട്ടുപോയാൽ പറയും:

"ചെക്കൻ മേത്തൊക്കെ ചള്ള്യാക്കി."

കിടക്ക തൊടരുത്, പാട്ടുപുസ്തകം തൊടരുത്, കാൽപെട്ടിപ്പുറത്തു വെച്ച കണ്ണാടിയും ചാന്തുകുപ്പിയും മഷിയളുക്കും തൊടരുത്. സത്യം പറഞ്ഞാൽ ജാനേടത്തിയുടെ മഷിയളുക്കു കാണാനാണ് ഞാനവിടെ ചെല്ലുന്നത്. നല്ല ചന്തമുള്ള മഷിയളുക്കാണ്. മുക്കാൽവട്ടത്തിൽ അതിന്മേലൊരു കണ്ണാടി പതിച്ചിട്ടുണ്ട്. പക്ഷേ, ഞാൻ മുറിയിൽ കടന്നാൽ ജാനേടത്തിക്കു പരിഭ്രമമായി. "ചെക്കാ മിണ്ടാതിരുന്നോ.. ചെക്കാ, ഇത് തൊടണ്ട... ചെക്കാ, അതു തള്ളീടും."

അവർക്കെന്നെ പേരു വിളിച്ചാലെന്താ? ചെക്കൻ എന്നല്ല എന്റെ പേര്. കുട്ട്യേടത്തി എന്റെ പേരാണു വിളിക്കുക. സ്നേഹത്തോടുകൂടി അവർ നീട്ടിവിളിക്കുന്നത് 'ബാസ്വോ' എന്നാണ്. അതു കേൾക്കാനായിരുന്നു എനിക്കിഷ്ടം.

കുട്ട്യേടത്തി മുറിയിൽ കടന്നാൽ ജാനേടത്തി വലിയമ്മയെ വിളിച്ചു കരയാൻ തുടങ്ങും. എന്തു തൊട്ടാലും നിലവിളിയാണ്. തൊട്ടതൊക്കെ കേടുവന്നുകഴിഞ്ഞു എന്നാണ് കേസ്. വലിയമ്മ പറയുന്നത്, "എടീ അവൾ നിന്റെ താഴെയുള്ളതല്ലേ?"

കുട്ട്യേടത്തിക്ക് അതിനു മറുപടി പറയാനുണ്ട്:

"ഞാനോളുടെ മൂത്തതല്ലേ?"

ഒരിക്കൽ അയയിലിട്ടിരുന്ന കസവുമുണ്ടൊന്ന് എടുത്ത് കുട്ട്യേടത്തി ചുറ്റിനോക്കി. അതുകണ്ടപ്പോൾ ജാനേടത്തിക്കു സഹിച്ചില്ല.

"അയിലപ്പിടീ കര്യാക്കി. എനി ഞാൻ ആര്യേമ്പാടത്തിക്കു പോവുമ്പോ എന്താന്റീശ്വരാ ചിറ്റ്വാ?"

കുട്ട്യേടത്തി കൈ രണ്ടും നിവർത്തിക്കാണിച്ചു ചോദിച്ചു:

"എവടെടീ, എന്റെ കയ്യ്മ്പ്ല് കരി?"

അതു കേൾക്കാതെ ജാനേ്വടത്തി മുറവിളികൂട്ടി:

"അമ്മേ, ഈ മുണ്ടിലപ്പിടി ചള്യാക്കി."

"ഞാനെന്താടി, ചെറ്മ്മ്യാ?"

"ആവോ?"

"നീയൊരു സുന്ദരി വന്നിരിക്കുണു!"

കുട്ട്യേടത്തി മുണ്ടഴിച്ചു ചുരുട്ടിക്കൂട്ടി അവരുടെ മുഖത്തേക്കു പുച്ഛത്തിൽ ഒരേറുകൊടുത്തു. ഞാൻ വിചാരിച്ചു: അതു നന്നായി. അവർക്കങ്ങനെ വേണം.

"സുന്ദര്യാച്ചാൽ കുട്ട്യേടത്തിക്കു വല്യ നഷ്ടംല്യല്യോ."

"നെന്റെ നാമൂസ് ന്റട്ത്ത് വേണ്ടാട്ടൊ മോളെ. ചൊല്ലി ഞാനടിച്ചു തിരിക്കും."

ജാനേ്വടത്തി വേഗത്തിൽ അടങ്ങി. അടിക്കുമെന്നു പറഞ്ഞാൽ കുട്ട്യേടത്തി അടിക്കും.

"വാ, ബാസേ്വാ."

കുട്ട്യേടത്തി എന്റെ കൈയും പിടിച്ചു നടന്നു.

ഇല്ലത്തെ മേലേവളപ്പിലെ മാവിൻചുവട്ടിലേക്കാണ് നേരെ പോയത്. ഇല്ലത്ത് എല്ലാവരും ഉറങ്ങുകയാവും. മാങ്ങയെറിയാൻ പറ്റിയ സമയമാണ്.

"നമുക്ക് മാങ്ങെറ്യാ?"

"കുട്ട്യേടത്തിക്ക് എറിയാൻ വയ്ക്ക്യോ?"

"എന്താ നിക്കെറിഞ്ഞാ?"

"പെണ്ണുങ്ങൾക്കു മാങ്ങെറ്യാൻ വയ്ക്ക്യോ?"

"ന്നാ കണ്ടോ."

അതെനിക്കു രസമായി തോന്നി. ആണുങ്ങൾക്കേ എറിയാനറിയൂ എന്നാണ് ഞാൻ ധരിച്ചിരുന്നത്. കുട്ട്യേടത്തിക്ക് എറിയാൻ വേണ്ട കല്ലു പെറുക്കാൻ തുടങ്ങിയപ്പോൾ അവർ പറഞ്ഞു:

"കല്ല്ട്ത്ത് എറിഞ്ഞാ ഒച്ച കേൾക്കും. തറി മതി."

ഒച്ച കേട്ടാൽ കുഞ്ചുനമ്പൂതിരി മുറ്റത്തു ചാടി തലയിൽ കൈവെച്ചു നിലവിളിക്കും. അസത്താണ് കുഞ്ചുനമ്പൂതിരി. വീണുകിടക്കുന്ന ഒരു മാങ്ങകൂടി എടുക്കാൻ സമ്മതിക്കില്ല.

കുട്ട്യേടത്തി തറി വെട്ടി.

"നീ മാറിനിന്നോ."

ഞാൻ ബഹുമാനത്തോടെ മാറിനിന്നു. കുട്ട്യേടത്തി തറി വീശി എറിഞ്ഞു. നോക്കുമ്പോൾ എത്ര ഉയരത്തിലാണെത്തുന്നത്! തുപ്രൻ എറിഞ്ഞാൽകൂടി അത്ര എത്തില്ല. എന്റെ അറിവിൽപ്പെട്ട ഏറ്റവും നല്ല ഏറുകാരൻ അന്ന് തുപ്രനായിരുന്നു.

പക്ഷേ, മാങ്ങ വീണില്ല. കുട്ട്യേടത്തി വീണ്ടും വീണ്ടും എറിഞ്ഞു. നാലാമത്തെ ഏറിന് തറി മോളിൽ ഒരു ചില്ലയിൽ തങ്ങി. വ്യസനത്തോടെ ഞാൻ കുട്ട്യേടത്തിയെ നോക്കി. ഇനിയെന്തു ചെയ്യും?

അപ്പോൾ കുട്ട്യേടത്തിക്കൊരരിശം കയറി:

"ബാസ്വോ, നീയാ അഴൂന്റെ മോള്ക്കേറി നിക്ക്. നമ്പൂര്യശ്ശൻ മിറ്റത്തു ചാടുമ്പോ പറഞ്ഞോ..."

ഞാൻ അനുസരണയോടെ ഉയർന്ന 'അഴു'വിന്റെ മുകളിൽ കയറി കാവൽ നിന്നു. എന്താണ് കുട്ട്യേടത്തിയുടെ ഭാവം? അവർ ചുറ്റുമൊന്നു കണ്ണോടിച്ച്, ഉടുത്ത മുണ്ടിന്റെ താഴത്തെ അറ്റം രണ്ടും അരയിൽ എടുത്തുകുത്തി, നേരെ മാവിൽ കയറാനാരംഭിച്ചുകഴിഞ്ഞു.

ഓ! അത്രയ്ക്കു ഞാൻ കരുതിയിരുന്നില്ല.

അഴുവിന്റെ മുകളിൽ, മനയ്ക്കലെ മുറ്റത്തേക്കും മാവിന്റെ മുകളിലേക്കും മാറിമാറി നോക്കിക്കൊണ്ട് ഞാൻ നിന്നു. അണ്ണാനെപ്പോലെ കുട്ട്യേടത്തി കയറുന്നു... ഇത് ജാനേ്വടത്തി കാണണം! അവർക്കു പൊട്ടു തൊടാനും 'സരോജിനിയുടെ കടുംകൈ' വായിക്കാനും മാത്രമേ അറിയൂ. മരം കയറാനാവില്ല. മാങ്ങ പറിക്കാനാവില്ല.

"നോക്ക് ബാസ്വോ."

നോക്കിയപ്പോൾ കുട്ട്യേടത്തി 'കവുളി'യിൽ ഒരു കാൽ ആട്ടിക്കൊണ്ടിരുന്നു ചിരിക്കുന്നു. ഞാൻ കൈകൊട്ടിച്ചിരിച്ചുപോയി. കുട്ട്യേടത്തി മാങ്ങ പൊട്ടിച്ച് കരിയിലകൾ മൂടിക്കിടക്കുന്ന ഭാഗത്തേക്കെറിഞ്ഞു.

അപ്പോഴാണ് മുളങ്കൂട്ടിനപ്പുറത്തുനിന്ന് ഒരു ചിരി. ഞാൻ തിരിഞ്ഞു നോക്കിയപ്പോൾ കുട്ടിനാരായണൻ നിന്നു പരിഹസിച്ചു ചിരിക്കുകയാണ്. കുട്ട്യേടത്തി അവനെ കണ്ടതായി നടിച്ചില്ല.

"പെണ്ണ് മരം കേറി. പെണ്ണ് മരം കേറി!"

അവർ ആർത്തുവിളിച്ചു. ഈ ചെറുക്കനെന്താ?

അല്ലെങ്കിലും അവനങ്ങനെതന്നെയാണ്. കുട്ട്യേടത്തി പരിഭ്രമം കൂടാതെ താഴത്തിറങ്ങിവന്നു. അരയിൽ കുത്തിയ മുണ്ടിന്റെ കോന്തല താഴ്ത്തിയിട്ട് മാങ്ങ പെറുക്കിക്കൂട്ടി. അപ്പോഴും കുട്ടിനാരായണൻ നിന്ന് അലറുകയാണ്:

"പെണ്ണ് മരം കേറി. പെണ്ണ് മരം കേറി!"

ഈശ്വരാ! കുഞ്ചുനമ്പൂതിരി കേൾക്കല്ലേ! ഞാൻ പ്രാർത്ഥിച്ചു. തേക്കിലയിൽ മാങ്ങ പൊതിഞ്ഞ് എന്റെ കൈവശം ഏല്പിച്ച്

കുട്ട്യേടത്തി നാരായണന്റെ അടുത്തുചെന്നു. ഒന്നും ചോദിക്കാതെ നേരെ അവന്റെ ചെകിടത്തൊരടി വെച്ചുകൊടുത്തു.

അവനതു കിട്ടണം. പെണ്ണുങ്ങൾക്കു മരംകയറിയാലെന്താ? അവനപ്പോൾ എങ്ങനെ പകരം വീട്ടണമെന്നാലോചിക്കുകയായിരുന്നു. അതു മനസ്സിലാക്കിയിട്ടാവണം, കുട്ട്യേടത്തി കൈയുയർത്തിക്കൊണ്ടു പറഞ്ഞു:

"വഞ്ചിപ്പോത്തൻ! പോടാ."

കുട്ടിനാരായണൻ പോയി. ഓടിയെന്നാണ് പറയേണ്ടത്.

പക്ഷേ, ആ കേസ് വലിയമ്മയുടെ അടുത്തെത്തി. കുറ്റങ്ങൾ രണ്ടായിരുന്നു: ഒന്ന്, മാവിന്മേൽ കയറി. രണ്ട്, ആൺകുട്ടിയായ നാരായണനെ അടിച്ചു.

"എടീ മാളുകുട്ട്യേ, നീയ് മരം കേറ്യോ?"

"കേറി."

"കേറ്യോടീ?"

"കേറി. അയിനെന്താ?"

ഞാൻ പേടിച്ച് ഒന്നുമറിയാത്തവനെപ്പോലെ അമ്മയുടെ അടുത്തു ചെന്നിരുന്നു.

"ഒന്നിനോക്കണംപോന്ന ഒരു പെണ്ണാ നീയ്യ്. നിശ്ശംണ്ടോടീ?"

കുട്ട്യേടത്തി മിണ്ടുന്നില്ല.

"ആണില്ലെങ്കി നാലു പെരേടെ തൂണിനേങ്കിലും പേടിക്കണ്ടെടീ."

അതിനും മറുപടിയില്ല.

"നിന്റെ ശീലം ഞാൻ നന്നാക്കും."

പിന്നെ അടിവീഴുന്ന ശബ്ദമാണ്. ഒന്ന്, രണ്ട്, മൂന്ന്.

"ഇനി മരം കേറ്വോ?"

ഒന്ന്, രണ്ട്, മൂന്ന്...

"ഇനി ആൺകുട്ട്യോളായി തല്ലൂട്വോ?"

ഒന്ന്, രണ്ട്, മൂന്ന്...

ഞാൻ ചെവിടുപൊത്തി മുറ്റത്തിറങ്ങി നിന്നു. എനിക്കു വയ്യ. കുറേ കഴിഞ്ഞ് അകത്തു കടന്നപ്പോൾ നടുമുറ്റത്തിന്റെ വക്കിൽ തൂണുചാരിയിരുന്നു തേങ്ങിക്കൊണ്ട് വലിയമ്മ ആരോടെന്നില്ലാതെ പറയുകയാണ്:

"ഈ തറവാട്ടില് ഇങ്ങനൊന്നു പൊട്ടീലോ ന്റെ ഗുരുവായൂരപ്പാ!" ഞാൻ സംശയിച്ചു നില്ക്കുന്നതു കണ്ടിട്ട് വലിയമ്മ വിളിച്ചു. അടുത്തു ഭയത്തോടെയാണു ചെന്നത്. പക്ഷേ, വലിയമ്മ എന്നെ കെട്ടിപ്പിടിച്ച് ഉറക്കെ കരഞ്ഞു.

"നീയൊരാങ്കുട്ട്യാ മോനേ, നാളേക്ക് നീയേള്ളൂ."

വലിയമ്മയുടെ പിടിവിടുവിച്ച് ഞാൻ അമ്മയുടെ അടുത്തുചെന്നു. അപ്പോൾ അമ്മയും കണ്ണു തുടയ്ക്കുന്നതു കണ്ടു. വലിയമ്മ കരഞ്ഞതെന്തിനാണ്? അവർ കരയാത്ത ദിവസമില്ല. അമ്മ പറഞ്ഞുതന്നു, വലിയമ്മയ്ക്ക് ആരുമില്ല.

വലിയമ്മയ്ക്ക് ആരുമില്ല... വലിയമ്മയ്ക്ക് പണമില്ല. എന്റെ അമ്മയ്ക്ക് ഒരാൺകുട്ടിയുണ്ട്. മാസംതോറും അച്ഛൻ പണമയയ്ക്കുന്നുണ്ട്.

അമ്മയ്ക്ക് വലിയമ്മയുടെ കാര്യമോർക്കുമ്പോൾ വിഷമമുണ്ട്. പറയുമ്പോൾ തൊണ്ടയിടറും. ഒരു രാത്രിയിൽ അമ്മ പലതും പറഞ്ഞു. വലിയമ്മ താഴെ വളപ്പിൽ കുട്ടൻനായരുടെ ഭാര്യയായിരുന്നു. കുട്ടൻനായർ ഒരു വലിയ തറവാട്ടിലെ കാരണവരായിരുന്നു. കച്ചവടമുണ്ടായിരുന്നു. വലിയമ്മ താഴെവളപ്പിൽത്തന്നെയായിരുന്നു താമസം, വീട്ടിലേക്കു വരുന്നതും പോകുന്നതും മഞ്ചലിലായിരുന്നുവത്രേ!

അമ്മ അന്നു കുട്ടിയാണ്. വലിയമ്മയുടെ കൂടെ പോയി അമ്മയും അവിടെ താമസിച്ചിട്ടുണ്ട്. അമ്മയ്ക്കു കഴുത്തിലിടാൻ ആമാടക്കൂട്ടുണ്ടാക്കിക്കൊടുത്തത് അവരാണ്. പത്തായപ്പുരയുടെ മുകളിൽനിന്നു വലിയമ്മ താഴത്തിറങ്ങില്ല. ആരും വലിയമ്മ പറയുന്നത് തെറ്റിനടക്കില്ല. നാട്ടുകാർക്കൊക്കെ വലിയമ്മയെ ഇഷ്ടമായിരുന്നു കുളക്കടവിലേക്ക് മുന്നാഴികൊള്ളുന്ന ഓടം നിറച്ചും എണ്ണയെടുപ്പിച്ചാണ് വലിയമ്മ പോവുക. വേണ്ടവർക്കൊക്കെ എണ്ണ ഒഴിച്ചുകൊടുക്കുന്നു. ആണ്ടറുതികൾക്ക് മുണ്ടു വേണ്ടവർക്കു മുണ്ട്, കാശുവേണ്ടവർക്ക് കാശ്.

"എത്ര കൊടുത്ത കൈയാടാ അവര്ടെ!" എന്നാണ് അമ്മയ്ക്കു പറയാനുള്ളത്.

പക്ഷേ, വലിയമ്മയുടെ നല്ലകാലം ഒരു ദിവസം പെട്ടെന്നവസാനിച്ചു. ഒരു രാത്രി കുട്ടൻനായർ പീടികപൂട്ടി വന്നപ്പോൾ ഇക്കിട്ടമുണ്ടായിരുന്നു. ഉണ്ണാനിരുന്നേടത്തു ഛർദ്ദിച്ചു. പാതിരായ്ക്കു മരിച്ചു.

അന്ന് കുട്ട്യേടത്തിക്കു മൂന്നു വയസ്സായിരുന്നു. ജാനേ്വടത്തിക്കു വയസ്സ് തികഞ്ഞിട്ടില്ല.

രാവിലെതന്നെ മരുമകൻ താക്കോൽ ഏറ്റുവാങ്ങി. ശവം ദഹിപ്പിക്കുന്നതിനു മുമ്പായിത്തന്നെ വലിയമ്മയെ വീട്ടിലേക്കയച്ചു. തുണയ്ക്കു പണിക്കാരത്തി പാറുവുമുണ്ടായിരുന്നു. വലിയമ്മയും കുട്ടികളും മുണ്ടുകെട്ടു ചുമന്നു പാറുവും വീട്ടിൽ വന്നുകയറിയത് അമ്മ നന്നായോർക്കുന്നു.

"എത്ര കൊടുത്ത കൈയാടാ അവര്ടെ! ഒക്കെ യോഗാ."

കാൽമുട്ടുകളിൽ മുഖമമർത്തി ഇരിക്കുന്ന വലിയമ്മയെ ഞാൻ ഒന്നു നോക്കി.

കുട്ട്യേടത്തീടെ കാര്യം അപ്പോഴാണോർമ്മവന്നത്. താഴെയെങ്ങും

കണ്ടില്ല. മുകളിൽ ചെന്നപ്പോൾ ഭുവനേശ്വരീപൂജ കഴിക്കാറുള്ള മുറിയിൽനിന്ന് ഒരു തേങ്ങൽ കേട്ടു. പകലും അതിലിരുട്ടാണ്.

ഞാൻ സംശയിച്ച് അകത്തുകടന്നു.

"കുട്ട്യേട്ത്തീ!"

കുട്ട്യേട്ത്തി വിളികേട്ടില്ല.

"കുട്ട്യേട്ത്തീ..."

ഞാൻ കുട്ട്യേട്ത്തിയുടെ അടുത്തുചെന്നു ചുമലിൽ പിടിച്ചു ചോദിച്ചു:

"വല്യമ്മ ഒരുപാടു തച്ചോ?"

തേങ്ങുന്നതിനിടയിൽ കുട്ട്യേടത്തി മൂളി:

"ഉം-ഉം."

"വല്ലാതെ വേദനിച്ചോ?"

"ഉം-ഉം"

"പിന്നെന്തിനാ കുട്ട്യേടത്തി കരേണ്?"

കുട്ട്യേടത്തി എന്നെ കെട്ടിപ്പിടിച്ച് എന്റെ കവിളിൽ കവിളമർത്തിക്കൊണ്ടു പറഞ്ഞു: "കുട്ട്യേടത്തി കരേല്യ."

വിയർപ്പും കണ്ണീരുംകൊണ്ടു നനഞ്ഞ മാറത്തു മുഖമമർത്തിക്കിടക്കുമ്പോൾ എന്റെ നെഞ്ചിലും തേങ്ങലുണ്ടായിരുന്നു.

"ബാസൂന് കുട്ട്യേടത്ത്യെ ഇഷ്ടാണോ?"

"ആങ്."

"കുട്ട്യേടത്തീനെ ആർക്കും ഇഷ്ടല്യ."

എന്റെ മുഖത്തു കണ്ണീർ വീണു.

പലപ്പോഴും ഞാനാലോചിച്ചുപോയി. കുട്ട്യേടത്തിയെ ആർക്കും ഇഷ്ടമില്ലേ? വലിയമ്മ ശകാരിക്കുന്നു; ചിലപ്പോൾ അടിക്കുന്നു. അമ്മയും ശകാരിക്കുന്നുണ്ട്. ജാനുവേടത്തിക്ക് അവരെ കണ്ടുകൂടാ.

കുട്ട്യേടത്തി കറുത്തതുകൊണ്ടായിരിക്കും. കാതിൽ മണിയുള്ളതുകൊണ്ടായിരിക്കും.

ജാനുവേടത്തിയെ ആരും ചീത്ത പറയുന്നില്ല. അവർക്ക് നല്ല ഒരാൾ വരുമെന്നു കേൾക്കുന്നു.

വലിയമ്മയ്ക്ക് ജാനുവേടത്തിയോടു കൂടുതൽ സ്നേഹമായിരുന്നു. തിരുനാവായ്ക്ക് വാവു കുളിക്കാൻ പോകുമ്പോൾ ജാനുവേടത്തിയെയാണു കൊണ്ടുപോവുക; ആര്യമ്പാടത്ത് കൂത്തുകാണാൻ പോകുമ്പോഴും ഒരിക്കൽ കുട്ട്യേടത്തിയും പുറപ്പെട്ടു. അപ്പോൾ വലിയമ്മ ശകാരിച്ചു: "പെണ്ണേ മിണ്ടാണ്ടെ ഒരിടത്തിരുന്നോ!"

അതിൽപ്പിന്നെ വിളിച്ചാലും കുട്ട്യേടത്തി പോവില്ല. വടക്കേതിലെ പാർവ്വതിയമ്മയുടെ ആൺകുട്ടിയെ കാണാൻ പോകുമ്പോൾ, ചോലയിലെ വലിയമ്മയുടെ ദീനം കാണാൻ പുറപ്പെട്ടപ്പോൾ, കാലായക്കളത്തിലെ അയ്യപ്പൻ വിളക്കിന് - എല്ലാം വലിയമ്മ വിളിച്ചു.

പക്ഷേ, കുട്ട്യേടത്തി പറഞ്ഞു: "അമ്മയ്ക്ക് കൂടെ കൊണ്ടോവാൻ ഞാൻ ചന്തം ബോധിക്കില്ല."

അതു കേൾക്കുമ്പോൾ വലിയമ്മയുടെ മട്ടു മാറുകയായി; ശപിക്കുകയായി: "കുരുത്തംകെട്ടോളെ, നീയിരിക്ക്ണോടത്ത് മുത്തങ്ങപ്പുല്ലുംകൂടീണ്ടാവില്ല."

കുട്ട്യേടത്തിക്കു ശാപം പേടിയില്ല. ചെകുത്താനെയും ബ്രഹ്മരക്ഷസ്സിനെയും കൂടി പേടിയില്ല. കുട്ട്യേടത്തിയുടെ ശിഷ്യനായ ഞാനും ധീരനായിരുന്നു. അവരെനിക്ക് ഉപദേശങ്ങൾ തന്നിട്ടുണ്ടല്ലോ. ബ്രഹ്മരക്ഷസ്സു വന്നാൽ തിരിഞ്ഞുനോക്കാതെ ഒരു കല്ലെടുത്തെറിഞ്ഞാൽ മതി. ചെകുത്താൻ വന്നാലോ? 'നാരായണായ നമഃ' എന്ന് ഉച്ചത്തിൽ മൂന്നുവട്ടം ജപിക്കുക. നാരായണന്റെ പേരുകേട്ടാൽ ചെകുത്താൻ നിൽക്കില്ല.

പക്ഷേ, ഭഗവതിയെ എനിക്കു ഭയമായിരുന്നു. മച്ചിനകത്താണ് ഭഗവതി. അതിന്റെ മുമ്പിലൂടെ എച്ചിലായോ അയിത്തമായോ നടക്കാൻ പാടില്ല. മത്സ്യം കൊണ്ടുപോകാൻ പാടില്ല. മച്ചിന്റെ വാതിലിനു നേർക്കു കിടക്കാൻ പാടില്ല. എന്തെങ്കിലും ഭഗവതിക്കു പിടിക്കാത്തതു ചെയ്താൽ ഓർക്കാൻതന്നെ ഭയമാണ്: "അമ്മ വിത്തെറിയും." അമ്മ എന്നാൽ ഭഗവതി. വിത്തിനു വസൂരി എന്നർത്ഥം.

മച്ചിനകത്ത് എനിക്കു മാത്രമേ പ്രവേശനമുള്ളൂ. ചൊവ്വാഴ്ചയും വെള്ളിയാഴ്ചയും തിരിവയ്ക്കുന്നതും കർപ്പൂരം കത്തിക്കുന്നതും ഞാനാണ്. ചെറിയ പെൺകുട്ടികൾക്കു കടക്കാം. വയസ്സുചെന്ന പെണ്ണുങ്ങൾക്കുമാവാം. മറ്റുള്ളവർക്കു പാടില്ല.

കുട്ട്യേടത്തി ഒരിക്കൽ മച്ചിന്റെ വാതിൽ തുറന്ന് അകത്തുകടന്നു നിലവിളക്കിലെ എണ്ണ ഊറ്റിയെടുത്തു തലയിൽ പുരട്ടി. വലിയമ്മ അതു കണ്ടു.

"ഒക്കെ തീണ്ടിപ്പൊട്ടിച്ചു. എന്താടീ മാളുക്കുട്ട്യേ. നീ കാട്ട്ണ്?"

"എന്താമ്മേ... എണ്ണല്യാഞ്ഞിട്ടല്ലേ?"

വലിയമ്മ ശിരസ്സിൽ കൈവച്ചു പറഞ്ഞു:

"നെന്റെ തോന്ന്യാസംകൊണ്ട് ഇബടെ മുടിക്കും. എന്തിനാ പറഞ്ഞിട്ട്! കണ്ടില്ല്യേ അധോഗതീന്നല്ലാണ്ട്ണ്ടോ?"

വലിയമ്മ അന്നുതന്നെ നമ്പൂതിരിയെക്കൊണ്ടു പുണ്യാഹം തളിപ്പിച്ചു. എന്നിട്ടും എന്തെല്ലാം ആപത്തുകളാണുണ്ടാവുക എന്നു ഭയപ്പെട്ടുകൊണ്ടാണ് രണ്ടുമൂന്നു ദിവസം വലിയമ്മ കഴിച്ചുകൂട്ടിയത്.

മച്ചിൽ, ഭഗവതിയുടെ നിക്ഷേപമുണ്ടെന്നാണ് എല്ലാവരുടെയും വിശ്വാസം. അപ്പുക്കുട്ടപ്പണിക്കർ വന്നു രാശിവെച്ചാൽ പറയും.

"ഈ തറവാട്ടില് ഒരു ചൊവ്വുണ്ട്. ചൊവ്വ എന്നുവെച്ചാൽ ഭഗവതി. ഉഗ്രമൂർത്തിയാണ്. മഴപോലെ വന്നതിനെ മഞ്ഞുപോലെ ആക്കും. ചൊവ്വായപ്പെട്ട ധനം ഇവിടെ ഇരിപ്പുണ്ട്. സുകൃതം ചെയ്ത തറവാടാണ്."

ആ 'സുകൃതം' തൊട്ടുകളിക്കാനായിരുന്നു മറ്റൊരിക്കൽ കുട്ട്യേടത്തിയുടെ ഭാവം.

കുട്ട്യേടത്തി പറഞ്ഞു: "നമുക്ക് മച്ച് കിളയ്ക്കണം."

ഞാൻ വിറച്ചുപോയി. ഭഗവതി ഇരിക്കുന്ന മച്ച് കിളയ്ക്കുക!

"പേടിക്കണ്ടടാ, നീയ് കാവലു നിക്കണം. നിക്ഷേപണ്ടോന്ന് നോക്കാലോ."

അമ്മ വിത്തെറിയുന്ന കാര്യമോർത്തപ്പോൾ ഞാൻ തളർന്നുപോയി.

"ഭഗോതീടെ-"

"എന്തിനാ ഭഗോതിക്കു നിക്ഷേപം?"

ആലോചിച്ചപ്പോൾ അതു ശരിയാണെന്നു തോന്നി. നിക്ഷേപം അവിടെ മണ്ണിൽ കിടക്കുന്നതുകൊണ്ട് കാര്യമൊന്നുമില്ല. കിട്ടിയാൽ ചെയ്യാവുന്ന കാര്യങ്ങൾ ഒരുപാടുണ്ട്. എന്നാലും ഭഗവതി വെറുതെ വിടുമോ?

"ദോഷംല്ല്യേ?"

"അതിന് ആരടാ നിക്ഷേപം ഇട്ക്കാൻപോണ്? നിക്ഷേപം! നൊണയാടാ പറേണത്. നിലം നമുക്കു കിളയ്ക്കണം. ന്നിട്ട്-ആ പണിക്കരിനി കവടിസ്സഞ്ചീംകൊണ്ട് ഇങ്ങട്ടു വരട്ടെ."

കുട്ട്യേടത്തിയുടെ പുറപ്പാട് നല്ലതിനായിരുന്നില്ല. കുട്ട്യേടത്തിക്ക് മച്ചിനകത്തു കടക്കാൻകൂടി പാടില്ല. പുറത്തുമാറിയിരിക്കാറുള്ള പെണ്ണുങ്ങൾ കടന്നാൽ എല്ലാം അശുദ്ധമായി. പോരാത്തത്, മച്ചിന്റെ നിലം കിളയ്ക്കുക! ആലോചിച്ചാലോചിച്ച് രാത്രി ഉറക്കം വന്നില്ല. പുറത്തു പറയാൻവയ്യാ. പറഞ്ഞാൽ കുട്ട്യേടത്തിക്കു തല്ലുണ്ട്.

വലിയമ്മയും അമ്മയും അമ്പലത്തിലേക്കു പോകുന്ന ദിവസമാണ് കുട്ട്യേടത്തി മച്ചു കിളയ്ക്കാൻ നിശ്ചയിച്ചത്. ഞാൻ കാവൽ നിൽക്കണം. ജാനേ്വടത്തി കണ്ടാലോ? അമ്മയോടു പറയും. അമ്മയുടെ വകകൂടി കിട്ടും; ഭഗവതിയുടെ ശിക്ഷയ്ക്കു പുറമേ.

"ജാനേ്വടത്തി പറഞ്ഞുകൊടുക്കും."

"ഓളെ ഞാൻ വീക്കും."

മൂന്നു ദിവസംകൂടി കഴിഞ്ഞാൽ അവിടെ ഒരു വലിയ ആപത്തുണ്ടാവുമെന്നു ഞാൻ ഉറപ്പിച്ചു. മുപ്പട്ടുവെള്ളിയാഴ്ചയാണു വരുന്നത്. മച്ചു കിളയ്ക്കുമ്പോൾ കാവൽ നിന്നില്ലെങ്കിൽ കുട്ട്യേടത്തി പിണങ്ങും. എനിക്ക് കുട്ട്യേടത്തിയെ ഭയമുണ്ട്.

പക്ഷേ, കുട്ട്യേടത്തി മച്ചു കിളച്ചില്ല. കാരണം, രാവിലെ ഗോവിന്ദ മ്മാമ വന്നു. അമ്മയും വലിയമ്മയും അമ്പലത്തിൽപ്പോക്കു നിർത്തിവച്ചു. എനിക്കാശ്വാസമായി.

ഗോവിന്ദമ്മാമ എന്നു പറയുന്നത് കുടുംബത്തിലെ വലിയ കാരണ വരാണ്. ഭാഗിച്ച് വേറെ താമസിക്കുകയാണ്. മാസത്തിലൊരിക്കൽ വീട്ടിൽ വരും. തറവാടല്ലേ? ഗോവിന്ദമ്മാമയ്ക്കു വളരെ പ്രായമായി. ചെവി കേൾക്കില്ല. വളരെ ഉറക്കെ പറയണം. വന്നാൽ കുറേ സമയം ഉമ്മറത്തി രിക്കും. മുറ്റത്തോ തോട്ടത്തിലോ കറുപ്പൻ പണിയെടുക്കുന്നുണ്ടെങ്കിൽ അവനെ വിളിച്ച് ഒരു കുല പഴുക്കടയ്ക്ക പറിപ്പിച്ചുവാങ്ങും. രണ്ടെണ്ണം അവനും കൊടുക്കും. എന്നിട്ടു പറയും:

"കറപ്പാ അനക്കോർമ്മണ്ടോ, നൂറ്റിരുപത്തിനാല് ആള്ണ്ടായിരുന്ന ഒരു തറവാടാ ഇത്."

കറുപ്പൻ ഉച്ചത്തിൽ പറയും:

"ണ്ട്, ണ്ട്, ദാ ആ മേലേ കളമിറ്റത്തായിരുന്നു കാളത്തൊഴുത്ത്. അട്യേ നന്ന് ഈ ചെറ്യമ്പ്രാന്റെ അത്രേള്ളൂ."

എന്നെ ചൂണ്ടിക്കാണിച്ചുകൊണ്ടാണ് അതു പറയുക.

ഗോവിന്ദമ്മാമയ്ക്ക് എത്ര പറഞ്ഞാലും മതിയാവില്ല. പല പ്രാവശ്യം ഞാൻ കേട്ടിട്ടുള്ളതാണ്. വാഴയും മുരിങ്ങയും നിൽക്കുന്നേടത്തായിരുന്നു കയ്യാല. അന്നത്തെ അടുക്കളക്കിണറ് നികത്തിയതാണ് ആ കാണുന്ന കുഴി. അഞ്ചാംപുരയുണ്ടായിരുന്നേടത്താണ് വലിയമ്മയുടെ കോഴിക്കൂട്.

ഗോവിന്ദമ്മാമ മുറ്റത്തിറങ്ങി നാലുവട്ടം അങ്ങോട്ടുമിങ്ങോട്ടും നടക്കും. മതിൽ പിടിച്ചു നിന്നു തോട്ടത്തിലൊട്ടാകെ ഒന്നു നോക്കി ആരോടെന്നി ല്ലാതെ പറയും:

"വാഴ പിരിഞ്ഞുവയ്ക്കാറായിരിക്ക്ണൂ."

ആരും അതു ശ്രദ്ധിക്കാറില്ല. ശ്രദ്ധിക്കണമെന്ന് അമ്മാമയ്ക്കു നിർ ബന്ധമില്ലെന്നും തോന്നും.

"പത്തായപ്പെരേടെ കൂട്ടൊന്നു മാറണം."

കറുപ്പൻ കേട്ടാൽ മൂളും.

"കറപ്പാ!"

"അട്യേൻ ബ്ടെണ്ടേയ്."

"അനക്ക് നിശ്ശംണ്ടോ? അന്ന് എഴുത്തശ്ശൻ താമസിക്ക്ണ്ത് ഈ മുറീലാ." പത്തായപ്പുരയുടെ താഴത്തെ മുറി ചൂണ്ടിക്കാണിച്ചുകൊണ്ടു പറയും: "നായരു സമുദായത്തിലെ കുട്ട്യോള് മുഴോൻ എഴ്താൻ വര്വ ഇവിട്യാ."

അപ്പോഴേക്ക് അമ്മയും വലിയമ്മയുംകൂടി ഊണുണ്ടാക്കിക്കഴിഞ്ഞി രിക്കും. വലിയമ്മ പറയുന്നതു കേട്ടിട്ടുണ്ട്:

"തന്ത ഒരുപിടി തിന്നാലൂച്ചിട്ട് വര്ാ."

ഗോവിന്ദമ്മാമയ്ക്കു വലിയ ബുദ്ധിമുട്ടാണ്. അക്കാര്യം പറയാറില്ല. ഉമ്മറത്തിരിക്കുന്ന സമയം മുഴുവൻ പഴയ കഥകൾ പറയുകയാവും. ഊണു കഴിഞ്ഞ്, താഴത്തെ കോലായിൽ പുല്ലുപായ നിവർത്തിയിട്ട് ഒന്നു കിടന്ന്, പോകാൻ ഭാവിക്കുമ്പോൾ അകത്തേക്ക് ഒരു ചോദ്യമെറിയും:

"വിശേഷിച്ചൊന്നൂല്യല്യോ?"

ആരും മറുപടി പറയാറില്ല.

"ഞാനെറങ്ങണൂ."

തെക്കിനിയിലെ ഇരുട്ടിനോടാവും യാത്ര പറയുന്നത്.

ചിലപ്പോൾ മുറ്റത്തിറങ്ങിയാൽ ശബ്ദംതാഴ്ത്തി വിളിക്കും:

"ഉണ്ണിമായ ഇവിടെ വന്നാ."

അമ്മ മുറ്റത്തേക്കിറങ്ങിച്ചെല്ലും.

രഹസ്യമായി എന്തോ പറയും. കുടുംബകാര്യമെന്നാണു തോന്നുക. അമ്മ എട്ടണ കൊണ്ടുവന്നു കൊടുക്കും. അത് അരയില് തിരുകി, മുളവടി കുത്തി ശബ്ദമുണ്ടാക്കിക്കൊണ്ട് ഇറങ്ങിപ്പോവും. വലിയമ്മ അമ്മയെ ശാസിക്കാറുണ്ട്:

"ചോയ്ക്കുമ്പോ ചോയ്ക്കുമ്പോ നീയെന്തിനാ കൊട്ക്ക്ണ്? പങ്ങോടടെ കള്ളുഷാപ്പില് പൊലിക്കാനുള്ളതല്ലേ?"

"നമ്മടെ കാരണോരായിപ്പോയില്ലേ?"

അമ്മയ്ക്കതാണ് സമാധാനിപ്പിക്കാനുള്ളത്.

മച്ചു കിളയ്ക്കാൻ നിശ്ചയിച്ച ദിവസം നേർത്തെയാണ് ഗോവിന്ദമ്മാമ വന്നത്. ഒതുക്കുകല്ലിൽ ചവുട്ടി ശബ്ദമുണ്ടാക്കിക്കൊണ്ടു കയറിയപ്പോൾ അമ്മ പതിവുപോലെ വിളിച്ചുപറഞ്ഞു:

"മാളുകുട്ട്യേ, ഒരു കിണ്ടി വെള്ളംകൊണ്ടന്നാ."

മച്ചു കിളയ്ക്കേണ്ടവിധം ആലോചിച്ചു നടക്കുന്ന കുട്ട്യേടത്തി ശപിച്ചു കൊണ്ട് വെള്ളം കൊണ്ടുവന്നുവെച്ചു. കാലുകഴുകി പടിയിൽ കയറിയിരുന്ന് തോർത്തുമുണ്ടു ചുഴറ്റിക്കൊണ്ട് ഗോവിന്ദമ്മാമ പറഞ്ഞു:

"രാവിലെത്തന്നെ ചുട്ണൂ."

അമ്മ വാതിലിനപ്പുറത്തുനിന്ന് പതിവുപോലെ ഉറക്കെ ചോദിച്ചു:

"അക്കരേന്നന്നെ അല്ലേ?"

"അതേതേ. എന്ത് ചൂടാ!"

"കുട്ട്യോൾക്ക് വിശേഷിച്ചൊന്നൂല്യല്ലോ?"

"ഒന്നൂല്യാ."

അമ്മ തന്റെ ചുമതല തീർത്ത് അടുക്കളയിലേക്കു പോയി.

വലിയമ്മ ശപിക്കുകയായിരുന്നു:

"ഒന്നമ്പലത്തില് പോവാം നിരീച്ചിരിക്കുമ്പഴാ തന്തേ കെട്ട്യെഴുന്നള്ളിക്കാൻ കണ്ട നേരം!"

മുറ്റത്ത് ഇറങ്ങിനടന്ന് വീണ്ടും ചാരുപടിയിൽ കയറിയിരുന്ന് ഗോവിന്ദമ്മാമ അകത്തേക്കു വിളിച്ചു:

"നാരായണിണ്ടോ അവിടെ? കാണട്ടെ."

വലിയമ്മ ഉമ്മറവാതിൽക്കൽ വന്നു.

"പെർമണ്ണൂർന്ന് കിട്ടുണ്ണ്യാർ നാലെ വന്നിരുന്നു. മറ്റേ കാര്യം ആലോചിക്കാനാ."

വലിയമ്മ മൂളി.

"ചെക്കന് കൊറച്ച് ഭൂമീണ്ട്. അച്ഛൻ നമ്പൂര്യാ. പത്തമ്പതു തെങ്ങ്ള്ള പറമ്പ് സ്വന്താ..." അല്പം ആലോചിച്ച് ഗോവിന്ദമ്മാമ ചോദിച്ചു: "പെണ്ണിനിത് എത്ര്യാ വയസ്സ്?"

"മാളുകുട്ടിക്ക് പത്തൊമ്പതു തികഞ്ഞു. ജാനൂന് പതിനാറു വരണ കന്നീലേ തെകയൂ."

"ഹും, തെറ്റില്ല. മറ്റന്നാള് അവര്വടെ വരും."

വലിയമ്മയ്ക്കു പരിഭ്രമമായി.

"ഓപ്പ ണ്ടാവില്ലേ?"

"ഏഹ്?"

ഒന്നുകൂടി ഉച്ചത്തിൽ വലിയമ്മ ചോദിച്ചു:

"ഓപ്പ ണ്ടാവില്ല്യേന്ന്?"

"തെരക്ക്ണ്ട്നിക്ക്. പക്ഷേ കാര്യത്തിന് വരാതെവയ്ക്കോ? ഞാൻ വരാം."

വലിയമ്മ തൊണ്ടയിടറിക്കൊണ്ടു പറഞ്ഞു:

"ഓപ്പന്നെ ഉത്സാഹിച്ചാലേ നടക്കൂ."

ഒക്കെ യോഗംപോലെ വരും. തോണിക്കെടന്നു പാഞ്ഞിട്ടു കാര്യല്യ."

അന്ന് ഗോവിന്ദമ്മാമ മടങ്ങിപ്പോവുമ്പോൾ വലിയമ്മ അമ്മയുടെ കൈയിൽനിന്ന് ഒരുറുപ്പിക വാങ്ങിക്കൊടുത്തു. അമ്മയോടു പറയുകയും ചെയ്തു:

"തന്ത സ്നേഹം ള്ളോനാ."

ആരൊക്കെയോ വരാൻ പോകുന്നു. നല്ലനേരം നോക്കി അമ്മയോടു ചോദിച്ചപ്പോൾ പറഞ്ഞു:

"എടാ, നിന്റെ കുട്ട്യേടത്തിക്ക് സമ്മന്താലോയ്ക്കാൻ ആളു വര്ാ."

ഞാൻ കുട്ട്യേടത്തിയെ കണ്ടുപിടിച്ചു പറഞ്ഞു:

"കുട്ട്യേടത്തിക്ക് ആളു വര്ണ്ണ്ട്."

കുട്ട്യേടത്തി ചിരിച്ചുകൊണ്ടു പറഞ്ഞു:

"പോടാ."

"അല്ല കുട്ട്യേടത്തീ, സത്യാ. അമ്മ പറഞ്ഞു."

കുട്ട്യേടത്തിയുടെ ആൾ വരുന്ന ദിവസം എനിക്കു സന്തോഷമായിരുന്നു. രാവിലെത്തന്നെ വലിയമ്മ കുട്ട്യേടത്തിയെ ഉപദേശിച്ചു:

"എടീ,അടക്കും ഒതുക്കോം ആയി നിന്നോ. നെന്റെ തെറിച്ചിത്തരം അവര് കാണണ്ട."

കുട്ട്യേടത്തി രാവിലെ കുളിച്ചു. കരയുള്ള അലക്കിയ മുണ്ടാണ് ചുറ്റിയത്. ചുകപ്പും നീലയും പുള്ളികളുള്ള ബ്ലൗസിട്ടു. ചുകന്ന സിന്ദൂരം കൊണ്ട് വലിയൊരു പൊട്ടും തൊട്ടു. ഞാൻ കുട്ട്യേടത്തിയെ കളിയാക്കി:. "കുട്ട്യേടത്തീടെ പവറ്!"

ജാനേ്വടത്തി പാഠം ചൊല്ലുന്നമാതിരി നീട്ടിപ്പറഞ്ഞു: "കാക്ക കുളിച്ചാൽ കൊക്കാകുമോ?"

കുട്ട്യേടത്തി ശകാരിക്കാനോ തല്ലാനോ നിന്നില്ല. വലിയമ്മ പതിവില്ലാത്തവണ്ണം ജാനേ്വടത്തിയെ ചീത്ത പറഞ്ഞു: "ഫ! എന്തേടീ പറഞ്ഞ്?"

വലിയമ്മ പോയപ്പോൾ ജാനേ്വടത്തി പിന്നെയും പറഞ്ഞു: "കുട്ട്യേടത്തീനെ പിടിക്കാണ്ടിരിക്കില്ല."

"നെനക്കിഷ്ടമുള്ളതൊക്കെ പറഞ്ഞോ."

"കാതിലെ മണീംകൂടി പോണം."

അപ്പോൾ ജാനേ്വടത്തിക്ക് ഒന്നുകൊണ്ടതുതന്നെ എന്നു ഞാൻ നിശ്ചയിച്ചതാണ്. പക്ഷേ, കുട്ട്യേടത്തി ജനാലയിൽക്കൂടി പുറത്തേക്കു നോക്കി പതുക്കെ പറഞ്ഞു: "ദൈവം തന്നതല്ലേ ജാനോ്വ?"

ഗോവിന്ദമ്മാമയും വേറെ മൂന്നാളുകളും വന്നു. അയൽവക്കത്തുനിന്നു വാങ്ങിക്കൊണ്ടുവന്നുവെച്ച നരിയുടെ ചിത്രമുള്ള പുല്പായ നിവർത്തിയിട്ടു കൊടുത്തു. കാപ്പിയും പലഹാരങ്ങളും തയ്യാറുണ്ട്. കാപ്പികുടി കഴിഞ്ഞ് ഉമ്മറത്ത് അവർ മുറുക്കിയിരിക്കുമ്പോൾ ഞാൻ ഒച്ചയുണ്ടാക്കാതെ കുത്തഴിയിലൂടെ എത്തിനോക്കി.

ഏതാ കുട്ട്യേടത്തിക്ക് വന്ന ആൾ?

ഗോവിന്ദമ്മാമ കൂടാതെ മൂന്നുപേരുണ്ട്. ഒരാളേ കുപ്പായമിട്ടിട്ടുള്ളൂ. അയാളാവും. കുപ്പായക്കാരൻ തന്നെയാവും; ഞാൻ നിശ്ചയിച്ചു.

ഗോവിന്ദമ്മാമ അകത്തേക്കു വിളിച്ചുപറഞ്ഞു: "കുലുക്കുഴ്യാൻ ഇത്തിരി വെള്ളം കൊണ്ടന്നാ."

വലിയമ്മ അതും കാത്തുനിൽക്കുകയായിരുന്നെന്നു തോന്നും. ചെറിയ

ഓട്ടുപാത്രത്തിൽ വെള്ളം എടുത്ത് കുട്ട്യേടത്തിയുടെ കൈയിൽ വെച്ചു കൊടുത്തു വലിയമ്മ പതുക്കെ പറഞ്ഞു: "ചെല്ല്."

കുട്ട്യേടത്തി വെള്ളം കോലായുടെ വക്കത്തുവെച്ചു തിരിച്ചുപോന്നു.

ഉമ്മറത്തിരിക്കുന്നവർ കുറേനേരം കൂടി സംസാരിച്ചു. ഒടുവിൽ യാത്ര പറഞ്ഞിറങ്ങി. ഗോവിന്ദമ്മാമയും അവരുടെ കൂടെയിറങ്ങി.

ഒരാഴ്ചയ്ക്കുശേഷം ഗോവിന്ദമ്മാമ വന്നപ്പോൾ വലിയമ്മ ഉമ്മറ ത്തേക്ക് ഓടിയെത്തി:

"എന്താ പറഞ്ഞത്?"

"ശര്യായില്ല."

"താഴെള്ളേനെ അയാള് കണ്ടിട്ട്ണ്ടത്രെ. അതാച്ചാൽ സമ്മതമാണ്..."

വലിയമ്മ കുറെനേരം ഒന്നും പറഞ്ഞില്ല.

"എന്താ നാരായണ്യേ?"

"മൂത്തതിരിക്കുമ്പോൾ താഴെള്ളേനെ അയയ്ക്കുന്നത് ഒരു വകല്യേ?"

"അതൊക്കെ ശര്യാ. തറവാട്ടില് പണ്ട്ണ്ടായിട്ടില്യ. ന്നാലും..."

വലിയമ്മ മുണ്ടിന്റെ തുമ്പുകൊണ്ടു കണ്ണു തുടച്ചു.

ഗോവിന്ദമ്മാമ പറഞ്ഞു: "അതൊന്നും അത്ര നോക്കാൻ ല്യ. കഴി ഞ്ഞത് കഴിഞ്ഞൂന്ന്ണ്ടലോ."

വലിയമ്മ ആലോചിച്ചു.

"അത് വേണ്ട ഓപ്പോ. യോഗംണ്ടെങ്കി ഇനീം വരും."

കുട്ട്യേടത്തിയെ കുപ്പായക്കാരനു പിടിച്ചില്ലെന്ന് എനിക്കു മനസ്സിലായി. മുകളിൽ ചെന്നപ്പോൾ ഇരുട്ടുനിറഞ്ഞ മുറിക്കകത്ത് കുട്ട്യേടത്തി അനങ്ങാതിരിക്കുന്നു.

"കുട്ട്യേടത്തീ!" ഞാൻ സംശയത്തോടെ വിളിച്ചു.

"എന്താ ബാസ്വോ?"

"അയാളിനി വരില്യേ?"

"വരില്ല. ആരും വരില്ല..."

അടുത്ത മാസത്തിലും ഗോവിന്ദമ്മാമ ആളുകളെ കൂട്ടി വന്നു. അന്നും കുട്ട്യേടത്തി കുളിച്ചു കണ്ണെഴുതി പൊട്ടുതൊട്ടു. കരയുള്ള മുണ്ടും പുള്ളി യുള്ള ബ്ലൗസും പുറത്തെടുത്തു. ഒരു കിണ്ടി വെള്ളവുംകൊണ്ട് അന്നും കുട്ട്യേടത്തി കോലായിലേക്കു പോയി.

അവർ പടിയിറങ്ങിയ ഉടനെ കുട്ട്യേടത്തി മുകളിലെ ഇരുട്ടുമുറിയിലി രുന്നു കരയാൻ തുടങ്ങി.

പത്തുപന്ത്രണ്ടു ദിവസം കഴിഞ്ഞപ്പോൾ വീണ്ടും ഗോവിന്ദമ്മാമ വരുന്നു. കൂടെ ആളുകളുണ്ട്. അന്ന് കുട്ട്യേടത്തിയുടെ ഭാവം പകർന്നു:

"ഞാൻ ഉമ്മറത്ത് പോവില്ല."

"ഹെന്ത്!"

"എന്നെ ആരും കാണണ്ടാന്ന്-"

"മാളുകുട്ട്യേ-"

വലിയമ്മ പല്ലിറുമ്മി.

"എന്നെ കൊന്നാലും ഞാൻ പോവില്ല."

"മാളുകുട്ട്യേ. ന്റെ മോളല്ലേ! ഭഗവതിക്ക് ഞാൻ കൂട്ടുപായസം നേർന്നിട്ടുണ്ട്."

"ഞാൻ പോവില്ല."

"ഇത് ശര്യാവുംന്ന്..."

കുട്ട്യേടത്തിയുടെ ശബ്ദമുയർന്നു: "അമ്മ മിണ്ടാതെ പോണ്ണ്ടോ?"

വലിയമ്മ ഭീഷണിപ്പെടുത്തി: "ഇങ്ങനെ മൂത്ത് നരയ്ക്കേണ്ടിവരും കുരുത്തംകെട്ടോളേ!"

അമ്മയും വലിയമ്മയും മാറിമാറി പറഞ്ഞുനോക്കി. കുട്ട്യേടത്തി സമ്മതിച്ചില്ല.

വലിയമ്മ കുട്ട്യേടത്തിയുടെ മുടി പിടിച്ചുവലിച്ച് തലയ്ക്കടിച്ചു. അമ്മ അപ്പോൾ ഇടപെട്ടു: "അന്യമ്മാർണ്ട് ഏടത്തീ ഉമ്മറത്ത്."

ഗോവിന്ദമ്മാമ, വെള്ളം കൊണ്ടുവരുന്നതു കാണാതെ വീണ്ടും വിളിച്ചു. വലിയമ്മ ഉമ്മറവാതിൽക്കൽ ചെന്ന് ഇടറുന്ന സ്വരത്തിൽ പറഞ്ഞു: "മാളുകുട്ടി തൊടാൻ പാടില്യാണ്ടിരിക്ക്യാ."

അവർ പടിയിറങ്ങി ഉടനെ വലിയമ്മ കുട്ട്യേടത്തിയെ പിടിച്ചടിച്ചു. കുറേ അടി കൊണ്ടപ്പോൾ കുട്ട്യേടത്തി വലിയമ്മയുടെ കൈ തട്ടിമാറ്റിക്കൊണ്ടു പറഞ്ഞു: "എന്നെ തൊടരുത്!"

"നെന്റെ കുറുമ്പ് ഞാൻ മാറ്റും..."

"ഞാനൊരു കഷ്ണം കയറ് ചെലവാക്കും..."

"എന്നാ അതങ്ങട്ട് തീരട്ടെടീ..."

വലിയമ്മ തലമുടി ചുറ്റിപ്പിടിച്ചു നിലത്തിട്ടിഴച്ച് വീണ്ടും കുട്ട്യേടത്തിയെ അടിച്ചു. അമ്മ വീണ്ടും വന്ന് വലിയമ്മയുടെ കൈപിടിച്ചു:

"ഏട്ത്തി അയിനെ കൊല്ലണ്ട."

"ഞാൻ ചാവും..."

"അവളങ്ങ് ചാവട്ടെ."

വലിയമ്മയുടെ പിടിയിൽനിന്ന് അമ്മ കുട്ട്യേടത്തിയെ വേർപ്പെടുത്തി. കുട്ട്യേടത്തി കോലായിൽ പടിഞ്ഞാറേ അറ്റത്ത് തൂണുംചാരിയിരുന്നു

തേങ്ങിക്കരഞ്ഞു. എനിക്കു സങ്കടം തോന്നി. എത്ര അടിയാണ് കുട്ട്യേടത്തി കൊണ്ടത്!

ഞാൻ അടുത്തുചെന്നു വിളിച്ചു: "കുട്ട്യേടത്തീ!"

"പൊയ്ക്കോ അവ്ട്ന്ന്!"

കുട്ട്യേടത്തിക്കു ദേഷ്യമായിരുന്നു.

"കുട്ട്യേടത്തീ!"

"പുവ്വാനാ പറഞ്ഞ്!"

എനിക്കു സഹിച്ചില്ല. ഞാൻ കുട്ട്യേടത്തിയുടെ അടുത്തുചെന്നിരുന്നു കരയാൻ തുടങ്ങി. അപ്പോൾ കുട്ട്യേടത്തി എന്നെ മടിയിൽ കിടത്തി പുറം തടവിക്കൊണ്ടു പറഞ്ഞു: "കുട്ട്യേടത്തി തൂങ്ങിച്ചാവും."

കുട്ട്യേടത്തി ചാവരുത്; കുട്ട്യേടത്തി ചത്തുപോയാൽ–

ഞാൻ പറഞ്ഞു: "വേണ്ട."

"ഒരീസം വിട്ടത്ത്മ്മ തൂങ്ങും. അപ്പഴേ എല്ലാവർക്കും പഠിള്ളൂ."

ഞാൻ മിണ്ടാതെ, ഭയന്ന്, കുട്ട്യേടത്തിയുടെ മടിയിൽ തലവെച്ചു കിടന്നു.

"ബാസു പൊയ്ക്കോ."

ഞാൻ പോയില്ല. ഞാൻ പോയാൽ കുട്ട്യേടത്തി തൂങ്ങിമരിച്ചാലോ?

വലിയമ്മ കുട്ട്യേടത്തിയോടു കുറേ ദിവസത്തേക്കു മിണ്ടിയില്ല. പകൽ മുഴുവൻ കുട്ട്യേടത്തി അയൽവക്കത്തു ചുറ്റിനടക്കും. ഭക്ഷണത്തിന്റെ നേരമാവുമ്പോൾ അടുക്കളയിൽ വരും. വലിയമ്മ പാത്രത്തിൽ എന്തെങ്കിലും വിളമ്പിവെച്ചിട്ടു പറയും: "ന്നാ, നക്കിക്കോ!"

അമ്മ കുട്ട്യേടത്തിയെ ഉപദേശിച്ചു: "നീയേ പ്രായപൂർത്ത്യായ ഒരു പെണ്ണാ. ങ്ങനെ തെണ്ടിനടക്കരുത്."

പക്ഷേ, കുട്ട്യേടത്തി അതനുസരിച്ചില്ല.

ജാനേ്വടത്തിയുടെ വകയായി അവർക്കൊരു ഓമനപ്പേരു കിട്ടി:

"തെണ്ടിമയിസ്ത്രേട്ട്!"

മഴ കോരിച്ചൊരിയുന്ന ഒരു ദിവസം. അന്ന് കുട്ട്യേടത്തി പുറത്തെങ്ങും പോയില്ല. ഉച്ചയ്ക്ക് എന്നെ വിളിച്ചുപറഞ്ഞു: "നീയാ കണ്ണാടി എട്ത്ത് കൊണ്ടാ."

കണ്ണാടിയെടുത്തു പോരുമ്പോൾ ജാനേ്വടത്തി ചോദിച്ചു: "ആർക്കാ ചെക്കാ കണ്ണാടി?"

"കുട്ട്യേടത്തിക്ക്."

"നല്ലോണം ചന്തം നോക്കാൻ പറ."

ഉള്ളിൽ ജാനേ്വടത്തിയെ ശകാരിച്ചാണ് ഞാൻ കണ്ണാടിയും കൊണ്ടു പോന്നത്.

കുട്ട്യേടത്തി കണ്ണാടിയിൽ മുഖം നോക്കി. പൊട്ടിയ ചീർപ്പുകൊണ്ടു തലയൊന്നു ചീകി. മുഖം മുണ്ടിൻതുമ്പുകൊണ്ട് തുടച്ചു. മുഖം ചെരിച്ചു പിടിച്ചു കാതിലെ 'മണി' പരിശോധിച്ചുകൊണ്ട് അവർ ചോദിച്ചു: "കാതിലെ മണി പോയ്യാ കുട്ട്യേടത്തീനെ കാണാൻ ചന്തംണ്ടാവോ ബാസ്വോ?"

"...."

"പോവും. ഞാൻ സൂത്രം കാണിച്ചുതരാം. നീ പോയി ആ കറിക്കത്തി എട്ത്ത്കൊണ്ടാ."

ഞാൻ കറിക്കത്തി കൊണ്ടുവന്നു. കുട്ട്യേടത്തി ഓവുതിണ്ടിൽ ഉരച്ച് കത്തി മൂർച്ചകൂട്ടി. മൂലയിൽ വെച്ചിരുന്ന കോളാമ്പിയെടുത്തു കട്ടിലിനു താഴെവെച്ച് വാതിലടച്ചു.

"ആരോടും മിണ്ടല്ലേ..."

എന്ത്? എനിക്കൊന്നും മനസ്സിലായില്ല. കട്ടിലിൽ ചരിഞ്ഞുകിടന്ന് കുട്ട്യേടത്തി പറഞ്ഞു: "കോളാമ്പി ത്തിരീംകൂടി നീക്കിവെക്ക്."

ഞാൻ അനുസരിച്ചു.

അമ്പരപ്പോടെ ഞാൻ നോക്കിനിൽക്കുമ്പോൾ കുട്ട്യേടത്തി കറിക്കത്തി ചെവിയിലേക്കു കൊണ്ടുപോവുന്നു... എന്റെ ശരീരം വിറച്ചു. ഞാൻ കണ്ണു പൊത്തി.

"ഹം...മ്മേ..."

കുട്ട്യേടത്തിയുടെ ശബ്ദം കേട്ടു കണ്ണുതുറന്നപ്പോൾ ചെവിയിൽനിന്നു ചോര ഇറ്റുവീഴുന്നു. ചോര കണ്ട് അമ്പരന്ന ഞാൻ വിളിച്ചു: "അയ്യോ മ്മേ... ഓടിവരേ..." തലയണയിൽ പിടയുന്ന തല അമർത്തിവെച്ചു കിടക്കുന്നതിനിടയിൽ കുട്ട്യേടത്തി അരിശത്തോടെ എന്നെ നോക്കി.

അമ്മയും വലിയമ്മയും ജാന്വേടത്തിയും ഓടിവന്നു. കുട്ട്യേടത്തി തല പൊക്കാതെ കിടക്കുകയാണ്. നിലത്തും കോളാമ്പിയിലും കട്ടിലിലും ചോരയാണ്, ചോര!

വലിയമ്മ ആവർത്തിച്ചാവർത്തിച്ചു പറഞ്ഞു: "കുരുത്തംകെട്ടോളേ... കുരുത്തംകെട്ടോളെ..."

അമ്മ പ്രാർത്ഥിക്കുകയാണ്: "ഗുരുവായൂരപ്പാ!"

അമ്മ തുണി നനച്ച് ചെവിയിൽ അമർത്തിവെച്ചു. വലിയമ്മ മണ്ണാൻ നാണുവിന്റെ അടുക്കലേക്ക് കറുപ്പനെ ഓടിച്ചു – മുറിമരുന്നിന്.

ഏഴെട്ടു ദിവസം വേണ്ടിവന്നു മുറിയുണങ്ങാൻ. മരുന്നടർത്തി കഴുകുമ്പോഴാണ് ഞാൻ കണ്ടത്: മണി പോയിട്ടില്ല. അറ്റു തൂങ്ങി നിൽക്കുകയാണ്.

കുട്ട്യേടത്തി കണ്ണാടിയെടുത്തു നോക്കി. ഒന്നേ നോക്കിയുള്ളൂ. അടുത്ത നിമിഷം കണ്ണാടി ഒരു മൂലയിൽ വീണുതകർന്നു. മടമ്പിടിച്ചു

കൊണ്ട് അവർ ഇറങ്ങിപ്പോകുമ്പോൾ ഞാൻ കണ്ടു. അവരുടെ കവിളിൽ കണ്ണീരൊഴുകുന്നു...

കുട്ട്യേടത്തി ആരോടും മിണ്ടാതായി. എന്നോടുകൂടി അധികം സംസാരിക്കില്ല. ഉച്ചയ്ക്കു പുറത്തിറങ്ങുമ്പോൾ എന്നെ വിളിക്കില്ല. ഞാൻ കൂടെ പുറപ്പെട്ടാൽ പറയും:

"നീ പോരണ്ട."

എതിർക്കാൻ എനിക്കു ധൈര്യമില്ല.

ഒരു ദിവസം മേലേകളമുറ്റത്തെ മാവിന്റെ ചുവട്ടിൽ മാങ്ങ വീണിട്ടുണ്ടോ എന്നു നോക്കി ഞാൻ തിരിച്ചുപോരുകയായിരുന്നു. നട്ടുച്ച. ഇടവഴിയിലേക്കിറങ്ങിയപ്പോൾ പാമ്പിൻകാവിന്റെ അപ്പുറത്തുനിന്ന് കുട്ട്യേടത്തിയുടെ ചിരി കേൾക്കുന്നു. നോക്കിയപ്പോൾ ഞാൻ അദ്ഭുതപ്പെട്ടുപോയി. കുട്ട്യേടത്തിയുണ്ട് അപ്പുണ്ണിയുമായി സംസാരിക്കുന്നു. വടക്കേവീട്ടുകാരുടെ മേല്പുറത്തുള്ള ചെറിയ വീട്ടിലെ തള്ളയുടെ മകനാണ് അപ്പുണ്ണി. എനിക്കവനെ കണ്ടുകൂടാ. മുഖത്തു നോക്കാൻ വയ്യ. ഒരു കണ്ണ് ചത്ത മീൻ പൊന്തിയപോലെയാണ്. അവൻ കല്പണിക്കാരനാണ്. മണ്ണിന്റെ നിറമുള്ള മുണ്ട് ഉടുത്തുകൊണ്ടേ അവനെ കണ്ടിട്ടുള്ളൂ.

ഞാൻ അടുത്തെത്തിയപ്പോൾ അപ്പുണ്ണി ധൃതിയിൽ ഇടവഴിയിലേക്കിറങ്ങി നടന്നു.

കുട്ട്യേടത്തി അരിശത്തോടെ ചോദിച്ചു: "നീ എന്തിനാ ങ്ങട്ട് പോന്ന്?"

"കുട്ട്യേടത്തി എന്തിനേ പോന്ന്?"

"നിന്റെ തന്തടെ പിണ്ണംവെയ്ക്കാൻ."

അപ്പോൾ എനിക്കു കരച്ചിൽവന്നു. എന്നോടു വേണ്ടാത്തതു പറഞ്ഞില്ലേ? കുട്ട്യേടത്തിക്ക് അതു മനസ്സിലായി:

"കരേണ്ട. കുട്ട്യേടത്തി വെറുതെ പറഞ്ഞതല്ലേ! മോൻ പറഞ്ഞുകൊടുക്കരുത്ട്ടോ?"

"ഞാൻ പറീം, തന്തയ്ക്കു വിളിച്ചൂന്ന് പറീം."

"ന്റെ തന്തയ്ക്കല്ലേ വിളിച്ചത്? അതല്ല, മോൻ മറ്റത് പറേരുത്."

"എന്ത് പറേണ്?"

"അതേ ആ അപ്പുണ്ണ്യോട് വർത്താനം പറഞ്ഞത്. പറയ്യോ?"

"ഇല്യ."

ഞാൻ പറഞ്ഞില്ല. കുട്ട്യേടത്തി ഉച്ചയ്ക്ക് പാമ്പിൻകാവിന്റെ പിറകിൽ നിന്ന് അപ്പുണ്ണിയോടു സംസാരിക്കുന്നത് പിന്നെയും പലപ്പോഴും കണ്ടു. ഒരു ദിവസം കുട്ട്യേടത്തി പറയുകയാണ്, അപ്പുണ്ണി നല്ല ആളാണെന്ന്. കുട്ട്യേടത്തിക്കു കുപ്പിവള കൊണ്ടുവന്നു കൊടുത്തിട്ടുണ്ട്. അതൊക്കെ സോപ്പുപെട്ടിയിൽ സൂക്ഷിച്ചുവെച്ചിരിക്കുകയാണ്.

"പറയ്യോ?"

"പറയില്ല."

"നെനക്കു ഞാൻ റബ്ബറ് പന്ത് കൊണ്ടന്ന് തരണ്ട്."

"എവ്ട്ന്നാ കുട്ട്യേടത്തിക്ക് പന്ത്?"

"ഞാൻ കൊണ്ടരാൻ പറേണ്ട്."

"ആരോട്?"

"അതൊക്കെണ്ട്."

കുട്ട്യേടത്തി എന്നെ കെട്ടിപ്പിടിച്ച് കവിളത്ത് ഒരുമ്മ തന്നു.

സന്ധ്യ. കോലായിൽ തൂണും ചാരിയിരുന്ന് ഞാൻ നാമം ചൊല്ലുകയാണ്. അമ്മ അടുക്കളയിൽ എന്തോ ജോലി ചെയ്തിരുന്നു. വലിയമ്മ ഉമ്മറത്തിരുന്ന് റാന്തലിന്റെ കുപ്പി തുടയ്ക്കുകയാണ്. അപ്പോൾ കറുപ്പൻ പടിക്കൽ തല ചൊറിഞ്ഞുകൊണ്ടു വന്നു നിന്നു. വലിയമ്മ ചോദിച്ചു: "എന്താ കറുപ്പാ?"

"മ്പ്രാളത്തിനോട് ഒരു സങ്കതി പറയാന്ണ്ടാര്ന്ന്?"

"പറഞ്ഞോ കറുപ്പാ."

"മ്പ്രാള് ഒന്നും നിരീക്കരുത്."

"എന്താ സംഗതി കറുപ്പാ?"

"അട്യേനും ദണ്ണംണ്ട് പറയാൻ. അട്യേൻ അകായിലെ മേപ്രത്ത്ന്ന് ഒരു സങ്ങതി കണ്ടു. മ്പ്രാളൊന്ന് മനസ്സിരുത്ത്യാ മതി."

"എന്താ കറുപ്പാ? എന്താ?"

"അല്ല. ഇബ്ടത്തെ വല്യേ ഇമ്പ്രാളത്തുംകുട്ടീം ആ അപ്പുണ്ണി ചേനാരും പന്ത്യല്ലാണ്ട് തവുതാരിച്ച് നിക്ക്ണ് കണ്ടു."

"ഛതിച്ചോ!"

വലിയമ്മ തേളുകുത്തിയപോലെ ചാടിയെഴുന്നേറ്റു.

"ഹെന്റെ ഗുരുവായൂരപ്പാ! ഈ കുരുത്തംകെട്ടോള് എന്തെക്ക്യാ വർത്താ!"

വലിയമ്മ അകത്തുകടന്ന് ഇടിവെട്ടുംപോലെ വിളിച്ചു: "മാളുകുട്ട്യേ!"

കുട്ട്യേടത്തി വന്നു.

കരച്ചിലടക്കിക്കൊണ്ടു വലിയമ്മ ചോദിച്ചു: "ന്നെ തെക്കേകെണ്ടത്തില് വെയ്ക്കണവരേങ്കിലും–"

വലിയമ്മയ്ക്കു മുഴുമിക്കാൻ കഴിഞ്ഞില്ല.

"എന്താമ്മേ?"

"എടീ, നിയ്യീ തറവാടിന്റെ മാനം കളഞ്ഞില്ലേടീ?"

"എന്താമ്മ പറേണ്?"

"അപ്പുണ്ണ്യോട് വർത്തമാനം പറയാൻ നെനക്കെന്താടീ കാര്യം?" കുട്ട്യേടത്തി മിണ്ടിയില്ല. വലിയമ്മ രണ്ടു ചെകിടത്തും മാറിമാറി ഈരണ്ടടിച്ച് അലറി: "പറേടീ!"

കുട്ട്യേടത്തി മിണ്ടിയില്ല.

"നീയിനി കേൾക്കാത്തതൊക്കെ കേൾപ്പിക്കും. ഇനി വീട്ട്ന്ന് മുറ്റത്ത് കാലെടുത്ത്വെച്ചാ നെന്റെ ശവാ ഇവ്ടെ."

കുട്ട്യേടത്തി കരയാതെ കവിളു തടവിക്കൊണ്ടു മുകളിലേക്കു കയറിപ്പോയി.

വലിയമ്മ പറയുകയായിരുന്നു: "ആണില്ലേങ്കി തറവാടിന്റെ തൂണിനേങ്കിലും പേടിക്കണ്ണെടീ."

അതിൽപ്പിന്നെ കുട്ട്യേടത്തിക്കു വീടുവിട്ടു പുറത്തുപോകാൻ അനുവാദമില്ല. കുട്ട്യേടത്തി ആരോടും മിണ്ടാതെ മുകളിൽ എവിടെയെങ്കിലും കിടക്കും. എന്തു ചോദിച്ചാലും മിണ്ടില്ല. കൊത്തങ്കല്ലാടാനും പതിനഞ്ചുനായും പുലിയും കളിക്കാനും വരില്ല.

ഒരിക്കൽ അന്തിമയങ്ങിയ നേരത്ത് വേലിക്കടുത്തുനിന്നു കുട്ട്യേടത്തി ആരോടോ സംസാരിക്കുന്നതു കണ്ടുവത്രേ. കണ്ടത് ജാനേടത്തിയാണ്. ജാനേടത്തി കൊള്ളിവാക്കു പറഞ്ഞു; "ഞാൻ കണ്ടൂട്ടോ കുട്ട്യേടത്തീ!"

"കണ്ടെങ്കിൽ നന്നായി."

"നാണം വേണം കുട്ട്യേടത്തീ, കീഴിക്കൊറഞ്ഞോരോട്-"

"നീയെന്നെ നന്നാക്കണ്ട."

പറഞ്ഞുപറഞ്ഞു ജാനേടത്തി കാതിലെ മണിമുറിച്ച കഥ പറഞ്ഞു. കരിമ്പൂരാടമെന്നു വിളിച്ചു. ജാനേടത്തിക്ക് ഒരടി കൊള്ളേണ്ട സമയമായപ്പോഴേക്കും വലിയമ്മ ഓടിയെത്തി:

"നെറഞ്ഞ സന്ധ്യയ്ക്ക് എന്താടീ കാട്ട്ണ്?"

ജാനേടത്തി കരഞ്ഞുകൊണ്ട് കാര്യം പറഞ്ഞു. വേലിയരികിൽനിന്ന് കുട്ട്യേടത്തി ഒരാണിനോട് സ്വകാര്യം പറയുന്നതു കണ്ടതിനാണ് ഇതൊക്കെ എന്ന്. അത് തന്റെ കുറ്റമാണോ?

വലിയമ്മ നെറുകയിൽ കൈവച്ചു തളർന്നിരുന്നു. അമ്മ പിറുപിറുത്തു:

"തറവാട് കെട്ത്തും."

വലിയമ്മ പൊടുന്നനേ മൂലയിൽ ചാരിവെച്ചിരുന്ന ചൂലെടുത്ത് കുട്ട്യേടത്തിയെ തലങ്ങും വിലങ്ങും അടിച്ചു:

"ഒന്നുകിൽ നീ നന്നാവണം. അല്ലെങ്കിൽ ചാവണം."

കുട്ട്യേടത്തിയെ കൊല്ലുമെന്നു തോന്നി. ഞാൻ പേടിച്ച് അമ്മയെ കെട്ടിപ്പിടിച്ചു.

"പറേടീ! ഇനി ദ് കേൾക്ക്വോ?"

വീണ്ടും അടി...

"കുട്ട്യേടത്ത്യെ തല്ലണ്ടമ്മാ." ഞാനെന്റെ അമ്മയോടു കരഞ്ഞു പറഞ്ഞു.

"അവൾക്കതു കൊള്ളണം. മൂധേവി!"

കുട്ട്യേടത്തി കരയുന്നില്ല. അടി വീഴുമ്പോൾ വാതിൽപ്പലക പിടിച്ചു കൊണ്ടു പുളയുകയാണ്.

വീണ്ടും അടി...

"ഇനി ഇതു കേൾക്ക്വോ?"

അടി...

"ഞാൻ ചാവും..."

"നീ ചാവെടീ..."

"ഞാൻ ന്റെ പ്രാണൻ കളയും."

"നീ ചാവെടീ..."

ചൂലിന്റെ കെട്ടഴിഞ്ഞ് ഈർക്കിൽ ചിതറി. വലിയമ്മ ഒരലർച്ചയോടെ നിലത്തു വീണുകിടന്ന് ഉറക്കെ കരയാൻ തുടങ്ങി...

ഞാൻ അമ്മയുടെ മാറിൽനിന്നു മുഖമുയർത്തി നോക്കുമ്പോഴും വാതിൽപ്പലകയിൽ പിടിച്ചുനിന്നു കണ്ണുകളടച്ച് കുട്ട്യേടത്തി പറയുകയായിരുന്നു: "ഞാൻ ചാവും..."

അന്നു രാത്രി വീട്ടിൽ ഒച്ചയും അനക്കവുമുണ്ടായിരുന്നില്ല. ആരും സംസാരിച്ചിരുന്നില്ല.

കുട്ട്യേടത്തി നടപ്പുരയിൽ ഒരരികിൽ പായിൽ കമഴ്ന്നു കിടക്കുകയായിരുന്നു.

വലിയമ്മ ഉണ്ടില്ല. അമ്മ ചെന്നു വിളിച്ചപ്പോൾ കുട്ട്യേടത്തിയും വേണ്ടെന്നു പറഞ്ഞു. അപ്പോൾ ജാനേടത്തിക്കും ചോറു വേണ്ട. എനിക്കും ചോറു വേണ്ട. അമ്മ നിർബന്ധിച്ചു. എനിക്കു വേണ്ട. പതിവില്ലാത്തമട്ടിൽ അമ്മ എന്റെ തുടയ്ക്കൊരടി വെച്ചുതന്നു. ഒരു കാരണം കിട്ടാൻ ഞാൻ കാത്തുനിൽക്കുകയായിരുന്നു. പൊട്ടിക്കരഞ്ഞുകൊണ്ട് ഞാൻ കുട്ട്യേടത്തിയുടെ പായിൽ ചെന്നുവീണു. കുട്ട്യേടത്തി തളർന്ന സ്വരത്തിൽ ചോദിച്ചു:

"ബാസു ഉണ്ട്വോ?"

"നിയ്ക്ക് വേണ്ട."

അമ്മ കിടക്കാൻ വന്നു വിളിച്ചു. ആരോടെന്നില്ലാതെ അരിശത്തോടെ ഞാൻ പറഞ്ഞു: "ഞാൻ ബ്ട്യാ കെടക്ക്ണ്."

കുട്ട്യേടത്തി എന്നെ കെട്ടിപ്പിടിച്ചു കിടന്നു.

ഉമ്മറവാതിലും അടുക്കളവാതിലും കൊട്ടിയടയ്ക്കുന്നതു കേട്ടു. വിളക്കുകൾ കെട്ടു. എനിക്കുറക്കം വരുന്നില്ല. കുട്ട്യേടത്തിയും ഉറങ്ങിയിട്ടില്ലെന്നു തോന്നി. അവരുടെ നെഞ്ചോടടുത്തു കിടക്കുമ്പോൾ തേങ്ങൽ കേൾക്കാം. ഇരുട്ടിൽ കുറെനേരം കണ്ണുതുറന്നു കിടന്നശേഷം ഞാൻ പതുക്കെ വിളിച്ചു: "കുട്ട്യേടത്തീ!"

"ഒറങ്ങിക്കോ."

"വല്ലാതെ വേദനിച്ചോ?"

"ഇല്ല. ഒറങ്ങിക്കോ."

അവരുടെ നനഞ്ഞ മാറിടത്തോടു ചേർന്നു ഞാൻ കിടന്നു.

"ബാസു നല്ല കുട്ട്യാവണം. അമ്മീം വല്യമ്മീം ഒക്കെ നോക്കണം."

ഞാൻ മൂളി. എന്റെ പുറത്ത് കുട്ട്യേടത്തിയുടെ വിരലുകൾ താളം പിടിച്ചു.

"ഒറങ്ങിക്കോ... മോനൊറങ്ങിക്കോ..."

പതുക്കെപ്പതുക്കെ ഞാൻ കണ്ണുകളടച്ചു.

പുലരുമ്പോൾ ഒരു നിലവിളി കേട്ട് ഞെട്ടിത്തെറിച്ചാണ് ഞാനുണർന്നത്. കണ്ണുതിരുമ്മി നിവർന്നപ്പോൾ അമ്മയും വലിയമ്മയും നെറുകയിൽ കൈവെച്ചു നിലവിളിക്കുന്നു. ജാനേ്വടത്തിയുമുണ്ട് വലിയമ്മയെ കെട്ടിപ്പിടിച്ചു കരയുന്നു. ഭയപ്പാടോടെ ഞാൻ നോക്കി. അപ്പോൾ നടപ്പുരയുടെ ഉത്തരത്തിൽനിന്ന് ഒരു കയറിൻതുമ്പത്ത് കുട്ട്യേടത്തിയുടെ ശരീരം ആടുകയായിരുന്നു.

■

## ഇരുട്ടിന്റെ ആത്മാവ്

**പേ**ടിച്ചുകൊണ്ടാണ് പുറത്തുവന്നത്. വാതിൽക്കൽനിന്ന് ആദ്യം തള ത്തിലേക്കു നോക്കി. അച്യുതൻനായർ നല്ല ഉറക്കമാണ്. ഒരു നിമിഷം സംശയിച്ചുനിന്നു. അയാൾ കൂർക്കംവലിക്കുമ്പോൾ കഴുത്തിൽ ഉരുണ്ടു കളിക്കുന്ന മുഴ കാണാൻ നല്ല രസമുണ്ട്. അരയിൽ തിരുകിവെച്ച പഴു ക്കടയ്ക്ക അഴിഞ്ഞുവീഴാറായിരിക്കുന്നു. രോമംനിറഞ്ഞ ആ വലിയ കൈത്തണ്ടയും അറപ്പുതോന്നുന്ന തടിച്ച വിരലുകളും കണ്ടപ്പോൾ ആദ്യം അരിശമാണു തോന്നിയത്.

ആ കൈകൊണ്ടല്ലേ ഇന്നലെ സന്ധ്യയ്ക്ക്... ഇന്നലെയാണോ? അതോ കുറേ ദിവസം മുമ്പോ?

വേലായുധൻ കഴുത്തു തടവി. വേദന ഇപ്പോഴും ബാക്കി നില്പുണ്ട്.

ഒരു ദിവസം ആരുമറിയാതെ ആ കൈ വെട്ടിക്കളയണം. വലിയൊരു മടവാക്കത്തി നേർത്തെ കൊണ്ടുവന്നു സൂക്ഷിക്കണം. എന്നിട്ടു രോമം നിറഞ്ഞ പരുക്കൻകൈ നിലത്തു പരത്തിവെച്ചു കിടക്കുമ്പോൾ പതുങ്ങി ച്ചെന്ന് ഒറ്റവെട്ട്!

അയാൾക്കങ്ങനെ വേണം. അല്ലെങ്കിൽ ഇങ്ങനെ മനുഷ്യനെ ദ്രോഹിക്കണോ?

ഇന്നലെ... ഇന്നലെയാണോ? കുറേ ദിവസങ്ങൾക്കു മുമ്പോ?

പടിഞ്ഞാറേ ഇറയത്ത് കുളിപ്പിക്കാൻ അവനെ കൊണ്ടുവന്നിരുത്തി. കുറച്ചുകാലമായി അച്യുതൻനായരാണ് കുളിപ്പിക്കുന്നത്. അത് വേലാ യുധന് ഇഷ്ടമാവുന്നില്ല. മറ്റൊരാൾ കുളിപ്പിക്കാൻ അവനൊരു കുട്ടി യാണോ? വലുതായിരിക്കുന്നു; വളരെ വലുതായിരിക്കുന്നു. ഗോപിയുടെ അത്ര വലിപ്പമുള്ള കാലത്ത് പുഴയിൽ കുരുതിപ്പറമ്പിനടുത്ത കടവി ലിറങ്ങി കുളിച്ചിട്ടുണ്ട്. അമ്മയാണ് കുളിപ്പിക്കുക.

ഇപ്പോൾ വലിയൊരാളാണ്. മുത്തശ്ശി പറയാറുണ്ട്. "പത്തിരു പത്തൊന്നു വയസ്സായ ഒരാണൊരുത്തനാണേ - സുകൃതക്ഷയം.. സുകൃതക്ഷയം!"

വേലായുധനറിയാം, അതു തന്നെപ്പറ്റിയാണെന്ന്.

എന്നിട്ടും അച്യുതൻനായർ കുളിപ്പിക്കാൻ പിടിച്ചുകൊണ്ടുപോകുന്നു. വലിയ മൂന്നു കുട്ടകത്തിൽ നിറയെ വെള്ളം ഒഴിച്ചുവെച്ചിരിക്കും. വക്കു പൊട്ടിയ ചെറിയ പിച്ചളച്ചെമ്പുകൊണ്ടു തലയിലങ്ങനെ വെള്ളം കോരി യൊഴിക്കുക...

വെള്ളം നിറച്ച കുട്ടകത്തിനടുത്തു പലകയിൽ പിടിച്ചിരുത്തി അച്യു തൻനായർ പാത്രമെടുക്കാൻ പോയപ്പോൾ വേലായുധന് ഒരു യുക്തി തോന്നി. പടിഞ്ഞാറേ ഇറയത്തിലൂടെ ഒരു ചെറിയ പുഴയൊഴുകുന്നു ണ്ടെങ്കിൽ എങ്ങനെയിരിക്കും? പായ കെട്ടിയ വലിയ വഞ്ചികളും മീൻ പിടിക്കുന്ന കൊച്ചുതോണികളും പോകാൻ തുടങ്ങും. അവൻ കിട ക്കാറുള്ള മുറിയുടെ കിളിവാതിലിൽനിന്ന് എല്ലാം കാണാം. ഇടവപ്പാതി വരുമ്പോൾ നരിമീൻ പുളയ്ക്കുന്നതും. വേണമെങ്കിൽ ചൂണ്ടലിടുകയു മാവാം കിളിവാതിലിലൂടെത്തന്നെ.

മതിലിനരികിൽ വെട്ടിയ ചാലിലേക്കു മൂന്നു കുട്ടകങ്ങളിലെയും വെള്ളം ചെരിച്ചുകളഞ്ഞു. മണ്ണുപുരണ്ട ചുവന്ന വെള്ളം ഒഴുകിപ്പോ വുന്നതു നോക്കി നിൽക്കുമ്പോൾ അച്യുതൻനായർ വിളിച്ചു: "വേലാ യുധാ!"

വിളിയായിരുന്നില്ല; ഒരലർച്ച!

ഭയത്തോടെയാണ് അയാളുടെ മുഖത്തു നോക്കിയത്.

"അഹമ്മതി കാട്ടേ്?"

ഒന്നും മിണ്ടിയില്ല. കണ്ണുകളിൽനിന്നു തീ പറക്കുന്നുണ്ടെന്നു തോന്നി. അയാളുടെ തല മൂടിക്കളയാമെന്നുവെച്ച് ഒഴിഞ്ഞ കുട്ടകം പൊക്കിയെടു ക്കുമ്പോഴാണ് ഒരടി വീണത്.

"എന്നെ തല്ലല്ലേ, എന്നെ തല്ലല്ലേ..."

ഉച്ചത്തിൽ കരഞ്ഞുപോയി.

കോലായുടെ വക്കിൽ മുത്തശ്ശിയെത്തി. പിറകേ വലിയമ്മയും ഗോപിയും.

മുത്തശ്ശി പുതച്ച തോർത്തിന്റെ തുമ്പുകൊണ്ടു കണ്ണു തുടച്ചു പറഞ്ഞു: "ദൈവദോഷംണ്ട് അച്യുതാ... സ്വബുദ്ധിയില്ലാഞ്ഞിട്ടല്ലേ?"

"കാട്ട്യേ പണി കണ്ട്വോ കാര്യേമേ?"

വലിയമ്മ മുറുമുറുത്തു: "അടീലുംമീതെ ഒരൊടീല്യാ. ഇതൊക്കെ അഹമ്മതികൊണ്ടാ."

മുത്തശ്ശി ഒരിക്കൽകൂടി കണ്ണുതുടച്ച് സാധാരണ പറയാറുള്ളതു പോലെ പിറുപിറുത്തു: "സുകൃതക്ഷയം... സുകൃതക്ഷയം!"

വേലായുധൻ കഴുത്തു തടവിനോക്കി. വേദന മാഞ്ഞുപോയിട്ടില്ല.

നല്ല മൂർച്ചയുള്ള ഒരു മടവാക്കത്തി അയ്യപ്പന്റെ കൈവശമുണ്ട്. അവൻ വൈകുന്നേരം പണിമാറ്റി വല്ലി വാങ്ങാൻ കളപ്പടിക്കൽ വന്നുനിൽക്കുമ്പോൾ അതെടുത്തുവെക്കണം.

കഴുത്തിലെ മുഴ ഉരുട്ടിക്കളിച്ചുകൊണ്ട് അച്യുതൻനായർ കിടന്നുറങ്ങുമ്പോൾ ഒറ്റവെട്ട്!

രാവിലെയാണ് തമാശയുണ്ടാവുക.

'ഇതൊന്നും ഭ്രാന്തല്ല, അഹമ്മതിയാണ്' എന്നലറി തല്ലാൻനോക്കുമ്പോൾ കൈയുണ്ടാവില്യ.

കൈ അന്വേഷിച്ചുകൊണ്ട് അയാൾ വീട്ടിലും മുറ്റത്തുമൊക്കെ ഓടിനടക്കുമ്പോൾ ചിരിച്ചുചിരിച്ചു ചാവും!

വേലായുധൻ തളത്തിൽനിന്നു വടക്കിനിയിലേക്കു നടന്നു. തുറന്നിട്ട ജനാലയ്ക്കടുത്തു മുത്തശ്ശി പുല്ലുപായിൽക്കിടന്നുറങ്ങുന്നു. മുത്തശ്ശിയുടെ ശരീരം കണ്ടാൽ അറപ്പുതോന്നും. മേൽമുഴുവൻ മീൻചിതമ്പലുകൾ പറ്റിയിട്ടുണ്ടെന്നു സംശയിച്ചുപോകും.

മുത്തശ്ശിയോട് അവനു ദേഷ്യമില്ല. അവനെ ഒരിക്കലും ശകാരിച്ചിട്ടില്ല. അടിച്ചിട്ടില്ല. വീട്ടിൽ മറ്റുള്ളവരെല്ലാം അടിച്ചിട്ടുണ്ട്. ഗോപിയും ശങ്കരൻകുട്ടിയുംകൂടി! അവർ കുട്ടികളാണ്. സാധാരണ കുട്ടികൾ മുതിർന്നവരെ തല്ലാറില്ലല്ലോ?

വലിയമ്മ താഴത്തില്ലാത്തത് ഭാഗ്യമായി. മുകളിലാണ് വലിയമ്മയുടെ മുറി. വലിയമ്മയും ഗോപിയും ഗോപിയുടെ അച്ഛനും ഉച്ചയ്ക്കു മുകളിലേക്കു കയറിപ്പോയാൽ ഇറങ്ങിവരാൻ കുറേ വൈകും.

തെക്കിനിയിൽ നല്ല ഇരുട്ടാണ്. നട്ടുച്ചയ്ക്കുകൂടി ഇരുട്ടാണ്. നടുമുറ്റത്തിന്റെ മുകളിൽനിന്നുമാത്രം കുറച്ചു വെളിച്ചം വന്നു വട്ടത്തിൽ വീഴും. മൂലകളിൽ നെൽപ്പത്തായങ്ങളും വല്ലക്കൊട്ടകളുമാണ്. ആ ഇരുട്ടിൽ ചെകുത്താന്മാരാരെങ്കിലും പതുങ്ങിയിരിക്കുന്നുണ്ടാവുമോ? ചിലപ്പോൾ അമ്മാമതന്നെ പതുങ്ങിയിരിക്കുന്നുണ്ടെങ്കിലോ? ഉണ്ടെങ്കിൽ ഓലമടലിന്റെ കഷണവും കാണും. അതുകൊണ്ടു തല്ലാനാണല്ലോ അമ്മാമയ്ക്കു രസം. പക്ഷേ, ചെകുത്താന്മാരുണ്ടെങ്കിൽ അമ്മാമ എങ്ങനെ ഒളിച്ചിരിക്കും?

ഉമ്മറത്തേക്കു കടക്കുന്നതിനുമുമ്പ് അമ്മാമയെ ഓർത്തു. ഉമ്മറത്ത് ഓലമടലിന്റെ തണ്ടുമായി കാത്തിരിക്കുന്നുണ്ടെങ്കിലോ?

ഒരു ദിവസം അമ്മാമയെ കൊല്ലണം.

ഉമ്മറത്തു കണ്ടാൽ ഉടനെ വീടു മുഴുവൻ കുലുക്കിക്കൊണ്ട് ഒരു വിളിയായിരിക്കും: "അച്യുതാ..."

പിന്നെ അച്യുതൻനായർ ചാടിയെത്തുകയായി. ഉമ്മറത്തു കാണരുത് എന്നാണല്ലോ നിയമം. അയാൾ തടിച്ചുചീർത്ത വിരലുകൾകൊണ്ടു

കൈത്തണ്ടയിൽ കടന്നുപിടിച്ചാൽ അറപ്പാണ്. തവളയെ ചവിട്ടിയപോലെ അറപ്പ്. ഉമ്മറത്തിട്ടു തല്ലില്ല. മുത്തശ്ശിയുടെ മുമ്പിൽവെച്ചു തല്ലില്ല. വടക്കു പുറത്തെത്തിയാൽപ്പിന്നെയാണ് അയാളുടെ പരാക്രമം.

വാതിലിന്റെ മറവിലേക്കു മാറിനിന്ന് ചാരുപടിയുടെ പഴുതിലൂടെ നോക്കി. ആരുമില്ല. അമ്മാമ കാണരുത്. ശങ്കരൻകുട്ടിയും കാണരുത്. കണ്ടാലുടനെ വിളിക്കുകയായി:

"അച്ചാ, വേലായ്തേട്ടൻ ദാ പോണൂ."

അമ്മായി കണ്ടാലും ഫലം ഇതുതന്നെ. അമ്മാമയെ അല്ല വിളിക്കുക:

"ഓ! ന്റച്ചുന്നായരേ, ഇദാരാ പൊറത്ത് വന്നിരിക്ക്ണ് നോക്ക്യേ!"

ചിലപ്പോൾ അവനോടുതന്നെ ചോദിക്കും:

"എവിടക്കാ പ്പൊ ഒരെഴുന്നള്ളത്ത്?"

അവരുടെ വെള്ളുത്തപാണ്ടുള്ള ചുണ്ടത്തു നോക്കാൻ വയ്യ. ഓക്കാനം വരും. കുന്നിന്റെ മുകളിൽനിന്നു നല്ല വലിപ്പമുള്ള കുറേ വെള്ളാരങ്കല്ലുകൾ പെറുക്കിക്കൊണ്ടുവന്ന് 'അച്ചുന്നായരേ...' എന്നു നീട്ടി വിളിക്കുമ്പോൾ വായിൽ നിറച്ചു കൊടുക്കണം.

ശങ്കരൻകുട്ടിയെ എന്തു ചെയ്യണം? അവന്റെ മൊട്ടയടിച്ച തലയിൽ അമ്മിക്കുട്ടിയെടുത്തു കിഴുക്കിവിടാം.

മുറ്റത്തിറങ്ങീട്ടു വളരെ ദിവസമായി. പുറത്തേക്കു നോക്കുമ്പോൾ കണ്ണു മഞ്ഞളിച്ചുപോകുകയാണ്. തീ പറക്കുന്ന വെയിൽ. വെയിലാറിയാൽ അമ്മാമ മുറ്റത്തിറങ്ങി സന്ധ്യയാവുന്നതുവരെ അങ്ങോട്ടുമിങ്ങോട്ടും നടക്കും.

ചാണകം മെഴുകിയേടത്ത് ഓണക്കാലത്ത് അരിമാവുകൊണ്ട് അണിഞ്ഞ പാടുകൾ മായാതെ കിടപ്പുണ്ട്. തൃക്കാക്കരപ്പന്റെ ചുറ്റും വരഞ്ഞതാണ്.

തൃക്കാക്കരപ്പനെ വെച്ചതു കാണാൻ ഒരിക്കൽ ഉമ്മറത്തേക്കു വന്നതിനാണ് അച്യുതൻനായർ കഴുത്തുപിടിച്ചു തള്ളിയത്. അവിടെ അമ്മാമ ഭേദപ്പെട്ടവരോടൊപ്പമിരുന്നു സംസാരിക്കുകയായിരുന്നു. അവരാരും അവനെ കണ്ടുകൂടാ.

മുറ്റത്തുകിടക്കുന്ന ഈയക്കടലാസ് പെറുക്കിയെടുത്ത്, വേലായുധൻ പത്തായപ്പുരയുടെ പടിഞ്ഞാറുവശത്തേക്കു നടന്ന് തിണ്ടിൽ ചുമരിനോടു ചേർത്തു ചാരിവെച്ച തേക്കുകൊട്ടയിൽ ഒന്നു താളംപിടിച്ചു. തണൽ ചൊരിഞ്ഞുനിൽക്കുന്ന മൂവാണ്ടൻമാവിന്റെ ചുവട്ടിൽ വലിയമ്മയുടെ പശുക്കുട്ടി കിടന്ന് എന്തോ കൊറിക്കുകയാണ്.

കുളിർമ്മയുള്ള തണൽപ്പാടിൽ അങ്ങനെ നിൽക്കുമ്പോൾ വേലായുധന് ഒരു സംശയം തോന്നി.

അപ്പോൾ എന്തേ ആലോചിച്ചത്?

ഒന്നു നടക്കാം. വെറുതെ. അച്യുതൻനായർ ഉറക്കമാണ്. അമ്മാമ പത്തായപ്പുരയുടെ മുകളിലും. നല്ല സമയം.

തെക്കേ പടികടന്നുപോയാൽ മനയാണ്. അങ്ങോട്ടു പോകാൻ പേടിയുണ്ട്. മനയ്ക്കലെ മേലേവളപ്പിൽ പുല്ലാനിപ്പൊന്തകൾക്കിടയിൽ കരിനീലി തലചികിക്കിപ്പുറത്തിയിട്ടു പേൻ നോക്കാനിരിക്കുകയാവും.

ഭഗവതീ, കരിനീലിയെ ഒരിക്കലും കാണരുതേ...

കുഞ്ഞുങ്ങളെ ചോര ഈമ്പിക്കുടിച്ച് ശവമാക്കി കിണറ്റിലെറിയുകയാണ് കരിനീലിയുടെ പ്രവൃത്തി. വലിയവരെയും ഉപദ്രവിക്കുമോ? താൻ വലുതായിരിക്കുന്നു. വളരെ വലുതായിരിക്കുന്നു. വാതിൽ കടക്കുമ്പോൾ തല കുനിച്ചില്ലെങ്കിൽ മേല്പടിയിൽ തല മുട്ടിപ്പോകും. അത്ര വലിപ്പമുണ്ട്. പിന്നെ മുഖത്തു കുരുകുരുപ്പുണ്ടാക്കിക്കൊണ്ടു നിറയെ രോമം വളർന്നിരിക്കുന്നു. അവൻ മുഖം തടവി നോക്കി. എന്തൊരു ചൊറിച്ചിലാണ്...

വലിയ ആളായെങ്കിലും കരിനീലി നേരിട്ടുവന്നാൽ എന്തു ചെയ്യും? ഒരു മുലയെടുത്തു ചുമലിലിട്ട് മാറത്തടിച്ചുകൊണ്ടാണത്രേ കരിനീലി കൊടുങ്കാറ്റുപോലെ പാഞ്ഞുവരുന്നത്. കാണാനിടവരരുതേ!

തനിയെ നില്ക്കുമ്പോൾ വന്നാലോ? ഒരു കഷണം ഉണ്ണിപ്പിണ്ടിയുണ്ടെങ്കിൽ ജയിച്ചു. ഉണ്ണിപ്പിണ്ടി കൊണ്ടെറിഞ്ഞാൽ കരിനീലി പേടിച്ചോടും. ആരാണിതു പറഞ്ഞുതന്നത്?

അച്ഛന്റെ വീട്ടിലെ ഏട്ടത്തി പറഞ്ഞതാണ്. വളരെ വളരെ മുമ്പ്. എന്നാലും ഓർമ്മയുണ്ട്. പട്ടുകോണമുടുത്തുനടന്ന കാലത്ത് പുഴവക്കിലിരുന്നു മണൽമാന്തി കളിച്ചപ്പോളാണോ?

ദേവകിയേട്ടത്തിയോ? അമ്മയോ? അമ്മ ഇന്നില്ലല്ലോ! കുടപ്പനക്കൂട്ടത്തിനപ്പുറത്തു കാടുപിടിച്ചു കിടക്കുന്ന മണ്ണിലാണിപ്പോൾ അമ്മ. കാതുമുറിഞ്ഞ മീനാക്ഷിയേട്ടത്തിയും അമ്മയുംകൂടി പണ്ടു നടപ്പുരയിലിരുന്നു പറഞ്ഞതാണോ?

അതോ അമ്മുക്കുട്ടിയോ?

അപ്പോൾ പശുക്കുട്ടിയുടെ പുറത്ത് ഒരു കാക്ക പറന്നുവന്നിരുന്നു. കാക്ക കള്ളത്തിയാണ്. കാക്കയ്ക്ക് ഒരു കണ്ണേയുള്ളൂ. അതെല്ലാം വേലായുധനറിയാം. കുട്ടിക്കാലത്തു പഠിച്ച കാക്കക്കുയിലേ കരിങ്കുയിലേ എന്ന പാഠമാലകൂടി അറിയാം. അവന് ഒരുപാടുകാര്യങ്ങൾ വിവരമുണ്ട്. എന്നിട്ടും എന്തു പറഞ്ഞാലും, എന്തു ചെയ്താലും ആളുകൾ പറയും. “ബുദ്ധിക്ക് സ്തിരല്യാണ്ടായി. മുജ്ജന്മസുകൃതം!”

“ആ തള്ളടെ കണ്ണു ചീമ്പീതു നന്നായി. ഇതൊക്കെ കാണാണ്ടു കഴിഞ്ഞൂലോ...”

ഈ ആളുകൾക്കെല്ലാം തന്നോടു വിരോധമാണെന്ന് വേലായുധൻ മനസ്സിലാക്കിയിട്ടുണ്ട്. പശുക്കുട്ടിയുടെ പുറത്തിരുന്ന കാക്ക കൊത്തിപ്പറിക്കുന്നതു നോക്കി നിൽക്കുമ്പോൾ ആരോ പതുക്കെ വിളിച്ചു:

"കുട്ട്യേട്ടാ!"

ആദ്യം ഞെട്ടിപ്പോയി: കരിനീലിയാണോ? പക്ഷേ, കരിനീലി കുട്ട്യേട്ടനെന്നു വിളിക്കില്ലല്ലോ. അയ്യേ, താനൊരു വിഡ്ഢിയാണ്!

തിരിഞ്ഞുനോക്കിയപ്പോൾ പത്തായപ്പുരയുടെ താഴത്തെ ജനാല തുറന്നിരിക്കുന്നു... അഴിയും പിടിച്ചുകൊണ്ട് അമ്മുക്കുട്ടി നിൽക്കുന്നു.

കരിനീലിയല്ല, അമ്മുക്കുട്ടിതന്നെ. എന്നാലും ആദ്യം പേടിച്ചുപോയി. കേട്ടോ? അതോർത്തപ്പോൾ വേലായുധൻ വെറുതെ പൊട്ടിച്ചിരിച്ചു. താനൊരു വിഡ്ഢിയാണ്!

മൈലാഞ്ചിയിട്ടു തുടുത്ത വിരൽത്തുമ്പിലാണു നോക്കിയത്. ചെമ്പഴുക്കയായ മുള്ളിൻപഴംപോലുണ്ട്. മഞ്ഞച്ചുമിനുങ്ങുന്ന പട്ടുകുപ്പായത്തിൽ തലമുടി ചിതറി കിടക്കുന്നു. അങ്ങനെ അമ്മുക്കുട്ടിയെ നോക്കി നിൽക്കുമ്പോൾ അവൾ വീണ്ടും വിളിച്ചു:

"കുട്ട്യേട്ടാ!"

എന്താണു പറയേണ്ടതെന്ന് വേലായുധനറിഞ്ഞുകൂടാ. ഒളോർമാങ്ങയുടെ നിറമുള്ള കവിൾത്തടത്തിൽനിന്നു കണ്ണുപറിച്ചെടുക്കാൻ തോന്നുന്നില്ല.

"എന്താ കുട്ട്യേട്ടൻ നോക്ക്ണ്?"

"ഉം-ഉം."

"എന്താ കുട്ട്യേട്ടൻ മിറ്റത്തെറങ്ങി നിൽക്ക്ണ്?"

"ഉം-ഉം."

"കുട്ട്യേട്ടൻ പൊറത്ത് നടക്കണ്ടാ."

അപ്പോൾ അവൻ പതുക്കെ വീണ്ടും മിഴികളുയർത്തി. അമ്മുക്കുട്ടിയുടെ കണ്ണുകളിൽച്ചെന്നു മുട്ടിയപ്പോൾ ആകെ പരിഭ്രമിച്ചുപോയി.

മഞ്ഞച്ച പട്ടുകുപ്പായത്തിന്റെ താഴെ അമ്മുക്കുട്ടിയുടെ വയർ കാണുന്നു. അവനല്പം നാണം തോന്നി.

"അച്ചുന്നായര് കാണ്ണേന്റെ മുമ്പേ..."

അമ്മുക്കുട്ടി എന്തോ പറയാൻ ഭാവിച്ചു. അപ്പോൾ അച്യുതൻ നായരുടെ രോമംനിറഞ്ഞ പരുക്കൻകൈത്തണ്ടയുടെ കാര്യം അവൻ മറന്നു. ജനാലയുടെ അഴിയിൽപ്പിടിച്ച ആ തുടുത്ത വിരൽത്തുമ്പത്ത് ഒന്നു തൊട്ടാലോ?

"എങ്ങനെ മുട്ട്മ്പല് തോല് പോയത്?"

അവനൊന്നും മിണ്ടിയില്ല.

ആ തുടുത്ത വിരൽത്തുമ്പ്... ചെമ്പഴുക്കയായ മുള്ളിൻപഴംപോലെയുള്ള വിരൽത്തുമ്പ്...

"എന്തിനേ ന്നലെ തല്ല് കിട്ടിയത്?"

അതിനും അവൻ മറുപടി പറഞ്ഞില്ല.

"എന്താ ആലോചിക്കണേ?"

തല തിരിച്ചുപിടിച്ച് അമ്മുക്കുട്ടി ചെവിടോർത്തു, അമ്മാമ വരുന്നുണ്ടോ?

വേലായുധൻ അപ്പോഴും ആലോചിക്കുകയായിരുന്നു: ഒന്നു തൊട്ടാലോ? ഒന്നു തൊട്ടാലോ?

"കുട്ട്യേട്ടന്റെ സൂക്കടൊക്കെ മാറും."

"ഉം."

"അച്ചുന്നായര് പറേണത് കേട്ട് നടക്കണം."

"ഉം."

"അല്ലെങ്കിൽ വെറുതെ തല്ല് കിട്ടില്ല്യേ?"

"ഉം."

"മിനിഞ്ഞാന്ന് രാത്രി എന്തിനേ നെലോളിച്ച്?"

"ഉം-ഉം."

അമ്മുക്കുട്ടി ജനാലയിൽനിന്നു കൈയെടുത്തപ്പോൾ സങ്കടം തോന്നി. അവൾ പുറംതിരിഞ്ഞുനിന്ന്, മുണ്ടഴിച്ച് പതുക്കെ ഒന്നു കുടഞ്ഞ് മുറുക്കിച്ചുറ്റി, വീണ്ടും ജനലിൽ കൈവെച്ചപ്പോൾ ആശ്വാസമായി.

പേടിച്ചുപേടിച്ചുകൊണ്ടാണ് ചോദിച്ചത്: "ഒന്നു തൊടട്ടെ."

അപ്പോൾ അമ്മുക്കുട്ടിയുടെ മുഖത്ത് ഒരു ചിരി വിടർന്നു. വേലായുധൻ അതു കണ്ടു. ഗോപിയും ശങ്കരൻകുട്ടിയും അവനെന്തെങ്കിലും പറഞ്ഞാൽ ചിരിക്കാറുണ്ട്. അതുപോലെ പരിഹാസമില്ല. അമ്മുക്കുട്ടി ചിരിക്കുന്നതു കണ്ടപ്പോൾ എന്തോ അവനു കരച്ചിലാണു വന്നത്.

അവൻ പതുക്കെ ആ വിരലുകളിൽ തൊട്ടു.

തളർന്ന കണ്ണുകളോടെ അമ്മുക്കുട്ടി അതു നോക്കിനിന്നു.

"കുട്ട്യേട്ടൻ പൊയ്ക്കോളൂ. അച്ചുന്നായരൊറ്റെ വരും..."

അവൻ അനങ്ങിയില്ല.

"പൊയ്ക്കോളൂന്ന്..."

അവൾ പരിഭവം കാണിച്ചു. അവനപ്പോഴും അവിടെത്തന്നെ നിന്നതേയുള്ളൂ.

പത്തായപ്പുരയുടെ മുകളിലേക്കുള്ള കോണികയറി അവൾ പോകുന്നതു നോക്കിക്കൊണ്ട്, വേലായുധൻ തെല്ലിട നിന്നു.

പടിഞ്ഞാറേ പടി കയറി ഇടവഴിയിലൂടെ ഒരു മൂളിപ്പാട്ടു പാടിക്കൊണ്ട് അവൻ നടന്നു. ചുമലിലൂടെ വീണ മുടിച്ചുരുളുകൾ ചിതറിക്കിടന്ന മഞ്ഞക്കുപ്പായം. ഒളോർമാങ്ങയുടെ നിറമുള്ള കവിളുകൾ... അമ്മുക്കുട്ടിയെ കാണാനെന്തു ചന്തമാണ്! മടക്കിക്കുത്തിയ തന്റെ മുണ്ടൊന്നഴിച്ചിട്ടു നോക്കിയപ്പോൾ വേലായുധനു നാണം തോന്നി. ചെളിവെള്ളത്തിന്റെ നിറമാണ്. എന്തു വൃത്തികേട്! ശരീരം നിറയെ മണ്ണുണ്ട്. മുഖം തടവി നോക്കിയപ്പോൾ നിറയെ കുറ്റിരോമങ്ങൾ. വിളക്കത്രെ ഗോവിന്ദൻ വന്നാൽ അവന്റെ മുമ്പിൽപ്പോയിരിക്കാൻ ഇനി മടികാണിക്കില്ല.

അമ്മുക്കുട്ടിയുടെ ശരീരത്തിൽ തീരെ അഴുക്കില്ല. കറുത്തകരയുള്ള മുണ്ടിനു നല്ല തൂവെള്ളനിറം. അവൾ ജനാലയ്ക്കടുത്തു നിൽക്കുമ്പോൾ മട്ടിപ്പശയുടെയും കൈതപ്പൂവിന്റെയും മണമുണ്ടായിരുന്നു. വേലായുധൻ തന്റെ കൈത്തണ്ട മൂക്കിനോടടുപ്പിച്ചു. ഹായ്, കോഴിക്കാട്ടത്തിന്റെ ദുർഗന്ധം! ഓക്കാനം വരുന്നു.

അപ്പോൾ, വിരലിൽ തൊടുന്നേരം ചളി പറ്റുകയില്ലേ? അമ്മുക്കുട്ടിക്ക് അറച്ചുകാണും.

തൊട്ടത് അമ്മായി കണ്ടിരുന്നെങ്കിൽ പിന്നെ നോക്കണ്ട. എത്രപേരുടെ വകയായിരിക്കും അടി!

എല്ലാവരുടെയും തല പൊട്ടിത്തെറിക്കട്ടെ! അമ്മാമയും അച്യുതൻ നായരും അമ്മായിയും വലിയമ്മയും എല്ലാം; ശങ്കരൻകുട്ടിയും. അവൻ വെറുതെ പരിഹസിക്കും. ഉറക്കെ ആർത്തുചിരിക്കും; എന്തു കാണിച്ചാലും. എന്നിട്ട് അടുത്തു വല്ല കുട്ടികളുമുണ്ടെങ്കിൽ അവരോടു വിളിച്ചു പറയും:

"അതേയ്, ഈ വേലായ്തേട്ടന് നൊസ്സാ."

അവന്റെ തലയും പൊട്ടിത്തെറിക്കട്ടെ!

അമ്മുക്കുട്ടി പരിഹസിക്കുകയില്ല. അവൾ വേദനിപ്പിക്കാറുമില്ല. ഭഗവതീ, അവൾക്കു നല്ലതു വരുത്തണേ!

ഇടവഴിയുടെ ഇരുവശത്തും മുളങ്കാടുകളാണ്. താഴെ സർപ്പക്കാവ്. വള്ളിക്കൂട്ടങ്ങൾ പാമ്പുകളെപ്പോലെ കെട്ടുപിണഞ്ഞുകിടക്കുന്നു. പകലായതുകൊണ്ട് ഭയപ്പെടാനൊന്നുമില്ല. രാത്രിയിൽ അവിടെ ചെകുത്താന്മാർ തീക്കട്ടകൾ ചവച്ചുകൊണ്ടു തുള്ളിക്കളിക്കും.

ഇടവഴി ചെന്നെത്തുന്നത് കുന്നിന്റെ ചെരുവിലാണ്. അവിടെ ഗോമാവിന്റെ ചുവട്ടിലെ കിണറ്റിൽനിന്നു ചെറുമികൾ വെള്ളം കോരുന്നുണ്ട്. വേലായുധൻ അങ്ങോട്ടു നോക്കിയില്ല.

"ചെര്യമ്പ്രാൻ എങ്ങട്ടാ?"

അവൻ മിണ്ടിയില്ല; അവൾക്കതറിഞ്ഞിട്ടെന്തുവേണം? അമ്മാമയോടു പറയാനാണോ? അച്യുതൻനായരെ വിളിച്ചുവരുത്താനാണോ?

വഴിവക്കിൽ ചെമ്മണ്ണ് വെട്ടിയുണ്ടാക്കിയ ആകൃതിയൊത്ത കുഴിയിലേക്ക് ഊക്കോടെ ഒരു കല്ലെറിഞ്ഞു! അവൻ പതുക്കെപ്പതുക്കെ കുന്നു കയറി.

അപ്പോൾ വെള്ളം കോരുന്ന ചെറുമി കുഞ്ഞിന്റെ തലയിൽ വെളിച്ചെണ്ണ പുരട്ടുന്ന കൂട്ടുകാരിയോട് പറഞ്ഞു: "അയിനേങ്ങനെ പൊറത്ത് വിട്ണത് എന്തിനാണ്?"

"ആ മേലാൻ കെടന്ന് ഒറങ്ങാരിക്കും."

വേലായുധൻ അവർ പറയുന്നതു ശ്രദ്ധിച്ചില്ല. തിരിഞ്ഞുനോക്കാതെ കുന്നുകയറി. കണ്ണാന്തളികൾ ചെരുവിൽ നിറയെ ഉണങ്ങിനിൽക്കുകയാണ്. കുന്നിന്റെ വയറിലൊരരിമ്പാറപോലെ കിടക്കുന്ന പാറക്കെട്ടുണ്ട്. അവിടെ ചിതറിക്കിടക്കുന്ന പനങ്കുരു പെറുക്കിയെടുക്കണമെന്നു തോന്നിയിട്ടാണ് വേലായുധൻ അതിന്മേൽ കയറിയത്. പാറക്കെട്ടിന്റെ നെറുകയിൽനിന്നു നോക്കുമ്പോളല്ലേ; എന്തൊരദ്ഭുതമാണ് കാണുന്നത്! താഴെ പാമ്പിൻകാവും അപ്പുറം കവുങ്ങിൻതോപ്പും അതിനിടയിൽ വീടിന്റെ ഓടുമേഞ്ഞ മേല്പുരയും കാണാം.

ദൂരെ കിഴക്കു കട്ട വിണ്ടുകിടക്കുന്ന പാടങ്ങൾ. മറുകരയിൽ ചെമ്മണ്ണു നിറമുള്ള നിരത്ത്. അതിനപ്പുറം പുഴയാണ്. മണൽത്തിട്ടിന്റെ അരികിലൂടെ പുഴ ഒഴുകുന്നു.

മണൽത്തിട്ടു കണ്ടപ്പോൾ വേലായുധന്റെ മനസ്സിൽ ചില ഓർമ്മകളുയർന്നു: വെള്ളരിവള്ളികൾ പടർന്നുകിടക്കുന്ന മണൽത്തിട്ട്... കാലിക്കൂട്ടങ്ങളെ കഴുകാൻ കൊണ്ടുവരുന്ന ചെറുമക്കുട്ടികൾ... കയറിൽ കുരുത്തോലകൾ കെട്ടി വെള്ളത്തിലൂടെ വലിച്ചുകയറ്റിപ്പോകുന്ന മീൻപിടിത്തക്കാർ....

അമ്മ പറഞ്ഞു: "ഇറങ്ങണ്ട മോനേ, വെള്ളത്തിൽ നീരാളിയുണ്ട്..."

നീരാളിക്ക് ആയിരം കൈയുണ്ടെന്നു പറഞ്ഞതും അമ്മയല്ലേ? ആ മണൽത്തിട്ടിൽ ഒന്നു തലകുത്തി മറിഞ്ഞു കളിക്കാൻ തോന്നി. പക്ഷേ, അച്യുതൻനായർ സമ്മതിക്കില്ല. അമ്മാമ സമ്മതിക്കില്ല. ആരും സമ്മതിക്കില്ല.

മുത്തശ്ശിമാത്രം പറഞ്ഞാൽ കേട്ടുവെന്നു വരും. എന്നാലും പറയുന്നത്:

"ഒക്കെ ആവാം വേലായ്ധാ, നെന്റെ ദെണ്ണം മാറട്ടെ..."

എന്തു പറഞ്ഞാലും കേൾക്കുന്നത് ഒന്നുതന്നെയാണ്: "ദെണ്ണം മാറട്ടെ..."

"ദെണ്ണം നിങ്ങളുടെയൊക്കെ - വേണ്ട, പറയിക്കണ്ട."

ഇവരെ മുഴുവൻ കൊന്നുകളയണം; ആ വലിയ വീടിനു തീ കൊടുക്കണം. എന്നാൽ എല്ലാവരും ചത്തുപോകുമല്ലോ. എല്ലാവരും വേണ്ട; അമ്മുക്കുട്ടി മാത്രം ബാക്കിയുണ്ടാവണം. എല്ലാം കത്തിയെരിഞ്ഞു കഴിയുമ്പോൾ അവർ രണ്ടുപേർ മാത്രമാവും. പക്ഷേ, തനിയെ താമസിക്കുന്നതെങ്ങനെ? പ്രേതങ്ങളായിരിക്കും, നിറയെ. വീടു മുഴുവൻ പ്രേതങ്ങളാണ്. പടിപ്പുരയിൽ, നാലു പുരയിൽ, പത്തായപ്പുരയിൽ എല്ലാം. മുത്തശ്ശിക്ക തെല്ലാമറിയാം. പ്രേതങ്ങൾ പണ്ടു കാരണവന്മാരായിരുന്നു.

പടിപ്പുരയിൽ ചാത്തുമ്മാനാണ്. രാത്രിയിൽ മരുമകളുണ്ടാക്കിക്കൊടുത്ത കോഴിയിറച്ചി തിന്നു വെള്ളത്തിനുവേണ്ടി നിലവിളിച്ചുകൊണ്ടു മരിച്ചു. ഇറച്ചിയിൽ പാഷാണമായിരുന്നു. നിലവിളി കേട്ട് ആരും പോയില്ല.

ഇപ്പോഴും പടിപ്പുരയിൽനിന്നു പാതിരയ്ക്ക് ദാഹം സഹിക്കാതെ മരണവേദനയോടെ നിലവിളിക്കുന്നതു കേൾക്കാം വേലായുധൻ രാത്രി മുഴുവൻ ചെവിടോർത്തു കിടക്കും.

എല്ലാം കത്തിനശിച്ചാൽ പത്തായപ്പുരയിൽനിന്നു ചെപ്പുകുടം കിട്ടും. അതിൽ നിറയെ പൊന്നുറുപ്പികയും ആമാടക്കൂട്ടുമാണ്. ധാരാളം പൊന്നുണ്ടെങ്കിൽ ഈ താന്നിക്കുന്നിന്റെ മുകളിൽ ഇപ്പോൾ ചെറുമൻ ചാത്തപ്പൻ ചാളകെട്ടിയ സ്ഥലത്ത് വലിയ വീടു പണി ചെയ്യാം. കൊട്ടാരംപോലെ വലിയ വീട്. പൂക്കൾ പിടിപ്പിച്ച വർണമുള്ള ജനാലകൾ, ചുമരിൽ നിറയെ ചിത്രങ്ങൾ, സ്വർണപാത്രങ്ങൾ, മാനത്തോളമുയരത്തിൽ മാളിക.

ഒരു രാത്രിയിൽ കണ്ടോളൂ, എല്ലാം തീയാണ്. ചുവന്ന നാവിളക്കി പാളുന്ന തീനാളങ്ങളായിരിക്കും അവിടെയെല്ലാം. പൊന്നുറുപ്പികയും ആമാടക്കൂട്ടുകളും നിറച്ച ചെപ്പുകുടവുമെടുത്ത് താന്നിക്കുന്നിന്റെ മുകളിലേക്ക് ഒറ്റനടത്തം.

കസവുള്ള കുപ്പായമിട്ട് രാജകുമാരനെപ്പോലെയാണ് പിന്നെ നടക്കുക. അമ്മുക്കുട്ടിയുടെ കണ്ണഞ്ചിപ്പോവും.

ഇന്നുതന്നെ തീ വെച്ചാലോ?

ആദ്യം പത്തായപ്പുരയ്ക്കുതന്നെ. അമ്മാമയാണ് ആദ്യം കത്തിച്ചാ വേണ്ടത്. അച്യുതൻനായരെ കൊണ്ടുവന്നു കാവലിനാക്കിയത് അമ്മാമയാണ്. പുറത്തുകടന്നാൽ കാലുകൊത്തുമെന്നു പറഞ്ഞത് അമ്മാമയാണ്. ശങ്കരൻകുട്ടിയുടെ പുറത്തു കൈവെച്ചതിനാണ് ഒരിക്കൽ ഓലമടലിന്റെ തണ്ടുകൊണ്ടടിച്ചത്. അച്യുതൻനായരുടെ രോമം നിറഞ്ഞ കൈത്തണ്ടയേക്കാളും വണ്ണമുള്ള ഓലമടൽ.

രാത്രി മുഴുവൻ അമ്മാമ ചെപ്പുകുടം തിരഞ്ഞുനോക്കുകയാവും.

പക്ഷേ, അതാർക്കും കിട്ടില്ല. താശ്ശമ്മാൻ ചെപ്പുകുടം കുഴിച്ചിട്ടത് എവിടെയാണെന്ന് ആർക്കും അറിഞ്ഞുകൂടാ, താശ്ശമ്മാനുകൂടി.

വളരെ വളരെ മുമ്പാണെന്ന് മുത്തശ്ശി പറഞ്ഞു. മുത്തശ്ശിക്ക് ഓർമ്മ യില്ല. മുത്തശ്ശിയുടെ മുത്തശ്ശി പട്ടുകോണമുടുത്തു നടക്കുന്ന കാല ത്താണത്രേ. താശമ്മാൻ നെൽക്കച്ചവടം ചെയ്തു കാശുണ്ടാക്കി. അന്നെല്ലാം പൊന്നുംകൊണ്ടാണ് കാശ്. പൊന്നുറുപ്പികയും ആമാട ക്കൂട്ടുകളും കുടത്തിലാക്കി കുഴിച്ചിട്ടു. താശമ്മാനു ഭ്രാന്തായി.

ചെപ്പുകുടം കുഴിച്ചിട്ടത് എവിടെയാണെന്ന് ഓർമ്മയില്ല. കന്മഴുവും ചുമലിൽവെച്ച് നിലം മുഴുവൻ കൊത്തിയും കിളച്ചും നടന്നു. അവസാനം മരിച്ചു.

ഇപ്പോഴും രാത്രിയിൽ കന്മഴു നിലത്തുപതിക്കുന്ന ശബ്ദം കേൾക്കാം. വേലായുധൻ രാത്രി മുഴുവൻ ചെവിടോർത്തു കിടക്കും. സന്ധ്യ കഴി ഞ്ഞാൽ പിന്നെ പത്തായപ്പുര കണ്ടാൽ ഭയമാണ്. താശ്ശമ്മാൻ കന്മഴു വെടുത്ത് പുറപ്പെട്ടിട്ടുണ്ടാവും...

പാവം! താശ്ശമ്മാനു ഭ്രാന്തായിരുന്നു. ഭ്രാന്തായാൽ എല്ലാം മറന്നു പോവുമത്രേ. വേലായുധൻ ഒന്നും മറന്നിട്ടില്ല. എല്ലാം നല്ലപോലെ ഓർമ്മ യുണ്ട്. അമ്മയെ ഓർക്കുന്നു. കുടപ്പനക്കൂട്ടത്തിനപ്പുറം അമ്മയെ മറവു ചെയ്തതുകൂടി ഓർമ്മയുണ്ട്. ചെറുപ്പത്തിൽ അമ്മുക്കുട്ടിയുടെ കൂടെ പഠിക്കാൻ പോയത് ഓർമ്മയുണ്ട്. മുറ്റത്തുവെച്ച് മാപ്പിളമാർ ഭ്രാന്തൻ നായയെ തല്ലിക്കൊല്ലുന്നത് കുത്തഴിയിലൂടെ നോക്കിനിന്നത്. പുറത്തു വന്നു നോക്കിയപ്പോൾ ചാണകം മെഴുകിയ മുറ്റത്ത് ചോരയുണ്ടായിരുന്നു. പാവം തോന്നി. നായയ്ക്കു ഭ്രാന്തായിരുന്നു. ഭ്രാന്തായാൽ തല്ലി ക്കൊല്ലണോ? കടന്നൽക്കൂടിളകി പാടം നിറയെ പറന്നുനടന്നപ്പോൾ പേടിച്ചു; വിളഞ്ഞ നെൽവയലുകൾക്കിടയിൽ ഒളിച്ചിരുന്നു. അന്ന് അമ്മു ക്കുട്ടി കൂടെയുണ്ടായിരുന്നു. അന്നവൾ കൊച്ചുപെണ്ണാണ്. ഇത്ര ചന്ത മില്ല കാണാൻ.

എന്തെല്ലാം സംഭവങ്ങളാണ്! അവന് എല്ലാം ഓർക്കാൻ കഴിയുന്നുണ്ട്. അപ്പോ ഭ്രാന്തില്ല. തനിക്കു ഭ്രാന്തില്ല.

എന്നിട്ടും ശങ്കരൻകുട്ടി പറഞ്ഞു, ഗോപി പറഞ്ഞു, അയൽവീട്ടിലെ മാളു പറഞ്ഞു, അവനു ഭ്രാന്താണത്രേ! അവർക്കാണ് ഭ്രാന്ത്. അവരുടെ തന്തയ്ക്കും തള്ളയ്ക്കുമാണ് ഭ്രാന്ത്. കൊന്നുകളയണം; നുണപറഞ്ഞ് മനുഷ്യനെ ദ്രോഹിക്കാൻ നടക്കുന്ന ഇവരെ മുഴുവൻ കൊല്ലണം.

നല്ല മൂർച്ചയുള്ള ഒരു മടവാക്കത്തി വേണം.

കണ്ണാന്തളിപ്പൊന്തകൾക്കിടയിൽ മേഞ്ഞുനടക്കുന്ന ഒരു കറുത്ത ആട്ടിൻകുട്ടി തല പുറത്തുകാട്ടി പതുക്കെ ഒന്നു കരഞ്ഞു.

വേലായുധൻ ഒന്നു ഞെട്ടി. പാറക്കെട്ടിൽനിന്നു താഴത്തിറങ്ങി. ആട്ടിൻകുട്ടി തന്നെയാണോ? വീണ്ടും നോക്കുമ്പോൾ ആട്ടിൻകുട്ടിയെ കാണാനില്ല. കരിനീലി ആട്ടിൻകുട്ടിയുടെ രൂപത്തിൽ വന്നുമറഞ്ഞിരിക്കുകയാവുമോ? ഭീതിയോടെ ചുറ്റും അവൻ കണ്ണോടിച്ചു. തിളങ്ങുന്ന മഞ്ഞ വെയിലിൽ അവിടവിടെ കറുത്തിരുണ്ട രൂപങ്ങൾ ഒത്തുകൂടുകയാണോ? സമീപത്തെ കരിമ്പാറക്കെട്ട് തലകുലുക്കി എഴുന്നേൽക്കുന്നുണ്ടെന്നു തോന്നി. വെയിൽ പതുക്കെ മായുകയും കുന്നിൻചെരുവിലേക്ക് ഇരുട്ട് കയറിവരികയുമാണ്. ഇരുട്ടിൽ നിറയെ തീക്കട്ട ചവയ്ക്കുന്ന പിശാചുക്കളുണ്ട്. വിവശനായി, കണ്ണടച്ച്, കിതച്ചുനിൽക്കുമ്പോൾ ഇരുട്ടിൽ നിന്നൊരു ശബ്ദം കേട്ടു: "വേലായുധാ..."

ഒരു പരുപരുത്ത കൈപ്പത്തി അവന്റെ ചുമലിൽ തൊട്ടു.

"എന്നെ കൊല്ലല്ലേ... എന്നെ കൊല്ലല്ലേ..."

"വേലായുധാ!"

"എന്നെ കൊല്ലല്ലേ... എന്നെ കൊല്ലല്ലേ..."

കണ്ണിറുക്കെ ചീമ്പി അവൻ ഇരുട്ടിലൂടെ ഊളിയിട്ടു... അപ്പോഴും അവൻ ഉച്ചത്തിൽ കരയുകയായിരുന്നു:

"എന്നെ കൊല്ലല്ലേ... എന്നെ കൊല്ലല്ലേ!"

## II

**ക**ണ്ണുകളിൽനിന്ന് ഇരുട്ടുനീങ്ങിയപ്പോൾ പുറത്തെ വാഴക്കൂട്ടത്തിൽ നിലാവെളിച്ചം ഒളിച്ചുകളിക്കുകയായിരുന്നു.

മുറിയിൽ ഇരുട്ടാണ്. പായിൽ നിവർന്നിരുന്നപ്പോൾ നെറ്റിയിൽ പുകച്ചിലും നൊമ്പരവും തോന്നി. ചുമരും ചാരിക്കൊണ്ട് ഇരുന്നു. ഒച്ചയും അനക്കവുമില്ല. പുറത്തെ നിഴൽപ്പാടുകളിൽ എന്തെല്ലാമോ അനങ്ങുന്നുണ്ട്. കറുത്ത രൂപങ്ങൾ അവിടവിടെ പതുങ്ങിനിൽക്കുകയാണ്. പക്ഷേ, മുറിക്കകത്തായതുകൊണ്ട് ഭയപ്പെടാനില്ല. കൊച്ചു കിളിവാതിലിലൂടെ പിശാചുക്കൾ എങ്ങനെ അകത്തു കടക്കാനാണ്?

പപ്പായത്തിന്റെ ഇലകൾക്കിടയിൽ ആകാശത്തിന്റെ ഒരു പൊളി കാണാം. രസക്കുടുക്കകൾപോലെ ചന്തമുള്ള നക്ഷത്രങ്ങൾ കാണാം. നോക്കിയിരിക്കുമ്പോൾ തിളക്കമുള്ള നക്ഷത്രങ്ങൾ മുഴുവൻ ഇരുണ്ടുപോയി. കറുത്ത നക്ഷത്രങ്ങളുണ്ടാവുമോ? കാൽമുട്ടുകളിൽ ശിരസ്സമർത്തിക്കൊണ്ടിരുന്നു. കണ്ണടച്ചിരിക്കുമ്പോൾ കറുപ്പും ചുകപ്പുമായ കൊച്ചുകുമിളകൾ കണ്ണിനകത്തുനിന്നു പൊട്ടിവിടർന്നുവരികയാണ്..

വെളിച്ചം മുറിയിലേക്ക് കടന്നുവരുന്നതും കാത്ത് ഇരുന്നു...

പകൽ വരുമ്പോൾ വാഴക്കൂട്ടങ്ങളുടെയും പുല്ലാനിപ്പൊന്തകളുടെയും ഇടയിൽനിന്ന് ഇരുണ്ട രൂപങ്ങൾ ഓടിയൊളിക്കും.

അച്യുതൻനായർ ഉറക്കമുണർന്നോ എന്നു നോക്കുമ്പോഴാണ് അവന് അടക്കാനാവാത്ത അരിശം തോന്നിയത്. വാതിൽ പുറത്തുനിന്ന് അടച്ചിരിക്കുന്നു. അതു പതിവില്ലാത്തതാണ്.

"വാതിലു തൊറക്കിൻ."

അവൻ വിളിച്ചുപറഞ്ഞു.

മറുപടിയില്ല.

കുറേക്കൂടി ഉച്ചത്തിൽ വിളിച്ചു: "വാതിലു തൊറക്കിൻ."

ഇല്ല, അനക്കമില്ല.

തുടർന്ന് അരിശത്തോടെ വാതിലിൽ ചവിട്ടി. വീണ്ടും വീണ്ടും ചവിട്ടി. പൊളിയട്ടെ, പൊളിയട്ടെ.

വാതിൽ തുറക്കപ്പെട്ടു.

അച്യുതൻനായരാണ്. പിറകിൽ അമ്മാമയുണ്ട്. രണ്ടുപേരെയും ഒരുമിച്ചു കണ്ടപ്പോൾ ഭയംതോന്നി. ഒരാൾ പിടിച്ചുനിർത്തുക. മറ്റേയാൾ തല്ലുക. എന്താണിവരുടെ ഭാവം. ഇപ്പോൾ ഒരു മടവാക്കത്തി ഉണ്ടായിരുന്നെങ്കിൽ ഒറ്റ വീശൽ. രണ്ടു തലയും താഴെയാണ്. തല ഒളിപ്പിച്ചുവെക്കും. ആവശ്യപ്പെട്ട് അവർ വന്നാലും കൊടുക്കില്ല.

അവരുടെ മുഖത്ത് നോക്കാതെ അവൻ നിലത്തു കണ്ണുകളുറപ്പിച്ചു നിന്നു.

അമ്മാമ പറഞ്ഞു: "എടാ, നീ വെറുതെ ന്റെ കയ്യ് ചീത്ത്യാക്കരുത്."

അച്യുതൻനായർ മാറത്തെ രോമക്കാടിനിടയിൽ ചറപറ മാന്തിക്കൊണ്ടു പറഞ്ഞു: "അഹമ്മതി കാട്ട്യാൽ എല്ല് ഞാൻ വെള്ളാക്കും. ഇനി പൊറത്തെറങ്ങണത് കാണട്ടെ."

"ശബ്ദം കേട്ടുപോകരുത്... ഒച്ചകേട്ടാൽ ഞാൻ പൊലീസിനെ വിളിച്ച് ഏല്പിച്ചുകൊടുക്കും."

അപ്പോൾ വേലായുധൻ മനസ്സിൽ വിചാരിച്ചു: എന്നാൽ പൊലീസിന്റെ തല വെട്ടണം.

"മടവാക്കത്തി കിട്ട്യാൽ തല ഞാൻ വെട്ടും..."

അവൻ പതുക്കെ പിറുപിറുത്തു. അമ്മാമ അല്പം അകന്നുനിന്നു. എന്നിട്ട് അച്യുതൻനായരോടു ചോദിച്ചു: "അച്ചുന്നായരേ, ആളുപദ്രവം തൊടങ്ങ്യോ?"

"ഇതൊക്കെ വെറുതെ കാട്ടാണ്." വേലായുധന്റെ നേരേ കണ്ണുരുട്ടി

നോക്കി അച്ചുതൻനായർ പറഞ്ഞു: "തെമ്മാടിത്തം കാട്ട്യാൽ ചെകിട് ഞാൻ മൂളിക്കും."

"അടച്ചിട്വാ ഭേദം." അമ്മാമ അഭിപ്രായപ്പെട്ടു.

അച്യുതൻനായർ വാതിലടച്ച് തിരിച്ചുപോയി.

ആ വാതിൽ അടഞ്ഞുതന്നെ കിടന്നു. രാവിലെയും വൈകുന്നേരവും അച്യുതൻനായർ പുറത്തുകൊണ്ടുപോകും. കുറച്ചു സമയം മാത്രം. അയാൾ ചുമലുരുമ്മിക്കൊണ്ടു കൂടെ നടക്കുന്നത് വേലായുധനു പിടിക്കുന്നില്ല.

അയാൾ മാത്രമേ ആ മുറിയിൽ വരുള്ളൂ.

ഇടയ്ക്ക് വാതിലിനപ്പുറത്തുനിന്നു മുത്തശ്ശിയുടെ ശബ്ദം കേൾക്കാം: "സുകൃതക്ഷയം, സുകൃതക്ഷയം."

പകൽ പടിഞ്ഞാറേ ചുമരിലെ കിളിവാതിലിനടുത്തിരിക്കാനാണ് വേലായുധനിഷ്ടം. അവിടെയിരുന്നാൽ വാഴത്തോട്ടവും മുറ്റത്തെ പപ്പായ മരവും ആട്ടിൻകൂടും കാണാം.

പപ്പായത്തിന്റെ ചുവട്ടിലിരുന്ന് ഗോപിയും ശങ്കരൻകുട്ടിയും തെക്കേപ്പാട്ടിലെ കുട്ടികളും കളിക്കുന്നുണ്ടാവും.

അവർ ചിലപ്പോൾ കിളിവാതിലിനടുത്തുവരും. കൊഞ്ഞനം കാണിച്ചുകൊണ്ട് ഓടിപ്പോവുകയും ചെയ്യും.

ഒരിക്കൽ ശങ്കരൻകുട്ടി ഒരു കല്ലെടുത്തെറിഞ്ഞു. അതു പുറത്താണു കൊണ്ടത്.

അടുത്ത ദിവസം അവനതിനു പകരം വീട്ടി.

ഓട്ടുഗ്ലാസാണ്. ഓട് കല്ലിൽത്തട്ടി വീഴുന്ന ശബ്ദം കേട്ടപ്പോൾ രസം തോന്നി. പുറത്തുനിന്നു നിലവിളിയുയർത്തു. കുറച്ചു കഴിഞ്ഞ് അച്യുതൻനായർ വാതിൽ തുറന്നുവന്നു.

"കുട്ടികളെ ഉപദ്രവിച്ചാലുണ്ടല്ലോ, നിന്റെ എല്ലു ഞാൻ സൂപ്പാക്കും."

വേലായുധൻ വിചാരിച്ചു: "ഒരു മടവാക്കത്തി കിട്ടിയെങ്കിൽ..."

"ഇനീം തെമ്മാടിത്തം കാട്ടോ? പൊലീസാരടെകൂടെ പോണോ?"

"അച്ചുന്നായരുടെ തല ഞാൻ വെട്ടും."

"എന്തടാ പറയിണ്?"

അപ്പോഴും അവൻ പിറുപിറുത്തു: "തല ഞാൻ എടുക്കും."

"നെന്റെ പൂത്യങ്ങട്ട് കഴിയട്ടെ."

അച്യുതൻനായർ രോമം നിറഞ്ഞ പരുക്കൻ കൈത്തണ്ട ഉയർത്തി.

"എന്നെ തല്ലണ്ട... എന്നെ തല്ലണ്ട..."

മുറിയുടെ മൂലയിലേക്കു പതുങ്ങിനിന്നുകൊണ്ട് കണ്ണീരിന്റെ ഉപ്പു ചുവയുള്ള ചുണ്ടുകൾ നക്കിക്കൊണ്ട്, അവൻ ഒരു ഞെരക്കംപോലെ പറഞ്ഞു:

"എന്നെ തല്ലല്ലേ... എന്നെ തല്ലല്ലേ..."

"മിണ്ട്-മിണ്ടാതിരിക്കാനല്ലേ പറഞ്ഞത്?"

"എന്നെ തല്ലല്ലേ, എന്നെ തല്ലല്ലേ."

പുറത്തുനിന്ന മുത്തശ്ശി അപ്പോഴും ആരോടെന്നില്ലാതെ പറഞ്ഞു: "സുകൃതക്ഷയം... സുകൃതക്ഷയം."

അച്യുതൻനായർ പോയപ്പോൾ തേങ്ങിക്കരഞ്ഞുകൊണ്ട് വീണ്ടും കിളിവാതിലിനടുത്തു വന്നിരുന്നു.

പുറത്തെ ഉച്ചവെയിലിലേക്കു നോക്കിനോക്കി ഇരിക്കുമ്പോൾ വാഴക്കൂട്ടങ്ങളിൽ ഇരുട്ടുവന്നു നിറയുന്നുണ്ടെന്നു തോന്നി.

ഉച്ചവെയിലും ഇരുട്ടും മാറിമാറി മറയുകയും തെളിയുകയുമാണ്.

ഇരുട്ടു നിറയുമ്പോൾ ഭയമാണ്. ഇരുട്ടിൽനിന്നു കൈകൾ കിളി വാതിലിലൂടെ നീണ്ടുവന്നാലോ? തീക്കട്ടകൾ ചവയ്ക്കുന്ന പിശാചുക്കൾ... മുടിയഴിച്ചിട്ടു പായുന്ന കരിനീലി...

രാത്രിയെയും ഇരുട്ടിനെയും അവൻ വെറുക്കുന്നു. രാത്രി മുഴുവൻ ചുമരും ചാരിയിരുന്നു ശ്രദ്ധിക്കുകയാണ് പതിവ്. കന്മഴു നിലത്തുവീഴുന്ന ശബ്ദം കേൾക്കുന്നുണ്ടോ? പടിപ്പുരയിൽനിന്നു ദാഹിച്ചുവരുന്ന ആരെങ്കിലും വിളിക്കുന്നുണ്ടോ?

മണ്ണുപുരണ്ട മാറിലേക്ക് കണ്ണുനീർ അടർന്നുവീണു... എന്തുമാത്രം വേദനയാണ്! പുറത്തേക്കു നോക്കാൻ വയ്യ. ഉച്ചവെയിൽ മായുന്നു. ഇരുട്ടു നിറയുന്നു...

തീക്കട്ട ചവയ്ക്കുന്ന പിശാചുക്കളെ പോറ്റുന്ന ഇരുട്ട്... അവൻ ചുമരിലേക്കു മുഖം തിരിച്ചിരുന്നു. തിരിഞ്ഞുനോക്കാൻ വയ്യ. കിളിവാതിലി നപ്പുറത്ത് എന്തോ അനങ്ങുന്നു. പതുക്കെപ്പതുക്കെ ചുമലിലൂടെ ഒന്നു നോക്കി.

നടുങ്ങിപ്പോയി. മുടിയഴിച്ചിട്ടിട്ടുണ്ട്. വായിൽ തീയുണ്ടോ? എന്തോ കിലുങ്ങുന്നു. കാലിലെ ചിലമ്പുകളാണോ?

"കുട്ട്യേട്ടാ!"

ഒരു നേർത്ത സ്വരം കേട്ടു.

ഭീതിയോടെ നിലത്തു മുഖമമർത്തി അവൻ കിടന്നു.

"കുട്ട്യേട്ടാ! ഇദ് ഞാനാണ്."

ഭയവും വേദനയും കലർന്ന സ്വരത്തിൽ അവൻ ഞരങ്ങി:

“എന്നെ കൊല്ലല്ലേ... എന്നെ കൊല്ലല്ലേ...”

ആ കിളിവാതിൽ ഓലത്തടുക്കുകൊണ്ടു മൂടി.

ഇപ്പോൾ, പകൽ ഓലക്കീറുകൾക്കിടയിലൂടെ നീണ്ടുവരുന്ന നേർത്ത പ്രകാശധാരമാത്രമാണ് ഇരുട്ടിൽ വിടവുണ്ടാക്കുന്നത്.

ദിവസങ്ങൾ പലതും കടന്നുപോയപ്പോൾ മുറിയിലെ ഇരുട്ട് അവനെ ഭയപ്പെടുത്താതായി. ചുറ്റും മൂലകളിൽ പതുങ്ങിയിരിക്കുന്ന കറുത്ത രൂപങ്ങൾ അവനെ കൊല്ലുകയില്ല. അവൻ അവന്റെ കൂട്ടുകാരായി. അവർ ചെവിയിൽ നൂറുകൂട്ടം കാര്യങ്ങൾ പറഞ്ഞുതരുന്നു. അവനും പറയാൻ പലതുമുണ്ട്. താശ്ശമ്മാൻ കുഴിച്ചിട്ട ചെപ്പുകുടം അവൻ എടുക്കാൻ പോകുന്നു... താന്നിക്കുന്നിന്റെ മുകളിൽ മാളികയുണ്ടാക്കും. അതിന്റെ ഏഴാനിലയിലിരുന്നു മണൽത്തിട്ടും പായ്വഞ്ചികൾ പോകുന്ന പുഴയും കാണും...

ഓലക്കീറിനിടയിലൂടെ ചിലപ്പോൾ കണ്ണുകൾ കാണാം. പുറത്തുനിന്ന് ആരെല്ലാമോ എത്തിനോക്കുന്നു.

പല ശബ്ദങ്ങളും കേൾക്കാം.

“തമ്പ്രാൻകുട്ടീടെ ഒരു യോഗേയ്...”

“ആ അമ്രാളിത് കാണാണ്ടെ കണ്ണടച്ചതു നന്നായി.”

“ഒന്നിമ്പോക്കണം പോന്ന ഒരാണാണ്. വല്ലാത്ത കഷ്ടം!”

അതൊന്നും അവനു കേൾക്കണ്ട.

ചുമരിൽ ഉറുപ്പികകൾപോലെ പതിയുന്ന വെളിച്ചത്തിന്റെ കൊച്ചുവൃത്തങ്ങൾ നോക്കിയിരിക്കും. മൂലകളിലെ ഇരുട്ടിൽ ഒളിഞ്ഞിരിക്കുന്ന കറുത്ത കൂട്ടുകാരോടു പലതും പറയും.

ഒരിക്കൽ ഇരുമ്പുപിഞ്ഞാണത്തിൽ ചോറുമെടുത്ത് അച്യുതൻനായർ വാതിൽ തുറന്നുവന്നപ്പോൾ, അവൻ മുമ്പിലേക്ക് ഛർദ്ദിച്ചു.

അയാൾ പിഞ്ഞാണം പുറത്തുവെച്ച് വാതിലടച്ചു പോയി. തിരിച്ചുവന്ന് വാതിൽ തുറന്നപ്പോൾ കൈയിൽ തടിച്ചൊരു പുളിവടി ഉണ്ടായിരുന്നു.

“ഇനി ചെയ്യോ?” എന്നു ചോദിച്ചടുത്തപ്പോൾ മാത്രമേ വേലായുധൻ വടി കണ്ടുള്ളൂ.

“മറയ്ക്കിരിക്കണമെങ്കിൽ വിളിക്കണംന്ന് എത്ര പ്രാവശ്യം പറഞ്ഞതാ നിന്നോട്?”

തോളിലാണ് ആദ്യത്തെ അടി വീണത്. പതിവുപോലെ വേലായുധൻ കരഞ്ഞില്ല. അരിശം കരളിലും കണ്ണിലും കത്തിപ്പടരുകയായിരുന്നു.

“എന്താടാ, നീ നോക്കി ദഹിപ്പിക്ക്വോ?”

വീണ്ടും അടി വീണു.

“ഇനി ചെയ്യോ? നെന്റെ ഭ്രാന്ത് ഞാൻ മാറ്റും.”

പുളിവടി വീണ്ടും വായുവിൽ പുളഞ്ഞു.

“ഇനി ചെയ്യോ?”

ബഹളം കേട്ട് വാതിൽക്കൽ മുത്തശ്ശി വന്നു. പിറകേ വലിയമ്മയും.

മുത്തശ്ശി ഇടറുന്ന തൊണ്ടയോടെ പറഞ്ഞു: “അച്യുതാ, അരുത്. ദൈവദോഷം ണ്ട്.”

“ഇതൊക്കെ വെറും തോന്ന്യാസാണ് കാള്വേമ്മേ.”

വലിയമ്മ തന്റെ പ്രമാണം പതിവുപോലെ പ്രസ്താവിച്ചു: “അടീലും മീതെ ഒരൊടീല്യ.”

അപ്പോഴേക്കും അമ്മാമയെത്തി. വാതിലിനടുത്തു വന്നു നിന്നപ്പോൾ അദ്ദേഹം മൂക്കുപൊത്തി. അച്യുതൻനായർ സംഗതി ഒന്നുകൂടി വിശദീകരിച്ചു: “രാവിലെയും വൈകുന്നേരവും വേലായുധനെ പുറത്തുകൊണ്ടു പോകുന്നുണ്ട്. എന്നിട്ടും അകം വൃത്തികേടാക്കിയിരിക്കുന്നു.”

“അറേല്ടാനും വയ്യാത്ത പാകായി, അല്ലേ?”

“എന്താ ഇതിനൊക്കെ പറേണ്ട്?”

“ഇങ്ങിന്യാച്ചാൽ ഈ വീട്ടിനകത്ത് എങ്ങിന്യാ പെരുമാറ്വാ? മനസ്സ് പിടിച്ച് വല്ലതും കഴിക്കാൻ വയ്ക്ക്വ്യോ?”

“വടക്ക്വോറത്തെ മുറീലിക്കാക്ക്യാലോ?”

അമ്മാമ ആലോചിച്ചു.

“അതിന് വാതിലില്ലല്ലോ. അതും കക്കൂസാക്ക്യാലോ? അടുക്കളയുടെ അടുത്താണേനീം.”

അച്യുതൻനായരും ആലോചിച്ചു. അമ്മാമയുടെ ചെകിട്ടിൽ പതുക്കെ എന്തോ പറഞ്ഞു.

പീളകെട്ടിയ നനഞ്ഞ കണ്ണുകൾ ധൃതിയിൽ തുറന്നടച്ചുകൊണ്ടു വാതിൽക്കൽ നിൽക്കുന്ന മുത്തശ്ശി അതു കേട്ടു. അവർ കണ്ണു തുടച്ചു കൊണ്ട് പറഞ്ഞു: “സുകൃതക്ഷയം... സുകൃതക്ഷയം. ഇതൊക്കീം ന്റെ കണ്ണോണ്ട് കാണേണ്ടി വന്നില്ലേ!”

മുത്തശ്ശി പറഞ്ഞത് ആരും ശ്രദ്ധിച്ചില്ല. അവർ അരിച്ചരിച്ച് പതുക്കെ നടന്നുപോയി.

വേലായുധൻ അന്ന് ഉണ്ടില്ല. പുറത്ത് അമ്മാമയും അച്യുതൻനായരും പതിഞ്ഞ സ്വരത്തിൽ എന്തെല്ലാമോ പറഞ്ഞത് അവൻ കേട്ടിട്ടുണ്ട്. അവർ തന്നെ കൊല്ലാൻ നിശ്ചയിച്ചിരിക്കുന്നു. ചോറിൽ വിഷം ചേർത്തിട്ടുണ്ടാവും.

വെള്ളം കിട്ടാതെ പടിപ്പുരയിൽ കിടന്നു നിലവിളിച്ചു മരിച്ച പഴയ കാരണവർക്ക് കോഴിയിറച്ചിയിലാണ് പാഷാണം കൊടുത്തത്.

ശരീരം മുഴുവൻ ചുട്ടുനീറുകയായിരുന്നു.

ഇരുമ്പുപിഞ്ഞാണത്തിലെ ചോറും കറിയും നിലത്തു വിതറിയിട്ടു. അയ്യോ! അപ്പോഴാണവൻ കാണുന്നത്. നിലം മുഴുവൻ വൃത്തികേടായിരിക്കുന്നു... വൃത്തികേട്. എപ്പോളാണിതു സംഭവിച്ചത്? അവൻ ഛർദ്ദിച്ചു പോയി.

കിളിവാതിലിൽ മറച്ച ഓലത്തടുക്കിൽ ഒച്ചയുണ്ടായി. ഒരു മടവാക്കത്തി കിട്ടിയെങ്കിൽ... അച്യുതൻനായർ കിളിവാതിലിനു പിന്നിൽ കാത്തുനിൽക്കുകയാണ്... കൊല്ലാൻ കാത്തുനിൽക്കുകയാണ്.

ഓലത്തടുക്കിന്റെ വിടവിൽ രണ്ടു കണ്ണുകൾ.

ചുമർ പറ്റി നടന്നു ഭയത്തോടെ അവൻ പറഞ്ഞു: "ഇനി ചെയ്യില്ല... ഇനി ചെയ്യില്ല... എന്നെ കൊല്ലണ്ട."

"കുട്ട്യേട്ടാ..."

പുറത്തുനിന്നു നേർത്ത സ്വരത്തിൽ ഒരു വിളി.

"ആരടാത്?"

"ഇത് ഞാനല്ലേ കുട്ട്യേട്ടാ... അമ്മുക്കുട്ടി..."

"അമ്മികുട്ട്യാത്രേ ഖി... ഖി... ഖി.." അവനു തമാശ തോന്നി. ആരോടെന്നില്ലാതെ കൊഞ്ഞനം കാണിച്ചു.

"കുട്ട്യേട്ടാ..."

തുടർന്നൊരു തേങ്ങൽ കേട്ടു. അവനതു ഭംഗിയായി അനുകരിച്ചു. എന്നിട്ട് ആ ഭിത്തികൾ കുലുങ്ങുമാറ് ഉറക്കെ പൊട്ടിച്ചിരിച്ചു.

ദുർബലമായ സ്വരത്തിൽ പുറമേനിന്നു വീണ്ടും ആ വിളി കേട്ടു.

ചാടിയെഴുന്നേറ്റ് കിളിവാതിലിന്റെ അഴിപിടിച്ച് അവൻ ഗർജ്ജിച്ചു: "തല ഞാനെടുക്കും!"

ഇല്ല. പിന്നെ ശബ്ദമില്ല. ആശ്വാസമായി. ആളുകൾ വെറുതെ ദ്രോഹിക്കയാണ്... കിളിവാതിലിന്റെ അഴിയും പിടിച്ചുകൊണ്ടു കുറേനേരം നിന്നപ്പോൾ ഓലയുടെ വിടവിലൂടെ ഒരു നേർത്ത കാറ്റ് കടന്നുവന്നു. നീറുന്ന ചുമലിലും വാരിയിലും കുളിർമ്മയുള്ള കാറ്റു തട്ടുമ്പോൾ ഒരു സുഖമുണ്ട്... ശരീരം തളരുന്നപോലെ തോന്നി: അപ്പോൾ സംശയിച്ചു. ആരാണ് നേർത്തെ വിളിച്ചത്?

എന്തെല്ലാമാണു കേട്ടത്? ഒന്നും വ്യക്തമല്ല. ഓർക്കാൻ കഴിയുന്നില്ല... ഇരുട്ടിൽ കൈവിട്ടുപോയ എന്തോ ഒന്നു തപ്പിത്തടയുകയായിരുന്നു.

ആ ശബ്ദം വീണ്ടും ചെവിയിൽ അലയടിക്കുന്നുണ്ടെന്നു തോന്നി:

"കുട്ട്യേട്ടാ..."

നേരാണോ? അവൻ നടുങ്ങി. അപ്പോൾ ആ കണ്ണുകൾ നിറയുകയായിരുന്നു.

## III

**പൊ**ട്ടിയ ഒരു മൺപാത്രത്തിന്റെ കഷണം നിലത്തുനിന്നു പെറുക്കിയെടുത്ത് ഒരു കോണിയുടെ ചിത്രം കോറിക്കൊണ്ട് വേലായുധൻ ഇരുന്നു.

ഇരുളിൻകീറുകൾ പതുക്കെപ്പതുക്കെ കണ്ണുകളിൽനിന്നകലുകയാണ്.

ഇപ്പോൾ എവിടെയാണ്?

ചുറ്റുപാടിലേക്കും അവൻ കണ്ണോടിച്ചു. വീടിന്റെ വടക്കുഭാഗത്തെ ചായ്പിലാണു കിടക്കുന്നത്. എഴുന്നേറ്റുനിന്നപ്പോൾ തലയ്ക്കകത്തു വല്ലാത്ത വിങ്ങൽ തോന്നി. കാലുകളിൽ നൊമ്പരമുണ്ട്. അനങ്ങിയപ്പോൾ കാലിൽ നിന്നെന്തോ കിലുങ്ങി. നോക്കുമ്പോൾ കാലിൽ ചുറ്റിപ്പിണഞ്ഞു ചങ്ങല കിടക്കുന്നു. കുനിഞ്ഞിരുന്ന് അതു പരിശോധിച്ചു. അറ്റം ചുമരു തുളച്ച് അകത്തേക്കിട്ടിരിക്കുന്നു. ഞെരിയാണിയിൽ ചങ്ങലയുരഞ്ഞു തോലുപോയി ചുവന്നിരിക്കുന്നു. ആരാണ് കാലിൽ ചങ്ങലയിട്ടത്?

ചായ്പിൽ എപ്പോഴാണെത്തിയതെന്ന് വേലായുധൻ ഓർത്തുനോക്കി. ആരാണിതു ചെയ്തത്? വെറുതെ കളിപ്പിക്കുകയാണോ?

നിലത്തു നിറയെ മണ്ണും ചളിയുമാണ്. എന്തു വൃത്തികേടാണ് ചുറ്റും!

വേലായുധൻ ഓർമ്മിച്ചുനോക്കി. ഒന്നും വ്യക്തമായി കാണുന്നില്ല. കഴിഞ്ഞ സംഭവങ്ങൾ മൂടൽമഞ്ഞിലെ അവ്യക്തരൂപങ്ങൾപോലെയാണ്. ആ അമ്പരപ്പിനിടയിൽനിന്ന് ഒരു ചോദ്യം വീണ്ടും വീണ്ടും നുരഞ്ഞു പൊങ്ങി: മനുഷ്യനെ ചങ്ങലയ്ക്കിടാറുണ്ടോ, പട്ടികളെപ്പോലെ?

തനിക്കു സുഖമുണ്ടായിരുന്നില്ല.

അതുകൊണ്ടായിരിക്കണം ചായ്പിൽ കിടത്തിയത്. പക്ഷേ, മനുഷ്യരെ ചങ്ങലയ്ക്കിടാറുണ്ടോ, പട്ടികളെപ്പോലെ?

പുറത്ത് വെയിൽ മങ്ങിയ സായാഹ്നമാണ്. മുറ്റത്തെ പൂവൻവാഴപ്പടർപ്പിൽ ഒരു അണ്ണാൻ തേൻ കുടിക്കുന്നു. വാഴക്കുടപ്പന്റെ പോളകൾ അവൻ കടിച്ചു തുറക്കുന്നതും കണ്ടു. ഒരിലയിൽനിന്നു മറ്റൊരിലയിലേക്ക്, അതിന്റെ തുമ്പത്തുനിന്ന് മറ്റൊരു വാഴയിലേക്ക്.

അടുക്കളയിൽനിന്ന് ഒച്ചപ്പാടുകൾ കേൾക്കാനുണ്ട്. ആരെങ്കിലും പുറത്തുവന്നെങ്കിൽ... സുഖമില്ലെന്നുവെച്ചാണ് അവർ ചായ്പിൽ പാർപ്പിച്ചിരിക്കുന്നത്. ആരെങ്കിലും പുറത്തുവന്നാൽ പറയാം. എനിക്കിപ്പോൾ ഒന്നുമില്ല... ഒന്നുമില്ല. ഈ ചങ്ങലയഴിച്ചു മാറ്റൂ.

മനുഷ്യരെ ചങ്ങലയ്ക്കിടാറുണ്ടോ?

അടുക്കളയിലെ കിണറ്റുവാതിൽ തുറന്ന് ആരോ വെള്ളം കോരുന്നു. ദീനസ്വരത്തിൽ തുടി ശബ്ദിച്ചു. വലിയമ്മയായിരിക്കണം...

വേലായുധൻ വിളച്ചു നോക്കി: "വല്യമ്മേ... വല്യമ്മേ."

മറുപടിയില്ല.

ആരെയാണു വിളിക്കേണ്ടത്? ഇവരെല്ലാം എന്തു കൂട്ടരാണ്? എനിക്കിപ്പോൾ ഒന്നുമില്ല, ഒന്നുമില്ല...

മണ്ണുപുരണ്ട സ്വന്തം ശരീരം കണ്ടപ്പോൾ അവന് അറപ്പുതോന്നി. അപ്പോൾ ശരീരം ഒരിക്കൽക്കൂടി നോക്കിയപ്പോൾ നാണിച്ചുപോയി. അരയിൽ തുണിയില്ല. ആരെങ്കിലും കണ്ടാൽ എന്തു വിചാരിക്കും? ആരും കാണരുതേ... മുണ്ടില്ലാതെ നിൽക്കാൻ അവൻ കൊച്ചുകുട്ടിയല്ല. വലുതായിരിക്കുന്നു. വളരെ വലുതായിരിക്കുന്നു. പരുപരുത്ത താടി കഴുത്തിൽ ചൊറിച്ചിലുണ്ടാക്കിക്കൊണ്ട് ഉരസിനിൽക്കുന്നു. എന്നിട്ടും അരയിലൊരു മുണ്ടില്ലാതെ...

വേലായുധൻ കുനിഞ്ഞിരുന്നു. ഒരു മുണ്ടുവേണം. ആരെയാണ് വിളിക്കേണ്ടത്? വലിയമ്മയെ വിളിക്കേണ്ട. അവൻ ഗോപിയെ വിളിച്ചു; ഉച്ചത്തിൽ വീണ്ടും വീണ്ടും വിളിച്ചു.

മുണ്ടുടുക്കുന്നതിനുമുമ്പ് ആരും വരരുതേ...

ആരോ ചായ്പിന്റെ മുമ്പിൽ വന്നുനിന്നു ചോദിച്ചു:

"എന്താ?"

"ഇങ്ങോട്ടു വരണ്ട... ഇങ്ങോട്ടു വരല്ലേ... ഗോപി എവിടെ?"

"ഞാന്തന്ന്യാ, ഗോപി."

വള്ളിയുള്ള ചുവന്ന ട്രൗസറും ഷർട്ടുമിട്ടിട്ടുണ്ട്. നോക്കൂ, ഗോപി മിടുക്കനായിരിക്കുന്നു.

"എന്തിനാ വെറ്തെ വിളിക്ക്ണ്?"

"എനിക്കൊരു മുണ്ട് കൊണ്ടത്താ."

"കീറനല്ലേ! ഉം... ങ്ഹും."

"കീറില്ല ഗോപീ, വേഗം കൊണ്ടത്താ... ആരെങ്കിലും വര്ണേന്റെ മുമ്പേ..."

ഗോപി സംശയിച്ചുനിന്നു.

"നല്ല കുട്ട്യേല്ലേ! ഒന്ന് ചെല്ല്..."

ഗോപി പോയി നല്ല വെളുപ്പുള്ള ഒരു മുണ്ടുമായി തിരിച്ചുവന്നു. വേലായുധനു സന്തോഷമായി. നല്ല വൃത്തിയുള്ള മുണ്ട്.

"കീറവോ?"

"കീറേ? എന്തിന്?"

"കീറ്വാനാച്ചാൽ തരില്ല..."

"ഇങ്ങോട്ടു താ ഗോപീ... ആരെങ്കിലും കണ്ടാൽ..."

ഗോപി അകലത്തുനിന്ന് മുണ്ട് എറിഞ്ഞുകൊടുത്തു.

വേലായുധന് മുണ്ട് ചുറ്റിയപ്പോൾ സമാധാനമായി. ഇനി ആരെങ്കിലും വന്നാൽത്തന്നെ കുഴപ്പമില്ല.

"ആരാ എന്റെ കാലില് ചങ്ങലയിട്ടത്?"

ഗോപി അതിനുത്തരം പറഞ്ഞില്ല.

"ഇതൊന്നഴിക്കാൻ പറ."

ഗോപി പതുക്കെ ഒന്നു ചിരിച്ചതേയുള്ളൂ.

"അഴിക്കെടാ ഇത്. എന്താടാ, ഞാൻ പട്ട്യാണോ?"

ഗോപി തിരിഞ്ഞുനടന്നു.

ഈ ചങ്ങലയൊന്നഴിച്ചുതരാൻ ആരുമില്ലേ?

അവൻ മുത്തശ്ശിയെ വിളിച്ചുനോക്കി. വലിയമ്മയെ വിളിച്ചു. ആരും വന്നില്ല. ആരും കേൾക്കുന്നില്ല.

ഒരു മെതിയടിയുടെ ശബ്ദം മുറ്റത്തുനിന്നു കേട്ടു. കുറച്ചു കഴിഞ്ഞപ്പോൾ അമ്മാമ ചായ്പിന്റെ മുമ്പിൽ വന്നുനിന്നു.

വേലായുധൻ ബഹുമാനത്തോടെ എഴുന്നേറ്റുനിന്നു. അമ്മാമയുടെ മുമ്പിൽ ഇരിക്കാൻ പാടില്ല.

"എന്തെടാ?"

അവൻ അതിനൊന്നും മിണ്ടിയില്ല.

"ഉം?"

"ഇതൊന്നഴിച്ച് തരാനേ..."

"ഇനീം ആളോൾടെ മെക്കട്ട് കേറാനാ?"

"എന്തിനാ ചങ്ങലയ്ക്കിട്ടിരിക്ക്ണ്?"

"നിന്റെ തോന്ന്യാസംകൊണ്ട്. നിന്റെ ഭ്രാന്ത് മാറ്വോന്ന് ഞാനൊന്നു നോക്കട്ടെ..."

അമ്മാമ മെതിയടി ശബ്ദിപ്പിച്ചുകൊണ്ടു നടന്നുപോയി.

വേലായുധൻ ആലോചിച്ചുനോക്കി. എന്തു തോന്ന്യാസമാണു കാണിച്ചത്?

സുഖമില്ലായിരുന്നു... ഇപ്പോൾ... ഇപ്പോളൊന്നുമില്ല. ഒന്നുമില്ല.

അവന് ഉച്ചത്തിൽ വിളിച്ചുപറയണമെന്നു തോന്നി. "എനിക്കൊന്നുമില്ല. എനിക്കു ഭ്രാന്തില്ല..."

വലിയ അസ്വാസ്ഥ്യം തോന്നി. ആരും ഇതഴിക്കാൻ വരില്ലേ? കരച്ചിൽ തൊണ്ടയിൽ വിങ്ങിപ്പൊട്ടുകയായിരുന്നു. ആരും വരില്ലേ? വരില്ലേ?

നിസ്സഹായനായി അവൻ വീണ്ടും പുറത്തേക്കു നോക്കിയിരുന്നു. അതിർത്തിയിലെ പുളിമരത്തിനിടയിലൂടെ തുടുത്ത ആകാശം കാണാം. കറുപ്പും ചുവപ്പും കലർന്ന മേഘത്തിന്റെ ഒരു ശകലം അവിടെ പറ്റിക്കിടക്കുന്നു. നെറ്റിയിലെ വിയർപ്പുതുള്ളികൾ വടിച്ചുകുടഞ്ഞ്, അവൻ കാലുകളിൽ തടവി. ചങ്ങലക്കണ്ണികൾ പതുക്കെ കിലുങ്ങി.

കരച്ചിൽ കടിച്ചമർത്തിക്കൊണ്ടിരുന്ന് അവൻ വീണ്ടും ഓർക്കാൻ ശ്രമിച്ചു. എന്തെല്ലാമാണ് സംഭവിച്ചത്?

അവനു സുഖക്കേടായിരുന്നു. അവരെല്ലാം പറഞ്ഞിരുന്നു.

എനിക്കിപ്പോൾ ഒന്നുമില്ല. ഒന്നുമില്ല... എന്നെ വിടൂ...

ചിതലുകൾ കുഴികളുണ്ടാക്കിയ പഴയ മരത്തൂണുംചാരി അവൻ ഇരുന്നു. ഓ, ഉടുതുണിയില്ലാതെയാണ് അല്പംമുമ്പ്... ആരൊക്കെ കണ്ടിരിക്കും? അമ്മുക്കുട്ടി ആ വഴി വന്നിരിക്കുമോ?

അമ്മുക്കുട്ടി... അമ്മുക്കുട്ടിയെ ഒന്നു കണ്ടെങ്കിൽ...

അറപ്പായിരിക്കും അവൾക്കു തോന്നുക. മേൽനിറച്ചും മണ്ണാണ്. ഒന്നു മുഖം കാണാൻ കഴിഞ്ഞെങ്കിൽ. താടി വല്ലാതെ വളർന്നിരിക്കുന്നു. ജട പിടിച്ച തല ചൊറിഞ്ഞപ്പോൾ മണ്ണും പൊടിയും ചുറ്റും വ്യാപിച്ചു.

അമ്മുക്കുട്ടിയുടെ ശരീരത്തിൽ അഴുക്കു കാണില്ല. അവളുടെ അടുത്തു നിൽക്കുമ്പോൾ കാച്ചിയ എണ്ണയുടെയും കൈതപ്പൂവിന്റെയും മണ മുണ്ടാവും.

അവളിപ്പോൾ കാണുകയാണെങ്കിൽ...

അമ്മുക്കുട്ടിയെപ്പറ്റി ഓർക്കുമ്പോൾ വളരെ നിഗൂഢമായ ഒരു രഹസ്യം ഓർമ്മ വരുന്നു. ആരും അറിയില്ല. ആരോടും പറയില്ല. മേലേ കളമുറ്റത്തെ പുളിയൻമാവിന്റെ ചുവട്ടിൽ മാങ്ങ വീഴുന്നതും കാത്തു തൊട്ടിരിക്കുമ്പോൾ...

കവിളത്ത് പതുക്കെ ഒരു കടി. അവൾ ശുണ്ഠിപിടിച്ച് പിച്ചുകയും മാന്തുകയും ഒക്കെ ചെയ്തു.

അന്നു കുട്ടികളായിരുന്നു. വളരെ മുമ്പാണത്. ഇപ്പോൾ എത്ര വലുതായി!

അതിൽപ്പിന്നെ എന്തെല്ലാം സംഭവിച്ചു! പലതും വ്യക്തമല്ല. അടഞ്ഞു കിടക്കുന്ന ഒരു വാതിൽ. ഓലത്തടുക്കു വെച്ചുകെട്ടിയ ഒരു കിളിവാതിൽ. ഇരുളുമൂടിക്കിടക്കുന്ന ആ ശൂന്യതയിൽ എന്തെല്ലാമുണ്ടായി? ഈ ചങ്ങലക്കെട്ട് എപ്പോഴാണ് കാലിൽ വീണത്.

“കുട്ട്യേട്ടന്റെ സൂക്കട് മാറും...”

ആ നേർത്ത സ്വരം എവിടെയോ തങ്ങിനില്പുണ്ട്.

അവനു സുഖക്കേടായിരുന്നു. അവർ പറഞ്ഞത്, എല്ലാവരും പറഞ്ഞിരുന്നത്... ഭഗവതീ, വാസ്തവമാണോ? വാസ്തവമാണോ?

കാൽമുട്ടുകൾക്കിടയിൽ കവിളുകളമർത്തിക്കൊണ്ട് അവൻ കരഞ്ഞു. കണ്ണീർ വീണപ്പോൾ ചങ്ങലയുരസിച്ചുവന്ന ഭാഗങ്ങൾ നീറുകയായിരുന്നു.

എന്നാലും സമാധാനമുണ്ട്. ഇപ്പോൾ എല്ലാം മാറിയിരിക്കുന്നു.

“എനിക്കൊന്നുമില്ല. എനിക്കു സൂക്കേടില്ല.”

ഉച്ചത്തിൽ അവൻ വിളിച്ചുപറഞ്ഞു: “എന്നെ വിടൂ... എന്നെ വിടൂന്ന്.”

ആരും വന്നില്ല. ആരും ഇതു കേൾക്കുന്നില്ലേ? മനുഷ്യനെ ചങ്ങലയ്ക്കിടാറില്ല. അവനൊരു കടിക്കുന്ന പട്ടിയൊന്നുമല്ലല്ലോ.

“എന്നെ വിടൂ.... എന്നെ വിടാൻ!”

കോലായയുടെ വക്കത്തേക്ക് ആശയോടെ നോക്കി ഇരുന്നു. ചുമരിനു പുറത്തേക്ക് ആരോ തലനീട്ടുന്നു. ശങ്കരൻകുട്ടിയല്ലേ? ശങ്കരൻകുട്ടി തന്നെ.

“ശങ്കരൻകുട്ടീ!”

അവൻ ചുമരിന്റെ പുറകിൽനിന്നു പുറത്തുവന്നു.

“ശങ്കരൻകുട്ടീ, ഒന്നടുത്തുവാ.”

ശങ്കരൻകുട്ടി തലയാട്ടി.

“അടുത്തു വാ, ചോയ്ക്കട്ടെ.”

“തല്ലാനല്ലേ?”

“അല്ല ശങ്കരൻകുട്ടീ, ഞാൻ തല്ലില്ല.” അതു പറയുമ്പോൾ വേലായുധന്റെ തൊണ്ട ഇടറി.

ശങ്കരൻകുട്ടി പിന്നെയും സംശയിച്ചു.

“ഞാനൊന്നും കാട്ടില്ല.”

പേടിച്ചുപേടിച്ച് ശങ്കരൻകുട്ടി കുറച്ചുകൂടി മുമ്പോട്ടുവന്നു.

“ഇങ്ങട്ട് വരരുതെന്ന് പറഞ്ഞു.”

“ആരാ?”

“അച്ഛൻ.”

“ശങ്കരൻകുട്ടീ, ആരാ ന്റെ കാലില് ചങ്ങലയിട്ടത്?”

ഭയത്തോടെ ചൂളിനിൽക്കുന്ന ശങ്കരൻകുട്ടി വേലായുധനെ ആകെ ഒന്നു നോക്കുകയായിരുന്നു.

"ആര്?"

"അച്ഛൻ പറഞ്ഞിട്ട് കരുവാൻ കൊണ്ടന്നതാ..."

"ഇതൊന്നഴിച്ച് നോക്ക്."

"ഞാനഴിക്കില്ല."

"എനിക്കൊന്നൂല്യ ശങ്കരൻകുട്ടീ, ഇതൊന്ന് അഴിച്ചാ."

"ഉം... ഉം... കുട്ട്യേട്ടനേയ് ബ്റാന്താ."

തേങ്ങൽ കടിച്ചമർത്തിക്കൊണ്ട് വേലായുധൻ പറഞ്ഞു: "ഹില്ല... എനിക്കു ഭ്രാന്തില്ല. ശങ്കരൻകുട്ടീ..."

ആരാണ് ഒന്നഴിച്ചുതരിക? മുത്തശ്ശി വന്നാൽ അഴിച്ചുതരും. അവർക്കെങ്കിലും മനസ്സിലാവും. അല്ലെങ്കിൽ, അമ്മുക്കുട്ടി വന്നാൽ മതി...

"ശങ്കരൻകുട്ടീ, ഒന്ന് മുത്തശ്ശ്യേ വിളിക്ക്."

ശങ്കരൻകുട്ടി കൈയടിച്ച് ഉച്ചത്തിൽ ചിരിച്ചു.

"ഒന്നു വിളിക്ക്."

"വേലായുതേട്ടന് ബ്റാന്താ. അച്ചമ്മ മരിച്ചില്ലേ?"

അതു കേട്ടപ്പോൾ വേലായുധൻ തളർന്നുപോയി. മുത്തശ്ശി മരിച്ച വ്യസനത്തേക്കാളുമേറെ അവനെ വേദനിപ്പിച്ചത് മറ്റൊരു ചിന്തയായിരുന്നു: ഇരുട്ടിൽ അവനറിയാതെ അവന്റെ മുകളിലൂടെ എന്തെല്ലാം ഒഴുകിപ്പോയി! എത്ര ദിവസങ്ങൾ! എത്ര മാസങ്ങൾ!

ആ ചങ്ങല വീണ്ടും ശബ്ദിച്ചു.

ആരാണിതൊന്നഴിക്കുക? ആരും കേൾക്കുകയില്ല... ആരും കേൾക്കുകയില്ല. അവൻ ശബ്ദം താഴ്ത്തി പറഞ്ഞു: "ശങ്കരൻകുട്ടീ, ഓപ്പോളെ ഒന്ന് സ്വകാര്യത്തില് വിളിക്ക്."

അമ്മുക്കുട്ടിയോടു പറഞ്ഞാൽ അവൾക്കു മനസ്സിലാവും. എനിക്കിപ്പോൾ രോഗമില്ല...

"ഓപ്പോളും അമ്മേം ന്റോടക്ക് പോയില്ലേ?"

ശങ്കരൻകുട്ടിയുടെ മുഖത്ത് അപ്പോൾ പരിഹാസത്തെക്കാളുമേറെ സഹതാപമായിരുന്നു.

"എന്നാണേ പോയത്?"

"ശ്ശി ദിവസായി, ഞാനും പോയി. ന്നലെ അച്ഛന്റെകൂടെ പോരേ."

"എന്നാ വര്?"

"ഇന്നിപ്പോ വരില്ല."

"ഹെന്താ?"

“വർണ മാസം ഓപ്പോൾടെ കല്യാണല്ലേ?”

വേലായുധൻ പിന്നെയൊന്നും ചോദിച്ചില്ല.

ഒന്നും അറിഞ്ഞില്ല. രോഗമായിരുന്നു.... അടഞ്ഞുകിടക്കുന്ന ഒരു വാതിൽ. ഓലത്തടുക്കു കെട്ടിമറച്ച ഒരു കിളിവാതിൽ. രോമം നിറഞ്ഞ ഒരു പരുക്കൻ കൈ...

“കുട്ട്യേട്ടന്റെ സൂക്കട് മാറും...”

ഇപ്പോഴാണവളെ കാണേണ്ടിയിരുന്നത്. അമ്മുക്കുട്ടീ എനിക്കിപ്പോൾ സൂഖക്കേടില്ല... അതവൾക്ക് അറിഞ്ഞുകൂടാ. അവളിനി വരില്ലേ?

ഇരുമ്പുപിഞ്ഞാണത്തിൽ ചോറും കറിയുമായി ചായ്പിലേക്ക് ഒരു സ്ത്രീ കടന്നുവന്നു. അല്പം മാറിനിന്ന് പാത്രം മുമ്പിലേക്കു നിരക്കി നീക്കി. മുടമ്പല്ലുള്ള മാറുമറയ്ക്കാത്ത ഒരു മുതിർന്ന സ്ത്രീ. അവരാരാണെന്ന് അറിയില്ല. എങ്കിലും പറഞ്ഞു:

“ഈ ചങ്ങലയൊന്നഴിച്ചു തരൂ...”

പേടിപ്പെടുത്തുന്ന ഒരു നോട്ടത്തോടെ അവർ പറഞ്ഞു:

“നിനക്ക് നല്ലബുദ്ധി വരട്ടെ...”

“എനിക്ക്... എനിക്ക് സുഖക്കേടില്ല എന്നെ വിടൂ.”

എഴുന്നുനിൽക്കുന്ന പല്ലുകൾക്കിടയിലൂടെ ഒച്ചയോടെ ഒന്നു നീട്ടിത്തുപ്പി ഗൗരവഭാവത്തിൽ അവർ നടന്നു.

അകത്തുനിന്ന് ചെറിയൊരു ബഹളം കേട്ടു. ശബ്ദം അവൻ തിരിച്ചറിഞ്ഞു. വലിയമ്മയുടേതാണ്. വലിയമ്മ ഗോപിയെ ശകാരിക്കുകയാണ്:

“ചീന്തി കഷ്ണിക്കാനുള്ളതല്ലെടാ അത്? ആ നല്ല മുണ്ടെടുത്ത് എന്തിനേടാ നീ കൊടുത്ത്?”

“അതേ കണ്ട്ള്ളു അമ്മേ.”

“എന്തിനാടാ നിന്നെ പറേണ്? വേലായ്ധനല്ല പ്പോ ഭ്രാന്ത്, നെനക്കാ...”

വലിയമ്മേ, എനിക്കു ഭ്രാന്തില്ല എന്നു വിളിച്ചുപറയാൻ തോന്നി.

വിശപ്പുണ്ട്. പിഞ്ഞാണത്തിൽനിന്നു കുറേ വാരിത്തിന്നു.

ഇരുട്ട് വാഴത്തോപ്പിലേക്കു നുഴഞ്ഞുകയറുകയാണ്. അറ്റത്ത് അരിവാൾ വെച്ചുകെട്ടിയ നീണ്ട തോട്ടിയുമായി ആരോ വാഴകൾക്കിടയിൽ നടക്കുന്നു. തോട്ടിയുടെ അറ്റം മാത്രമേ കാണുന്നുള്ളൂ.

നോക്കിയിരിക്കുമ്പോൾ അരിവാൾകെട്ടിയ തോട്ടി ഒരു വാഴക്കുടപ്പൻ മുറിച്ചിട്ടു. വാഴക്കുടപ്പനിലെ തേനിന്റെ മധുരം നുണഞ്ഞുപോയി. അമ്മുക്കുട്ടിക്ക് തേനിഷ്ടമായിരുന്നില്ല. അവൾക്ക് ഉള്ളിലൊളിച്ചിരിക്കുന്ന വെളുത്ത ഉണ്ണി മതി. തെക്കേപ്പാട്ടെ ജാനുവിനും ഉണ്ണി മതി. കുടപ്പൻ കിട്ടിയാൽ അവർ തമ്മിൽ അടിപിടിയാണ്.

"ഇലയിട്ടു നോക്കാം."

"ഞാനിടാം."

"വേണ്ട; കുട്ട്യേട്ടൻ ട്ടാൽ മതി."

അപ്പയുടെ ഇല പറിച്ചെടുത്തു ചോദിക്കുന്നു:

"അകോ പുറോ?"

വീണുകഴിയുന്നതുവരെ അമ്മുക്കുട്ടി കണ്ണടച്ചു നിൽക്കും. അവൾ ഭഗവതിയോടു പ്രാർത്ഥിക്കുകയാണത്രേ!

ഇപ്പോൾ അമ്മുക്കുട്ടി അവളുടെ വീട്ടിലായിരിക്കും. അവളെന്തിനങ്ങോട്ടു പോയി? ചെറുപ്പം മുതൽക്കിവിടെയായിരുന്നതല്ലേ?

കുന്നിമണികൾ വീണുകിടക്കുന്ന ഇടവഴി നല്ല ഓർമ്മയുണ്ട്. അമ്മയുടെ കൂടെ അമ്മായിയുടെ വീട്ടിൽ വിരുന്നുപോയിട്ടുണ്ട്. എത്ര കുന്നിച്ചെടികളാണ് അതിർത്തിയിൽ! ഇടവഴിയിലെ പൂഴിമണ്ണിൽ നിറയെ കുന്നിക്കുരു. തോട്ടുവക്കത്താണ് ആ വീട്. ആലോചിച്ചിരിക്കുമ്പോൾ, രസക്കുടുക്കകൾ തൂക്കിയ ഒരു മുറിയും ചുമരിലെ മാൻകൊമ്പും കാണാൻ കഴിയുന്നുണ്ട്. അമ്മുക്കുട്ടി ഇപ്പോൾ എന്തു ചെയ്യുകയാവും?

മേൽകഴുകി വന്ന് വടക്കുപുറത്ത് അമ്മിയുടെ താഴെ അഴിച്ചുപരത്തിയിട്ട തലമുടിക്കിടയിൽ വിരലുകൾകൊണ്ടു തിരുപ്പിടിച്ചു നിൽക്കയാവും.

ഇനി വരില്ലേ?

അമ്മുക്കുട്ടിയെ ഒന്നു കാണാൻ... കല്യാണം കഴിഞ്ഞാൽ അവൾ പിന്നെ ഇങ്ങോട്ടു വരില്ല. ഒന്നു കണ്ടെങ്കിൽ...

വേലായുധൻ ചുമരിൽ പുറമുരച്ചുചൊറിഞ്ഞു. കാലിലെ ചങ്ങല ശബ്ദിച്ചു. അതഴിക്കാൻ കഴിഞ്ഞാൽ ചായ്പിൽനിന്നു പുറത്തിറങ്ങാം. ചങ്ങല വലിച്ചുനോക്കി. വിരലുകൾ നോവുന്നുവെന്നുമാത്രം. ഇതഴിയില്ലേ? ആരും വന്ന് അഴിച്ചുതരില്ലേ?

ആട്ടിൻകുട്ടിയെ കെട്ടാൻ വലിയമ്മ ചായ്പിന്റെ മുമ്പിലൂടെ കടന്നുപോയി. സംശയത്തോടെ അവൻ വിളിച്ചു. വലിയമ്മ തിരിഞ്ഞുനോക്കിയില്ല.

ഉമ്മറത്തിരുന്ന് ഗോപിയും ശങ്കരൻകുട്ടിയും നമശ്ശിവായ ചൊല്ലുന്നു...

മുടമ്പല്ലുള്ള മാറു മറയ്ക്കാത്ത സ്ത്രീ പിഞ്ഞാണമെടുക്കാൻ വന്നപ്പോൾ അവൻ കെഞ്ചി:

"ഇതൊന്നഴിച്ചേരോ?"

"ഇനീം ആള്വോൾടെ നെഞ്ഞത്ത് കേറാനാ?"

അവൻ നനഞ്ഞ കണ്ണുകൾ തുടച്ച് ആകാശത്തേക്കു നോക്കി. മിനുങ്ങുന്ന ഈറൻമുടിക്കെട്ടിന്റെ നിറം. കണ്ണെത്തുന്ന ഇടമാകെ നോക്കുമ്പോൾ, തിളക്കമില്ലാത്ത ഒരു നക്ഷത്രം മാത്രമുണ്ട് മുനിഞ്ഞുനിൽക്കുന്നു.

നമശ്ശിവായ കഴിഞ്ഞപ്പോൾ രാമായണം വായനതുടങ്ങി. അത് അമ്മാമയുടെ ശബ്ദമാണ്. വടക്കിനിയുടെ ജനാലയിലൂടെ ചായ്പിന്റെ മുൻവശത്തെ മുറ്റത്തേക്കു വെളിച്ചമൊഴുകി.

അകത്തു വിളക്കുകൾ സഞ്ചരിക്കുന്നു. അടുക്കളയിൽനിന്നു പാത്രങ്ങൾ ശബ്ദിക്കുന്നു. അവരാരും ഇനി ഇങ്ങോട്ടു വരില്ല. ഇരുട്ടിനോട് അവൻ പതുക്കെ പറഞ്ഞു: “എന്നെ വിടൂ. എന്നെ വിടൂ.”

അയൽപക്കത്തെങ്കിലും ആളുകളില്ലേ? അവർക്കെങ്കിലും ഈ ചങ്ങലയഴിച്ചുമാറ്റിക്കൂടെ?

ഉച്ചത്തിൽ അവനൊന്നു നിലവിളിച്ചുനോക്കി:

“അയ്യോമ്മേയ്!”

ഒരു വിളക്ക് കോലായയുടെ വക്കിൽ പ്രത്യക്ഷപ്പെട്ടു. തുടർന്നൊരു വിളിയും:

“വേലായുധാ!”

“എന്നെ വിടേ്... എന്നെ വിടേ്...”

“മിണ്ടതവടെക്കെടന്നോ... എല്ല് ഞാൻ വെള്ളാക്കും.”

ആ വിളക്ക് മാഞ്ഞു.

വീട്ടിനകത്തെ ഒച്ചയും അനക്കവും പതുക്കെപ്പതുക്കെ കുറഞ്ഞുവന്നു. മുറ്റത്ത് ഇരുട്ടിൽ വിടവുണ്ടാക്കിയിരുന്ന പ്രകാശവും മറഞ്ഞു.

കാലിലെ ചങ്ങല അവനൊരിക്കൽക്കൂടി വലിച്ചുനോക്കി.

അതഴിഞ്ഞുകിട്ടിയാൽ ജയിച്ചു. പിന്നെയും ദ്രോഹിക്കാൻ വരുന്നുണ്ടെങ്കിൽ ആരായാലും അവന്റെ മരണമാണ്. കടിക്കുന്ന പട്ടികളെ ചങ്ങലയ്ക്കിടാറുണ്ട്. പക്ഷേ, മനുഷ്യനെ... ചങ്ങലയൊന്നഴിഞ്ഞുകിട്ടിയാൽ! ഒരു കണ്ണിയറ്റാൽ മതി, ഒരു കണ്ണി.

ഭ്രാന്താണത്രെ! അവർക്കെല്ലാമാണ് ഭ്രാന്ത്! അല്ലെങ്കിൽ വെറുതെ ആളെ ദ്രോഹിക്കുമോ?

എനിക്കൊന്നുമില്ല. എനിക്കു ഭ്രാന്തില്ല.

അവൻ വീണ്ടും വീണ്ടും ചങ്ങല വലിച്ചുനോക്കി. കൈ വേദനിച്ചിട്ടും നിർത്തിയില്ല.

കിതപ്പുകൊണ്ടു ശ്വാസംമുട്ടിയപ്പോൾ കണ്ണടച്ചു കമഴ്ന്നുകിടന്നു.

വീണ്ടും കണ്ണുതുറന്നപ്പോഴാണറിയുന്നത്, അവൻ സ്വപ്നം കാണുകയായിരുന്നു. മാണിക്യക്കല്ലു കിട്ടിയ രാജകുമാരന്റെ കഥ ചെറുപ്പത്തിൽ മുത്തശ്ശി മടിയിൽക്കിടത്തി ഉറക്കുമ്പോൾ പറഞ്ഞുതന്നതാണ്. പൊയ്കയ്ക്കടിയിലെ മാളികയിൽ രാക്ഷസൻ രാജകുമാരിയെ ചങ്ങലയ്ക്കിട്ടിരിക്കുകയാണ്. തീ തട്ടിയാൽ ഉരുകാത്ത, വെട്ടിയാൽ മുറിയാത്ത, ചങ്ങല.

വിറകൊടിക്കാൻ വന്ന തള്ള കൊടുത്ത മന്ത്രം ജപിച്ച് കഠാരി കാണിച്ചപ്പോൾ ചങ്ങല തകർന്നുപോയി. വെള്ളക്കുതിരകളുടെ പുറത്തുകയറി രാജകുമാരനും രാജകുമാരിയും കണ്ണാന്തളിപ്പടർപ്പുകൾ നിറഞ്ഞ കുന്നിന്റെ നെറുകയിലെ ഏഴുനില മാളികയിലെത്തി....

അപ്പോഴാണ് കണ്ണു തുറന്നത്. മാളികയില്ല, മാണിക്യക്കല്ലില്ല, വെള്ളക്കുതിരകളുമില്ല, നേർത്ത നിലാവെളിച്ചം ചായ്പിലേക്കു കടന്നുവരുന്നു. മുറ്റത്തു നിഴലുകൾ ചിത്രം വരയ്ക്കുന്നുണ്ട്.

ഒരു നിമിഷം ആലോചിക്കേണ്ടിവന്നു: ഇപ്പോൾ എവിടെയാണ്?

ഇളകിയപ്പോൾ ചങ്ങല കിലുങ്ങി.

അരിശത്തോടെ ചങ്ങലയിൽ മുറുകെപ്പിടിച്ച് ചുമരിൽ കാലുകളമർത്തിച്ചവിട്ടി അവൻ ഊക്കോടെ വലിച്ചു.

ഒരു കണ്ണി അറ്റാൽ മതി, ഒരു കണ്ണി.

ഒരിക്കൽക്കൂടി...

"ഹമ്മേ..!"

അവൻ പിറകോട്ടു മലർന്നുപോയി. ആ ചങ്ങല മുറിഞ്ഞിരിക്കുന്നു...

എഴുന്നേറ്റപ്പോൾ ശരീരമാകെ നുറുങ്ങുന്നതുപോലെ തോന്നി. നൊണ്ടി നൊണ്ടിയാണ് മുറ്റത്തിറങ്ങിയത്. ഓരോ കാലടിവെപ്പിലും കാലിൽ ബാക്കിനിൽക്കുന്ന ചങ്ങലക്കണ്ണികൾ ശബ്ദിച്ചു.

ഒതുക്കുകളിറങ്ങി പടിപ്പുരയുടെ ചാരിയ വാതിൽ തുറന്നു പുറത്തു കടന്നു.

മുന്നിൽ വയലാണ്. അതിന്റെ നട്ടെല്ലുപോലെ നീണ്ടുകിടക്കുന്ന വരമ്പിൽ കയറി നടക്കുമ്പോൾ അവനാലോചിച്ചു: എങ്ങോട്ടാണീ യാത്ര?

എല്ലാറ്റിലുമുപരിയായി പൊങ്ങിനിന്ന ആവശ്യം ആ ചായ്പിൽനിന്നു രക്ഷപ്പെടണമെന്നതാണ്. കാലത്ത് അവർ കണ്ടാൽ വീണ്ടും ചങ്ങല കാലിൽ വീഴുകയായി... എവിടേക്കെങ്കിലുമാകട്ടെ, പോകാം.

കാറ്റിൽ നെല്ലോലകളിളകുന്ന ശബ്ദത്തിനിടയ്ക്ക് താളത്തിൽ ചങ്ങല കിലുങ്ങി. തെക്കേ കരയിൽനിന്ന് ഒരു പട്ടി ദീനസ്വരത്തിൽ ഓളിയിട്ടു. ചങ്ങലയിൽ കിടക്കുന്ന പട്ടിയായിരിക്കും വേലായുധൻ ഓർത്തു.

മങ്ങിയ നിലാവുള്ളതുകൊണ്ട് വഴി കാണാൻ വിഷമമില്ല. മുകളിൽ ആകാശം വിളറിനിൽക്കുന്നു.

രാത്രിയുടെ തണുത്തുറത്ത നിശ്ശബ്ദതയിൽ ആ ചങ്ങലക്കിലുക്കം തുടർച്ചയായി പോറലുണ്ടാക്കി.

പാടം അവസാനിക്കുന്നത് റോഡിലാണ്. കൈതക്കൂട്ടത്തിനിടയിലൂടെ

റോഡിലേക്കു കയറി. പുഴയുടെ തീരത്തിലൂടെയാണ് റോഡ് പോകുന്നത്.

രാവിലെ അവർ നോക്കുമ്പോൾ ചായ്പിൽ വേലായുധൻ എന്ന പട്ടി ചങ്ങലയിൽ കിടക്കുന്നുണ്ടാവില്ല. അതോർത്തപ്പോൾ അവന് ഉറക്കെയുറക്കെ പൊട്ടിച്ചിരിക്കാൻ തോന്നി. പക്ഷേ, അവർ തിരഞ്ഞുപിടിക്കാനെത്തും. അതിനുമുമ്പേ രക്ഷപ്പെടണം. എവിടെയാണെത്തിച്ചേരുക? ആരും വിശ്വസിക്കുകയില്ല... ആരും പറയാനുള്ളതു കേൾക്കില്ല.

അവൻ തന്നോടുതന്നെ പറഞ്ഞു: "എനിക്കു ഭ്രാന്തില്ല... എനിക്കു സുഖക്കേടില്ല..."

'കുട്ട്യേട്ടന്റെ സൂക്കേട് മാറും' എന്നു പറഞ്ഞത് അവളാണ്; അമ്മുക്കുട്ടി.

എന്റെ പ്രിയപ്പെട്ട അമ്മുക്കുട്ടീ, എനിക്കിപ്പോൾ ഒന്നുമില്ല. അവൾ വിശ്വസിക്കും. അവൾക്കു മാത്രമേ വിശ്വാസം വരൂ.

പാതയിലെ മണ്ണു നനഞ്ഞിട്ടുണ്ട്. മഞ്ഞുവീണതുകൊണ്ടായിരിക്കണം ആ വഴി നടന്ന കാലം മറന്നു. കൊല്ലങ്ങൾക്കു മുമ്പാണ്. അടച്ചിട്ട ഒരു വരി പീടികയും കടവിനടുത്ത നിസ്കാരപ്പള്ളിയും പിന്നിട്ട് അവൻ നടന്നു.

വള്ളിക്കാടും പിശാചുക്കൾ പാർക്കുന്നുവെന്നു പറയാറുള്ള അരയാലുകളും കടന്നുപോകുമ്പോൾ ഭയം തോന്നിയില്ല.

തലയ്ക്കു മുകളിൽ മാനം വിളറി വെളുക്കുകയായിരുന്നു. നിഴൽപാടുകളിലേക്കു വെളിച്ചം കുറേശ്ശെ കടന്നുവരുന്നു. വെട്ടുവഴിയുടെ വക്കിലുള്ള അത്താണിയും പിടിച്ചുകൊണ്ട് വേലായുധൻ നിന്നു. കിഴക്ക് ചുവക്കുകയാണ്.

എവിടെയാണിപ്പോൾ നിൽക്കുന്നത്? പാടത്തിന്റെ നടുവിലുള്ള കൊച്ചു തുരുത്തു കണ്ടപ്പോൾ സ്ഥലം ഓർമ്മവന്നു. ആ തുരുത്തിൽ മാപ്പിളസ്കൂളാണ്. അപ്പുറം വയലിന്റെ വക്കിൽ വലിയൊരു കുളവും ചെറിയൊരു ക്ഷേത്രവുമുണ്ട്. അവിടെ അമ്മയുടെ കൂടെ എല്ലാ മാസവും തൊഴാൻ വരാറുണ്ട്. സ്കൂളിന്റെ മുൻവശത്തെ കാളപൂട്ടുകണ്ടത്തിൽ ഒരിക്കൽ തെക്കത്തി നാടകമുണ്ടായി.

പാടത്തിനു മുകളിൽ നീലച്ച മൂടൽമഞ്ഞു പരന്നുകിടക്കുന്നു. വേലായുധൻ പാടത്തേക്കിറങ്ങി. കിലുങ്ങുന്ന കാലടികൾവെച്ചുകൊണ്ടു നടക്കുമ്പോൾ എതിരേനിന്നു നുകം ചുമലിൽവെച്ച ഒരു കറുത്ത രൂപം വരുന്നതു കണ്ടു.

അടുത്തു വന്നപ്പോൾ ആ രൂപം നിന്നു:

"ആരാത്?"

വേലായുധൻ മറുപടി പറഞ്ഞില്ല, ഒരു നിമിഷം സംശയിച്ചു നിന്നു. ഒരടി മുമ്പോട്ടുവെച്ചപ്പോൾ ആ മനുഷ്യൻ നുകം വരമ്പത്തിട്ട് വയലിലേക്കു ചാടിയിറങ്ങി.

അയാളെ ശ്രദ്ധിക്കാതെ വേലായുധൻ നടന്നു.

ഇളവെയിൽ തട്ടിയപ്പോൾ വേലായുധനു സുഖം തോന്നി. നോക്കെ ത്താതെ കിടക്കുന്ന പാടത്തിന്റെ മധ്യത്തിൽ നിവർന്നുനിന്ന് അവൻ നാലുപാടുമൊന്നു കണ്ണോടിച്ചു.

തലയിൽ മൺകലവുമേറ്റി വരുന്ന ചെറുമികൾ അവനെ കണ്ടപ്പോൾ വിളഞ്ഞ വയലിലേക്കിറങ്ങി ഓടി:

"പ്രാന്തൻ! പ്രാന്തൻ!"

പിന്നിൽനിന്നു കൂക്കിവിളിയും ബഹളവും കേട്ടു. വേലായുധൻ നടത്തത്തിനു വേഗം കൂട്ടി. ആളുകൾ പിറകെ വരികയാണോ? ഉയർന്ന ഞാറ്റുകണ്ടത്തിലേക്കു കയറുമ്പോൾ കൈതോലകൾ തട്ടി കാലുകൾ കീറിമുറിഞ്ഞു. ഞാറ്റുകണ്ടത്തിൽനിന്ന് ഇടവഴിയിലേക്കു കടന്നു.

പിന്നിൽ ബഹളം വർദ്ധിക്കുകയാണ്. പക്ഷേ, നേരിട്ടുവരുന്നവരാരും അവനെ തടഞ്ഞുനിർത്തിയില്ല. അതവന് ആശ്വാസമായി തോന്നി. കാണുന്നവർ കാണുന്നവർ വഴിവിട്ടോടുന്നു. അവനു ഭയത്തേക്കാളേറെ വ്യസനമാണു തോന്നിയത്.

എനിക്കു ഭ്രാന്തില്ല... എനിക്കു ഭ്രാന്തില്ല.

പിന്നിൽ ആളുകൾ വിളിച്ചുപറഞ്ഞു: "ഭ്രാന്തൻ! ഭ്രാന്തൻ!"

ഇടവഴിയുടെ അറ്റത്തെത്തിയപ്പോൾ കുത്തനെ നിൽക്കുന്ന ഒരു വലിയ വെട്ടുകല്ല് കെട്ടിപ്പിടിച്ചുകൊണ്ട് അവൻ നിന്നു. എന്തൊരു ക്ഷീണ മാണ്! വീണ്ടും നടക്കാൻ ഭാവിച്ചപ്പോൾ പിന്നിൽനിന്ന് ആരോ ഗർജ്ജിച്ചു: "നിൽക്കടാ അവിടെ!"

നോക്കുമ്പോൾ തലയിൽക്കെട്ടും നരയൻമീശയുമുള്ള ഒരു കൂറ്റൻ മനുഷ്യനാണ്.

"നിൽക്കാനാ പറഞ്ഞത്! നിന്നെക്കാളും കൊമ്പന്മാരെ ഞാൻ പിടിച്ചു കെട്ടീട്ടുണ്ട്."

വേലായുധൻ കിതച്ചുകൊണ്ടു പറഞ്ഞു: "എനിക്കു ഭ്രാന്തില്ല... എനിക്കു ഭ്രാന്തില്ല."

"നിന്റെ ഭ്രാന്തു ഞാൻ മാറ്റും!"

അയാൾ പിന്നിലൊളിപ്പിച്ചുവെച്ച മുളവടിയും വീശി അടുക്കാനാരംഭിച്ച പ്പോൾ വേലായുധന്റെ മനസ്സിൽ തീയാളി. ആ വടി തന്റെ തലയ്ക്കു വീഴാൻ പോകയാണ്.

നിലത്തുനിന്ന് ഒരു വലിയ ഉരുളൻകല്ലു പൊക്കിയെടുത്ത് ഉയർത്തി ക്കാണിച്ച് വേലായുധൻ നിന്നു.

അയാൾ പിൻവാങ്ങി.

അവൻ നടന്നു.

ഇടവഴി ചെന്നെത്തുന്നത് കുന്നിൻചെരുവിലാണ്. കുത്തനെയാണ് വഴി. എങ്കിലും ധൃതിയിൽ കയറി. കുന്നിൻമുകളിലെത്തിയപ്പോൾ അകലെ താലപ്പൊലിപ്പാല കണ്ടു. അതിനടുത്ത് ചുവന്ന വെട്ടുകല്ലു കൊണ്ടുണ്ടാക്കിയ ചെറിയ കോവിലും. ആ സ്ഥലം വേലായുധന് നല്ല ഓർമ്മയുണ്ട്. പാലയുടെ താഴത്തേക്കിറങ്ങിയാൽ പറങ്കിമാവിൻതോട്ട മുണ്ട്. പിന്നെ ഇടവഴിയും തോടുമാണ്...

ആ തോട്ടുവക്കിലെ വീടിന്റെ പടിക്കൽ കുന്നിമണികൾ ചിതറി ക്കിടന്നിരുന്നു.

എന്റെ പ്രിയപ്പെട്ട അമ്മുക്കുട്ടീ, എനിക്കു ഭ്രാന്തില്ല.

കുന്നിൻപുറം വിജനമാണ്. ഒരു കറുത്ത കാളക്കൂറ്റൻ മാത്രമാണ് അവിടെ അലഞ്ഞുനടക്കുന്നത്.

കാല്ച്ചുവട്ടിൽ പുല്ലുകൾ അമരുമ്പോൾ വെള്ളത്തുള്ളികൾ തെറിച്ചു കൊണ്ടിരുന്നു...

മനുഷ്യരാരുമില്ല. ഇവിടെ സമാധാനമായിരിക്കും. പാലയുടെ ചുവട്ടി ലെത്തിയപ്പോഴേക്കും കാൽമുട്ടുകൾ പൊളിഞ്ഞുവീഴുന്നുണ്ടെന്നു തോന്നി. പടുത്തുകെട്ടിയ തറയിൽ ചാരിക്കൊണ്ട് വേലായുധൻ ഇരുന്നു. കുളിർമ്മയുള്ള കാറ്റേറ്റപ്പോൾ കണ്ണടയ്ക്കാൻ തോന്നി. പുറം മുഴുവൻ വേദനിക്കുന്നു. നനവുള്ള പുൽത്തകിടിയിൽ മുഖമമർത്തി കിടന്നു.

മയക്കത്തിൽനിന്നു പെട്ടെന്നാണ് ഞെട്ടിയുണർന്നത്. പുറത്ത് എന്തോ വന്നു വീണപോലെ തോന്നി. എഴുന്നേറ്റിരുന്നു നോക്കുമ്പോൾ അല്പം അകലെയായി മുടിങ്കോലും തൊപ്പിക്കുടയുമുള്ള ആറേഴു കാലിപ്പിള്ളേർ നിൽക്കുന്നു. അവർ സൂക്ഷിച്ചുനോക്കുകയാണ്. ഒരു കല്ലുകൂടി വന്നു വീണു. മുന്നിൽ വന്നുകുത്തി തലയ്ക്കു മുകളിലൂടെ തെറിച്ചുപോവുക യാണുണ്ടായത്.

വേലായുധൻ സംഭ്രമത്തോടെ എഴുന്നേറ്റു നിന്നു. കാലിൽ ചങ്ങല കിലുങ്ങി...

നടന്നപ്പോൾ ഒരു സംഘം പിറകിലുണ്ട്. കല്ലുകൾ വീണ്ടും പറന്നു വരുന്നു... പാറക്കെട്ടിലൂടെ ചങ്ങല വലിച്ചുകൊണ്ട് ഓടിയിറങ്ങി. ഇടവഴി യിലെത്തിയപ്പോൾ അവൻ തിരിഞ്ഞുനോക്കി.

“ഹമ്മേ!” ഉച്ചത്തിൽ കരഞ്ഞുപോയി. നെറ്റി തുടച്ചു നോക്കിയപ്പോൾ ചോരയുണ്ട് കൈയിൽ.

“പിടിയെടാ പിടി...”

“ദാ വര്ണേ... ആളൊഴിഞ്ഞോളേ!”

പാടത്തിറങ്ങിയപ്പോൾ ആളുകൾ അങ്ങോട്ടുമിങ്ങോട്ടും പായുന്നതു കണ്ടു. വഴിവക്കത്തുനിന്ന ഒരു കുട്ടി ഉച്ചത്തിൽ നിലവിളിച്ചു,

“ഭ്രാന്തൻ! ഭ്രാന്തൻ... ആളുപദ്രവംണ്ട്. മാറിക്കോളേ!”

പിന്നിൽനിന്നു വീണ്ടും ശബ്ദങ്ങൾ. വേലായുധൻ വയലരികിലൂടെ നടന്നു. എത്തിച്ചേർന്നത് തോട്ടുവക്കത്താണ്. അവിടെനിന്ന് ഇടവഴിയിലേക്കു കയറി. ഇരുവശത്തും വൃക്ഷങ്ങൾ ഇടതിങ്ങി നിൽക്കുന്ന ആ ഇടവഴിയിലൂടെ നടക്കുമ്പോൾ താഴെ മണ്ണിൽ കുന്നിമണികൾ വീണു കിടക്കുന്നതു കണ്ടു.

ആ ഇടവഴയിലിരുന്ന് ചെറുപ്പത്തിൽ എത്ര കളിച്ചതാണ്! മുന്നിൽ ചെങ്കല്ലുരച്ചുതേച്ച മതിൽക്കെട്ടും ചാടാൻ നിൽക്കുന്ന ഹനുമാന്റെ മരപ്രതിമ ശിരസ്സിലുറപ്പിച്ച വീടും കണ്ടപ്പോൾ വേലായുധന്റെ ഹൃദയം തുടിച്ചു. അവിടെയാണ്... അവിടെയാണ് അമ്മുക്കുട്ടി.

അവളെ ഒന്നു കണ്ടാൽ മതി... അമ്മുക്കുട്ടീ, എന്റെ രോഗം മാറി. എനിക്കിപ്പോൾ ഒന്നുമില്ല... എനിക്കിപ്പോൾ ഒന്നുമില്ല.

അവൻ പടി കയറി.

മുറ്റത്തെ കൂവളത്തറയ്ക്കടുത്തിരുന്ന് ഒരു കുട്ടി ഓലപ്പന്തുണ്ടാക്കുകയാണ്. ചാണകം മെഴുകിയ വിശാലമായ മുറ്റത്ത് ഇളവെയിൽ പരന്നിരിക്കുന്നു. ആ വലിയ വീടിന്റെ മുൻവശത്തുനിന്ന് വേലായുധൻ ചുറ്റും കണ്ണോടിച്ചു.

ഓലപ്പന്ത് ധൃതിയിൽ പെറുക്കിയെടുത്ത് ആ കുഞ്ഞ് അകത്തേക്കോടി.

അമ്മുക്കുട്ടിയില്ലേ? അമ്മുക്കുട്ടി?

അവൻ പതുക്കെ മുറ്റത്തിന്റെ അരികിലൂടെ നാലടി നടന്നു.

അപ്പോഴാണവൻ കാണുന്നത്: ഇറയത്തു കെട്ടിയ കയറിൽ ഒരു സ്ത്രീ നനഞ്ഞ മുണ്ടു നിവർത്തിയിടുന്നു.

ചങ്ങല വീണ്ടും കിലുങ്ങി. അവർ തിരിഞ്ഞുനോക്കി.

ഒരു നിമിഷം വേലായുധൻ സ്തംഭിച്ചുനിന്നുപോയി. ഒരിക്കൽക്കൂടി അവൻ ആ മുഖത്തു നോക്കി.

“അ... അമ്മുക്കുട്ടി...”

അവൾ കൈത്തണ്ടയിൽ മടക്കിയിട്ട ഈറൻ മുണ്ടുകൾ നിലത്തിട്ടു കോലായിലേക്കു കയറി ഉറക്കെ നിലവിളിച്ചു: “ഭ്രാന്തൻ! ഭ്രാന്തൻ!”

ഞാനാണമ്മുക്കുട്ടീ, എനിക്കു ഭ്രാന്തില്ല എന്നു പറയണമെന്നുണ്ടായിരുന്നു. നാവ് പൊങ്ങിയില്ല. ഒരിക്കൽക്കൂടി അവൻ വിളിച്ചു: “അമ്മുക്കുട്ടീ!”

അവളകത്തേക്ക് ഓടിമറഞ്ഞുകഴിഞ്ഞു.

അകത്തുനിന്ന് ഒരു കോലാഹലം ഉമ്മറത്തേക്കു നീങ്ങിവരികയാണ്:

"ഭ്രാന്തൻ! ഭ്രാന്തൻ!"
"വടിയിങ്ങട്ടെടുക്ക്... നീയകത്തു പോ."
"ഭ്രാന്തൻ! ഭ്രാന്തൻ!"

വേലായുധൻ പിന്നെ നിന്നില്ല. ചുണ്ടുകൾ നനച്ചപ്പോൾ ഉപ്പു ചുവച്ചു. നെറ്റിയിൽനിന്ന് ഒലിച്ചിറങ്ങിയ ചോരയാണ്. കാലിലെ ചങ്ങലക്കഷണവും വലിച്ചുകൊണ്ട് വേലായുധൻ പടിയിറങ്ങി.

ശരീരം തളർന്നുവീഴാറായിരുന്നു. എങ്കിലും ഒരു ചുഴലിക്കാറ്റിന്റെ വേഗത്തിൽ അവൻ ഓടി. പിന്നിൽ പാട്ടകൾ ശബ്ദിച്ചു. കൂക്കുവിളിയും ബഹളവും വിടാതെ തന്നെ പിന്തുടരുന്നു...

പടിപ്പുര കടന്നു മുറ്റത്തെത്തിയപ്പോൾ അമ്മാമയുണ്ട്; വേറെ രണ്ടു പേരും. ചങ്ങലക്കിലുക്കം കേട്ടപ്പോൾ അവർ ഞെട്ടിയെഴുന്നേറ്റു.

മതിൽക്കെട്ടു പിടിച്ചുകൊണ്ട് വേലായുധൻ തെല്ലിട നിന്നു. അമ്മാമ ഉത്തരത്തിൽനിന്നു വടി വലിച്ചൂരിയെടുത്തു മുറ്റത്തേക്കിറങ്ങിയത് അവൻ കണ്ടു. തളർന്നുമങ്ങിയ കണ്ണുകൾ സ്വന്തം ശരീരത്തിലൂടെ സഞ്ചരിച്ചപ്പോൾ അവനു മനസ്സിലായി: അരയിൽ തുണിയില്ല.

വേച്ചുവേച്ചുകൊണ്ടാണ് കോലായിൽ ചെന്നുവീണത്. അമ്മാമയും കൂട്ടുകാരും ചുറ്റും വന്നുനിന്നപ്പോൾ അവൻ ശ്വാസംമുട്ടിക്കൊണ്ടു പറഞ്ഞു:

"എനിക്കു ഭ്രാന്താണ്... എന്നെ ചങ്ങലയ്ക്കിടൂ..."

# വില്പന

**ഈ** മഹാനഗരത്തിന്റെ ഭൂമിശാസ്ത്രം ഏറെക്കുറെ അയാൾ പഠിച്ചു കഴിഞ്ഞിരുന്നു. ടെലിഫോണിൽ കേട്ട നിർദ്ദേശങ്ങൾ മനസ്സിലാക്കാൻ പ്രയാസമുണ്ടായിരുന്നില്ല. സിദ്ധിവിനായകക്ഷേത്രത്തിനടുത്ത് ഒരു ബസ് സ്റ്റോപ്പിൽ ഇറങ്ങി, ലഘുവായ ഒരന്വേഷണം നടത്തി, പടിഞ്ഞാറോട്ട് കടൽവക്കുവരെ എത്തുന്ന റോഡ്, അതുതന്നെയാണെന്ന് ഉറപ്പു വരുത്തിയ ശേഷം നടന്നു. ടെലിഫോണിലെ സ്ത്രീശബ്ദം കാറിലാണോ വരുന്നത് എന്നു ചോദിച്ചപ്പോൾ സുനിൽറോയ് ടാക്സിയിൽ എന്നാണ് മറുപടി പറഞ്ഞത്. ആവശ്യമില്ലാത്ത ഒരു നുറുങ്ങ് ദുരഭിമാനം എന്ന് അയാൾ സ്വയം കുറ്റപ്പെടുത്തി.

ടാക്സിയിൽ വരുന്നവർക്കുള്ള നിർദ്ദേശങ്ങൾ റോഡുവഴിക്കു വരുന്ന കാൽനടക്കാരനും ബാധകമാണല്ലോ. കോൺവെന്റ് ചുവയുള്ള ഇംഗ്ലീഷിൽ നേർത്ത സ്ത്രീശബ്ദം പറഞ്ഞത്, “സീഫെയ്സ് റോഡിലേക്കു കടന്ന് പിന്നെയും ഒരു കിലോമീറ്റർ കഴിഞ്ഞാൽ വലതുഭാഗത്തു വളരെയേറെ നിലകളുള്ള ഒരു കെട്ടിടത്തിന്റെ പണി നടക്കുന്നതു കാണാം. അതു ശ്രദ്ധിക്കാതിരിക്കില്ല, ആരും. വലിയ ഫ്ളാറ്റുകളാണ് അതിൽ വരുന്നത്. പിന്നെയും ഒരഞ്ചുമിനിട്ടു നടന്നാൽ ഈ കെട്ടിടം കാണാം. പേർ സാഗര. ഓർമ്മിക്കുക സാഗര. നാലാമത്തെ നിലയിൽ ഒമ്പതാം നമ്പർ ഫ്ളാറ്റ്.”

“പേര്.”

“ആവശ്യമില്ല. സാഗര, ഒമ്പതാം നമ്പർ ഫ്ളാറ്റ്.”

ഗൃഹോപകരണങ്ങൾ വിൽക്കുന്നതുകൊണ്ട് ഉടമസ്ഥരുടെ പേര് പറയാൻ ചിലപ്പോൾ ഒരുനുറുങ്ങ് ദുരഭിമാനം അവരെയും അനുവദിക്കുന്നുണ്ടാവില്ല.

മനസ്സിൽ കണക്കുകൂട്ടിയതിലേറെ ദൂരമുണ്ടായിരുന്നു. പല കെട്ടിടങ്ങൾക്കും കടലുമായി ബന്ധപ്പെട്ട പേരുകളായിരുന്നു. മരങ്ങളും അലങ്കാരച്ചെടികളും വളരുന്ന വലിയ കോമ്പൗണ്ടുകളിൽ നരച്ച വലിയ കെട്ടിടങ്ങൾ. അവസാനം വലതുഭാഗത്ത് പശ്ചാത്തലത്തിൽ അനേകം നിലകളുള്ള ഒരു കെട്ടിടത്തിന്റെ അസ്ഥികൂടത്തിനു മുകളിൽ ഒരു കൂറ്റൻ ക്രെയ്നിനു താഴെ മനുഷ്യരൂപങ്ങൾ ഉറുമ്പുകളുടെ വലിപ്പത്തിൽ

പണിയെടുക്കുന്നതു കണ്ടു. പിന്നെയും നടന്നപ്പോൾ സാഗര കണ്ടു, കൃത്യം. ഒരാൾക്കു വഴി പറഞ്ഞുകൊടുക്കുന്നെങ്കിൽ ഇങ്ങനെ കണിശ മായിത്തന്നെ വേണം.

പഴയ കെട്ടിടമായിരുന്നു. താഴെ വരാന്തയിൽ കൈമുട്ടുകളൂന്നി സ്റ്റെപ്പു കളിൽ ഇരിക്കുകയും കിടക്കുകയുമാണ് എന്നു തോന്നുന്നവിധം മടുത്ത മുഖഭാവത്തോടെ കാവൽ ജോലി നടത്തുന്ന ഗൂർഖ ഒന്നിളകിയിരുന്നു. ആകപ്പാടെ ഒന്നു നോക്കിയെങ്കിലും ഒന്നും ചോദിച്ചില്ല.

ലിഫ്റ്റ് മുകളിലായിരുന്നു. ബെല്ലമർത്തിയശേഷം കാത്തുനിന്നു. മൂളിയും ഞരങ്ങിയും പഴയ കെട്ടിടത്തിന്റെ നടുവിൽക്കയറിയിറങ്ങി തളർന്ന യന്ത്രം പുറപ്പെട്ട ശബ്ദം കേൾക്കാമായിരുന്നു. ലിഫ്റ്റ് തുറന്ന് കൈയിലും ചുണ്ടിലും വെള്ളപ്പാണ്ടുകളുള്ള ഒരു മധ്യവയസ്കൻ ഒരു പെട്ടിയും തൂക്കി പുറത്തു കടന്നു. അയാൾക്ക് താൻ ആദ്യം ജോലി ചെയ്തിരുന്ന പത്രത്തിലെ കാഷ്യർ ഗോപാൽദത്തിന്റെ ഛായയുണ്ട് എന്ന് സുനിൽ ഓർത്തുപോയി.

നാലാംനിലയിലെത്തി പുറത്തുകടന്നപ്പോൾ മൂന്നു വാതിലുകൾ കണ്ടു. ഒമ്പത് മുന്നിൽത്തന്നെ. പുറത്ത് ബോർഡുകളൊന്നുമില്ല. ഒരു പക്ഷേ, താഴത്ത് എല്ലാ നിലകളിലെ പാർപ്പുകാരുടെയും പേരുണ്ടായി രിക്കും. അതു നോക്കിവരാമായിരുന്നു. പേർ പറഞ്ഞ് ഒരാളെ സംബോ ധന ചെയ്തു തുടങ്ങുന്നത് വില്പനയുടെയും വാങ്ങലിന്റെയും ശാസ്ത്ര ത്തിൽ പ്രയോജനമുള്ളതാണ്. സെയിൽസ് മാനേജരുടെ സ്റ്റഡിക്ലാസ്. ആ ശാസ്ത്രം വഴിപ്പെടാത്തതുകൊണ്ടാണല്ലോ അഞ്ചുവർഷം തയ്യൽ യന്ത്രം വിറ്റ് മടുത്ത സുനിൽ ചെറുപ്പത്തിലേ പ്രേമമായിരുന്ന പത്ര പ്രവർത്തനത്തിലേക്കു തിരിച്ചുവന്നത്.

അയാൾ ബെല്ലമർത്തി പുറത്തുനിന്നു. വാതിലിന്റെ മാന്ത്രികക്കണ്ണി ലൂടെ തന്നെ ഇപ്പോൾ പരിശോധിക്കുന്നുണ്ടാവുമോ? പുറത്തെ ചെറിയ ഇടനാഴി പകലും ഇരുണ്ടുകിടന്നു. അകത്തുനിന്നു നോക്കുന്നവർക്ക് ഒന്നും വ്യക്തമായി കാണില്ല എന്നു തോന്നുന്നു.

വീണ്ടും ബെല്ലമർത്തണോ എന്നു സംശയിച്ചപ്പോൾ വാതിൽ പതുക്കെ തുറന്നു.

"ഞാൻ കുറച്ചുമുമ്പ് ഫോൺ ചെയ്തിരുന്നു. പേർ സുനിൽറോയ്."

വാതിൽ മുഴുവൻ തുറക്കപ്പെട്ടു. നീലസാരിയുടുത്ത്, നെറ്റിക്കു മുകളിൽ അല്പം ഇഴകളിൽ നരയുടെ അടയാളമുള്ള നീണ്ടുമെലിഞ്ഞ ഒരു സ്ത്രീയാണ് മുന്നിൽ. മഞ്ഞയുടെ അംശം അല്പം കലർന്നിട്ടു ണ്ടെന്നു തോന്നുന്ന വല്ലാത്ത വെളുത്ത നിറം.

"പ്ലീസ് കമിൻ."

ടെലഫോണിൽ കേട്ട സ്വരംതന്നെ.

“മൈ ഗോഡ്”, അവരുടെ സ്വരത്തിൽ പെട്ടെന്ന് ഒരു പരിഭ്രാന്തികയറി: “അതിൽ ചവിട്ടിയോ? അതിൽ ചവിട്ടിയോ?”

അവർ താഴെ നോക്കി എന്തോ കുനിഞ്ഞെടുത്തു. ഒരു ചെറിയ കടലാസു പൊതി.

അവർ വിശദീകരിച്ചു: “പൂജയ്ക്കുള്ള പൂവാണ്. ജോലിക്കാരിയാണ് എടുത്തുവയ്ക്കാറ്. ചവിട്ടിയില്ലല്ലോ?”

“ഇല്ല.”

ഞാൻ അവരുടെ പിന്നിൽ അകത്തേക്കു നടന്നു.

“ഒരു മിനിട്ട്. എക്സ്ക്യൂസ് മീ. വേണമെങ്കിൽ ഇരിക്കാം.”

അവർ സ്വീകരണമുറിയിൽനിന്നു വലതുവശത്തെ വാതിൽ തുറന്ന് അകത്തുകയറി. അതു പ്രധാന കിടപ്പുമുറിയാവണം. ഗൃഹനായകൻ പൂജിക്കുകയാണോ അതോ കുളിക്കുകയാണോ?

പുറത്തുനിന്ന് ഈ കെട്ടിടം കാണുമ്പോൾ എത്ര വിരൂപമായിരിക്കുന്നു. ഇവിടെ വന്നെത്തിയാലോ, ഫ്ളാറ്റ് എത്ര മനോഹരം! എതിർവശത്ത് വെനീഷ്യൻ ബ്ലൈൻഡുകൾ ഉയർത്തിവച്ച വലിയ ചില്ലുജാലകങ്ങളിൽ ഒരു പാളി തുറന്നുകിടക്കുന്നു. കുളിർമ്മയുള്ള കടൽക്കാറ്റ് അതിലൂടെ അകത്തുവരുന്നുണ്ട്. ഓട്ടുഭരണികളിൽ വളർത്തിയ വലിയ മണിപ്ലാന്റിന്റെ ഇലകൾ കാറ്റിൽ ഉലയുന്നു.

താൻ ജീവിതത്തിൽ ആരെങ്കിലുമായി ഒരു വൻനഗരത്തിൽ കഴിയുന്നുവെങ്കിൽ സജ്ജീകരിക്കേണ്ട ഫ്ളാറ്റിനെപ്പറ്റി ഇതുവരെ സുനിലിനു വളരെ അവ്യക്തമായ സങ്കല്പമേ ഉണ്ടായിരുന്നുള്ളൂ. ഇപ്പോൾ ഇതാ, ഒരു വിശിഷ്ട മാതൃക മുന്നിൽ.

എട്ടുപേർക്കിരിക്കാവുന്ന കറുത്ത തോൽ പൊതിഞ്ഞ സോഫാസെറ്റ്. അതിന്റെ മധ്യത്തിൽ കാർപെറ്റ്. ഹൃദയാകൃതിയിൽ കണ്ണാടി പതിച്ച വലിയ ടീപ്പോയ്, ഓരോ സീറ്റിന്റെ സമീപത്തും വട്ടത്തിൽ കൊച്ചുവിരികളിട്ട ചെറിയ സ്റ്റൂളുകൾ. എത്രയായിരിക്കും ഈ സംവിധാനത്തിന്റെ വില. വിലയെഴുതിവച്ചത് എത്രയെന്നറിയാൻ അയാൾ നോക്കി. അത് വില്പനയ്ക്കാവില്ല.

കഴിഞ്ഞ രണ്ടു ഞായറാഴ്ചകളിലെ അനുഭവത്തിൽ വലിയ വീടുകളിലെ വില്പനവസ്തുക്കൾ വേറെ കൂട്ടിവച്ചിരിക്കും. എല്ലാറ്റിലും വില പേശൽ ഒഴിവാക്കാൻവേണ്ടി കാർഡുകളിൽ സംഖ്യ എഴുതിത്തൂക്കിയിരിക്കും. നോക്കാം, വേണമെങ്കിൽ വാങ്ങാം. ഇല്ലെങ്കിൽ മിണ്ടാതെ ഇറങ്ങിപ്പോകാം.

അകത്ത് മുറിയിൽ പൂജ നടക്കുകയല്ല. ഒരു ബ്യൂറോവിൽ മല്ലിടുകയാണ് അവരെന്നു തോന്നി. വാതിൽ കടന്നുവന്നതിനപ്പുറം വലതുഭാഗത്താണ് അടുക്കള. അതിന്റെ കൗണ്ടർ സ്വീകരണമുറിയിലേക്കാണ്.

അടുക്കളയിൽനിന്നുള്ള വിഭവങ്ങൾ കൗണ്ടറിൽനിന്നു വാങ്ങി അതിഥികൾക്കു കൊടുക്കാം. അടുക്കളയുടെയോ പരിചാരികയുടെയോ അസുന്ദര മുഖങ്ങൾ വിരുന്നുകാർ കാണുകയുമില്ല. "പണമുണ്ടായാൽ മാത്രം പോരാ. അഭിരുചിയോടെ ജീവിക്കാനറിയണം;" അച്ഛന്റെ തിരുമൊഴികളിലൊന്നായിരുന്നു അത്. പുതുപ്പണക്കാരെ മുഴുവൻ പുച്ഛമായിരുന്ന അച്ഛന് അവരെപ്പറ്റിയുള്ള അപവാദകഥകൾ പറയുന്നതായിരുന്നു ഏറ്റവും വലിയ വിനോദം. കാസരോഗത്തിനു കഴിച്ചിരുന്ന കറുപ്പു വാങ്ങാൻകൂടി കാശില്ലാതെ കഷ്ടപ്പെട്ടിരുന്ന അവസാന നാളുകളിൽപ്പോലും ഖദറിട്ടുകൊണ്ട് സായിപ്പിന്റെ മുമ്പിൽ ഇന്റർവ്യൂവിനു പോയ തന്റെ ധീരതയെപ്പറ്റി, എലിമെന്ററി സ്കൂൾ അധ്യാപകനായി നാല്പത്തഞ്ച് രൂപയിലൊതുക്കിയ ജീവിതസമരത്തിനിടയ്ക്കും 1921-ലെ കൽക്കത്ത സർവ്വകലാശാലയുടെ ഒന്നാംക്ലാസ് ബി.എ. ബിരുദത്തിന്റെ ഉടമസ്ഥനായ അദ്ദേഹം പലപ്പോഴും കൂട്ടുകാരോട് ആവർത്തിച്ചു പറഞ്ഞിരുന്നു.

തിരിച്ചുവന്ന ഗൃഹനായിക പറഞ്ഞു:

"ഒരു ബ്യൂറോ തുറക്കുന്നില്ല. നാശം."

മര്യാദയുടെ പേരിൽ ചോദിച്ചു:

"താക്കോൽ പോയോ? അതും വില്പനയ്ക്കാണോ?"

"താക്കോൽ ഇതുതന്നെ. ഞാൻ ഇന്നലെക്കൂടി തുറന്നതാണ്."

"ഞാൻ സഹായിക്കണോ?"

സംശയിച്ചുകൊണ്ടാണ് സുനിൽ ചോദിച്ചത്. സ്ത്രീകളെ സഹായിക്കുക, അവർക്കുവേണ്ട സേവനങ്ങൾ ചെയ്യുക: അത് നാട്യമല്ല; തന്റെ സ്വഭാവത്തിന്റെ ഭാഗമായി മാറിയതാണെന്ന് പലർക്കും അറിഞ്ഞുകൂടാ. അതുകൊണ്ട് ചെറിയ കാര്യങ്ങൾക്ക് പലപ്പോഴും വലിയ വ്യാഖ്യാനങ്ങൾ ഉണ്ടായി. ഷിവൽറിയല്ല. ഷോവിനിസമാണ്. മൂടുപടമിട്ട മെയിൽ ഷോവിനിസമാണ് എന്നുവരെ ഗൗരി പറഞ്ഞു.

"പ്ലീസ് വിൽ യൂ?" അവർ താക്കോൽ തന്നു.

"എന്റെ ഭർത്താവ് മിനിഞ്ഞാന്നാണ് ഈ പരസ്യം അയച്ചത്. പിന്നെയാണ് അദ്ദേഹത്തിനു പെട്ടെന്ന് ഔദ്യോഗികയാത്ര വന്നുപെട്ടത്. ഞാനാണിപ്പോൾ ആകെ കുഴപ്പത്തിലായത്."

അവർ കിടപ്പറയുടെ വാതിൽ തുറന്നുവെച്ച് ബ്യൂറോ കാണിച്ചുകൊടുത്തു. കിടപ്പറയിലെ പുതിയ എയർക്കണ്ടീഷൻ യന്ത്രം സുനിൽ ശ്രദ്ധിച്ചു. താക്കോൽ തുറക്കാത്തപ്പോൾ ബലം പ്രയോഗിച്ചതു കാരണം വളഞ്ഞുപോയിരിക്കുന്നു. താൻ തോറ്റുപോകരുത് എന്ന പ്രാർത്ഥനയോടുകൂടി അയാൾ അധ്വാനിച്ചു നോക്കി.

"സോറി, തുറക്കുന്നില്ല"

"പോട്ടെ, സാരമില്ല."

"അത്യാവശ്യമുള്ള എന്തെങ്കിലും അതിനകത്ത്..."

"അങ്ങനെയൊന്നുമില്ല."

അവർ വീണ്ടും സ്വീകരണമുറിയിലേക്കു വന്നു. അപ്പോൾ ടെലഫോൺ ശബ്ദിച്ചു. അവർ അതെടുത്തു സ്വന്തം നമ്പർ ഉരുവിട്ടു.

"അതെ ശരിയാണ്. വന്നുനോക്കൂ. ഓരോന്നിന്റെയും വില പറയാൻ... നിങ്ങൾ വന്നുനോക്കൂ. അതാണ് നല്ലത്." അവർ ഫോൺ താഴെവെച്ചു പറഞ്ഞു.

"വെറുതെ ശല്യങ്ങൾ വരും, ഒരു വില്പനയും നടക്കില്ല. എന്നോടു പറയാതെയാണ് അദ്ദേഹം പരസ്യം കൊടുത്തത്. എന്നിട്ടും വരുന്നവരോടു ഞാൻ സംസാരിക്കണം. ആറരയ്ക്കു തുടങ്ങിയതാണ് ടെലഫോൺ കാളുകൾ."

സുനിൽറോയ് തന്റെ ആവശ്യം ഓർമ്മിപ്പിച്ചു:

"വിൽക്കാനുള്ള സാധനങ്ങൾ?"

"ഇതൊക്കെത്തന്നെ. ഈ സോഫാസെറ്റ്, ഡൈനിങ് ടേബിൾ, കട്ടിൽ– എല്ലാം വിറ്റൊഴിക്കുകയാണ്."

"നിങ്ങൾ ബോംബെ വിടുകയാവും അല്ലേ?"

"അടുത്തത് അഹമ്മദബാദാണ്. ഭർത്താവിനു പ്രൊമോഷനും സ്ഥലമാറ്റവും. നിങ്ങൾക്ക് എന്തൊക്കെയാണു വേണ്ടത്?"

സുനിൽ ആലോചിക്കുന്നതുപോലെ ഒരു നിമിഷം നിന്നു.

"പരസ്യത്തിൽ ഒരു ടൈപ്പ്റൈറ്റർ പറഞ്ഞിരുന്നു."

"ഓ, അത് കൊടുത്തു. ഈ ബിൽഡിങ്ങിലെ ഒരാൾ രാവിലെ വന്നു. ശരിക്കു പറഞ്ഞാൽ അടുത്ത ഫ്ളാറ്റിലെ ജോലിക്കാരൻ. അവന്റെ അനുജന് എവിടെയോ ഇരുന്ന് ഹർജികൾ ടൈപ്പു ചെയ്തുകൊടുക്കുന്ന പണിയാണത്രേ. പാവം."

അയാൾ സംശയിച്ചു: ഒരുപക്ഷേ, ഈ മഹതി ദയ തോന്നി സംഭാവന കൊടുത്തിരിക്കും. ടൈംസ് വായിച്ച ഉടനെ പുറപ്പെട്ടിരുന്നെങ്കിൽ ആദായത്തിന് അതുകിട്ടുമായിരുന്നു എന്നയാൾ മൗഢ്യത്തോടെ ഓർമ്മിച്ചു.

"ഞാൻ... എനിക്ക് ടൈപ്പ്റൈറ്ററായിരുന്നു ആവശ്യം."

"അത് വളരെ പഴയ യന്ത്രമായിരുന്നു. അദ്ദേഹം ആദ്യം ജോലി കിട്ടിയ കാലത്തു വാങ്ങിയത്."

മറ്റു സാധനങ്ങളിലൊന്നും അയാൾക്ക് താത്പര്യമുണ്ടായിരുന്നില്ല. എങ്കിലും ഒരു രസത്തിനു ചോദിച്ചു: "ഈ സോഫാസെറ്റിന് എന്തു വില വരും?"

"ഇത്", അവർ ആലോചിച്ചു. എന്നിട്ട് വലതുചെവിക്കു മുകളിൽ മാന്തിക്കൊണ്ട് ഏതാനും നിമിഷങ്ങൾ നിന്നു. "എവിടെപ്പോയി ആവോ കടലാസ്?"

അവർ ഒരു കടലാസ് തിരയാൻ തുടങ്ങി. അതിനിടയ്ക്കു പറഞ്ഞു: "എനിക്കറിയാം, ശരിക്കു വേണ്ടത് ഇതിലൊക്കെ വില എഴുതിത്തൂക്കുകയാണ്. വരുന്ന ആളുകൾക്ക് ശല്യമില്ലാതെ കഴിഞ്ഞു. ആരും ഒന്നും വാങ്ങുമെന്നു കരുതിയിട്ടില്ല. ഇന്നലെ പോകാൻ നിൽക്കുമ്പോൾ പരസ്യത്തിന്റെ കാര്യം ഓർമ്മിപ്പിച്ചപ്പോൾ ഒരു തുണ്ട് കടലാസിൽ എന്തോ എഴുതിവയ്ക്കുന്നതു കണ്ടു.

അവർക്ക് അവസാനം ഒരു പുസ്തകത്തിനിടയിൽനിന്നു കടലാസു കിട്ടി.

"ദാ, ഇവിടെയുണ്ട്. നോക്കട്ടെ, സോഫാസെറ്റ്... നാലായിരം."

അയാൾ തന്റെ അമ്പരപ്പ് പുറത്തു കാട്ടിയില്ല.

"കൽക്കത്തയിലായിരുന്നപ്പോൾ ഓർഡർ ചെയ്തുണ്ടാക്കിച്ചതാണ്. അതിലധികമൊക്കെ ചെലവായിട്ടുണ്ടാവും. പക്ഷേ, നാലായിരം ഇട്ടാൽ ആരെങ്കിലും വാങ്ങുമോ? എനിക്കു സംശയമാണ്. നാലായിരം വളരെ കൂടുതലാണ്, അല്ലേ?"

അവർ പറഞ്ഞുതുടങ്ങുന്നത് തട്ടിത്തടഞ്ഞു സാവധാനത്തിലാണ്. പിന്നെ പെട്ടെന്ന് വളരെ വേഗത്തിലാവുന്നു.

"അല്ലേ?"

അയാൾ ചിരിക്കാൻ ശ്രമിച്ചു: "എന്നു തോന്നുന്നു."

"മിസ്റ്റർ പരേഖിന് എന്റെ ഭർത്താവിന് ഇതൊക്കെ ഔട്ട് ഓഫ് ഫാഷൻ ആയി തോന്നുന്നുണ്ട് ഇപ്പോൾ. നിങ്ങൾ വാങ്ങുന്നില്ലല്ലോ. ഇതൊക്കെ ഇപ്പോഴും ബ്രാൻഡ്ന്യൂപോലെ തോന്നുന്നില്ലേ."

"തീർച്ചയായും."

"നിങ്ങൾ ബോംബെക്കാരനാണോ?"

"അല്ല. കൽക്കത്ത."

"ബംഗാളി?"

"അതേ മാഡം."

അവരുടെ മുഖത്ത് പൊടുന്നനേ ഒരാവേശത്തിന്റെ അല പടരുന്നത് അയാൾ കണ്ടു.

"എനിക്ക് ബംഗാളികളെ ഇഷ്ടമാണ്. എന്റെ അടുത്ത കൂട്ടുകാരിൽ അധികവും ബംഗാളികളാണ്. ഓ കൽക്കത്ത. എനിക്കേറ്റവും ഇഷ്ടമുള്ള സ്ഥലം കൽക്കത്തയാണ്. ആളുകൾ എന്തു പറഞ്ഞാലും ശരി കൽക്കത്തയാണ് ഇന്ത്യയിലെ ഏറ്റവും നല്ല നഗരം. ഈ ബോംബെയിൽ എന്തുണ്ട്?"

അയാൾ ചിരിക്കാൻ ശ്രമിച്ചു, കൽക്കത്തയും തന്റെ ഭാഗമായ മുറിവുകൾ തനിക്ക് ഏല്പിച്ചിട്ടുണ്ടെന്ന കാര്യം അയാൾ ഓർമ്മിച്ചു. രക്ഷപ്പെടുകയാണെന്നു തോന്നി ഡൽഹിയിലെത്തി. പഴയ പത്രമാപ്പീസിൽ

നിന്ന്, ഗൗരിയിൽനിന്ന്. ക്ഷതങ്ങൾ ഏല്പിക്കുന്ന കാര്യത്തിൽ ഒരു വൻ നഗരവും മറ്റേതിന്റെ പിന്നിലല്ല. ഇത് മൂന്നാമത്തെ നഗരമായിരുന്നു അയാൾക്ക്.

“ഞാനിവിടെ മൂന്നുമാസം ആയിട്ടേ ഉള്ളൂ.”

“നിങ്ങൾക്കു മനസ്സിലാകും. കുറച്ച് കഴിയട്ടെ. എല്ലാ ചൈതന്യവും ഈ ബോംബെ വലിച്ചുകുടിക്കും. ഇവിടെ വന്നപ്പോഴാണ് നോക്കൂ എന്റെ മുടി നരയ്ക്കാൻ തുടങ്ങിയത്.”

അവർ നെറ്റിയുടെ നടുവിൽ മുകളിൽ തെന്നിത്തെറിച്ചു നിൽക്കുന്ന നരച്ച മുടികൾ ഒതുക്കി.

“ഇവിടെ താമസിച്ചവർക്ക് ബോംബെ വിട്ടു പോവാനിഷ്ടമില്ലത്രേ. എനിക്ക് ഒരു ദിവസമെങ്കിൽ ഒരു ദിവസം നേരത്തെ ഓടണം. അഹമ്മദാബാദ് എങ്ങനെ?”

അയാൾ തന്റെ അജ്ഞത സമ്മതിച്ചു.

“അറിയില്ല. ഞാൻ ഒരിക്കലും പോയിട്ടില്ല.”

“ഇതിലും ഭേദമാവും ഉറപ്പ്, കൽക്കത്തയിലെ എന്റെ ഫ്ളാറ്റ്. ആലെയ്ക്ക് റോഡിലെന്തൊരു ശാന്തതയാണ്.”

അയാൾ അർഹിക്കുന്ന ഒരു പ്രശംസ പറയാമെന്നു വെച്ചു.

“ഇതൊരു നല്ല ഫ്ളാറ്റല്ലേ? അപ്പുറം കടൽ. നല്ല കാറ്റ്.”

അപ്പോൾ ടെലഫോൺ ശബ്ദിച്ചു.

“ഇന്നു മുഴുവൻ ഈ ശല്യമുണ്ടാവും’ എന്ന് പിറുപിറുത്ത് അവർ ടെലഫോണിനടുത്തേക്കു നീങ്ങിയപ്പോൾ വാതിലിന്റെ മണി ശബ്ദിച്ചു.

അവർ അഭ്യർത്ഥിച്ചു: “പ്ലീസ്!” പിന്നെ ശുദ്ധമല്ലാത്ത ബംഗാളിയിൽ പറഞ്ഞു: “പാർട്ടികളാവും. ഒന്ന് എനിക്കുവേണ്ടി സംസാരിക്കൂ.”

എന്റെ ഭാഷ ഉപയോഗിച്ചത് സ്വാതന്ത്ര്യം എടുക്കുന്നതിന്റെ ന്യായീകരണമാണോ? അയാൾക്ക് തമാശ തോന്നി. പഴയ ടൈപ്പ്റൈറ്റർ വാങ്ങാൻ വന്ന ആൾ വീട്ടുകാരന്റെ ഭാഗം അഭിനയിക്കാൻ പോവുകയാണോ?

വാതിൽ തുറന്നപ്പോൾ വെളുത്ത സഫാരി സൂട്ടിട്ട ഒരു ഉയരംകുറഞ്ഞ കണ്ണടക്കാരനും സീമന്തരേഖയിൽ മുഴുക്കെ സിന്ദൂരം വിതറിയ ഒരു തടിച്ച സ്ത്രീയുമായിരുന്നു. മധ്യവർഗത്തിലെ ഉയർന്ന വിഭാഗം. അയാൾ മനസ്സിൽ വ്യാഖ്യാനിച്ചെടുത്തു. ഭാര്യയും ഭർത്താവുമാണ്. കുറേക്കഴിയുമ്പോൾ ഭാര്യാഭർത്താക്കന്മാരുടെ മുഖവും ഭാവവും ഒരേപോലെ ആകുമായിരിക്കും.

ഉത്തരേന്ത്യൻ ചുവയില്ലാത്ത ഇംഗ്ലീഷിൽ ഭർത്താവ് അന്വേഷിച്ചു. “ഞങ്ങൾ പരസ്യം കണ്ട ആ സ്ഥലം ഇതുതന്നെയല്ലേ!”

പിന്നിൽ ടെലഫോണിൽ മിസ്സിസ് പരേഖ് വീട്ടുവസ്തുക്കളെപ്പറ്റി പറയുകയായിരുന്നു. മറുപുറത്തെ ആൾ ഫോണിലൂടെ എല്ലാം അറിയണമെന്ന വാശിക്കാരനാണ് എന്നു തോന്നി.

അയാൾ വില്പനക്കാരന്റെ ഭാവത്തിൽ ചിരി വരുത്തിക്കൊണ്ടു പറഞ്ഞു: "ഇതുതന്നെ, വരൂ അകത്തുവന്നു നോക്കൂ. സ്വാഗതം."

"എന്തൊക്കെയാണ്?"

സോഫാസെറ്റും ഡൈനിങ് ടേബിളുമൊക്കെ ഉൾപ്പെടുന്ന ഒരർദ്ധവൃത്തം കൈകൊണ്ടു വായുവിൽ വരച്ച് സുനിൽ റോയ് പറഞ്ഞു: "ഇതൊക്കെ."

അപ്പോൾ മിസ്സിസ് പരേഖ് ടെലഫോണിനോട് ഉറക്കെ പൊട്ടിച്ചിരിച്ചു. ടെലഫോൺ പൊത്തിപ്പിടിച്ച് അവർ അയാളെ നോക്കിപ്പറഞ്ഞു. ബംഗാളിയിൽ; "കട്ടിലിന് ആയിരം ഉറുപ്പിക വിലപറഞ്ഞപ്പോൾ അവൻ ചോദിക്കുന്നു എന്താണിത്ര 'സ്പെഷൽ' എന്ന്? വേറെ വല്ലതും കൂടിയുണ്ടാവുമോ കട്ടിലിൽ എന്നാണറിയേണ്ടത്?"

അയാൾക്കു ചിരിവന്നില്ല. ആഗതരെ സ്വീകരണമുറിയിലേക്ക് ആംഗ്യം കൊണ്ട് ക്ഷണിച്ചു.

മിസ്സിസ് പരേഖ് ടെലഫോൺ വീണ്ടും ഉയർത്തി പറഞ്ഞു: "ഞാനിവിടെ ഒരു ഫ്രണ്ടിനോട് ചിരിച്ചതാണ്. നിങ്ങൾ വന്നു നോക്കി ഇഷ്ടമുണ്ടെങ്കിൽ എടുത്തോളൂ."

വാങ്ങാൻ വന്ന സ്ത്രീ ചോദിച്ചു: "നിങ്ങൾ ബംഗാളികളാണല്ലേ?"

അയാൾ 'അതെ' എന്നർത്ഥത്തിൽ തലയാട്ടി, അവരുടെ ശ്രദ്ധ ഡൈനിങ് ടേബിളിലായിരുന്നു. എട്ടുപേർക്കിരിക്കാവുന്ന ഓവൽ ആകൃതിയിലുള്ള മേശ. ചാരിയിരിക്കാവുന്ന കടഞ്ഞ കാലുള്ള കസേരകൾ.

"ഇതിനെത്ര?"

മിസ്സിസ് പരേഖ് കൈയിലെ കടലാസ് അയാൾക്കുകൂടി നോക്കാവുന്ന വിധം നിവർത്തിപ്പിടിച്ച് അരികത്തേക്കു നിന്നു. മിസ്റ്റർ പരേഖിന്റെ കൈയക്ഷരം വായിക്കാൻ കുറച്ച് പ്രയാസപ്പെടണം. ഡൈനിങ് ടേബിൾ, ബ്രാക്കറ്റിൽ എട്ടു കസേരകൾ എന്നതിനു നേരേ എഴുതിയ വില പറയാൻ അയാൾക്ക് അല്പം ജാള്യത തോന്നി.

മിസ്സിസ് പരേഖ് ആ വരിയുടെ താഴെ ക്യൂട്ടക്സിന്റെ അവശിഷ്ടങ്ങൾ ഉള്ള ചൂണ്ടുവിരലിന്റെ നഖമോടിച്ച് നിശ്ശബ്ദമായി അയാളെ പ്രേരിപ്പിച്ചു.

അയാൾ പറഞ്ഞു: "ആറായിരം."

ഒരു ഫലിതംകേട്ട ഭാവത്തിൽ വക്രിച്ച മന്ദഹാസത്തോടെ സ്ത്രീ പുരുഷനെ നോക്കി.

അദ്ദേഹം സുനിൽറോയിയെ ചൂഴ്ന്നെടുക്കുന്നപോലെ നോക്കി ക്കൊണ്ടു ചോദിച്ചു:

"ശരിക്കും?"

വില്പനക്കാരന്റെയോ താത്കാലിക ഗൃഹനാഥന്റെയോ ഭാഗത്തിൽ അങ്ങനെ തോറ്റുകൊടുക്കാൻ ഇഷ്ടപ്പെടാത്തതുകൊണ്ട് അയാൾ ഗൗരവ ത്തിൽ പറഞ്ഞു: "പുതിയതാണ്. ഒരു കൊല്ലം മുമ്പ് പ്രത്യേകം ഓർഡർ കൊടുത്തു പണിചെയ്യിച്ചത്. ഇപ്പോൾ ഈ സെറ്റുണ്ടാക്കാൻ എത്ര വരുമെന്നാണ് താങ്കൾ കരുതുന്നത്?"

സ്ത്രീയാണ് മറുപടി പറഞ്ഞത്. "ശരിയായിരിക്കാം. പക്ഷേ, സെയിലിനു വരുന്നത് ആദായത്തിൽ കിട്ടാൻവേണ്ടിയാണല്ലോ."

ഭർത്താവ് മറ്റൊരു ഫലിതംകൂടി കേൾക്കാൻ തയ്യാറാണ് എന്ന ഭാവ ത്തിൽ ചോദിച്ചു:

"ഈ സോഫാസെറ്റിന് എന്തുവേണം?"

കടലാസിന്റെ വില കണ്ടുകൊണ്ടുതന്നെ മിസ്സിസ് പരേഖ് കൂട്ടി പ്പറഞ്ഞു:

"അയ്യായിരം."

അയാൾ മിസ്സിസ് പരേഖിനെ നോക്കി.

അവർ തെറ്റിപ്പറഞ്ഞതല്ല എന്നു ബോധ്യമായി.

ഭാര്യയും ഭർത്താവും സ്വീകരണമുറിയുടെ മൂലയിലേക്ക് മാറിനിന്ന് എന്തോ സ്വകാര്യം പറഞ്ഞു. പിന്നെ തിരിച്ചുവന്നു. സ്ത്രീ ഹാൻഡ് ബാഗിൽ നിന്ന് ഒരു വിസിറ്റിങ് കാർഡ് കൈയിലെടുത്ത് എന്റെ നേരെ നീട്ടി പറഞ്ഞു:

"ഞങ്ങളുടെ കാർഡ്. ഡൈനിങ് ടേബിളിന്റെ വിലയ്ക്കു വല്ല മാറ്റവും വരുന്നുണ്ടെങ്കിൽ ഈ നമ്പറിൽ ഒന്നു വിളിച്ചാൽ ഉപകാരം." മിസ്സിസ് പരേഖിന്റെ നേരെ ഒന്നു ചിരിച്ച് തല ചെരിച്ച് അവർ പുറത്തുകടന്നു, കൂടെ ഭർത്താവും.

അയാൾ കാർഡിൽ നോക്കി. ധരാധറും ഭാര്യയും. രണ്ടുപേരും വിദേശ ബിരുദങ്ങളുള്ള ഡോക്ടർമാരാണ്.

മിസ്സിസ് പരേഖ് കാർഡ് വായിച്ചു പറഞ്ഞു: "ഡോക്ടേഴ്സ്... സ്വന്തം ക്ലിനിക്ക്. പണമുണ്ടാക്കുന്നുണ്ടാവണം. രണ്ടുപേരും ഡോക്ടർമാരായാൽ കുടുംബജീവിതം എങ്ങനെ ഇരിക്കുമാവോ! ശരീരത്തിന്റെ ഒരു രഹസ്യവും ഒളിപ്പിക്കാനാവില്ലല്ലോ, അല്ലേ?"

അയാൾ കൃത്യമായി ഒരു മറുപടി കിട്ടാത്തതുകൊണ്ട് ഒഴുക്കൻ മട്ടിൽ പറഞ്ഞു: "എന്തോ!"

അയാൾ നാടകത്തിൽ തന്റെ ആവശ്യം തീർന്നു എന്ന് ഉറപ്പിക്കാൻ വേണ്ടി പറഞ്ഞു:

"ഞാൻ നീങ്ങട്ടെ."

"ഇരിക്കൂ." അവർ ക്ഷണിച്ചു: "മിസ്റ്റർ പരേഖിനെപ്പോലെ ആധികാരികസ്വരത്തിൽത്തന്നെ നിങ്ങൾ പറഞ്ഞു. നിങ്ങൾക്കു വരാൻ തോന്നിയത് ദൈവാനുഗ്രഹം. എനിക്കു ഭ്രാന്തെടുക്കും ഈ ബഹളത്തിൽ തനിച്ചായാൽ."

അയാൾ സോഫയ്ക്കപ്പുറം കണ്ണാടിജാലകങ്ങൾക്കു സമീപമിട്ട സീറ്റുകളൊന്നിൽ ഇരുന്നു. താഴെ കടൽക്കരയിൽ ചിതറിക്കിടക്കുന്ന കരിങ്കൽത്തുണ്ടുകളിൽ ദോബികൾ വസ്ത്രമലക്കുന്നു. കടൽ ഇവിടെ അകത്തേക്ക് എത്തിനോക്കി പിൻവാങ്ങുകയാണ്. കറുപ്പുകലർന്ന നീലപ്പരപ്പ് ശാന്തമായിരുന്നു. ഉൾക്കടലും സമുദ്രവും ചേരുന്നിടത്ത് ജലരേഖയ്ക്ക് ഉരുകുന്ന ലോഹത്തിന്റെ തിളക്കമുള്ളതുപോലെ തോന്നി.

അയാൾ സ്ഥാനത്ത് വിശ്രമഭാവത്തിൽ ഇരിക്കുന്നത് ന്യായീകരിക്കാൻ എന്ന മട്ടിൽ പറഞ്ഞു: "മനോഹരമായ കാഴ്ച."

"ഓ എന്നാലും ലെയ്ക്ക്റോഡിലെ എന്റെ ഫ്ളാറ്റായിരുന്നു എനിക്കിഷ്ടം. തനിച്ച് എത്ര ദിവസം താമസിച്ചാലും അവിടെ മടുക്കില്ല. കൽക്കത്തയിൽ ഒരിക്കലും ഞാൻ ഭയപ്പെട്ടിട്ടില്ല."

"മിസ്റ്റർ പരേഖ് എന്തു ചെയ്യുന്നു?" ഇതൊരുപക്ഷേ, വലിയവരുമായുള്ള ഒരു പരിചയത്തിന്റെ തുടക്കമാവുമെന്ന സ്വകാര്യമോഹത്തോടെ അയാൾ ചോദിച്ചു.

"ബ്രെട്ട് ആൻഡ് കമ്പനി എക്സിക്യൂട്ടീവ്. അടുത്ത ഇന്ത്യൻ ഡയറക്ടർ."

സമൃദ്ധിയും അലസതയും ചേർന്നുണ്ടാവുന്ന മടുപ്പിൽനിന്നു രക്ഷപ്പെടാൻ പ്രേമത്തിൽ ചെന്നുവീഴുന്ന ഈ വർഗത്തിലെ സ്ത്രീകളെപ്പറ്റി കേട്ടിട്ടുണ്ട്. അധിക കഥകളും പരദൂഷണത്തിന്റെ സൃഷ്ടികളാവും. അതിൽനിന്നു മുതലെടുത്ത ഒരു ചിത്രകാരനെയെങ്കിലും അയാൾക്ക് അറിയാം. ഡെൽഹിയിൽവെച്ച് പരിചയപ്പെട്ട വിപിൻ. നാല്പത്തൊന്നിൽ ചോരയും നീരും വറ്റിയ തന്റെ മുഖത്തെപ്പറ്റി അയാൾക്കുതന്നെ വ്യക്തമായ ധാരണയുണ്ട്. ഏതോ നിമിഷത്തിൽ കരിയിലകൾ ചവിട്ടിമെതിച്ചു കാടുകയറാൻ തുടങ്ങിയ ചിന്തകൾക്ക് അയാൾ കുടുക്കിട്ടു.

"എന്തു ചെയ്യുന്നു ഇവിടെ?"

"ജേർണലിസം."

കൂടുതൽ ചോദിച്ചാൽ അടുത്ത മാസത്തിന്റെ തുടക്കത്തിൽ പരിഗണിക്കാമെന്നു സമ്മതിച്ച പത്രസ്ഥാപനത്തിന്റെ പേർ പറയാമെന്നുവെച്ചു.

അവരുടെ നീണ്ടുമെലിഞ്ഞ ശരീരത്തിനു നിരക്കാത്തവിധം വയർ ചാടിയിട്ടുണ്ട് എന്നയാൾ കണ്ടെത്തി. തന്റെ സമീപത്തു നിന്നപ്പോൾ

അവർക്കു തന്നെക്കാൾ ഒരിഞ്ചെങ്കിലും പൊക്കമുണ്ടാവുമെന്നും ഊഹിച്ചു. ഒരു പതിനഞ്ചുവർഷംമുമ്പ് മിസ്സിസ് പരേഖ് സദസ്സുകളിൽ കടന്നു വരുമ്പോൾ അസൂയയും ആരാധനയും മറയ്ക്കാൻ പരാജയപ്പെട്ട കണ്ണു കൾ അവരെ എപ്പോഴും വലയം ചെയ്തിരിക്കണം.

"എവിടെയാണ് ബോംബെയിൽ താമസം?"

"സയോൺ."

"കേട്ടിട്ടേയുള്ളൂ. സ്ഥലമറിയില്ല."

അവിടെ സെമിത്തേരിക്കടുത്ത് ഒരു മസാലക്കച്ചവടക്കാരന്റെ പഴയ കെട്ടിടത്തിന്റെ മുകളിലെ കാറ്റും വെളിച്ചവും കടക്കാത്ത മുറിയെപ്പറ്റി കളവുകൾ പറയാൻ ഇടവരരുതേ എന്നയാൾ ആഗ്രഹിച്ചു.

"കുടുംബമായി താമസിക്കുന്നു?"

ഒരു നിമിഷത്തെ താമസത്തിനുശേഷം അയാൾ പറഞ്ഞു: "ഇല്ല, തനിച്ച്."

"വേറെ വല്ലതും വേണോ? ബ്യൂറോ, ഡ്രെസ്സിങ് ടേബിൾ, ഒരു നല്ല റൈറ്റിങ് ടേബിളുണ്ട്. വരൂ കാണിച്ചുതരാം." ഞാനതു മറന്നിരിക്കുക യായിരുന്നു. അവർ കടന്നുവരുന്നേടത്തുകണ്ട വാതിൽ തുറന്ന് അയാൾ കൂടെ എത്തി. അതും ഒരു കിടപ്പുമുറിയാണ്. ആരോ അടുത്തകാലം വരെ ഉപയോഗിച്ചതിന്റെ അടയാളങ്ങളൊക്കെയുണ്ട്. നല്ല എഴുത്തു മേശയും കസേരയും. കുറേ പഴയ പുസ്തകങ്ങൾ അതിന്മേൽ ബാക്കി കിടപ്പുണ്ട്. ഒരുവശത്ത് അബ്ബയുടെയും മറുവശത്ത് ഓസിബിസയുടെയും ചിത്രങ്ങൾ പതിച്ചുവെച്ചിട്ടുണ്ട്. പ്ലാസ്റ്റിക്കിലുള്ള ഒരു ബോർഡിലെ അക്ഷര ങ്ങൾ മുന്നറിയിപ്പു തരുന്നു. "ഒരു ജീനിയസ് പ്രവർത്തിക്കുന്നു; നിശ്ശബ്ദത പാലിക്കുക."

അയാൾ നേരിയ ചിരിയോടെ ചോദിച്ചു: "ഏതാണീ ജീനിയസ്?"

"എന്റെ മകൾ. അവളുടെ റൂമായിരുന്നു ഇത്."

"ഇപ്പോൾ?"

"ലണ്ടനിൽ. സ്കോളർഷിപ്പ് കിട്ടി ബിസിനസ്സ് മാനേജുമെന്റ് പഠിക്കാൻ പോയതാണ്. കല്യാണം കഴിച്ച് അവിടെത്തന്നെ സെറ്റിൽ ചെയ്തു."

"ഒരു മകളേയുള്ളൂ."

"അതെ."

"ബോംബെ മടുക്കുമ്പോൾ നിങ്ങൾക്ക് ഒരു മാറ്റത്തിന് ലണ്ടനിൽ പോകാമല്ലോ, മകളുടെ അടുത്ത്."

അവർ അതു കേട്ടില്ലെന്ന് അയാൾക്കു തോന്നി. കൂട്ടത്തിൽ അയാൾ സ്വയം കുറ്റപ്പെടുത്തുകയും ചെയ്തു. താനെന്തിന് ആവശ്യമില്ലാത്ത കാര്യങ്ങൾ ചോദിക്കുന്നു?

"അവളിപ്പോൾ ലണ്ടനിലാണോ വേറെ എവിടെയെങ്കിലുമാണോ എന്നാർക്കറിയാം! കല്യാണം കഴിക്കാൻ പോകുന്ന ആളെപ്പറ്റി എഴുതിയ താണ് അവസാനത്തെ കത്ത്. ഒരു കൊല്ലം തികയുന്നു. ഇങ്ങോട്ടുവന്ന ഉടനെയാണ്."

"ആരാണ് ഭർത്താവ്?"

"ഒരു ജർമ്മൻകാരൻ. ഒരു ഫോട്ടോയും അയച്ചിരുന്നു. ഇവിടെ എവിടെയോ കാണും." ആ മുറിയിൽ അലമാരിയിൽ ഇപ്പോഴും കുറച്ചു പുസ്തകങ്ങളുണ്ട്. ചുവരിൽ വിദേശത്തെ ഒരു പ്രകൃതിദൃശ്യം. "പഠിക്കുന്നകാലത്ത് അവൾ വളരെ ബ്രില്യന്റായിരുന്നു. ഫസ്റ്റ് റാങ്ക്, എല്ലാ ക്വിസ് കോംപെറ്റീഷനും ഫസ്റ്റ് പ്രൈസ്, നാനൂറ് പേർ എഴുതിയതിൽ രണ്ടാൾക്കായിരുന്നു സ്കോളർഷിപ്പ്. ഒന്ന് ദീപയ്ക്കു കിട്ടി. റൈറ്റിങ് ടേബിൾ ഇഷ്ടമായോ?"

"കൊള്ളാം. എന്റെ സ്റ്റഡിയിൽ ഇതിടാൻ സ്ഥലമുണ്ടാവുമോ എന്ന് സംശയം."

"ഇഷ്ടമായെങ്കിൽ എടുത്തോളൂ. വില നോക്കണ്ട. ഇത് ലിസ്റ്റിലില്ല. ഒരാൾക്കുപകാരമാവട്ടെ. എടുത്തോളൂ."

എന്നിട്ടവർ വിരൽകൊണ്ടു മേശപ്പുറത്തു ടീഹറ എന്ന് വിസ്തരിച്ച് എഴുതി താഴെ ഒപ്പിട്ടു. പൊടിപുരണ്ട പലകമേൽ അക്ഷരങ്ങളും ഒപ്പും തെളിഞ്ഞുനിന്നു. "വിറ്റുകഴിഞ്ഞു."

സുനിൽറോയി അമ്പരപ്പ് പുറത്തുകാട്ടിയില്ല. അപ്പോൾ ടെലഫോൺ വീണ്ടും ശബ്ദിച്ചു.

"ഇതെല്ലാം ഒന്നു വിറ്റു തുലച്ചിട്ടുവേണം എനിക്കൊന്നുറങ്ങാൻ" എന്നു പിറുപിറുത്ത് അവർ പുറത്തുകടന്നു. അയാളും പുറത്തേക്കു വന്നു.

ആവശ്യമില്ലാതെ താനിവിടെ ചുറ്റിപ്പറ്റി നിൽക്കുന്നതെന്തിനാണ്? അയാൾ സ്വയം ചോദിച്ചു. അടുത്ത തെരുവുകളിൽ അലഞ്ഞുനടന്നു കഴിക്കേണ്ട മറ്റൊരു ഞായറാഴ്ചയുടെ വിരസതയിൽനിന്നു രക്ഷപ്പെടുക യാണല്ലോ എന്നയാൾ സമാധാനം കണ്ടെത്തി.

അവർ ടെലഫോണിൽ സോഫയുടെയും ഡൈനിങ്ടേബിളിന്റെയും കാര്യം വിവരിക്കുന്നു.

"ഇല്ല. ഇലക്ട്രിക്കൽ ഉപകരണങ്ങളില്ല. ഇല്ല. അതും ഇല്ല."

അപ്പോൾ വാതിൽമണി വീണ്ടും ശബ്ദിച്ചു. മിസ്സിസ് പരേഖ് കൈനീട്ടി ആംഗ്യംകൊണ്ട് അപേക്ഷിച്ചു. അയാൾ വാതിൽ തുറന്നു. പരസ്യങ്ങളിലെ ദമ്പതികളെയോ കാമുകീകാമുകന്മാരെയോ ഓർമ്മിപ്പിക്കുന്ന ഒരു യുവാവും യുവതിയും. രണ്ടുപേരും നരച്ച ജീൻസാണിട്ടിരിക്കുന്നത്. ചെറുപ്പക്കാരന്റെ തുറന്നിട്ട മാറത്തു ചെറിയൊരു നങ്കൂരം കോർത്തിട്ട ഒരു സ്വർണച്ചെയിനുണ്ട്. അവന്റെ ചുമലിൽ പിടിച്ചാണ് അവൾ അകത്തേക്കു കടന്നത്.

ടെലിഫോൺ താഴെ വെച്ച് മിസ്സിസ് പരേഖ് പതുക്കെ പറഞ്ഞു:
"കാണിച്ചുകൊടുക്കൂ. ഞാൻ കുടിക്കാനൊന്നും തന്നില്ല. ചായയോ കാപ്പിയോ?"

"താങ്ക്യൂ. ഇപ്പോൾ ഒന്നും വേണ്ട. കമിൻ പ്ലീസ്!"

"അഡ്വർട്ടൈസ്മെന്റ് കണ്ടത്-"

"ഇവിടെത്തന്നെ." അയാൾ വീണ്ടും താൻ വഴുതിവീണ മൗഢ്യഭാവം കുടഞ്ഞുകളഞ്ഞ് വില്പനക്കാരന്റെ പ്രസരിപ്പിന്റെ വേഷം അണിഞ്ഞു. ഇതാണ് ഡൈനിങ്ടേബിൾ, പിന്നെ സോഫാസെറ്റ്. അതിനപ്പുറത്ത് നാലു പീസുള്ളതും ഒരുമിച്ചെടുക്കാം.

"കട്ടിലുണ്ടോ?"

അയാൾ മിസ്സിസ് പരേഖിനെ നോക്കി.

'ഇല്ല' എന്നു പറയാനുള്ള തയ്യാറെടുപ്പോടെ അവർ പറഞ്ഞു. "ഡബിൾ കോട്ടുണ്ട്. രണ്ടു സിംഗിളുണ്ട്. വന്നു നോക്കൂ."

കട്ടിലിനു വിശേഷമുണ്ടോ എന്നു ചോദിച്ച ചെറുപ്പക്കാരൻ ഇയാളാ വില്ല. കൂട്ടുകാരിയുടെ മുമ്പിൽ പ്രായത്തെക്കാൾ പക്വത തനിക്കുണ്ടെന്നു വരുത്താൻ ആവശ്യത്തിലേറെ ഗൗരവം പാലിക്കുന്നുണ്ട് ഈ നവവരൻ, അല്ലെങ്കിൽ കാമുകൻ.

അയാൾ മിസ്സിസ് പരേഖിന്റെ കൂടെ വരാൻ അവരെ ക്ഷണിച്ചു.

ഇരട്ടക്കട്ടിൽ ചെറുപ്പക്കാരൻ തട്ടിനോക്കി. പെൺകുട്ടി ബെഡ് വെറുതെ അമർത്തിനോക്കി. പകുതി തമാശയായിട്ടെന്നപോലെ ചോദിച്ചു:

"ബെഡ്ഡും കൊടുക്കുമോ കട്ടിലിന്റെ കൂടെ?"

"നിശ്ചയമായും, എല്ലാം എടുത്തോളൂ." അപ്പോൾ മിസ്സിസ് പരേഖ് അയാളെ ആംഗ്യം കാട്ടി പുറത്തേക്ക് വിളിച്ചു.

"രണ്ടിനുംകൂടി എന്തു പറയണം. ബെഡ്ഡിന് വില ഇട്ടിട്ടില്ല."

ബെഡ്ഡ് കൊടുക്കണോ?

എല്ലാം വിൽക്കാനാണ് മിസ്റ്റർ പരേഖ് തീരുമാനിച്ചത്. പഴയതെല്ലാം മാറ്റുക.

എന്നിട്ടവർ പതുക്കെ ചിരിച്ചു. ഒരു വിറകലർന്ന സ്വരത്തിൽ പറഞ്ഞു, "എനിക്കാണ് കൂടുതൽ പഴക്കം." പുറത്തുവന്ന യുവാവും യുവതിയും വില കേൾക്കാൻ ജിജ്ഞാസയോടെ നിന്നു.

"രണ്ടു കട്ടിൽ, ബെഡ്ഡ്, തലയിണ എല്ലാം ചേർത്തു രണ്ടായിരത്തഞ്ഞൂറ്."

തന്റെ കണക്കുകൂട്ടൽ ശരിയല്ലേ എന്ന ഭാവത്തിൽ അവർ സുനിൽ റോയിയെ നോക്കി. അയാൾ മുഖം തിരിച്ചു നിന്നതേയുള്ളൂ.

"വളരെ കൂടുതലാണ്."

പെൺകുട്ടി പറഞ്ഞു.

വില്പനയുടെ ഭാഷയും ന്യായീകരണവും ആരംഭിക്കണം എന്നയാൾ സംശയിക്കുമ്പോൾ ചെറുപ്പക്കാരൻ പറഞ്ഞു:

“കൂടുതലായിട്ടല്ല. ഞങ്ങൾക്കു സാധിക്കില്ല എന്ന അർത്ഥത്തിലാണ് പറഞ്ഞത്.”

മിസ്സിസ് പരേഖിന്റെ മുഖം തെളിഞ്ഞു.

“അതു ശരി, സാധനം ഇഷ്ടമായോ?”

“ഉവ്വ്.”

“നിങ്ങളുടെ ആവശ്യത്തിന് ഇതു പറ്റുമോ?”

“ഓ. തീർച്ചയായും.”

“എത്ര തരാൻ കഴിയും?”

അവരിരുവരും പരസ്പരം നോക്കി. പെൺകുട്ടി പറഞ്ഞു: “ഇപ്പോൾ ഒരഞ്ഞൂറുതന്ന് ബാക്കി ആറു തവണ.”

ചെറുപ്പക്കാരൻ തിരുത്തി:

“ആറല്ല നാല്. പരമാവധി നാല്.”

“നാലു തവണയായി തന്നുതീർത്താൽ.”

“അങ്ങനെ ആകെ എത്ര തരും?”

മിസ്സിസ് പരേഖിന്റെ ചോദ്യം അവരെ മാത്രമല്ല അമ്പരപ്പിച്ചത്. അഹമ്മദാബാദിലേക്കു പോകുന്നവർ ഇവിടെ കടം കൊടുക്കുന്നതിനെ പ്പറ്റിയാണ് സുനിൽ ആലോചിച്ചുപോയത്.

പെൺകുട്ടി ധൈര്യമവലംബിച്ചു ചിരിച്ചുകൊണ്ടു പറഞ്ഞു:

“ആയിരത്തഞ്ഞൂറ്. അത്രയേ കഴിയൂ ഞങ്ങൾക്ക്.”

മിസ്സിസ് പരേഖ് പറഞ്ഞു: “പണം കൊണ്ടുവരൂ. ട്രക്കോ വാനോ കൊണ്ടുവരൂ ഉടനെ, കബൂൽ.”

ആ ചെറുപ്പക്കാരുടെ മുഖത്ത് വലിയ ഒരു കാര്യം നേടിയ ആശ്വാസ മുണ്ടായിരുന്നു.

“ശരി.”

അവർ വാതിൽക്കലേക്കു നീങ്ങിയപ്പോൾ മിസ്സിസ് പരേഖ് പറഞ്ഞു: “വേഗം എടുത്തുകൊണ്ടുപോവണം. ബോംബെ മിൽസിന്റെ നാലുഷീറ്റ് എന്റെ വക ബോണസ്.”

അവർ പുറത്തു കടന്നപ്പോൾ മിസ്സിസ് പരേഖ് നെടുവീർപ്പിട്ടു. ആശ്വാസത്തോടെ.

“അവസാനം ഒരു വില്പന നടന്നു. അവർക്കുപകരിക്കട്ടെ.”

അവർ എന്തോ ഒന്നു മറന്നത് ഓർമ്മിച്ചപോലെ ധൃതിയിൽ അകത്തു കടന്ന് ഡ്രസ്സിങ് ടേബിളിന്റെ മുന്നിൽ ചിതറിക്കിടക്കുന്ന മേക്കപ്പ് സാമഗ്രി കൾക്കിടയിൽനിന്ന് ഒരു ലിപ്സ്റ്റിക് എടുത്തുതുറന്ന് രണ്ടു കട്ടിലു കളിലായി കിടക്കുന്ന മൂന്ന് തലയണയിലും എഴുതി; ടീഹറ. ടീഹറ. ടീഹറ. അപ്പോൾ വീണ്ടും ടെലഫോൺ ശബ്ദിച്ചു. "പ്ലീസ് ഒന്നു പറയൂ."

അയാൾ ആ അപേക്ഷ സ്വീകരിച്ച് ടെലഫോൺ എടുത്തു.

"എയിറ്റ് ത്രീ ഫോർ ടു ഫോർ ടു?"

"യെസ്."

"അതെ. പരസ്യം കൊടുത്തത് ഞങ്ങൾ തന്നെ." ആരാണ് സംസാരി ക്കുന്നത് എന്ന ചോദ്യത്തിന് ഒരു നിമിഷം സംശയിച്ചു. അയാൾ മറുപടി പറഞ്ഞു: "ഇത് മിസ്റ്റർ പരേഖിന്റെ വീടാണ്."

പിന്നെ മിസ്സിസ് പരേഖിനെ അനുകരിച്ച് ലിസ്റ്റ് പറഞ്ഞു വന്നു നോക്കാൻ ക്ഷണിച്ചു. എപ്പോൾ വേണമെങ്കിലും വന്നുനോക്കാം.

അയാൾ ഫോൺ താഴെവച്ചു നിവർന്നപ്പോൾ മിസ്സിസ് പരേഖ് പറഞ്ഞു: "ദൈവമാണ് നിങ്ങളെ ഇന്നെനിക്കയച്ചുതന്നത്. ആരുമില്ലാത്ത വർക്ക് ദൈവം തുണ."

അയാൾക്ക് ഇതിഷ്ടപ്പെടാൻ തുടങ്ങിയിരുന്നു. കടലിനഭിമുഖമായിട്ട സീറ്റുകളിലൊന്ന് കുറേക്കൂടി നല്ല കാഴ്ചയും കാറ്റും കിട്ടാവുന്ന സ്ഥാന ത്തേക്കു മാറ്റിയിട്ട് അയാൾ ഇരുന്നു.

"ചായ?"

"വേണ്ട."

"ഒരു ഡ്രിങ്ക്? ഇവിടെ ബിയറും വിസ്കിയും ജിന്നും കാണും."

അയാൾ പരുങ്ങി.

"ഇത്ര നേരത്തെ... വേണ്ട."

"നിങ്ങളുടെ അനുവാദത്തോടെ."

അവർ ഡൈനിങ്ടേബിളിന് സമീപമുള്ള ഷെൽഫ് തുറന്നു കുപ്പി കൾ പുറത്തെടുത്തു. ഗ്ലാസിൽ കഷ്ടിച്ച് പകുതി ജിന്നൊഴിച്ച് കാർഡി യൽ ചേർത്തു നല്ലപോലെ ഒരിറക്കു കുടിച്ച് ഗ്ലാസും കൈയിലെടുത്ത് അവർ അയാൾക്കഭിമുഖമായുള്ള സീറ്റിൽ വന്നിരുന്നു.

"പറയൂ. കൽക്കത്തയെപ്പറ്റി എന്തെങ്കിലുമൊക്കെ പറയൂ."

അയാൾ മന്ദഹസിച്ചു.

"എന്തു പറയാൻ. ഇരുപത്തെട്ടു വർഷം ഞാനവിടെ താമസിച്ചു. അത്ര തന്നെ."

അവർ പുറത്തെ കടലിന്റെ വിദൂരതയിൽ എവിടേക്കോ നോക്കി ഇരുന്നു. സാവധാനം വീണ്ടും കുടിച്ചു.

അയാൾ അവരറിയാതെ അവരെ ശ്രദ്ധാപൂർവം നോക്കി. കണ്ണിനു താഴെ കറുപ്പിന്റെ താഴ്‌വര. കൺകോണുകളിൽ ഒരു തുള്ളി അലിഞ്ഞു നിൽക്കുംപോലെ നനവ്. കൈത്തണ്ടയിലെ വെൺമയിൽ നീലഞരമ്പു കൾ തെളിഞ്ഞുയർന്നു നിൽക്കുന്നു. അവരുടെ നോട്ടം അയാളുടെ നേർക്ക് പെട്ടെന്നു തിരിഞ്ഞപ്പോൾ ജാള്യത മറയ്ക്കാൻവേണ്ടി അയാൾ ചോദിച്ചു:

"മിസ്റ്റർ പരേഖ് എപ്പോൾ വരും?"

"ചിലപ്പോൾ രാത്രി. ചിലപ്പോൾ നാളെ. വിളിക്കാമെന്നു പറഞ്ഞു. ഒരു വില്പന നടന്നല്ലോ."

ഗ്ലാസിലെ അവശേഷിച്ച ജിംലെറ്റ്കൂടി കുടിച്ചുതീർത്ത് അവർ പറഞ്ഞു: "ഒരു കാര്യവും എനിക്ക് വകതിരിവോടെ ചെയ്യാനാവില്ല എന്നാണദ്ദേഹത്തിന്റെ സിദ്ധാന്തം. ജോലിക്കാരെ ഭരിക്കുന്നതുകൂടി. ദോബിയുടെ കണക്ക് എഴുതുന്നതുകൂടി."

പിന്നെ അവർ നിറുത്തി. ജിംലെറ്റ് അവരിൽ പെട്ടെന്ന് ഒരു ശാന്ത മായ പ്രസാദം വരുത്തിയിട്ടുണ്ടെന്ന് അയാൾക്കു തോന്നി. അവർ കടലി ലേക്കു നോക്കിക്കൊണ്ടു ചോദിച്ചു:

"ഇവിടെനിന്നു നേരെ പോയാൽ മറുകരയിൽ ഏതു രാജ്യത്തെത്തും?"

അറബിക്കടലാണത്. അറബിക്കടലിന്റെ അപ്പുറമെന്നു പറഞ്ഞാൽ അയാൾ മനസ്സിൽ ഒരു ഭൂപടം സങ്കല്പിക്കാൻ നോക്കി പരാജയപ്പെട്ടു പറഞ്ഞു: "അറിയില്ല; ഒരുപക്ഷേ, ആഫ്രിക്ക..."

"തോന്നുമ്പോൾ ഇറങ്ങിച്ചെന്ന് ദാ അവിടന്ന് കയറി മറുകരയിൽ എത്താൻ കഴിയണം അല്ലേ."

അയാൾ ചിരിച്ചു.

ഒഴിഞ്ഞ ഗ്ലാസിൽ നോക്കി മിസ്സിസ് പരേഖ് പറഞ്ഞു: "വളരെ വളരെ യാഥാസ്ഥിതികനായ ഒരച്ഛന്റെ കീഴിലാണ് ഞാൻ വളർന്നത്. കോഴി മുട്ടയും ഉള്ളിയുംകൂടി വീട്ടിൽ നിഷിദ്ധം. കല്യാണത്തിന്റെ ശേഷമുള്ള ആദ്യത്തെ ഡിന്നറിന് ആരോ നിർബന്ധിച്ച് ഒരു ജിംലെറ്റ് കുടിച്ചപ്പോൾ ഛർദ്ദിച്ചു. അദ്ദേഹം വഴക്കു പറഞ്ഞു, രാത്രിയിൽ വീട്ടിൽ വന്നപ്പോൾ ഇതൊക്കെ ശീലിക്കാത്തതിന്..."

അയാൾ അവരുടെ ജീവിതകഥയിൽ താത്പര്യമുണ്ട് എന്ന ഭാവ ത്തിൽ കൺതടങ്ങളിലെ നിഴൽപ്പാടുകളിൽ നോക്കി.

"ഇപ്പോൾ പകൽ കുടിക്കുന്നതിനാണ് വഴക്ക്. പകലെന്തു ചെയ്യും? വെറുതെ ഇരിക്കുക. പിന്നെ കുറേ ഉറങ്ങുക. രാത്രി ഡിന്നർ പാർട്ടികൾ."

അയാൾ ഒരു ഉപദേഷ്ടാവിന്റെ ഭാഗത്തേക്കു മാറി പറഞ്ഞു: "പലതും ചെയ്യാമല്ലോ."

"സാമൂഹ്യപ്രവർത്തനം. അല്ലെങ്കിൽ നിങ്ങൾക്കും ജോലി എടു ക്കാമല്ലോ."

അപ്പോൾ വാതിൽമണി വീണ്ടും ശബ്ദിച്ചു.

"ഞാൻ നോക്കാം." അവർ എഴുന്നേറ്റു പോകുമ്പോൾ പറഞ്ഞു: "എനിക്കൊരു ഡ്രിങ്കുകൂടി ഒഴിക്കൂ. ഇപ്പോൾ നിങ്ങൾക്കും ഒന്നാവാം, ഇല്ലേ?"

അയാൾ എഴുന്നേറ്റു. എങ്കിലും സ്വയം ഉപചരിക്കാൻ തയ്യാറായില്ല.

കഴുത്തിൽ വലിയ മുഴയുള്ള വളഞ്ഞു കൂനിയ ഒരു വൃദ്ധയും ഒരു ചെറിയ പെൺകുട്ടിയുമാണ് ഇപ്പോൾ കടന്നുവന്നത്.

മിസ്സിസ് പരേഖ് ഹിന്ദിയിൽ സംസാരിക്കാൻ തുടങ്ങിയപ്പോൾ വൃദ്ധ ഇംഗ്ലീഷിൽ പറഞ്ഞു: "ഞാൻ മിസ്സിസ് കാമത്ത്. ഇതെന്റെ പേരക്കുട്ടിയാണ്."

അവർക്കു വേണ്ടത് സോഫാസെറ്റാണ്. വൃദ്ധ സോഫാസെറ്റിന്റെ ചുറ്റും നടന്നു ശ്രദ്ധാപൂർവ്വം പരിശോധിച്ചു. ജീവിതം ഒരുപാട് കണ്ടതാണ് ആ വൃദ്ധയെന്ന് സുനിലിനു ബോധ്യമായി. അവരുടെ നടത്തത്തിൽ, നോട്ടത്തിൽ, സംസാരത്തിൽ എല്ലാം തികഞ്ഞ ആത്മവിശ്വാസമുണ്ട്.

അവർ വിദേശത്തായിരുന്നു. മൂന്നു മക്കളും വിദേശത്താണ്. അവരുടെ കൂടെ മാറിമാറിത്താമസിച്ചു. ഇപ്പോൾ തിരിച്ച് ബോംബെയിൽ എത്തിയിരിക്കുകയാണ്. പഴയ തറവാട്ടുവീടിന്റെ പകുതിയിൽ വാടകക്കാരാണ്. ബാക്കി പകുതിയിൽ അവർ താമസിക്കാൻ തുടങ്ങുന്നു.

മിസ്സിസ് പരേഖ് പറഞ്ഞു: "എന്റെ ഭർത്താവ് വിലയിട്ടത് നാലായിരമാണ്. നാലായിരം വേണ്ട. മൂവായിരത്തഞ്ഞൂറിനെടുത്തോളൂ."

വൃദ്ധയുടെ ചിരി മനോഹരമായിരുന്നു, ഒരു പല്ലിനും കേടുപറ്റിയിട്ടില്ല.

"അതു കൂടുതലല്ലേ?"

വൃദ്ധ ചോദിച്ചത് അയാളോടാണ്.

മിസ്സിസ് പരേഖ് ചിരിച്ചു:

'ആൺടീ, ആൺടിയുടെ ബഡ്ജറ്റിൽ എത്രയാണ് സോഫയ്ക്ക്?"

അവരുടെ ഭാവമാറ്റം പ്രകടമായിരുന്നു:

"അങ്ങനെ ബഡ്ജറ്റൊന്നുമില്ല. വാടകക്കാർ തരുന്ന കുറച്ചു പണം. പിന്നെ ഭർത്താവിന്റെ പെൻഷൻ കുറച്ച് ഇപ്പോഴും കിട്ടും."

"എന്നാലും മനസ്സിലൊരു ബഡ്ജറ്റിട്ടിട്ടുണ്ടാവുമല്ലോ."

"അങ്ങനെയൊന്നുമില്ല."

വൃദ്ധ സോഫയിൽ ഇരുന്നു. മിസ്സിസ് പരേഖ് അവരുടെ സമീപം ഇരുന്നു. പേരക്കുട്ടിയെ അപ്പുറം കൈപിടിച്ചിരുത്തി. വൃദ്ധയുടെ ചുമലിൽ കൈവെച്ച് പതിഞ്ഞ സ്വരത്തിൽ പറഞ്ഞു: "ആൺടീ, അതാണ് തെറ്റ്. നമ്മൾ സ്ത്രീകളുടെ തെറ്റ്. ഒന്നിനും ബഡ്ജറ്റില്ല. കണക്കില്ല. അതുകൊണ്ടാണ് നമ്മുടെ ആണുങ്ങൾ കഷ്ടപ്പെടുന്നത്."

ശരിയല്ലേ എന്ന ഭാവത്തിൽ അവർ സുനിൽറോയിയെ നോക്കി. അയാൾ അവരുടെ മനസ്സിൽ അപ്പോൾ എന്തു വികാരമാണെന്ന് അറിയാൻ കഴിയാതെ കുഴങ്ങി.

മിസ്സിസ് പരേഖ് വൃദ്ധയോടും പേരക്കുട്ടിയോടുമായി തുടർന്നു: "ആണുങ്ങൾക്ക് ബിസിനസ്സിൽ വലിയ നഷ്ടങ്ങൾ വരും. കാർഡ്സ് ടേബിളിൽ നഷ്ടം വരും. ചന്തമുള്ള സെക്രട്ടറിമാരെക്കൊണ്ടു നഷ്ടം വരും. അതൊന്നും അവരുടെ ആത്മവീര്യം കെടുത്തില്ല. പക്ഷേ, നമ്മൾ വീട്ടുബഡ്ജറ്റ് പാലിച്ചില്ലെങ്കിൽ നമ്മുടെ ആണുങ്ങൾ തകരും."

വൃദ്ധയുടെ മുഖത്ത് സഹതാപം കലർന്ന ഒരു ചിരിമാത്രം തങ്ങിനിന്നു. മിസ്സിസ് പരേഖ് പേരക്കുട്ടിയുടെ കൈപിടിച്ച് ലാളിച്ചു പറഞ്ഞു: "വലുതാവുമ്പോൾ ഇതു പഠിച്ചോളൂ, മറക്കരുത്."

സുനിൽറോയി തീരുമാനിച്ചുകഴിഞ്ഞു. നഷ്ടപ്പെട്ട – എവിടെ നഷ്ടം? മണിക്കൂറുകൾക്കുപകരം ഒരു ഡ്രിങ്ക് സ്വയം സൽക്കരിച്ച് സ്ഥലം വിടുക. അയാൾ മദ്യം ശേഖരിച്ചുവെച്ച അലമാരയ്ക്കടുത്തേക്ക് ഒഴിഞ്ഞ ഗ്ലാസ്സെടുത്തു നടന്നു.

അപ്പോൾ പെട്ടെന്നു സ്വരം താഴ്ത്തി മിസ്സിസ് പരേഖ് വൃദ്ധയോടു സംസാരിക്കുകയായിരുന്നു. വൃദ്ധ ഇടയ്ക്കിടെ പ്രതിഷേധിക്കുന്നുണ്ട്. അവസാനം വൃദ്ധയുടെ കൈപിടിച്ചു കെഞ്ചുന്നപോലെ എന്തോ പറഞ്ഞ് എഴുന്നേറ്റു. വൃദ്ധ ഒരു സ്വപ്നത്തിലെന്നപോലെ പറയുന്നത് അയാൾ കേട്ടു: "താങ്ക്യൂ ഡിയർ, താങ്ക് യൂ ഡിയർ..."

പിന്നെ പേരക്കുട്ടിയുടെ കൈപിടിച്ച് അവർ പുറത്തേക്കു പോയി.

ജിംലെറ്റുണ്ടാക്കുന്ന ജോലിയിൽ ഏർപ്പെട്ട അയാളുടെ അടുത്തേക്ക് മിസ്സിസ് പരേഖ് ഉല്ലാസത്തോടെ വന്നു. "വിറ്റു. നല്ല കിഴവി. സുഖമായിരിക്കട്ടെ. അതിഥികളെ സ്വീകരിക്കട്ടെ."

അവർ കോഡിയിൽ പകരുമ്പോൾ ആംഗ്യംകൊണ്ടു വിലക്കി. സ്വയം വെള്ളം പകർന്നു ഗ്ലാസെടുത്ത് അവർ അയാളെ നോക്കാതെ ഒരാചാരം പോലെ പറഞ്ഞു: "ചിയേഴ്സ്!"

"എത്രയ്ക്കാണ് സോഫ വിറ്റത്?"

"അതു ചോദിക്കേണ്ട. വിറ്റു. നമ്മൾ ആ ഡോക്ടർമാരെ മടക്കി അയച്ചത് നന്നായില്ല. എവിടെ ആ കാർഡ്?"

അവർ ടീപ്പോയികളിൽ എന്തിലോ വെച്ച വിസിറ്റിങ് കാർഡ് തിരയാൻ തുടങ്ങി. അയാൾ ഗ്ലാസ് തുളുമ്പിപ്പോകാതിരിക്കാൻ ഒരു കവിൾ കുടിച്ച് ജാലകത്തിനു സമീപം വന്ന് കടലിലേക്കു നോക്കിക്കൊണ്ടു നിന്നു. അർത്ഥശൂന്യമായിത്തീരുന്ന മറ്റൊരു ദിവസം തന്റെ മുമ്പിലൂടെ ഇഴഞ്ഞു പോകുന്നു. ആരോടെങ്കിലും കുറച്ച് സംസാരിക്കണമെന്നു തോന്നി. കഴിഞ്ഞ മൂന്നുമാസങ്ങളിൽ പറ്റിയ ഒരു ചങ്ങാതിയെയും കണ്ടെത്തിയില്ല. അപ്പോൾ അയാൾ കണ്ടു, ക്യൂരിയോസ് വെച്ച ഷെൽഫിനു

മുകളിൽ തുറന്നുകിടക്കുന്ന വനിതാമാസികയിലെ വലിയ പരസ്യപ്പേജ്. ഗൗരി മനോഹരമായി മന്ദഹസിച്ച് ഒരു സാരി പ്രദർശിപ്പിക്കുന്നു. സുനിൽ റോയി എന്ന സീനിയർ സബ് എഡിറ്ററുടെ ഭാര്യ എന്ന തടങ്കലിൽനിന്നു രക്ഷപ്പെട്ട ഗൗരിയോട് അയാൾക്ക് വെറുപ്പില്ല... അത്ര മനോഹരമായി രുന്നോ ഗൗരിയുടെ പുഞ്ചിരി? മോഡലായപ്പോൾ ഗൗരി കൂടുതൽ സുന്ദരി യായിരിക്കുന്നു.

അയാൾ ഗ്ലാസ് പകുതി തീർത്തപ്പോഴാണ് തിരക്കിൽ എവിടെയോ വെച്ചുപോയ കാർഡ് കണ്ടുകിട്ടിയ ആഹ്ലാദസ്വരം കേട്ടത്. മിസ്സിസ് പരേഖ് ഫോൺ ചെയ്യാൻ തുടങ്ങി: "ഡോക്ടർ ധരാധർ?"

"ദെൻ പുട്ട് മീ ഓൺ ടു മിസ്സിസ് ധരാധർ പ്ലീസ്!"

മറുഭാഗത്ത് ആൾ വരുന്നു എന്ന സൂചനയോടെ മിസ്സിസ് പരേഖ് കുട്ടികളെപ്പോലെ കണ്ണിറുക്കിക്കാട്ടി.

"ഞാൻ മിസ്സിസ് പരേഖ്. നിങ്ങൾ കണ്ട ഡൈനിങ് ടേബിൾ എന്തു വിലയ്ക്കെടുക്കും? പറഞ്ഞോളൂ. മടിക്കണ്ട."

അല്പസമയത്തെ ചിന്തയ്ക്കുശേഷമാവണം മറുഭാഗത്തുനിന്ന് മറുപടി വന്നത്.

"കബൂൽ, വന്ന് സാധനം എടുത്ത് പോയ്ക്കോളൂ... യു ആർ വെൽക്കം."

അവർ ഫോൺ താഴെവച്ചു പറഞ്ഞു:

"ഗ്രാൻഡ്! സിംപ്ലി ഗ്രാൻഡ്. വിറ്റു കഴിഞ്ഞു. ഡോക്ടർക്ക് സന്തോഷ മായി."

അയാൾ ഇരുന്ന് പോക്കറ്റിൽ ഞെളുങ്ങിക്കിടന്ന സിഗരറ്റ് പായ്ക്കറ്റിന്റെ കാര്യം ഓർമ്മവന്ന് അതു പുറത്തെടുത്തു. ഭാഗ്യം ഒരു സിഗരറ്റുണ്ട്. അതു കത്തിച്ച് ജിന്നിന്റെ എരിവുകലർന്ന മാധുര്യം ആസ്വദിച്ച് കടലിലേക്കു നോക്കി.

മിസ്സിസ് പരേഖ് വീണ്ടും മുന്നിൽ വന്നിരുന്നപ്പോൾ സിരകളിൽ പടർന്ന നേരിയ ഉണർവ്വോടെ, അവരെ നോക്കി.

അയാൾ ഗൗരിയെപ്പറ്റി പറഞ്ഞാലോ എന്നു സംശയിച്ചു. ഗൗരി തെറ്റു ചെയ്തു എന്ന് ആരും സമർത്ഥിച്ചുതരേണ്ടതില്ല. താനും തെറ്റുകാരനല്ല എന്നുമാത്രം ആരെങ്കിലും ഒന്നു പറഞ്ഞാൽ മതി താത്പര്യങ്ങളൊന്നു മില്ലാത്ത ഒരു മൂന്നാം കക്ഷി.

മിസ്സിസ് പരേഖ് പറഞ്ഞു:

"നിങ്ങൾ വീണ്ടും വരണം. അഹമ്മദാബാദിലായാലും വരണം. ജേർണലിസ്റ്റല്ലേ, നിങ്ങൾക്ക് സമയത്തിന് പ്രതിഫലം കിട്ടും. മിസ്റ്റർ പരേഖിനെ ഇന്റർവ്യൂ ചെയ്ത് എഴുതാമല്ലോ. ഒരു വെറും സെയിൽസ് മാൻ കമ്പനി ഡയറക്ടറാവുന്നത് വലിയ കഥയല്ലേ?"

"എല്ലാ വിജയങ്ങളും അദ്ഭുതകഥകളാണ്."

"ഇനിയെന്താണ് വിൽക്കാൻ ബാക്കി? നിങ്ങൾ എല്ലാം ഒഴിച്ചുകൊണ്ടു പോകുന്നതുവരെ ദയവായി നിൽക്കൂ... ഞാൻ തനിച്ചല്ലേ? ഈശ്വരൻ അയച്ചതാണ് നിങ്ങളെ."

"ഈ വില്പന... പണക്കാരുടെ വിനോദങ്ങളിലൊന്നാണോ ഇതും?"

അയാളുടെ ശബ്ദത്തിൽ അല്പം ഗൗരവം കലർന്നിരുന്നു.

"എല്ലാം വിറ്റുതീർന്ന് ഫ്ളാറ്റ് ഒഴിയണം." അയാളെ ശ്രദ്ധിക്കാതെ മിസ്സിസ് പരേഖ് പറഞ്ഞു. പിന്നെ അയാളെ തെല്ലിട ശ്രദ്ധിച്ചുനോക്കി പറഞ്ഞു:

"ഒരുപക്ഷേ, നിങ്ങൾ ബുദ്ധിമുട്ടി എനിക്കുവേണ്ടി, ഒരു ഉപകാരംകൂടി ചെയ്യാമോ?"

എന്താണെന്നു കേൾക്കാൻ അയാൾ സന്നദ്ധത കാണിച്ചു.

"എല്ലാം ഒഴിച്ചുകഴിഞ്ഞാലും പിന്നെയും ആരെങ്കിലും വരും. അപ്പോൾ ഞാനീ നിലത്ത് അനങ്ങാതെ കിടക്കാം. എന്റെ കഴുത്തിൽ ഒരു നൂലിട്ട് കടലാസിൽ എഴുതിവയ്ക്കൂ, എന്തെങ്കിലും ഒരു വില."

അയാൾ ചിരിക്കാൻ ശ്രമിച്ചു പരാജയപ്പെട്ടു.

"തമാശയല്ല. നിങ്ങൾ എത്ര എഴുതും? കണ്ടിട്ട് നിങ്ങളൊരു ബുദ്ധി മാനാണെന്നു തോന്നി. എന്തു വില എഴുതിവയ്ക്കും? പറയൂ..."

അയാൾ മിണ്ടിയില്ല. അവർ സോഫയുടെ ഒരു കൈയിലേക്ക് തല ചായ്ചുവച്ച് പറഞ്ഞു: "ഞാനിന്നലെ ഉറങ്ങിയില്ല. മൂന്ന് കാമ്പോസ് തിന്നിട്ടും ഉറക്കം വന്നില്ല. എന്റെ കഴുത്തിലെ ടാഗിൽ നിങ്ങൾ എന്തു വിലയിടും?"

അപ്പോൾ വീണ്ടും വാതിൽ ശബ്ദിച്ചു.

മിസ്സിസ് പരേഖ് കണ്ണുതുറക്കാതെ പറഞ്ഞു:

"പ്ലീസ് എന്തു വേണമെങ്കിൽ വിറ്റോളൂ. അവർ പറയുന്ന വിലയ്ക്ക്."

അയാൾ വാതിലിനടുത്തേക്ക് ധൃതിയിൽ നടന്നു. വിദേശീയരെപ്പോലെ തൊലിവെളുത്തു നീണ്ടുമെലിഞ്ഞ ഒരാളായിരുന്നു അത്. ഐബ്രോ പെൻസിൽകൊണ്ട് കടുംകറുപ്പാക്കിയ മീശയും നീട്ടിവളർത്തിയ നര കലർന്ന സമൃദ്ധമായ മുടിയും നീലക്കണ്ണുകളും കൈയിലൊരു ബ്രീഫ് കെയ്സ്.

അയാൾ അകത്തുകടന്നപ്പോൾ സുനിൽ വാതിലടച്ചു. അമ്പരപ്പോടെ അയാൾ സുനിലിനെ നോക്കിയപ്പോൾ പറഞ്ഞു: "ഇവിടെത്തന്നെ ബ്യൂറോ, ആ സെറ്റ് പിന്നെ...."

അയാൾ ചോദിച്ചു: "താങ്കളാരാണ്?"

അപ്പോൾ സോഫയിൽ നിവർന്നിരുന്ന മിസ്സിസ് പരേഖ് പറഞ്ഞു:

"വെൽക്കം. ഞാനാണ് മിസ്സിസ് പരേഖ്." സുനിൽ റോയിയെ ചൂണ്ടിക്കൊണ്ട് പറഞ്ഞു: "ഇത് മിസ്റ്റർ പരേഖ്, ഞങ്ങൾ എല്ലാ പഴയ സാധനങ്ങളും വിറ്റ് പുതുതാക്കുന്നു." സ്വന്തം നെഞ്ചിൽ വിരൽകൊണ്ട് കുത്തി അവർ പറഞ്ഞു: "ഇതടക്കം വില പറഞ്ഞോളൂ."

ആഗതൻ സ്തബ്ധനായെന്ന് സുനിലിനു തോന്നി.

അപ്പോൾ മിസ്സിസ് പരേഖ് പതുക്കെ ചിരിക്കാൻ തുടങ്ങി. ചിരി പൊട്ടിച്ചിരിയായിപ്പടർന്നു. അതിൽ ഒരു തേങ്ങലിന്റെ അല ഇടയ്ക്കുകൂടി.

ആഗതൻ ധൃതിയിൽ നാലഞ്ചു കാൽവെപ്പിൽ സ്വീകരണമുറി മുറിച്ചു കടന്ന് മിസ്സിസ് പരേഖിന്റെ ചെകിടത്ത് പൊടുന്നനേ അടിച്ച് അമർത്തിയ സ്വരത്തിൽ പറഞ്ഞു:

"പെരുമാറാൻ പഠിക്ക്, പെരുമാറാൻ പഠിക്ക്."

ചിരിയടങ്ങിയ നിശ്ശബ്ദത. അകലെനിന്നുള്ള തിരകളുടെ വിദൂര മർമ്മരം പുറത്ത് പതുങ്ങിനിന്നു.

ഏതോ നേർത്ത പ്രതീക്ഷകളുമായി ആരംഭിച്ച മറ്റൊരു ഞായറാഴ്ചയുടെ അന്ത്യം കണ്ട സുനിൽറോയ് ധൃതിയിൽ വാതിൽ തുറന്ന് പുറത്തു കടന്നു.

വാതിലിനപ്പുറം അയാൾ തെറ്റുപറ്റാതിരിക്കാൻ നോക്കി. കടലാസു പൊതിയിൽ പൂവുണ്ടോ: ഇല്ല. ∎

## ചെറിയ, ചെറിയ ഭൂകമ്പങ്ങൾ

**നോ**ക്കൂ, എനിക്ക് മനസ്സിലാവാത്തത്... വേണ്ട, ഞാൻ - രസം കേൾക്കണോ, എല്ലാവരും വലിയ പേടിയോടെയാണ് ഇവരുടെ കാര്യങ്ങൾ പറഞ്ഞിരുന്നത്. ദംഷ്ട്ര താഴ്ത്തി ഒറ്റ വലിവലിച്ചാൽ ഖിർർ... ചോര മുഴുവൻ അതിന്റെ വയറ്റിൽ. പിന്നെ എല്ല് ചവച്ചുതുപ്പും. ഇതൊക്കെ പറയുന്നത് പാവം കുഞ്ഞാത്തലിനെപ്പറ്റിയാണ്.

രണ്ടു സമയത്താണ് മേലേ പറമ്പിലൂടെ യക്ഷിയുടെ നടത്തം എന്നു പറഞ്ഞിരുന്നു. ഉച്ചക്കാനം നോക്കി പകല്. പിന്നെ പാതിരയ്ക്ക്. പണിക്കാർക്ക് കഞ്ഞികൊടുത്ത് അമ്മ അടുക്കളത്തളത്തിൽ വന്നു കിടക്കുന്നതിനും വലിയമ്മ കാപ്പിയുണ്ടാക്കാൻ എഴുന്നേൽക്കുന്നതിനും ഇടയ്ക്കുള്ള സമയത്തിനാണ് ഞങ്ങളുടെ വീട്ടിൽ ഉച്ചക്കാനം എന്നു പറയുന്നത്. എന്തു ഭാഷയാണാവോ!

ആ സമയത്ത് അക്കരേന്ന് വന്ന മുത്തശ്ശി പുറംപറമ്പിലൊക്കെ നടക്കും. ഓരോ ഇലയും വേരുമൊക്കെ പറിക്കും. മുത്തശ്ശിക്കുമാത്രം അറിയാവുന്ന മരുന്നുകളാണിതൊക്കെ. മുത്തശ്ശി മരിക്കുന്നതിനു മുമ്പേ ഇതൊക്കെ ഇഷ്ടമുള്ള ഒരു കുട്ടിക്ക് പറഞ്ഞുകൊടുക്കും. എനിക്കുതന്നെ. വേറേയാർക്ക്?

മുത്തശ്ശി കിടപ്പായപ്പോൾ ഞാൻ ആരും കാണാതെ ഒറ്റയ്ക്കായി നടത്തം. അപ്പോൾ എന്തോ കണ്ടു പേടിച്ച് ആരൊക്കെയോ എന്റെമേൽ കൂടിയെന്നാണ് അമ്മയും വലിയമ്മയും പറയുന്നത്. അശ്രീകരം പിടിച്ച തള്ള വന്നതുമുതൽ അനർത്ഥം തുടങ്ങിയെന്ന് തേക്കുകാരൻ രാവുണ്ണി നായർ.

ആ സമയത്ത് കയ്യാലമുറ്റത്തുകൂടി മറ്റൊരു യക്ഷിയുടെ പതുങ്ങിപ്പതുങ്ങിയുള്ള ഒരു പോക്കുണ്ട്. അത് ഇവരാരും അറിയില്ല. വേറാരുമല്ല, വല്യമ്മടെ തൃപ്പുത്രിതന്നെ. സരോജിനിയേടത്തി. ഇല്ലക്കാരുടെ പുറത്തെ കുളത്തിൽ ചൂണ്ടലിട്ട് ഇരിക്കുന്ന ഗന്ധർവ്വനെയും ഇവർ കാണില്ല. അവിടേക്കാണ് പോക്ക്. ഉച്ചക്കാനം നോക്കി പടിഞ്ഞാറ്റയുടെ കുത്തഴിയിലൂടെ, ആടിനെ മേയ്ക്കാനെന്നും പറഞ്ഞ് നടക്കുന്ന നാണിക്കുട്ടിയോട് കൈയും കലാശവും കാണിച്ചു നിൽക്കുന്ന ഒരാളുണ്ട് എന്റെ ഏട്ടൻ. ബാധ അയാൾക്കാണ്. പക്ഷേ, ഇതൊക്കെ ആരോട് പറയാൻ?

140

വല്ലതു രസം പറഞ്ഞിരിക്കാമെന്നു വെച്ച് ചെന്നാൽ ചാരുപടിയുടെ 'മെത്താരണ'യിൽ മുടിപരത്തിയിട്ട് സിനിമക്കാരുടെ ചിത്രങ്ങളുള്ള ഓരോ ബുക്കുകള് വായിച്ച് കിടക്കുന്ന ആൾ ഓടിക്കും. ആയമ്മയുടെ ഗമയെന്താണ്! പറയുമ്പോൾ എന്നെക്കാൾ മൂന്നു വയസ്സേ മൂപ്പുള്ളൂ. നേരേ ഏട്ടത്തിയാണ് എന്നു പറഞ്ഞിട്ടെന്താ? ദയയില്ല.

ഒരിക്കൽ ഉച്ചക്കാനത്തിൽ വെറുതെ നടക്കുമ്പോൾ ഉറുണ്യേൻ മാവിന്റെ ചോട്ടിലൊരാൾ. ഇവർ പറഞ്ഞ യക്ഷിതന്നെ. ഓടാനും വയ്യ, നിലവിളിക്കാനും വയ്യ. അപ്പോൾ കണ്ണും പൂട്ടി "അർജ്ജുനൻ ഫൽഗുനൻ..." ഉരുവിട്ട് നിന്നു. പതുക്കെ വിളികേട്ടു: "ജാനകിക്കുട്ടീ!"

എല്ലാവരും വിളിക്കണപോലെ "ഞാട്ടി" എന്നല്ല. എനിക്ക് ആ വിളിയേ ഇഷ്ടമല്ല. ശരിക്കു മുഴുവൻ പേരുംപറഞ്ഞ് സ്നേഹത്തിലുള്ള വിളിയാണിത്. കണ്ണുതുറന്നു നോക്കിയപ്പോൾ അടുത്ത് കുഞ്ഞാത്തല് നിൽക്കുന്നു. യക്ഷി എന്നു പറഞ്ഞാൽ മുമ്പ് കുന്നംകുളത്തിന്റടുത്തേക്ക് വേളികഴിച്ചുകൊണ്ടുപോയ ആത്തേമ്മാര് കുട്ടിയില്ലേ? അതുപോലെ ഇരിക്കും. കരയും കുറിയും ഉള്ള വെള്ളമുണ്ട്. ബ്ലൗസ്സും വെള്ള. പിന്നെ ആകെ ഒരു ശീലപ്പൊതപ്പ്. ചോന്ന ചാന്തോണ്ട് പൊട്ട്. കാതില് ചിറ്റ്. കഴുത്തില് കാശിമാല.

"ജാനകിക്കുട്ടി എന്താ ഒറ്റയ്ക്ക്?"

ഞാനാദ്യം ഒന്നും പറഞ്ഞില്ല.

"ജാനകിക്കുട്ടീടെ മുത്തശ്ശ്യമ്മ ഇപ്പോ എന്താ വരാത്ത്?"

സംസാരിക്കുമ്പോൾ ഞാൻ വായിലാണ് നോക്കിയിരുന്നത്. പേടിക്കുന്നുണ്ട് എന്നു തോന്നാൻ പാടില്ലല്ലോ. ഞാൻ വെറുതെ ചോദിച്ചു:

"ദംഷ്ട്ര എവിടെ?"

ആത്തേമ്മാരുട്ടി ചിരിച്ചു. ഭംഗിയുള്ള പല്ല്. അത് കൊല്ലേണ്ടവരെ കാണുമ്പഴേ വരൂ എന്നു പറഞ്ഞു. അതു വിചാരിച്ച് ഒരാളും കളിക്കാൻ കൂടുന്നില്ല. താഴത്ത് പൊളിഞ്ഞു കിടക്കുന്ന ഒരു പെരത്തറയുണ്ട്. പണ്ടവിടെ ഇല്ലത്തെ ഏതോ പണിക്കാരി താമസിച്ചിരുന്നു. അതിന്റെ ചുറ്റിലും നെല്പനടെ കാടാണ്. അവിടെ ഇരുന്ന് യക്ഷി മടിയിൽനിന്നു വെറ്റിലയും അടയ്ക്കയുമെടുത്ത് മുറുക്കി. മൂന്നും കൂട്ടാൻ എനിക്കും മോഹമൊക്കെ തോന്നി. അത് മനസ്സിലായി യക്ഷിക്ക്.

"കുട്ടികള് മുറുക്കാൻ പാടില്ല."

ഞാൻ നല്ലനല്ല ചെറിയ കല്ലുകൾ നോക്കി പെറുക്കിക്കൊണ്ടുവന്നു. ഞങ്ങൾ പിന്നെ ഇരുന്ന് കൊത്തങ്കല്ലു കളിച്ചു. ഹായ്, ഒരു പിടിക്ക് നാലും അഞ്ചും പെറുക്കുന്നത് കാണണം! ജയിച്ചത് കുഞ്ഞാത്തല്തന്നെ. ഞാൻ അങ്ങനെ വിളിക്കുന്നതാ യക്ഷിക്കിഷ്ടം.

"നാളെ ജാനകിക്കുട്ടി ജയിച്ചോളൂ."

യക്ഷി ചിരിച്ചു.

തോറ്റാലും കളിക്കാൻ ഒരാളുണ്ടായല്ലോ!

യക്ഷികൾക്ക് വാക്കിനു വ്യവസ്ഥയുണ്ട്. "നാളെത്തരാം" എന്ന് എന്റെ ഏടത്തി പറഞ്ഞാൽ ഒഴിവാക്കലാണ്. തരില്ല. ഇവരങ്ങനെയല്ല. പിറ്റേന്ന് ശരിക്കും ഞാനാ ജയിച്ചത്!

സന്ധ്യയ്ക്ക് മുത്തശ്ശിയാണ് നാമം ചൊല്ലിത്തരുന്നത്. ഇപ്പോൾ തുടങ്ങിയതാണ്. തള്ളയെക്കൊണ്ട് ഒരുപകാരം അങ്ങനെയുണ്ടാവട്ടെ എന്ന് മുത്തശ്ശി കേൾക്കേ അമ്മ ഒരിക്കൽ പറഞ്ഞു. അതിന്റെ ശേഷം.

അമ്മടേം വല്യമ്മടേം അമ്മയാണ് ശരിക്കുള്ള മുത്തശ്ശി. ഞാൻ കണ്ടിട്ടില്ല. മുമ്പേ മരിച്ചു. അവരുടെ താഴെയുള്ള ആളാ ഈ അക്കരേന്ന് വന്ന മുത്തശ്ശി.

"മക്കളാരും നോക്കാത്തത് ഈ തള്ളടെ ശീലഗുണംകൊണ്ടുതന്നെ. ഏട്ഠം!"

ഈ മുത്തശ്ശിയെപ്പറ്റിയാണ് അമ്മയും വലിയമ്മയും ഇരുന്നു പറയുന്നത്. ചീത്ത പറയാൻ വേറൊരു ഭാഷയാണ്. ഏട്ഠം!

വയ്യാണ്ടെ കിടപ്പായപ്പോൾ അമ്മ സങ്കടപ്പെട്ടു:

"ഇനി ഈ അശ്രീകരത്തിന്റെ ശുശ്രൂഷയ്ക്ക് ഞാൻ വേണം. ഓരോ അനർത്ഥങ്ങള് വന്നുചേരും."

യക്ഷിയെ കണ്ടതും ഞങ്ങൾ കൊത്തങ്കല്ലു കളിച്ചതും ഞാൻ സന്ധ്യയ്ക്ക് അക്കരെ മുത്തശ്ശിയോട് പറഞ്ഞു.

"മിണ്ടണ്ട. ആരോടും മിണ്ടണ്ട."

"അവരെ എനിക്കറിയാം. അവരാരും എന്റെ കുട്ടിയെ ഒന്നും ചെയ്യില്ല."

കൊത്തങ്കല്ല് മടുത്തപ്പോൾ യക്ഷിയും ഞാനും വേറേ വഴികളിൽ ചുറ്റി നടക്കാൻ തുടങ്ങി. അങ്ങനെ നടക്കുമ്പളാണ് കരിനീലിയെ കണ്ടത്. പറപ്പൂതം വരാറില്ലേ വേലയ്ക്ക്? അതുപോലെ, മുറ്റമടിക്കാനും ചാണകം വാരാനും കാളി ഇല്ലേ? കാളി കുറച്ചുംകൂടി ചെറുപ്പമായാൽ എങ്ങനെ ഇരിക്കും? അതുതന്നെ. ബ്ലൗസ്സിടില്ല. കഴുത്തുനിറച്ച് കല്ലുമാല. പൊകല കൂട്ടി മുറുക്കീട്ടാവും പല്ലൊക്കെ കറുകറാന്ന്.

കുറച്ചപ്പറത്ത് കാഞ്ഞിരത്തിന്റെ ചോട്ടില് വന്നു നിന്നപ്പോൾ എനിക്ക് മനസ്സിലായില്ല കുഞ്ഞാത്തലിന് ആദ്യം ദേഷ്യമാണു വന്നത്.

"ങ്ഹും കരിനീലി!"

പതുക്കെ പറഞ്ഞുതന്നു.

യക്ഷിയും കരിനീലിയും ഒന്നും പറയാതെ അങ്ങോട്ടുമിങ്ങോട്ടും ദേഷ്യത്തിൽ നോക്കിനിന്നു. അമ്മയും വലിയമ്മയുംകൂടി അങ്ങനെ മത്സരിച്ചു നോക്കാറുണ്ട്. ഇത് അതിലും ഭയങ്കരം. തമ്മിൽ വല്ല യുദ്ധവും ഉണ്ടാവുമോ എന്നായിരുന്നു ഭയം. ഒന്നുമുണ്ടായില്ല.

"തമ്പ്രാട്ടി എന്താ, എന്നേം കളിക്കാൻ കൂട്ടാത്തത്?" നീലി ചോദിച്ചു. അപ്പോൾ എന്റോള്, കുഞ്ഞാത്തല് ചിരിച്ചു.

"ഉം വന്നോ."

നീലി കളം വരച്ചു. ഓട്ടിൻകഷണം കൊണ്ടുവന്നു. ഞങ്ങൾ മൂന്നാളും കൂടി വട്ടു കളിച്ചു.

അതും ഞാൻ സന്ധ്യയ്ക്ക് മുത്തശ്ശിയോടു പറഞ്ഞു. മുത്തശ്ശി ചിരിച്ച് തലയിൽ തടവി:

"എന്റെ കുട്ടിക്കൊന്നൂല്യ. ഒരനർത്ഥവും വരില്ല."

ഞങ്ങൾ കളിച്ചു നടക്കുന്നതിനിടയ്ക്ക് ഒരിക്കൽ കുഞ്ഞാത്തല് ബ്രഹ്മരക്ഷസ്സിനെ കാണിച്ചു തന്നു. പണ്ട് ഞങ്ങൾ കൊത്തങ്കല്ലു കളിച്ചു തറയിൽ നിൽക്കുന്നു. മരിച്ച കുഞ്ചുനമ്പൂരി മൂന്നാള് പൊക്കം വെച്ചാൽ എങ്ങനെ ഇരിക്കും? അതുതന്നെ.

"അതിന്റെ വഴിക്കു പോവണ്ട. ലോഹ്യത്തിനും നിൽക്കണ്ട. നമ്മളെ ഒന്നും ചെയ്യില്ല."

ഞങ്ങളെ നോക്കിയതും കൂടിയില്ല.

ഞങ്ങൾ കളിക്കുന്നത് മറഞ്ഞുനിന്നു നോക്കാൻ വേറെ ചിലരുണ്ട്. എല്ലാം നീലിയുടെ ലോഹ്യക്കാരാണ്. പറക്കുട്ടി, കരിങ്കുട്ടി, കള്ളാടി മുത്തൻ. ഒക്കെ പുല്ലാനിക്കാട്ടിൽ പരുങ്ങിനിൽക്കുകയേ ഉള്ളൂ. അടുത്തേക്കു വരുമെന്നു തോന്നുമ്പോൾ യക്ഷി ഒന്നു നോക്കും. ഉടനെ അവർ പൊന്തയിൽ മറയുകയും ചെയ്യും.

ഒരിക്കൽ എന്റെ കാലിൽ മുള്ളു തറച്ചു. കാരമുള്ള്. അതിന് നീലി ശരിക്ക് കള്ളാടിമുത്തനെ ചീത്ത പറഞ്ഞു.

"കാല് കുത്തിപ്പഴ്ത്ത് കുട്ടി കെടപ്പിലായാൽ ഉണ്ടല്ലോ. നെന്നെ ഞാൻ!"

പിറ്റേന്ന് ഉറുമ്പുകടിച്ച വേദനകൂടി തോന്നിയില്ല. വാക്കിനു വ്യവസ്ഥയുള്ളവർ.

രാത്രി മുമ്പ് ഞാൻ അക്കരെ മുത്തശ്ശിയുടെ കൂടെയായിരുന്നു കിടപ്പ്. ഇപ്പോൾ അമ്മടെ കട്ടിലിന്റെ താഴെ എന്റെ ഏടത്തിയുടെ കൂടെയാണ്. ആയമ്മയ്ക്കു വലിയ ഇഷ്ടമായിട്ടൊന്നും അല്ല. രാത്രി ഏടത്തി വേഗം ഉറങ്ങും. ചിലപ്പോൾ സരോജിനിയേടത്തിയും വന്ന് പഞ്ചായത്തു പറഞ്ഞിരിക്കും, അമ്മ വരുന്നതുവരെ.

രാത്രി എനിക്ക് ഉറക്കം വരില്ല... ഇവര് പറയുന്നതുപോലെ അതൊരു സുഖക്കേടല്ല. കാര്യം രഹസ്യമാണ്. അസൂയ! നീലിയും കുഞ്ഞത്തലും കൂടി രാത്രിയിലും കളിച്ചുനടക്കുന്നത് ആലോചിച്ച് അസൂയ. ഒരിക്കൽ വാഴത്തോട്ടത്തിലൂടെ രണ്ടാളും എന്തോ തിന്നുംകൊണ്ട് പോകുന്നത് ഞാൻ കണ്ടു. ജനലിന്റെ അടുത്ത് വന്ന് ഞാൻ പതുക്കെ വിളിച്ചു:

"കുഞ്ഞോത്തലേ!"

"നീലി!"

അവർ കേട്ടതേയില്ല. വല്ലാത്ത കൂട്ടര്!

അപ്പോഴാണ് അമ്മ എഴുന്നേറ്റതും ഭൂകമ്പമുണ്ടായതും.

വിളക്കു കത്തിച്ചു. എല്ലാവരും ഓടിവന്നു.

അതിനിപ്പോൾ എന്തേ ഉണ്ടായത്? വയ്യാത്തേടത്ത് അക്കരെ മുത്തശ്ശിയും തപ്പിത്തടഞ്ഞ് വന്നപ്പോൾ അമ്മ അലറി:

"തള്ളേ നിങ്ങടെ വകേം ഇനി അനർത്ഥംണ്ടാക്കണ്ട. വല്ല ദിക്കിലും കൊട്ടിപ്പെടഞ്ഞ് വീണ്...മാരണം!"

പണിക്കര് ഏതായാലും സൂത്രക്കാരനാണ്. അയാൾ ഞാൻ കുഞ്ഞാത്തലിന്റെയും നീലിയുടെയും കൂടെ കളിച്ചു നടക്കുന്നതൊക്കെ കവിടിവെച്ചു നോക്കി കൃത്യമായി, കിറുകൃത്യമായി പറഞ്ഞുവത്രേ. പക്ഷേ, ഇവരുടെ വിഡ്ഢിത്തം കേൾക്കണോ? തെക്കൻ ചൊവ്വയും കൂടെ കൂടിയിട്ടുണ്ട് എന്ന് അയാൾ പറഞ്ഞപ്പോൾ ഇവര് വിശ്വസിച്ചു. അതില് പണിക്കരുടെ കണക്ക് പെഴച്ചു. ഇവർ രാവുണ്ണിനായരെ അയച്ച് അന്നകരയിലെ അമ്പലത്തില് നൂറ്റൊന്നുറുപ്പികയും വെച്ചു. ഭഗവതിക്ക് കിട്ടട്ടെ. നല്ലതല്ലേ? എന്നാൽ ഞങ്ങള് കളിക്കുന്ന വഴിക്കൊരിക്കലും തെക്കൻ ചൊവ്വയും വന്നിട്ടില്ല. വടക്കൻ ചൊവ്വയും വന്നിട്ടില്ല. വന്നാൽത്തന്നെ ഞങ്ങൾ കൂട്ടത്തിൽ കൂട്ടാനും പോണില്ല. ഏതു തരക്കാരിയാണെന്ന് ആരു കണ്ടു?

അമ്മയ്ക്ക് ഇടയ്ക്ക് സങ്കടംവരും, ഇടയ്ക്ക് ദേഷ്യവും.

"സൂക്കടായാലെന്ത്, ഇവിടെ ആരെങ്കിലും ചത്താലെന്ത്? ഇവറ്റിന്റെ തന്തയ്ക്ക് വല്ല ഈഷലുംണ്ടോ?"

അച്ഛന് വാൾപ്പാറയിൽ ചായത്തോട്ടത്തിലെ പണിയുടെ ഇടയ്ക്ക് എപ്പോഴും ഓടിവരാൻ പറ്റില്ലല്ലോ. ഏട്ടൻ പോയി കണ്ടതാണ്. മൂപ്പ് അധികമായ ഇല നുള്ളിക്കൊണ്ടുവന്നാൽ അച്ഛൻ എടുക്കില്ല. പൊടിക്കുമ്പോഴൊക്കെ അച്ഛൻ അടുത്തു നിൽക്കണം. അച്ഛൻ നോക്കാത്തപ്പോൾ ഉണ്ടാക്കുന്ന ചായപ്പൊടി പീടികക്കാർ വിൽക്കുമ്പളാണ് മണ്ണ് ചൊവയ്ക്കണു, ചായ പുളി വെള്ളായിരിക്കണു എന്നൊക്കെ ആൾക്കാർ കുറ്റം പറയുന്നത്."

അവിടെ പണിക്ക് എന്നും പറഞ്ഞ് ഒരുർവ്വശിയെ കൊണ്ടുപോയി നിർത്തിയ മുതൽക്കാണ് അച്ഛന്റെ തലതിരിഞ്ഞത് എന്നാണ് അമ്മ പറയുന്നത്. അധികം കളിച്ചാലേ, ഞാൻ കുഞ്ഞാത്തലിനോട് പറയും. പറയാത്തത്, ദേഷ്യംവന്ന് ദംഷ്ട്രയെടുത്ത് വല്ലതും ചെയ്താൽ ഉർവശിക്കു മാത്രമല്ല അച്ഛനും വല്ലതും പറ്റും. അതുകൊണ്ട് മിണ്ടാതിരിക്കുന്നതാണ്.

എന്റെ ഏടത്തിയും സരോജിനിയേടത്തിയുമൊക്കെ ഞാൻ വെറുതെ ഇരിക്കുമ്പോഴും എന്നെ തുറിച്ചുനോക്കണത് എനിക്കത്ര ഇഷ്ടമാവുന്നില്ല.

ഞാൻ അങ്ങട്ടും നോക്കിയാലോ? രണ്ടും പേടിച്ച് തിരിഞ്ഞ് നടക്കും. എന്നെയും കുറേശ്ശ പേടിയുണ്ട്, അല്ലേ?

തലകുളിച്ചാൽ ഞാൻ ഇപ്പളും മുത്തശ്ശീടെ അടുത്ത് പോകും. തലയില് രാസ്നാദി പൊടി തിരുമ്പ്ണത് മുത്തശ്ശിയാണ്. വയ്യെങ്കിലും അമർത്തിത്തിരുമ്പും. കുറേശ്ശ വേദന തോന്നും. പിന്നെ പൊടിയുടെ മണമുള്ള വിരല് മൂക്കില് വെച്ചുതരും - അതും വലിക്കണം. പിന്നെ ഒരു ജലദോഷവും വരില്ല.

രണ്ടുനാഴിക നടന്ന് പഠിക്കണ്ട എന്നു നിശ്ചയിച്ചത് അച്ഛൻ എഴുതിയിട്ടാണത്രേ. എന്നെ കൂടെ കൊണ്ടുപോവുന്നത് പത്രാസിനു കുറവാണെന്നു തോന്നി ഈയമ്മയും 'എന്റെ ഏടത്തി' അതിന് 'എസ്സു'വെച്ചിട്ടുണ്ടാവും. രണ്ടുനാഴിക എന്നു പറഞ്ഞാൽ പെരുത്തു കാതം ദൂരമൊന്നുമില്ല. തെക്കെ ഇല്ലത്തൊടീടെ വേലിമുതല്ക്ക് ആശാരിപ്പറമ്പിന്റെ അതിരിലെ പാലവരെ ഞാനും കുഞ്ഞാത്തലും നീലിയും എത്ര പ്രാവശ്യം നടന്നിരിക്കുണു. ഓടിയിരിക്കുണു. വെറുതെ ഇല്ലാത്ത സൂക്കടൊന്നും ആളുകള് പറഞ്ഞുണ്ടാക്കണ്ട! ഇനി ട്യൂഷൻ വെക്കാനാളെ തിരയുന്നുണ്ട്.

ഉച്ചതിരിയുന്ന നേരത്ത് എന്നു മാത്രമല്ല ഏതു നേരത്തും പുറം പറമ്പിലേക്കു പോകരുത് എന്നായി പുതിയ നിയമം. അത് പഴയ പാമ്പിൻകാവിന്റെ ബാക്കിയായ പൊന്തയ്ക്കടുത്ത് കുഞ്ഞാത്തല് വന്ന നേരം നോക്കി ഞാൻ പറഞ്ഞു.

അപ്പോൾ കുഞ്ഞാത്തലും നീലിയും കൂടെ വീട്ടിൽ എല്ലാവരും ഉച്ചയ്ക്ക് ഉറങ്ങുന്ന നേരത്ത് അകത്തുവരാൻ തുടങ്ങി. ഞങ്ങൾ എല്ലാ മുറികളിലും നടക്കും. ഉറങ്ങുന്നവരുടെ ഗോഷ്ഠികളൊക്കെ കണ്ട് ചിരിക്കും. കൈയും കലാശവും കാട്ടി നിൽക്കുന്ന ഏട്ടൻ ഞങ്ങളെ തല്ലാൻ വന്നു. ദംഷ്ട്ര കുറച്ച് നീണ്ടതാണ്. ഒന്നും ചെയ്യരുത് എന്നു പറഞ്ഞുകൊണ്ടാണ് കുഞ്ഞാത്തല് തിരിഞ്ഞു നടന്നത്. നീലിക്ക് ദേഷ്യം വന്നാൽ തുപ്പലാണ്. മേലൊക്കെ പിന്നെ പളുങ്കുപോലെ വസൂരി പൊന്തും. അതും ഞാൻ തടഞ്ഞിട്ടാണ് ചെയ്യാത്തത്.

ഞങ്ങൾ കുറേനേരം മുത്തശ്ശിയുടെ മുറിയിലിരുന്ന് തായം കളിക്കും. മുത്തശ്ശിക്കും അത് സമ്മതമാണ്.

ഒരിക്കൽ അമ്മയോ വല്യമ്മയോ ആരോ ഒരാൾ ഞങ്ങൾ അകത്തു നടക്കുന്നത് കണ്ടു. പിന്നെയും ഭൂകമ്പം.

വേറൊരു പണിക്കരെ വരുത്തി. ഒരാളല്ല രണ്ടാൾ. കൂട്ടത്തിൽ എല്ലാവരുടെ ജാതകം നോക്കലും നടക്കുമല്ലോ. അച്ഛനു കൈവിഷം കൊടുത്ത ഉർവ്വശിയുടെ കാര്യം അമ്മയ്ക്കറിയണം. എനിക്കുവേണ്ടി മാത്രമല്ല ഇവരുടെ വരയ്ക്കലും കവിടിയളക്കലും ശ്ലോകം ചൊല്ലലും. കല്യാണക്കാര്യം പറയുന്നത് എപ്പഴാണ് എന്ന് അറിയാൻ കാതും കൂർപ്പിച്ച് ഒരാള് തെക്കിനിയിൽ ചുറ്റിപ്പറ്റി നടക്കുന്നുണ്ട്. അതാണ് ശരിക്കുള്ള ഭൂതത്താൻ. സരോജിനിയേടത്തി.

കല്ലടിക്കോട്ടുനിന്നോ മറ്റോ വലിയ മന്ത്രവാദിയെ വരുത്താൻ നിശ്ചയിച്ചു. തേക്കുകാരൻ രാവുണ്ണി പോയ ദിവസം നിശ്ചയിച്ച് ചാർത്ത് വാങ്ങി വന്നു. അവരിരുന്ന് മന്ത്രവാദിയുടെ വലിപ്പം പറയുന്നത് ഞാനും കേട്ടു, കുറച്ചൊക്കെ. ഉടൻ ഞാൻ കുഞ്ഞാത്തലിനെ വിളിച്ചു.

ചെയ്യാൻ പോകുന്നത് അവരറിയണമല്ലോ. കൈക്കോട്ട് തീയിലിട്ട് പഴുപ്പിക്കും. കാഞ്ഞിരമുട്ടിയിൽ ആണിയടിക്കും. എരിപൊരി സഞ്ചാരം കൊണ്ട് നാട്ടിൽനിന്നുതന്നെ ഓടിപ്പോകേണ്ടി വരും. നീലിയും കുഞ്ഞാത്തലും അതുകേട്ട് ചിരിച്ചതേയുള്ളൂ.

മുത്തശ്ശിയോടു പറഞ്ഞപ്പോൾ മുത്തശ്ശിക്കും ഉണ്ട് ഒരു ചിരി.

എന്നെ ഇരുത്തിയിട്ടാണ് വയസ്സൻ കല്ലടിക്കോടൻ പൂജ നടത്തിയത്. ഒരുപാട് വിളക്കുകൾ. ചക്രംപോലെ ഒരു കളം. കുറച്ചൊക്കെ പേടി തോന്നി. കുഞ്ഞാത്തലും നീലിയും വന്ന് എന്റെ പിന്നിൽ നിന്നപ്പോളേ ഒരു സമാധാനം തോന്നിയുള്ളൂ. ഏങ്ങിവലിച്ച് മുത്തശ്ശിയും വന്നിരുന്നപ്പോൾ എനിക്ക് ധൈര്യമായി.

കാഞ്ഞിരമുട്ടിയിൽ ആണിയടിക്കുമ്പോൾ ഞാൻ തിരിഞ്ഞ് കുഞ്ഞാത്തലിനെ നോക്കി. കുഞ്ഞാത്തല് ദേഷ്യത്തിലാണ്. നീലി കണ്ണിറുക്കി കുഞ്ഞാത്തലിനെപ്പറ്റി എന്തോ ഒരാംഗ്യം കാട്ടി ചിരിച്ചു.

വരിക്കപ്ലാവിന്റെ വിറകുകത്തുമ്പഴത്തെ ചൂട്, എന്തൊരു പുക. തല ചുറ്റി പിന്നാക്കം വീണപ്പോൾ കുഞ്ഞാത്തല് പിടിച്ചു. ഉറക്കം വരുന്നതു പോലെ.

“ഒഴിഞ്ഞു. ഒക്കെ ഒഴിഞ്ഞു. ഇനിയൊന്നുംണ്ടാവില്ല.”

കല്ലടിക്കോടൻ പറഞ്ഞപ്പോൾ ഞാൻ കുഞ്ഞാത്തലിന്റെ മടിയിൽ കിടന്ന് ചിരിച്ചു. കുഞ്ഞാത്തല് സ്വകാര്യം പറഞ്ഞു, ചെവിയിൽ: “ഉറങ്ങിക്കോളൂ. ജാനകിക്കുട്ടി ഉറങ്ങിക്കോളൂ.”

കളഭത്തിന്റെയും കോടിമുണ്ടിന്റെയും മണമുണ്ട് കുഞ്ഞാത്തലിന്.

അതിന്റെ പിറ്റേദിവസം വലിയച്ഛൻ വന്നു. സരോജിനിയേടത്തിയുടെ അച്ഛൻ. എന്റെ അച്ഛൻ എന്നാണാവോ വരുന്നത്?

മുത്തശ്ശി പറഞ്ഞു: “രണ്ട് മാസത്തെ ലീവേയുള്ളൂ. അതിനുമുമ്പ് സരോജിനിക്കുട്ടീടെ കല്യാണം നടത്തണം. ആളെയും നിശ്ചയിച്ചിരിക്കുന്നു. വലിയച്ഛന്റെ കമ്പനിയിൽതന്നെ പണിയെടുക്കുന്ന ഒരു ശങ്കരനാരായണൻ.”

പരുങ്ങിപ്പരുങ്ങി കുഞ്ഞാത്തലും നീലിയും സന്ധ്യയ്ക്ക് വന്നു. കല്ലടിക്കോടൻ വന്നതുകൊണ്ട് നാടുവിട്ടുപോയി എന്നല്ലേ മറ്റുള്ളവരുടെ വിചാരം?

“ജാനകിക്കുട്ടീടെ പൊടമുറികൂടി കാണാൻ എനിക്ക് യോഗംണ്ടാവ്വോ!”

മുത്തശ്ശി കുഞ്ഞാത്തലിനോടു ചോദിച്ചു.

കുഞ്ഞാത്തല് ആലോചിച്ചു.

ഞാനും എന്റെ ഏടത്തിയുംകൂടി മേൽക്കഴുകാൻ പോകുമ്പോഴാണ് വേറൊരു പൂരം. ചൂണ്ടലിടുന്ന ഭാസ്കരൻ സരോജിനിയേടത്തിയെ പുളിച്ച ചീത്ത. സരോജിനിയേടത്തി കണ്ണില് വെള്ളം നിറച്ച് ഒക്കെ കേട്ടുകൊണ്ട് നില്ക്കണ്! ഞങ്ങളെ കണ്ടപ്പോൾ രണ്ടാളും രണ്ടു വഴിക്ക് തലയും താഴ്ത്തി ഒറ്റപോക്ക്!

കല്യാണത്തിന്റെ താലികെട്ടലും മാലയിടലും ഒക്കെ ഭഗവതിയമ്പല ത്തിന്റെ നടയ്ക്കൽ. സദ്യ വീട്ടിൽ. കുഞ്ഞാത്തലിനും നീലിക്കും എനിക്കും ഒരേപോലത്തെ പാവാടയും ബ്ലൗസ്സും കിട്ടിയിരുന്നെങ്കിൽ നല്ല രസായിരുന്നു.

വലിയച്ഛൻ വന്നശേഷം പിന്നെ വീട്ടിൽ തിരക്കോടു തിരക്കുതന്നെ. ഒരുപാടാളുകള് വരുന്നു, പോവുന്നു. നിശ്ചയത്തിന്റെ ദിവസംതന്നെ ഉണ്ണാൻ പത്തുനാല്പതാളുണ്ടായിരുന്നു. മുത്തശ്ശിക്ക് കിടക്കുന്നേടത്ത് കഞ്ഞിക്ക് പുറമേ ഇടിച്ചു പിഴിഞ്ഞ പായസം കുറച്ച് കൊണ്ടുപോയി കൊടുത്തത് ഞാനാണ്.

മുത്തശ്ശിക്ക് ചുട്ടിയുള്ള ഒരു മുണ്ടും ഏറാപ്പും വേണമെന്നു പറഞ്ഞു. എത്ര വയ്യെങ്കിലും അമ്പലത്തിന്റെ നടയ്ക്കൽ പോണം. കല്യാണം കാണണം.

അമ്മ പറഞ്ഞു:

"വെറുതെ അതിനൊന്നും മിനക്കെടണ്ട. രണ്ടാള് താങ്ങിപ്പിടിക്കേണ്ടി വരും. അവള് പോവുമ്പോൾ അവിടുന്ന് നമസ്കരിക്കും. അപ്പോൾ അരീം പൂവും ഇട്ടാൽ മതി..."

അന്ന് പുറത്തെ കുളിമുറിയിലേക്ക് ചുവര് പിടിച്ച് നടക്കുമ്പോൾ മുത്തശ്ശി വീണു.

"കണ്ടില്ലേ? ഇങ്ങനത്തെ ആളാ കുന്നത്തമ്പലത്തിന്റെ പടികേറിപ്പോ വാൻ നിന്നത്!"

മുറിയിലേക്ക് എടുത്തു കിടത്തുമ്പോൾ വലിയമ്മ വലിയച്ഛനോട് പറഞ്ഞു: "ഇതിന്റേടേല്... ഹും!"

"ഈ പ്രായത്തില് വീണാൽപ്പിന്നെ എണീക്കലില്ല."

എല്ലാമറിയുന്ന ഒരാളുണ്ടല്ലോ, തേക്കുകാരൻ രാവുണ്ണി. അയാളുടെ വക!

മുത്തശ്ശിക്ക് രാത്രി വല്ലാത്ത പനി, ഛർദ്ദി. പടിഞ്ഞാറങ്ങാടിയിൽ നിന്നു ഡോക്ടറെ കൊണ്ടുവന്നു. ചന്ദനംകൊണ്ട് ഗോപി തൊട്ട ഒരു ഡോക്ടർ.

മുത്തശ്ശി ഞെരങ്ങിക്കൊണ്ട് കിടക്കുമ്പോൾ ഞാൻ പതുക്കെ ചെന്നു നോക്കി.

"സാരല്യ, സാരല്യ."

മുത്തശ്ശി പറഞ്ഞു. മുത്തശ്ശിയെ നോക്കാൻ വീട്ടിലുള്ളവരറിയാതെ എന്റെ ചങ്ങാതിമാരും ഇടയ്ക്കുവന്നു.

"എല്ലാം വിറ്റു തൊലച്ച് മക്കളെ കൊത്തിയാട്ടിയില്ലേ അശ്രീകരം! വയ്യാത്ത കാലത്ത് വന്നുപറ്റാൻ കണ്ടത് ഇവിടെ..."

വലിയച്ഛൻ മുറ്റത്ത് നടന്നുകൊണ്ട് കാണാൻ വന്നവരോട് പറഞ്ഞു.

"മഹോദരാ... രാവുണ്ണിനായര് പറഞ്ഞു: ആസ്പത്രീല് കൊണ്ടാവ്വാ നല്ലത്ന്ന് ഡോക്ടര് പറഞ്ഞു."

"ഇപ്പോൾ ജലദോഷം വന്നാലും അയാള് ആസ്പത്രിയിലേക്ക് വിടും. അതിന് കമ്മീഷനുണ്ട്."

അതിന്റെ ഇടയിലാണ് വലിയമ്മ പറഞ്ഞത്:

"ഈശ്വരാ തള്ള ഇതിന്റേടേല് എങ്ങാനും തീർന്നാലോ!"

"തീർന്നാൽ തീരട്ടെ... നേരേയുള്ള മുത്തശ്ശിയൊന്ന്വല്ലല്ലോ."

എന്നാലും തറവാട്ടിൽ ഇപ്പോൾ പ്രായംചെന്നിരിക്കുന്ന ആളാണ് എന്ന സ്ഥാനമുണ്ട്. പുലയുണ്ട്. മുത്തശ്ശിയും മുത്തശ്ശിയുടെ ജ്യേഷ്ഠത്തിയും തമ്മിൽ എന്താണ് വ്യത്യാസം? രാവുണ്ണിനായർ ബോംബെയിൽ പണിയെടുക്കുന്ന വലിയച്ഛന് അറിയാത്ത ചില കാര്യങ്ങൾ പറഞ്ഞുകൊടുത്തു.

വലിയമ്മയും വലിയച്ഛനും പോയി പണ്ടങ്ങൾ വാങ്ങി വന്നു. തൃശൂർക്കാർക്കേ പണ്ടങ്ങളുടെ ഫേഷൻ അറിയൂ. ഞാനും എല്ലാം കണ്ടു. എന്റെ ഏട്ടത്തിക്ക് അതില് ചിലതൊക്കെ കഴുത്തിലും മാറത്തുംവെച്ച് നോക്കി ഇത്തിരിനേരം ഞെളിയാനും തരംകിട്ടി.

അതൊക്കെ പുറത്ത് നിരത്തിവെച്ച നേരത്ത് കുഞ്ഞാത്തലും നീലിയും വരണേ എന്ന് പ്രാർത്ഥിച്ചു. അവർ വന്നത്, പിന്നെ രാത്രിയിലാണ്. പണ്ടങ്ങളുടെ ഭംഗി പറഞ്ഞപ്പോൾ കുഞ്ഞാത്തലിനു വലിയ അദ്ഭുതമൊന്നും തോന്നിയില്ല. യക്ഷിയല്ലേ, എത്ര പണ്ടങ്ങൾ വേണമെങ്കിൽ മിനുട്ട് വെച്ച് വരുത്താം. അതുകൊണ്ടാവും. കുഞ്ഞാത്തലിന്റെ കഴുത്ത് തന്നെ ശീലപ്പുതപ്പുകൊണ്ട് കാണില്ല. നീലിക്ക് സ്വർണ്ണംതന്നെ വേണ്ട. വലിയവലിയ കല്ലുമാലകൾ മതി. നടക്കുമ്പോൾ കിലുങ്ങണം.

"അതാ ഞങ്ങൾക്ക് പറഞ്ഞത്!"

നീലി പറഞ്ഞു.

"ആര് പറഞ്ഞത്?"

"അതാ നിയമം."

ഗോപിതൊട്ട ഡോക്ടറുടെ ശീട്ടുപ്രകാരം വാങ്ങിയ മരുന്നൊന്നും തന്നെ മുത്തശ്ശി കഴിക്കുന്നില്ല. അതു കണ്ടുപിടിച്ചത് ഏട്ടനാണ്. അപ്പോൾ

കുഞ്ഞൻവൈദ്യരെ വരുത്തി. വീട്ടിൽ വരുന്നവർ ചിലരൊക്കെ മുത്തശ്ശി കിടക്കുന്ന ചെറിയ മുറിയുടെ വാതിൽക്കൽ വന്ന് എത്തിനോക്കി.

പട്ടാമ്പിയിൽനിന്നു വന്ന ഒരു തള്ളയും മകളും മുത്തശ്ശിയോട് പറഞ്ഞു: "ഇനി അധികം കഷ്ടപ്പെടുത്താണ്ടെ ഒരു നല്ല വഴിക്ക് കൊണ്ടു പോണേന്ന് പ്രാർത്ഥിച്ച് കെടന്നോളൂ. കുട്ടികള് കഴിയുന്നതൊക്കെ ചെയ്യണ്ണ്ടല്ലോ."

ഞാൻ വാതിൽക്കൽ നിൽക്കുന്നുണ്ട്. തള്ള പുറത്ത് വന്നപ്പോൾ എന്നെ ഒന്ന് തുറിച്ചുനോക്കി.

"കുഞ്ചിക്കുട്ടീടെ രണ്ടാമത്തെ മകളല്ലെ ഇത്?"

കൂടെയുള്ള ചുവന്ന സാരിചുറ്റിയ സ്ത്രീ പറഞ്ഞു.

"ആ!"

"ഇവൾക്കിപ്പോൾ എങ്ങനെണ്ട്?"

"ഭേദംണ്ട്ന്നാ പറഞ്ഞത്."

ഞാൻ മുത്തശ്ശിയുടെ കട്ടിലിന്റെ കാല്ക്കൽ മുറവുമായി ചെന്നിരുന്നു. വീട്ടിൽ തിരക്കു കൂടിയപ്പോൾ ചെറിയ പണികൾ എന്നെ ഏല്പിക്കുന്നുണ്ട്. മച്ചിലെ വിളക്കു തുടയ്ക്കൽ, ചെറുപയറിലെ കല്ലു പെറുക്കൽ. കുഞ്ഞാത്തലും നീലിയും വന്നാൽ അധികം സംസാരിച്ചു നിൽക്കാൻ പറ്റുന്നില്ല.

ബോംബെയിൽ താമസിക്കാൻ പോകുന്നതുകൊണ്ട് സരോജിനിയേടത്തിയെ എന്റെ ഏടത്തി മുറിഹിന്ദി പഠിപ്പിക്കാൻ തുടങ്ങിയിട്ടുണ്ട്. അതിന്റെ പ്രയോഗം എന്റെ നേർക്കാണ്.

"ഞാട്ടീ, ബാഹർ ജാ!"

"ജാട്ടീ ഇധർ ആ!"

ആകെ ഒരു പൂരംതന്നെ!

ഞാൻ സന്ധ്യയ്ക്ക് അവരപ്പന്തലിന്റടുത്തുനിന്ന് കുഞ്ഞാത്തലിനോടും പ്രയോഗിച്ചുനോക്കി.

"കുഞ്ഞാത്തലേ ഇധർ ആ!"

"നീലി ഇധർ ആ!"

"എടീ!"

നോക്കുമ്പോൾ ഏട്ടൻ.

"ഇനീം ഓരോന്ന് തൊടങ്ങിയാൽ ണ്ടല്ലോ. ചെവിട് ഞാൻ അടിച്ചു പൊളിക്കും!"

"എന്താ എന്താ?"

ഓടിയെത്തി അമ്മ.

"ബാക്കി വല്ല കാശും ഉണ്ടെങ്കിൽ അതുംകൂടി തീരണല്ലോ. അതിനുള്ള വഴിണ്ടാക്ക്ണ്ണ്ട്, ഈ അശ്രീകരം."

"പോ, നേരല്ലാത്ത നേരത്ത് പൊറത്ത് നില്ക്കാണ്ടെ പോ!"

എന്നോട് അമ്മ കല്പിച്ചു.

സാരമില്ല എന്ന് കുഞ്ഞാത്തലിനോട് സൂത്രത്തിൽ ആംഗ്യം കാണിച്ച് ഞാൻ നടന്നു. അന്നു രാത്രി അച്ഛൻ വരുമെന്ന് കേട്ടിരുന്നു. വന്നില്ല. അതൊരു ചെറിയ ബഹളം.

ലീവില്ലാത്തതുകൊണ്ട് കല്യാണത്തിന്റെ സമയത്തേ എത്തൂ. അന്നു തന്നെ മടങ്ങുകയും ചെയ്യും. കത്ത് വന്നു. ബഹളം പിന്നെയും. ഉർവ്വശിക്ക് ശാപം.

വരുന്നവരെ സൽക്കരിക്കല്, വലിപ്പം പറയല്, പണ്ടം കാണിക്കല്. വാങ്ങിയ സാരികളുടെ മുന്താണി കാണിക്കല്, നേരത്തിന് എനിക്ക് വല്ലതും കിട്ടുന്നുണ്ടോ, മുത്തശ്ശിക്ക് വല്ലതും കൊടുക്കുന്നുണ്ടോ എന്ന ചിന്ത ഒരാൾക്കും ഇല്ല. തിരക്കല്ലേ! എനിക്ക് ഭയങ്കര ദേഷ്യം തോന്നി.

രാത്രി സർക്കീട്ടിനു പോവുമ്പോൾ തെക്കേ തളത്തിന്റെ കുത്തഴിയിൽ വന്ന് കുഞ്ഞാത്തല് നോക്കിയപ്പോൾ ഞാൻ പതുക്കെ ചോദിച്ചു:

"എവിടെ ദംഷ്ട്ര? എല്ലാറ്റിന്റേം ചോര കുടിച്ച് വിടാ വേണ്ടത്!"

"വേണോ?"

"കൊല്ലണ്ട, ഒന്ന് പേടിപ്പിച്ച് വിട്ടാൽ മതി."

ആലോചിക്കട്ടെ എന്ന ഭാവത്തിൽ കുഞ്ഞാത്തല് മുടി കുടഞ്ഞിട്ട് യക്ഷിയായി അകത്ത് കിടക്കുന്നവരെയൊക്കെ ഒന്നു നോക്കി, ചിരിച്ചു. ഒരു പരിചയവും ഇല്ലാത്തവരാണ് ഈ കിടക്കുന്നത്. എന്റെ കോസറി ഇങ്ങോട്ട് മാറ്റി. ഉം ഹിന്ദി പറഞ്ഞ് പഠിക്കട്ടെ. ഞാൻ വിചാരിച്ചാൽ ഉം, വേണ്ട.

രാത്രി എന്തോ ഒരു ഒച്ച കേട്ട് ഉണർന്നു. തിരക്ക്, ബഹളം.

"വേഗം വായുഗുളിക എടുക്കൂ."

ആരുടെയോ കല്പന.

കല്യാണം കഴിഞ്ഞ് കിട്ടുന്നതുവരെ ഒന്നും വരുത്തരുതേ എന്ന വലിയമ്മയുടെ പ്രാർത്ഥന.

മുത്തശ്ശിക്ക് വീണ്ടും വയ്യാതായിരിക്കുന്നുവത്രേ. ഈ ബഹളത്തിലും ചിലരൊക്കെ പോത്തുപോലെ കിടന്നുറങ്ങുന്നു.

ഞാൻ എഴുന്നേറ്റ് വേഗം മുത്തശ്ശിയുടെ മുറിയിലേക്കു പോയി. വാതിൽക്കൽ എന്നെ കണ്ടപ്പോൾ അമ്മ ഓടിച്ചു. 'പോയി കെടന്നോ, നിന്നെ ആരും വിളിച്ചില്ല.'

പിറ്റേന്ന് പന്തലിന്റെ പണി കഴിഞ്ഞു. അടുക്കളമുറ്റത്ത് ദേഹണ്ണക്കാർക്ക് നെടുമ്പുരയുണ്ടാക്കി. കോവിലകത്തുനിന്നുള്ള വലിയ ചെമ്പുകളും വട്ടളവുമെത്തി. വലിയമ്മ തുന്നാൻ കൊടുത്ത എന്റെ പാവാടയും ബ്ലൗസ്സും എത്തി. കളറ് അത്ര ഇഷ്ടായില്ല. എന്നാലും തുണി നന്ന്. പട്ടാ!

“ഇതൊക്കെ വാങ്ങിത്തര്ണതേ, നല്ല കുട്ടിയായി ആളുകളെക്കൊണ്ട് പറേപ്പിക്കാതെ ഇരിക്കാനാണ്. മനസ്സിലായോ?”

വലിയമ്മ എന്റെ തല തടവി.

ഞാൻ ഇനി എന്തായാലും ‘കമാ’ എന്ന് അക്ഷരം പറയില്ല. ഉറപ്പിച്ചതാണ്.

അവർ കുഞ്ഞാത്തലും നീലിയും എന്തൊക്കെ പുതിയ കളികളാണാവോ കളിക്കുന്നത്. ഈ വഴിക്കേ കാണുന്നില്ല. ഈ ബഹളം കണ്ടാൽ ത്തന്നെ ആരും ഇവിടേക്ക് തിക്കിത്തിരക്കി വരില്ല.

മുത്തശ്ശിയുടെ മുറിയിൽ മൂത്രത്തിന്റെ മണം. മുത്തശ്ശി ശ്വാസം വിടുമ്പോൾ വല്ലാത്ത ശബ്ദം. തലയിളക്കി അടുത്ത് വരാൻ ആംഗ്യം കാട്ടി. ഞാൻ അടുത്ത് ചെന്നുനിന്നു.

വലിയച്ഛനും രാവുണ്ണിയും വാതിൽക്കൽ വന്നു നോക്കി.

പന്തലിന്റെ വിതാനം കഴിഞ്ഞപ്പോൾ പാടത്തേക്ക് കോളാമ്പിവെച്ച് പാട്ട് പാടിക്കാൻ തുടങ്ങി. ഒരു കോളാമ്പി കുന്നിൻപുറത്തേക്കുമുണ്ട്. പുറംവളപ്പിൽ ഇരുന്ന് എന്റെ ചങ്ങാതിമാരും കേൾക്കട്ടെ.

രണ്ടു ബസ്സിലും മൂന്നു കാറിലുമാണത്രേ കല്യാണക്കാർ വരുന്നത്. അവർ നിരത്തിലെറങ്ങുന്നേടത്ത് ഏട്ടൻ നിൽക്കണം. അവിടന്നു നേരേ അമ്പലത്തിലേക്ക്. ആലിന്റെ ചോട്ടില് നാദസ്വരക്കാര് റെഡി ഉണ്ടാവും. ദേഹണ്ണക്കാരോട് രാവുണ്ണി പറഞ്ഞു:

“ഒമ്പതരയ്ക്ക് ഇവിടെ എല്ലാവരും എത്തും. പത്തിന് ആദ്യത്തെ പന്തിക്ക് എല ഇടണം. എന്താ എമ്പ്രാന്തിരി റെഡിയല്ലേ?”

“ഓ!”

രാത്രി മുഴുവൻ പുറത്ത് ദേഹണ്ണക്കാരുടെ ശബ്ദം. കിടക്കാനേ സ്ഥലമില്ല അകത്ത്. മുത്തശ്ശിയുടെ കിടപ്പു കണ്ടപ്പോൾ രാവിലെ അമ്പലത്തിലേക്ക് കല്യാണത്തിനു വരാനൊന്നും കഴിയും എന്നും തോന്നിയില്ല.

“പോണേനു മുമ്പേ ഒന്നു കാലുതൊട്ട് തൊഴുതോ. മുത്തശ്ശിയുടെ സ്ഥാനം ഉള്ളതല്ലേ. ഒരു മുണ്ടും കാൽക്കല് വെച്ചോ. അതോണ്ട് വല്യ ഉപകാരൊന്നും ഉണ്ടാവില്ല. എന്നാലും...”

അമ്മ സരോജിനിയേടത്തിയോട് നല്ല വാക്കുകൾ പറഞ്ഞുകൊടുത്തപ്പോൾ രാവുണ്ണിനായരുടെ വക ചിരി:

"കോടിടെ ആവശ്യംണ്ടാവും. നല്ലത് വേണ്ട."

രാവിലെ നേരത്തേ എഴുന്നേറ്റ് കുളിച്ച് പുതിയ പാവാട കാണിക്കാൻ കുഞ്ഞാത്തലിന്റെ അടുത്തേക്ക് ഒന്നോടിപ്പോവാൻ നിശ്ചയിച്ചതാണ്. എണീറ്റ് വന്നപ്പോൾ കണി രാവുണ്ണിനായരെ.

"ചതിച്ചല്ലോ കുഞ്ഞുകുട്ട്യമ്മേ!"

എല്ലാവരുംകൂടി മുത്തശ്ശിയുടെ മുറിയിലേക്കോടി. വലിയച്ഛൻ ഓടി വന്നു.

"ഉം?"

"കഴിഞ്ഞു."

"മിണ്ടണ്ട. പുറത്ത് ഒറ്റ കുട്ടി അറിയണ്ട. സദ്യ കഴിഞ്ഞ് അവര് ബസ്സ് കേറീട്ട് അറിഞ്ഞാൽ മതി. മനസ്സിലായില്ലേ, പുറത്തൊരു കുട്ടി..."

എന്നിട്ട് നോക്കിയത് എന്നെയാണ്. വലിയച്ഛനു ദേഷ്യം. വലിയമ്മ വിളിച്ചു: "വാ ജാട്ടി ഇവിടെ വാ, പറയട്ടെ."

ഞാൻ അടുത്തേക്ക് ചെന്നു.

"മുത്തശ്ശിക്ക് തീരെ വയ്യ. ഇനി ആ മുറിയിലേക്കൊന്നും പോണ്ട. കുളിച്ച് വേഗം ഡ്രെസ്സ് ചെയ്യൂ. അച്ഛൻ ഇപ്പോ എത്തും. ഉം പോ..."

"അവൾക്കൊന്നുമറിയില്ല."

"രാവുണ്ണീ താൻ... താനിവിടെത്തന്നെ. പുറത്തറിഞ്ഞാൽ ഒക്കെ നിർത്തി വയ്ക്കണംന്ന്വരെ പറയാൻ ആളുണ്ടാവും. അതിന് ശാസ്ത്രം ണ്ടാവും. തനിക്ക് മനസ്സിലാവ്ണ്ണ്ടോ?"

"ഓ."

ഞാൻ ഒരുങ്ങി. ഒരു നീല റിബൺ കെട്ടിത്തന്നു ഏടത്തി. പാതിര യ്ക്കെപ്പളോ തുടങ്ങിയതാണ് സരോജിനിയേടത്തിയെ ചമയിക്കല്. തലയിലൊരു ചോട് പൂവ് വെച്ചുകെട്ടാൻതന്നെ നാലാള് വേണം. സത്യം പറഞ്ഞാലോ പൂവും പണ്ടങ്ങളും എല്ലാം കെട്ടി ഞാത്തിയിട്ടപ്പോൾ സാധാരണ കാണണത്രേം കൂടി ഭംഗി തോന്നിയില്ല എനിക്ക്.

"എന്താ നില്ക്കണ്. എറങ്ങിക്കോളിൻ പെണ്ണുങ്ങളേ, വേഗം..."

പെണ്ണുങ്ങള് പുറത്തേക്ക് ഇറങ്ങുമ്പോൾ ഞാൻ ഓർമ്മിപ്പിച്ചു: "സരോജിനിയേടത്തി, മുത്തശ്ശിയെ നമസ്കരിക്കണ്ടേ?"

"പെണ്ണേ തൊളയാരം പറയാണ്ടെ നടന്നോ!"

എന്റെ അമ്മയുടെ വക. അച്ഛൻ വരാത്ത ദേഷ്യവും അതിലുണ്ട്. മുത്തശ്ശിയുടെ വാതിൽക്കൽ ഒന്ന് നിന്നതുകൂടിയില്ല ആരും.

ഞാൻ ഇടനാഴിയിൽ സംശയിച്ചു നിന്നു.

"എടീ, എന്താ അവടെ വട്ടം തിരിയ്ണ്? നടക്ക്."

വലിയമ്മയുടെ ചീത്ത.

ഞാൻ അകത്തുനിന്നു നേരേ വെള്ളം കുടിക്കാനെന്നു പറഞ്ഞ് അടുക്കളയിലേക്കു നടന്നു. അവിടെനിന്നു ഞാൻ നേരേ നെടുമ്പുരയുടെ പിന്നിലൂടെ ഓടി. ഓടുമ്പോൾ പട്ടുപാവാടടെ ശബ്ദംണ്ട്. നല്ല രസാ.

പുരത്തറയുടെ അടുത്ത് മുടി ചിക്കിക്കൊണ്ട് കുഞ്ഞാത്തല് ഇരിക്കുന്നുണ്ട്. കുഞ്ഞാത്തല് തനിച്ചാണ്.

“ഒന്ന് നമസ്കരിക്കാണ്ടെയാ സരോജിനിയേടത്തി പോയത്.”

കുഞ്ഞാത്തല് ഒന്നും പറഞ്ഞില്ല.

എനിക്ക് ദേഷ്യം വന്നു.

“വലിയ യക്ഷിയാന്ന് പറഞ്ഞിട്ട്. മുത്തശ്ശിയുടെ സൂക്കടിത്തിരി മാറ്റിക്കൂടെ? കല്യാണം കാണാൻ മോഹംണ്ടാവില്ലേ?”

കുഞ്ഞാത്തല് ചിരിച്ചു.

“പാലക്കൊമ്പത്തേക്ക് പറക്കുംന്നൊക്കെ പറേണതും ശുദ്ധ പൊളിയായിരിക്കും.”

കുഞ്ഞാത്തല് എന്നെ നോക്കി.

“ഉം, ഞാനും വരാം കല്യാണത്തിന്. മുത്തശ്ശിയേം വിളിച്ച് വാ. ഞങ്ങള് പടിക്കല് നിൽക്കാം.”

ഞാൻ സംശയിച്ചു നിന്നപ്പോൾ കുഞ്ഞാത്തല് പറഞ്ഞു: “ഞാനാ പറേണത് മുത്തശ്ശി വരും. വിളിച്ചോ.”

ഞാൻ തിരിച്ച് ഓടി വീട്ടിനകത്ത് കയറിയപ്പോൾ രാവുണ്ണിനായർ ചോദിച്ചു.

“എന്താ കുട്ടി ഇവടെ?”

“മുത്തശ്ശി...”

മുത്തശ്ശിയുടെ വാതിൽക്കൽവെച്ച് രാവുണ്ണിനായർ പറഞ്ഞു: “പോണ്ട, കുട്ടി അമ്പലത്തിൽ പോവാണ്ടെ ഇവിടെ എന്തിനാ ചുറ്റത്തിരീണ്.”

“മുത്തശ്ശി വര്ണ്ണ്ട്.”

“മുത്തശ്ശിയേ. മുത്തശ്ശി മരിച്ചു കുട്ട്യേ. ആരോടും സദ്യ കഴിയ്ണവരെ പറേണില്ല. കുട്ടി ഇത് കൊട്ടിഘോഷിക്കാനും പോണ്ട. അകത്ത് കേറി ഇനി അത് കണ്ട് പേടിച്ചിട്ട്...”

ഞാൻ അതു കേൾക്കാതെ വാതിലുന്തിയപ്പോൾ അയാൾ ദേഷ്യത്തിൽ നോക്കി.

“ഉം കേറിക്കോ. എനിക്കെന്താ?”

അയാൾ തടഞ്ഞത് കൂട്ടാക്കാതെ ഞാൻ വാതിൽ പെട്ടെന്നു തുറന്നു. മുത്തശ്ശി അനങ്ങാതെ കിടക്കുന്നു. കഴുത്തുവരെ പുതച്ചിട്ടുണ്ട്. ദേഷ്യം

പിടിച്ച് മരിച്ചമാതിരി കെടക്കുകയാവും. ചിലപ്പോൾ അമ്മയോടും വലിയമ്മയോടും പിണങ്ങി ഭക്ഷണം കഴിക്കാതെ കിടക്കാറുണ്ട്. മുത്തശ്ശിക്കും പല സൂത്രങ്ങളുമുണ്ട്. കല്യാണം കാണാതെ മുത്തശ്ശി മരിക്കാൻ പാടില്ല. മരിക്കാൻ സമ്മതിക്കില്ല.

"മുത്തശ്ശി വര്ണില്ലേ. ഇത് ഞാനാ."

വാതിൽക്കൽനിന്ന് രാവുണ്ണിനായരുടെ ഒരു പരിഹാസം!

"മുത്തശ്ശി, ഞാൻ പറഞ്ഞില്ലേ, വേഗം കണ്ണു തുറന്നു. ഇപ്പളോ?"

"മുഹൂർത്തായി. നമ്മക്ക് പോണ്ടേ."

മുത്തശ്ശി എഴുന്നേറ്റിരുന്നു.

"മുണ്ട് മാറ്റണോ?"

മുത്തശ്ശി മുണ്ടു കുടഞ്ഞുടുത്തു. പുതപ്പ് തലവഴിയിട്ടു. കട്ടിലിൽ നിന്നിറങ്ങി വേഗത്തിൽ എന്റെ കൈപിടിച്ച് നടന്നു. പുറത്ത് പരിഹാസത്തിൽ ഇരിക്കുന്ന രാവുണ്ണിനായരെ ഒന്നു നോക്കി ഞാനും മുത്തശ്ശിയും നടന്നു. മുറ്റത്ത് നീലിയും കുഞ്ഞാത്തലും പറഞ്ഞപോലെ. ഞങ്ങൾ നാലാളും കൈകോർത്ത് പിടിച്ച് ഓടി. മുത്തശ്ശിക്ക് ഞങ്ങളെക്കാൾ വേഗത്തിൽ ഓടാൻ കഴിയുന്നതാണ് അദ്ഭുതം. മുത്തശ്ശിയാണ് ഞങ്ങളെ വലിച്ചുംകൊണ്ട് ഓടുന്നത്.

ഇടവഴികയറി ആലിൻചോട്ടിലെത്തിയപ്പോൾ നാദസ്വരം കേട്ടു.

ചുറ്റമ്പലത്തിലെ തിരക്കിനിടയ്ക്ക് ഞങ്ങൾ തിരക്കിക്കയറിയപ്പോൾ ഒരാളും ഞങ്ങളെ നോക്കിയില്ല. മുത്തശ്ശി ചിരിച്ചുംകൊണ്ട് എല്ലാം കണ്ടു. എത്തിയത് നല്ല നേരം. മാലയിടാൻ തുടങ്ങുന്നേയുള്ളൂ.

താലികെട്ടി കഴിഞ്ഞപ്പോൾ അരിയും പൂവും ഇടാൻ എല്ലാവരും കൂടി. മുത്തശ്ശി എന്നെ നോക്കി. ഒരുപിടി ഞാനും വാരിയെടുത്ത് മുത്തശ്ശിക്ക് കൊടുത്തു.

കുഞ്ഞാത്തലിനോടു ചോദിച്ചു:

"വേണോ?"

അപ്പോൾ കുഞ്ഞാത്തലിന്റെ നോട്ടം. എന്നെയല്ല. സരോജിനിയേടത്തിയെ മാലയിട്ട ആളെ. കണ്ണിൽനിന്നു പുകവരുന്നതുപോലെ. ദംഷ്ട്ര വലുതാവുന്നു. പൂച്ചെണ്ടും പിടിച്ച് സരോജിനിയേടത്തിയെ മുട്ടിനിന്നു ഫോട്ടോവിനു ചിരിക്കുന്ന ആളുടെ നേരെ കുഞ്ഞാത്തല് ചാടുന്നത് കണ്ടപ്പോൾ ഞാൻ ഉറക്കെ നിലവിളിച്ചു പോയി.

പിന്നെ കുറേ നേരത്തേക്ക് എനിക്കൊന്നും ഓർമ്മയില്ല. ഞാൻ കിടക്കുന്നേടത്ത് സരോജിനിയേടത്തിയും കല്യാണം കഴിച്ച ഏട്ടനും നിൽക്കുന്നത് കണ്ടപ്പോഴേ സമാധാനമായുള്ളൂ. അപ്പോൾ കുഞ്ഞാത്തല് ഒന്നും ചെയ്തില്ല. സുഖക്കേട് മാറിയാൽ അവരുടെ വീട്ടിലേക്കു വരാൻ ക്ഷണിച്ചു.

"വയ്യെങ്കിൽ നീയെന്തിനാ ഒറ്റയ്ക്ക് ഓടി വന്നത്?"

വലിയമ്മ ചോദിച്ചു.

"ഒറ്റയ്ക്കല്ല... മുത്തശ്ശീം വന്നു. പിന്നെ..."

"ഭഗവാനേ ഭഗവാനേ."

അമ്മ നാമം ജപിച്ചു.

"രാവുണ്ണ്യാരോട് ചോദിച്ചോക്കൂ. രാവുണ്ണ്യാര് കണ്ടതല്ലേ?"

"പെണ്ണിന് ഓരോ ഭ്രമം തോന്ന്വാ."

ഞാനെന്തു പറഞ്ഞാലും ഇല്ലാത്തത് ഉണ്ടാക്കിപ്പറയലാണ്. കളവല്ല എന്ന് മനസ്സിലാവട്ടെ എന്നു കരുതി മുത്തശ്ശി വന്നതും കല്യാണം കണ്ടതും അരിയും പൂവും എറിഞ്ഞതും ഒക്കെ പറഞ്ഞപ്പോൾ എല്ലാവരും തമ്മിൽ തമ്മിൽ നോക്കി ചില സ്വകാര്യംപറച്ചില് പിന്നെ.

കല്യാണക്കാരും സരോജിനിയേടത്തിയും ഒക്കെ പോയശേഷമാണ് മുത്തശ്ശി മരിച്ച വിവരം പറഞ്ഞത്. ഇനി മരിച്ചോട്ടെ. എന്നാലും കല്യാണം കണ്ടല്ലോ.

കല്യാണം കഴിയുന്നതുവരെ മരിച്ചില്ലല്ലോ. അത് കുടുംബത്തോട് സ്നേഹമുള്ള തള്ളയായതുകൊണ്ടാണെന്ന് അകത്ത് അടിച്ചുവാരാൻ വന്ന പെണ്ണുങ്ങൾ.

രാവുണ്ണിനായർ മുത്തശ്ശിയുടെ മുറിക്കകത്തുനിന്നു വന്ന് ഒറ്റ നിലവിളി.

എന്താ എന്താ?

അപ്പുറത്തെ ബഹളമൊക്കെ എനിക്ക് കേൾക്കാം.

"കുളിപ്പിച്ച് കെടത്തീത് ഞാനല്ലേ. തള്ളടെ കൈയില് വെള്ളരീം തൊളസിപ്പൂവും!"

ഇപ്പളോ?

ഞാൻ പറഞ്ഞപ്പോൾ ഇവർക്ക് വിശ്വാസമായില്ല.

"കുട്ടീടെ മീതേ കേറീട്ടുണ്ട്. പറഞ്ഞത് കേട്ടില്ലേ?"

ആരും മീതേ കേറിയതല്ല. ഞങ്ങൾ ഒരുമിച്ച് കൈകോർത്ത് പിടിച്ചു പോയതാണ്.

"ചത്താലും വിട്ട് പോവില്ല എന്ന ലക്ഷണാ ഇത്..."

മണ്ണാനെ വരുത്തി ചൊടലേല് ഒരു ക്രിയ ചെയ്യുന്ന കാര്യം രാവുണ്ണി നായര് പറഞ്ഞുതുടങ്ങി.

"അല്ലെങ്കില് പിന്നേം ചുറ്റിപ്പറ്റി നിൽക്കും."

ഞാൻ കണ്ണടച്ചു കിടന്നു കുറച്ചുനേരം. അപ്പോൾ കുഞ്ഞാത്തലും നീലിയും കടന്നുവന്നു. കണ്ണു തുറക്കാതെതന്നെ അവരുടെ മണം കേട്ടാലറിയാം.

ഞാൻ മിണ്ടിയില്ല.

വേണ്ടാത്ത നേരത്തിന് ദംഷ്ട്ര കാണിച്ച് ആളുകളെ പേടിപ്പിക്കല്!

"എന്റടുത്ത് വരണ്ട. കളിക്കാനിനി ഞാൻ കൂടില്ല. എന്റടുത്ത് വരണ്ട. പൊയ്ക്കോളിൻ."

അവർ തലതാഴ്ത്തി പോകുന്നത് കണ്ണുതുറക്കാതെതന്നെ ഞാൻ കണ്ടു.

മുത്തശ്ശിക്ക് ചെറിയ ഒരു മാവിൻതൈയാണ് വെട്ടിയത്. പേരിനു മതിയത്രേ. കല്യാണത്തിന്റെ വിറക് ഇഷ്ടംപോലെ ബാക്കിയുണ്ട്.

കിടക്കുന്നേടത്തുനിന്ന് മുത്തശ്ശിയെ താങ്ങിക്കൊണ്ടു പോകുന്നത് ഒരു മിന്നാട്ടം കണ്ടു.

മുത്തശ്ശി പോകാതെ ഇവിടെ ചുറ്റിപ്പറ്റി നടക്കും എന്നല്ലേ രാവുണ്ണി നായര് പറഞ്ഞത്? ഞാൻ എഴുന്നേറ്റു.

തളത്തിലെ കുത്തഴിയിലൂടെ നോക്കിയാൽ കാണാം. കശുമാവിന്റെ അടുത്താണ് വിറക് കൂട്ടിയിരിക്കുന്നത്. അഞ്ചാറാളുണ്ട്. മുത്തശ്ശിയെ താങ്ങിപ്പിടിച്ച് കിടത്തി മീതേ വിറകുവെച്ച് തീകത്തിച്ചപ്പോൾ...

ഹൗ, എന്തൊരു ചൂടായിരിക്കും!

അരുത്... അയ്യോ, അരുത്. ആകെ പുക. ഒന്നും കാണാനേ ഇല്ല. അല്ലാ, പുകയിൽനിന്ന് ആകെ മൂടിപ്പുതച്ച് പുറത്തുവരുന്നത്... അതെ മുത്തശ്ശി തന്നെ... അതെ മുത്തശ്ശി മരിക്കില്ല. ഇവിടം വിട്ടുപോവില്ല.

എന്തൊക്കെ ബാക്കി കിടക്ക്ണു. പൊള്ളലിന്, മുറിക്ക്, മുണ്ടിവീക്കത്തിന് ഒക്കെ അരച്ചിടാൻ പറ്റിയ ഇലയും വേരും എനിക്ക് കാണിച്ച് തന്നിട്ടില്ല.

മുത്തശ്ശിയുടെ പുതപ്പ് വേലിയെ വെള്ളച്ചിറകുകൾ ആയി പറന്നുകൊണ്ടാണു വരുന്നത്. നേരേ മുറ്റത്തേക്ക്. ഞാൻ നോക്കുമ്പോൾ മുത്തശ്ശി എന്റെ കട്ടിലിൽ. ഞാൻ അടക്കിച്ചിരിച്ച് മുത്തശ്ശിയെ കെട്ടിപ്പിടിച്ചു.

"മരിച്ചൂന്ന് നടിച്ച് പിന്നേം ആളുകളെ വിഡ്ഢിയാക്കി, അല്ലേ?" എന്നു ചോദിച്ചപ്പോൾ മുത്തശ്ശി പതുക്കെ ചിരിച്ചു. ഇപ്പോൾ—ഇപ്പോൾ മുത്തശ്ശി എവിടെയാണെന്നറിയ്യോ ചേച്ചിക്ക്? ചേച്ചി ഇവിടത്തെ നഴ്സല്ലേ? എന്താ നഴ്സുമാരുടെ വെള്ളക്കുപ്പായം ഇടാത്തത്? വന്നവരൊക്കെ പൊയ്ക്കോട്ടെ. അതിനെന്താ? വേറൊരാള് വന്നത് പോയിട്ടില്ല. ആരാന്നാ വിചാരം? നേരേ പിന്നിലുണ്ട്. ആ മുക്കില് എന്റെ പട്ടിന്റെ പാവാടേം

ഉടുത്ത് മുടി പറ്റെ വെട്ടി ഇരിക്കണത് ആരാന്ന് അറിയ്യോ? മുത്തശ്ശി തന്നെ.

നമ്മൾക്ക് കളിക്കാം. ചേച്ചിയും വരൂ. മുത്തശ്ശീം ചേച്ചിയും പിന്നെ— എന്താ ഓട്ണ്? എന്തിനാ ഒച്ചയിട്ട് ആളുകളെ വിളിക്കണ്? തുടങ്ങിയോ ഇവിടേം ഭൂകമ്പം?

മുത്തശ്ശീ... അല്ല മുത്തശ്ശിയും പോയോ?

ഇല്ല, മുത്തശ്ശി ജനലിന്മേൽ എങ്ങനെ എത്തി? അതു ശരി, കൈ പിടിച്ച് മുത്തശ്ശി അകത്തേക്ക് ഇറക്കുന്നത്, അതെ അവരെത്തന്നെ ഓ, അവരും എത്തി.

“വിഡ്ഢി, നിന്റെ ഒരു പെണക്കം. ഞങ്ങളെവടയ്ക്കും പോയിട്ടില്ല.” കുഞ്ഞാത്തല് ചെവിയിൽ സ്വകാര്യം പറഞ്ഞു.

ഇപ്പോൾ കൊത്തങ്കല്ലാടാനും വട്ടുകളിക്കാനും മുത്തശ്ശിയടക്കം ഞങ്ങൾ നാലുപേരായി. ഞാനും മുത്തശ്ശിക്കുട്ടിയും ഒരു പങ്ക്. നിങ്ങള് രണ്ടാള്. സമം. രസം. ഇതിലും മീതേ എന്താ ഇനി ഒരു രസം വേണ്ടത്?

■

## പെരുമഴയുടെ പിറ്റേന്ന്

**ചാ**റൽ മഴ അകത്തേക്കു വീണ്ടും അടിച്ചു കയറിയപ്പോൾ അയാൾ കാറിന്റെ ഗ്ലാസ്സുയർത്തി. ഡ്രൈവറോടു പറഞ്ഞു:

"തിരക്കില്ല... പതുക്കെ വിട്ടാൽ മതി. ഒമ്പതരയ്ക്കാ ഫ്ളൈറ്റ് വര്ണത്."

ഇന്നലെ രാത്രി രണ്ട് എയർപോർട്ടിലും പല ഫ്ളൈറ്റുകളും വന്നിറങ്ങിയില്ല. പുറപ്പെട്ടതുമില്ല. ഇന്ന്...?

ആകാശത്തിന്റെ മുകൾത്തട്ടു മിക്കവാറും തെളിഞ്ഞുകഴിഞ്ഞു. തലേന്നു രാത്രി അടച്ചുപിടിച്ചു പെയ്യാൻ തുടങ്ങിയ മഴ ഉച്ചയ്ക്കുമുമ്പേ നിന്നു. വീണ്ടും എപ്പോൾ വേണമെങ്കിൽ താഴേക്കിറങ്ങാമെന്ന ഭീഷണിയോടെ കൊമ്പും കുളമ്പുമുള്ള ഒരു വൻമൃഗംപോലെ ഒരു കൂറ്റൻമഴക്കാറു മുരണ്ടു നടക്കുന്നുണ്ട്. പടിഞ്ഞാറേ ചെരുവിൽ. പന്ത്രണ്ടു മണിക്കൂറിനിടയ്ക്കു നൂറ്റാണ്ടിലുണ്ടായ ഏറ്റവും കനത്ത മഴയായിരുന്നു എന്ന് മിസ്സിസ് ഡിസൂസ പറഞ്ഞു. അവർ ടെലിവിഷനിലെ കാലാവസ്ഥാ നിരീക്ഷണവും മഹാനഗരങ്ങളിലെ താപനിലയും പ്രത്യേകം ശ്രദ്ധിക്കാറുണ്ട് എന്നും.

ദൂരെ ഇന്റർനാഷ്ണൽ എയർപോർട്ടിന്റെ വിളക്കുകൾ കണ്ടു. നടക്കാൻ വേണ്ടി മുട്ടുവരെ തെറുത്തു കയറ്റിവച്ച പാന്റ് താഴ്ത്തിയിട്ടു. നനഞ്ഞു കുതിർന്നിട്ടുണ്ട് ഷൂസ്.

ഇബ്രാഹിംകുട്ടി ഏർപ്പാടാക്കിത്തന്ന പ്രൈവറ്റ് ടാക്സിയുടെ ഡ്രൈവർ, ഈ ഹംസയ്ക്ക് ഇവിടെ വന്ന പരിചയം ഉള്ളത് ഭാഗ്യം. ഗൾഫിൽനിന്നു വരുന്നവരെ കൂട്ടാൻ ആഴ്ചയിൽ രണ്ടും മൂന്നും തവണ വരാറുള്ള കാര്യം അയാൾ വഴിക്കു പറഞ്ഞിരുന്നു.

പുറപ്പെടുന്ന സ്ഥലത്തിന്റെ വാതിൽക്കൽ മുമ്പു വന്നിട്ടുണ്ട്. വരുന്നവരെ കാത്തുനിൽക്കേണ്ട സ്ഥലം അതിനടുത്തുതന്നെയാണെന്ന് അയാൾ പറഞ്ഞു.

മാഹിമിൽ വണ്ടിയിറങ്ങി മുട്ടിനു വെള്ളത്തിലൂടെ നടന്ന് "റഹ്മാനിയ" യുടെ വാതിൽക്കൽ എത്തിയപ്പോൾ ക്യാഷ് കൗണ്ടറിൽ ഇബ്രാഹിംകുട്ടി തന്നെ ഇരിക്കുന്നു. മുകളിൽ മൂന്നാമതൊരു ഭാഷയിൽ മലയാളത്തിൽ

എഴുതിവച്ച റഹ്മാനിയയുടെ ബോർഡ് തുരുമ്പിച്ചു വള്ളിയും പുള്ളിയും 'യ'യിൽ പകുതിയും കാണാതായിരിക്കുന്നു. ഇബ്രാഹിംകുട്ടിക്കും ഏറനാടൻ ഭാഷയ്ക്കും മാറ്റമൊന്നുമില്ല. പഴയ ചിരിയിൽ ഒരു സ്വർണ്ണ പ്പല്ലിന്റെ തിളക്കംമാത്രം കൂടിയിട്ടുണ്ട്.

"ഡോളറുംകൊണ്ട് വരീ... എന്നിട്ട് നമ്മക്ക് കണക്ക് തീർക്കാം. തിരൂർകാരൻ ചെക്കനാ. അവനു പണികഴിഞ്ഞാൽ ചായകുടിക്കാൻ എന്തെങ്കിലും കൊടുത്തേക്കിൻ."

വണ്ടിയുടെ ഉടമ ഇബ്രാഹിംകുട്ടിതന്നെയാണ് എന്ന് പറയാതെതന്നെ ഊഹിച്ചു.

എയർപോർട്ടിന്റെ മുറ്റത്തേക്കു കടന്നപ്പോൾ നീണ്ട കെട്ടിടത്തിന്റെ വലതുവശത്തു മുകളിൽ വലിയ നിയോൺ അക്ഷരങ്ങളിൽ തിളങ്ങു ന്നതു കണ്ടു: arrival.

ഹംസ വണ്ടി നിർത്തിയിടാൻ നിശ്ചയിച്ച വരി കാണിച്ചു തന്നു.

"ഞാൻ വണ്ടിയിൽത്തന്നെ ഉണ്ടാവും. ഫ്ളൈറ്റ് ടൈമിനാണോന്നു നോക്കി ആദ്യം."

സമയമുണ്ട്. ഹംസയ്ക്കു വേണമെങ്കിൽ പോയി ഭക്ഷണം കഴിച്ചു വരാം. അവൻ വേണ്ടെന്നു പറഞ്ഞു. രാത്രി ഒരുമണി രണ്ടുമണി കഴിയും ആഹാരം കഴിക്കാൻ. ശീലമായിപ്പോയത്രേ. അൾസറുള്ളതുകൊണ്ടു വിശന്നിരിക്കാൻ പാടില്ല. ജയശ്രീ നിർബന്ധിച്ചപ്പോൾ രണ്ടു ചപ്പാത്തി കഴിച്ചാണ് ശിവശങ്കരൻ ഇറങ്ങിയത്. പൊലീസുകാരൻ വണ്ടി പാർക്കു ചെയ്യാൻ ആംഗ്യം കാണിച്ചപ്പോൾ ഹംസ സ്റ്റാർട്ടു ചെയ്തു. വണ്ടിയെടു ത്തപ്പോൾ തല പുറത്തേക്കിട്ടു പറഞ്ഞു: പതുക്കെ:

"ഡോളറ് വല്ലതുംണ്ടെങ്കിൽ നമ്മളോടു പറഞ്ഞാൽ മതി. പൊറത്തു നല്ല വെല കിട്ടും. നമ്മടെ ആളുണ്ട്."

വരുന്നവരെ കാത്ത് ആ വാതിലിനു പുറത്തു കുടചൂടി ഒരുപാടു പേർ നിൽപുണ്ടായിരിന്നു.

ടെലിവിഷൻ സെറ്റിന്റെ മുമ്പിൽ കൂടിനിൽക്കുന്നവരുടെ ഇടയിലേക്കു തിരക്കിക്കയറി ആദ്യം ഒന്നും മനസ്സിലായില്ല. കുറെനേരം നോക്കിനിന്ന പ്പോൾ നാലാമത്തെ വരി. പാനാം. ഫ്ളൈറ്റ് നമ്പർ 736. പ്രതീക്ഷിക്കുന്ന സമയം ഇരുപത്തിരണ്ട്. പത്തുമണി. അപ്പോൾ കൊടുങ്കാറ്റിന്റെ ഭീഷണി കൊണ്ടു വിദേശകമ്പനികളാരും സർവീസ് നിർത്തിവച്ചിട്ടില്ല. ഭാഗ്യം. അതായിരുന്നല്ലോ മിസ്സിസ് ഡിസൂസയുടെ ഭയം.

അകലെ പുറംകടലിലെങ്ങോ രൂപംകൊണ്ട കൊടുങ്കാറ്റിന്റെ വേഗം അവർ കൃത്യമായി പറഞ്ഞു. അത് ഗുജറാത്ത് തീരത്തിലേക്കു നീങ്ങാ നാണു സാധ്യത.

അതിലും വലിയ ഒന്നാണ് ബംഗാൾ ഉൾക്കടലിൽ. രണ്ടും ചേർന്നു കൈകോർത്തുപിടിച്ചു കരയ്ക്കു കയറിയാൽ... ഭയപ്പാടോടെ മിസ്സിസ് ഡിസൂസ ഒരുനിമിഷം കണ്ണടച്ചിരുന്നു.

ഒമ്പത് പതിനഞ്ചേ ആയിട്ടുള്ളൂ.

മഴച്ചാറൽ നിന്നിരിക്കുന്നു. രാത്രി പുറത്തു മഴ തകർക്കുമ്പോൾ ഉറങ്ങാതെ നേരം വെളുപ്പിക്കേണ്ടിവന്നു. രാജേഷ് ഏക്കംകൊണ്ടു ശ്വാസംമുട്ടി ഇടയ്ക്കിടെ എഴുന്നേറ്റിരിക്കും. മാസത്തിലൊരിക്കൽ വന്നിരുന്നത് ഇപ്പോൾ വല്ലപ്പോഴുമേ ഉള്ളൂ എന്നത് ആശ്വാസം. ജയശ്രീയുടെ അമ്മ പറഞ്ഞുകൊടുത്ത ഏതോ നാടൻ മരുന്നാണിപ്പോൾ.

ബൈക്കള്ളയിലെ ഏതോ ഒറ്റമൂലിക്കാരനെപ്പറ്റി ജയശ്രീ പറയാൻ തുടങ്ങിയിട്ടു കുറച്ചായി. ഓഫീസിൽ വിളിച്ചുപറഞ്ഞു ലീവെടുത്തു പോകാമെന്നു നിശ്ചയിച്ചു. സഹകാരി ഭണ്ഡാറിൽ പോയി സ്റ്റേഷനിലേക്കു ഫോൺ ചെയ്തപ്പോൾ ബിപിൻ എത്തിയിട്ടുണ്ട്. മിർച്ചന്ദാനി അന്വേഷിച്ചിരുന്നു. വരുന്നില്ലേ? അത്യാവശ്യമാണെന്നു പറഞ്ഞു.

എന്തു ചെയ്യണം? ഞായറാഴ്ചയാവാം സിദ്ധവൈദ്യന്റെ അടുത്തു പോകുന്നത്. ജയശ്രീ പറഞ്ഞു. കോമിക്സിന്റെ ചുമതല മിർച്ചന്ദാനിക്കാണ്. വെങ്കിടാചലം രാജിവച്ച് രാമായണം 'സ്ട്രിപ്പാ'ക്കി വിൽക്കാൻ സിൻഡിക്കേറ്റുണ്ടാക്കിയപ്പോൾ സീനിയർ ആർട്ടിസ്റ്റ് എന്ന സ്ഥാനപ്പേരു തന്നിട്ടുണ്ട്, ശമ്പളത്തിൽ മാറ്റമില്ലെങ്കിലും.

പക്ഷേ, വണ്ടികൾ ഓടുമോ എന്നായിരുന്നു സംശയം. സബർബൻ ട്രെയിനുകൾ പലതും റദ്ദ് ചെയ്തിട്ടുണ്ട് എന്ന് രാവിലെ ആന്റിയെ സഹായിക്കാനെന്നും പറഞ്ഞ് മിസ്സിസ് ഡിസൂസയുടെ ഫ്ളാറ്റിൽ ടി.വി. കാണാൻ പോകാറുള്ള മകൾ പറഞ്ഞു.

സ്റ്റേഷനിലെത്തിയപ്പോൾ, സിറ്റിയിലേക്കുള്ള ആദ്യത്തെ വണ്ടി വരുന്നു. വീണ്ടും ഭാഗ്യം. നൂറ്റാണ്ടിലെ കനത്ത മഴയെപ്പറ്റിയുള്ള മുഖവുര കഴിഞ്ഞയുടനെ കോമിക്സ് വിഭാഗം നിർത്താൻ പോകുന്ന കാര്യം മിർച്ചന്ദാനി പഞ്ഞു. ഫിനാൻഷ്യൽ പത്രത്തിനു ചാർട്ടും ഗ്രാഫും വരയ്ക്കേണ്ടിവരും. എളുപ്പമുള്ള ജോലിയാണ്.

എല്ലാം കേട്ടിരുന്നു. ഹിന്ദി കഥാമാസികയിൽനിന്നു കോമിക്സിലേക്കു മാറ്റിയപ്പോഴും തർക്കിച്ചിട്ടില്ല. അന്ന് മിർച്ചന്ദാനി മനുഷ്യരെ മനുഷ്യരെപ്പോലെ വരയ്ക്കാൻ കഴിയാത്ത ചില ചിത്രകാരന്മാരെപ്പറ്റി പരിതാപം പ്രകടിപ്പിച്ചു. "ബംഗാൾ സ്കൂൾ, മദ്രാസ് സ്കൂൾ—ഒക്കെ ചർച്ചകൾക്കു നന്ന്. പത്രമാഫീസിൽ പറ്റില്ല." എന്നിട്ടു വായനക്കാരുടെ ശകാരത്തിനു സാമ്പിളുകൾ മുമ്പിൽ നിവർത്തിവച്ചു.

തിരിച്ച് ക്യാബിൻ എന്നു വിളിക്കാറുള്ള പഴയ മരക്കൂട്ടിൽ വന്നപ്പോൾ മേശപ്പുറത്തു കമ്പി. അപ്പു രാത്രി പാനാം ഫ്ളൈറ്റിൽ വരുന്നു. വന്നതുകൊണ്ടു കമ്പി സമയത്തു കിട്ടി. ഫാന്റം വളർത്തുമകൻ റെക്സിന്റെ അച്ഛനും അമ്മയും ആരെന്നു കണ്ടുപിടിക്കാൻ ഒരുങ്ങുന്ന ചിത്രങ്ങൾ പ്യൂൺ മേശപ്പുറത്തു കൊണ്ടുവന്നു വച്ചിരുന്നു. ഫാന്റം, ഡയാന കുതിര, ബാന്ദാർ, കാട്ടുജാതിമൂപ്പൻ-എല്ലാവരും സ്വന്തക്കാരെപ്പോലെയായിക്കഴിഞ്ഞിരുന്നു. ഡയാനയ്ക്കു നീലയാണു മുടിക്ക്. റെക്സിനു മഞ്ഞ.

വെങ്കിയുടെ പഴയ ചുവപ്പുമാറ്റി ഫാന്റത്തിന്റെ തലയടക്കം മൂടുന്ന സ്യൂട്ടിനു ചോക്ലേറ്റ് നിറമാക്കിയതു വേണമെങ്കിൽ തന്റെ ഭാവന യാണെന്നു പറയാം. മുഖംമൂടിയിലെ കണ്ണ് ഒഴിഞ്ഞുകിടക്കുന്നേടത്തു കണ്ണിന്റെ നിഴൽപോലൊന്നു വരച്ചുചേർക്കാൻ ശ്രമിച്ചു. "പരീക്ഷണം വേണ്ട" എന്ന ഒരു തിരുവെഴുത്തു മേശപ്പുറത്ത് ഉടൻ വന്നപ്പോൾ നിർത്തി. ഓ. മാറ്റി വരയ്ക്കാം. മാറ്റിവരയ്ക്കാൻ പറ്റാത്തതു ജീവിതം മാത്രമാണ്. ഇതെളുപ്പം!

കസ്റ്റംസ് ഹാളിൽനിന്നു വന്ന യാത്രക്കാർ വരിയായി ട്രോളികൾ ഉന്തി ക്കൊണ്ടു പുറത്തേക്കു വന്നുകൊണ്ടിരുന്നു. റെയിലിങ്ങിനു സമീപം സ്വീകരിക്കാൻ വന്ന ആരൊക്കെയോ ചിലർ വിദേശികളുടെ പേരുകൾ എഴുതിയ ബോർഡുകൾ പിടിച്ചുനില്പുണ്ട്.

ഡ്രൈവർ ഹംസ വന്ന് അരികെ നിൽക്കുന്നത് അപ്പോഴാണു ശ്രദ്ധി ച്ചത്. ആറുറുപ്പിക കൊടുത്തു ടിക്കറ്റു വാങ്ങിയാൽ അകത്തു കയറാം. ടിക്കറ്റു വാങ്ങേണ്ട കൗണ്ടർ അയാൾ ചൂണ്ടിക്കാണിച്ചുതന്നു. പക്ഷേ, എല്ലാവരും പുറത്തുവരുന്നത് ഈ വഴിതന്നെ.

ഒരിക്കൽ ഇവിടെനിന്ന് പാരീസിലേക്കു വിമാനം കയറുമെന്നു കരുതിയതാണ്. അവിടെ കലണ്ടർ ചിത്രങ്ങൾ വെട്ടിയെടുത്തു ചില്ലിട്ടു തൂക്കും മഹാധനികന്മാർ. രക്ഷപ്പെടണോ, പാരീസിലേക്ക് വാ. കൂടെ പഠിച്ച ഹരികുമാറിന്റെ കത്തുകൾ കിട്ടുമ്പോഴൊക്കെ മോൺട് മാത്രെയെ പ്പറ്റി സങ്കല്പിച്ചിരുന്നു. ലോത്രെക്കിന്റെ താവളം. വാൻഗോഖിന്റെ ചോള വയലുകൾ, സൂര്യകാന്തിപ്പൂക്കൾ... സലൂണുകളിലെ ചിത്രപ്രദർശനങ്ങൾ കാണാനെത്തുന്ന വീട്ടമ്മമാർ... കൊത്തിപ്പറക്കാൻ വെമ്പി തെരുവു കളിൽ കുറുകി നടക്കുന്ന സുന്ദരികളായ അരിപ്രാവുകൾ...

ഹരിയുടെ കത്തുകൾ നിന്നു. പതിമൂന്നുകൊല്ലം മുമ്പ് ഇന്ത്യയിൽ വന്നുപോയതാണ്. ഡൽഹിയിലെ പത്രസമ്മേളനം വായിച്ചിരുന്നു.

ചോദ്യം: ഈ രാജ്യത്തേക്കു താങ്കൾക്കു കടപ്പാടൊന്നുമില്ലേ?

മറുപടി: ഞാൻ ചിത്രകാരനായിരിക്കുന്നതു തന്നെ എനിക്കു രാജ്യ ത്തിനു ചെയ്യാൻ കഴിയുന്ന ഏറ്റവും വലിയ സേവനം.

മലയാളികളാണെന്നു തോന്നുന്നു. ചില കുടുംബങ്ങൾ വണ്ടി യുരുട്ടിക്കൊണ്ടു പോകുന്നു. ഹംസ പറഞ്ഞു. ഇപ്പളൊരു സിംഗപ്പൂർ ഫ്ളൈറ്റുണ്ട്. അതിനു വന്നവരാവും.

അപ്പുവിനെ യാത്രയാക്കാനാണ് ഇവിടെ അവസാനം വന്നത്. ആറു മണിക്കൂർ സമയമുണ്ടായിരുന്നു.

"നമുക്കു വേണമെങ്കിൽ വീട്ടിൽ പോയി വരാം."

ഇവിടെ ഒരു കുടുംബമുള്ളതവനറിയാം. ജയശ്രീയും രണ്ടു കുട്ടി കളും. പേരറിയണമെന്നില്ല. പക്ഷേ, മൂന്നംഗങ്ങൾ വേറെയുള്ളതു നാട്ടിലറിയേണ്ടതാണ്.

"എത്ര ദൂരമുണ്ട്?"

"ഒരു മണിക്കൂർ. ഏറിയാൽ ഒന്നര മണിക്കൂർ."

അവൻ മറ്റൊരിക്കലാവാം എന്നു പറഞ്ഞപ്പോൾ നിർബന്ധിച്ചില്ല.

"പോയി വരുമ്പോഴേക്കു ചെക്കിൻ ചെയ്യേണ്ട സമയമാവും...വേണ്ട..."

അവൻ വിശദീകരിച്ചു.

പഴയ എയർപോർട്ടിൽനിന്ന് ഇവിടെ എത്തിയപ്പോൾ അപ്പു പറഞ്ഞു:

"ഞാൻ അകത്ത് ലോഞ്ചിലിരുന്നോളാം. അച്ഛൻ..."

"ഇന്നു ലീവാണ്."

ട്രോളിയിലേക്ക് അവന്റെ പെട്ടി എടുത്തു വയ്ക്കാൻ സഹായിച്ചു. ടാക്സിക്കാരനോടു റെയിറ്റ് ചോദിച്ചപ്പോഴേക്ക് അവൻതന്നെ പണം കൊടുത്തു. ആദ്യത്തെ വിദേശയാത്രയാണെങ്കിലും അവനു പരിഭ്രമ മൊന്നുമില്ല. ഒരു വർഷം ബാംഗ്ലൂരിൽ ജോലി ചെയ്തപ്പോഴേക്ക് അവൻ ആവശ്യത്തിനു ഹിന്ദി പറയാനും പഠിച്ചിരിക്കുന്നു എന്ന് ടാക്സിക്കാര നോടു തർക്കിച്ചതിൽനിന്നു മനസ്സിലായി.

പുറപ്പെടുംമുമ്പേ നാട്ടിൽ പോയിരുന്നോ? അമ്മയെ കണ്ടിരുന്നോ? ചോദിക്കണമെന്നുണ്ടായിരുന്നു. പക്ഷേ, വേണ്ടെന്നു വച്ചു.

"അച്ഛൻ ഇവിടെ കാത്തു കെട്ടിക്കെടക്കണ്ട. നടന്നോളൂ."

അപ്പുവീണ്ടും പറഞ്ഞു.

"ബ്ലഡ്പ്രെഷറിനു മരുന്നൊക്കെ..."

"ഉണ്ട്. കൺട്രോളിലാണ്."

നാലോ അഞ്ചോ വാചകങ്ങൾ മാത്രം വലിയ ലെറ്റർഹെഡിന്റെ നടുവിലായി എഴുതുന്ന കത്തിൽ അവൻ എപ്പോഴും ആരോഗ്യത്തെപ്പറ്റി അന്വേഷിക്കാറുണ്ട്. ഇപ്പോൾ അലോപ്പതി നിർത്തി ഞാൻ ഹോമിയോ പ്പതിയാണു നോക്കുന്നത്, അതുകൊണ്ടു ഗുണമുണ്ട്- തുടങ്ങിയ രോഗ വിവരങ്ങൾ അങ്ങോട്ടും എഴുതാറുണ്ട്.

സംസാരിക്കാൻ വിഷയമൊന്നുമില്ലാതെ മുറ്റത്തു പിന്നെയും നിന്നു.

"എഴുത്. എത്തിയ വിവരത്തിന് എഴുത്."

ട്രോളിയുടെ ചക്രം ശരിയാക്കി, അവൻ ഒരു നിമിഷം തലതാഴ്ത്തി നിന്നു.

"സൂക്ഷിച്ചു പോ..."

"ഞാൻ എഴുതാം. നടക്കട്ടെ?"

അവൻ അപ്രതീക്ഷിതമായാണു കൈനീട്ടിയത്, കൈകൊടുക്കണോ, ചുമൽ ചേർത്തു പിടിക്കണോ എന്നു മനസ്സിൽ തർക്കിക്കുമ്പോഴാണ് അവൻ പൊടുന്നനേ ചിരിച്ചുകൊണ്ടു കൈനീട്ടിയത്. അതു വെമ്പലോടെ

പിടിച്ച് ഇടംകൈ മീതേ വച്ച് അമർത്തി പതുക്കെ പറഞ്ഞു: "സൂക്ഷിച്ചി രിക്ക്."

അവൻ പതുക്കെ ചിരിച്ച് ഒരുനിമിഷം മുഖത്തേക്കുതന്നെ നോക്കി നിന്നു. ചിരിക്കാൻ കഴിയുമായിരുന്ന ചെറുപ്പകാലത്തെ ഏതോ ഒരു ചിത്രത്തിലെ തന്റെ മുഖം ഓർമ്മവന്നു.

എന്നിട്ടു താനേ അകന്നു തുറക്കുന്ന വാതിലിലൂടെ അകത്തു കയറി. ട്രോളി നിർത്തി തിരിഞ്ഞുനോക്കി കൈ ഉയർത്തി. ഭാരം നീങ്ങിയ യന്ത്രത്തിന്റെ അദൃശ്യമായ കൈകൾ ചില്ലുവാതിലുകൾ ചേർത്തടയ്ക്കു മ്പോൾ കൈ കാട്ടി. പതുക്കെ തിരിച്ചുനടന്നു. ഹംസ വീണ്ടും കാറിനടു ത്തേക്കു തിരിച്ചുപോയിരിക്കുന്നു. ടിക്കറ്റു വാങ്ങി ഹാളിൽ കയറി. സീറ്റു കൾ മിക്കവാറും സന്ദർശകർ കൈയടക്കിക്കഴിഞ്ഞിരിക്കുന്നു. കുടുംബ ങ്ങളാണെന്നു തോന്നുന്ന ചില സംഘങ്ങൾക്കിടയിൽ ഒറ്റപ്പെട്ട ചില സീറ്റുകൾ ഒഴിവുണ്ട്. ഇരിക്കേണ്ട എന്നുവച്ചു. അവസാനത്തെ സിഗരറ്റും തീർന്നിരിക്കുന്നു. ഹാളിന്റെ അറ്റത്തു കോണിച്ചുവട്ടിൽ ആപ്പിൾ ജൂസ് വിൽക്കുന്ന ഒരു സ്റ്റാൾമാത്രമേ കണ്ടുള്ളൂ.

ഹാളിൽ ഉഷ്ണമായിരുന്നു. വാതിൽക്കൽ ടിക്കറ്റു നോക്കാൻ ഇരി ക്കുന്ന ഉദ്യോഗസ്ഥനോടു പാനാം ഫ്ളൈറ്റ് സമയത്തിനു തന്നയാണോ എന്നു ഹിന്ദിയിൽ ചോദിച്ചു. അയാൾ മറുപടി പറയാതെ അടുത്തിരി ക്കുന്ന പൊലീസുകാരനോട് എന്തോ പറയുന്നതിനിടയിൽ പുറത്തെ ചുവരിന്റെ മുകളിലേക്കു വിദഗ്ധമായി ഒരാംഗ്യം കാട്ടി.

പുറത്തു സുഖകരമായ തണുപ്പ്... മാനം കുറെക്കൂടി തെളിഞ്ഞിരി ക്കുന്നു. നിർത്തിയിട്ട കാറിനടുത്തു ചെന്നപ്പോൾ സ്റ്റീരിയോ താണശബ്ദ ത്തിൽ ഓൺ ചെയ്തുവച്ച് ഹംസ സിനിമാപ്പാട്ടു കേൾക്കുന്നു.

"ലെയ്റ്റുണ്ടോ?"

"പത്തിന് എന്നാ ഇപ്പഴും കാണിക്ക്ണ്. സിഗരറ്റ് എവിടെയാ കിട്ട്വാ?"

ഹംസ ഡാഷിൽനിന്ന് ഒരു തുറന്ന റോത്ത്മാൻ പാക്കറ്റ് എടുത്തു നീട്ടി ഒന്നെടുക്കാൻ ശ്രമിച്ചപ്പോൾ ഹംസ പറഞ്ഞു:

"വെച്ചോളി. ഇവിടെ അടുത്തൊന്നും കടയുണ്ട് തോന്ന്ണില്ല."

വീണ്ടും സംശയിച്ചപ്പോൾ...

"വെച്ചോളി, ഞമ്മക്കിതു കാശുകൊടുക്കാണ്ടെ ആരെങ്കിലൊക്കെ വര്മ്പോൾ കിട്ടും."

അയാൾ ബാക് ഡോർ തുറന്ന് ഇരുന്നു.

അന്വേഷിച്ചു വരാമെന്നു പറഞ്ഞ് ഹംസ ഇറങ്ങിപ്പോയി. കാഴ്ചയ്ക്കു തനി തെരുവുഗുണ്ടയാണെന്നു തോന്നുന്ന ഇവൻ എത്ര നല്ലവൻ! മിർച്ച ന്ദാനിമാർ ഉള്ളതുകൊണ്ടുമാത്രം ലോകം ദുസ്സഹമാവുന്നില്ല. കണക്കു പിന്നെ പറയാമെന്നു പറയുന്ന, ഇബ്രാഹിംകുട്ടി. സ്വന്തം കിടപ്പുമുറിയിൽ

അപ്പുവിനു വേണ്ടി പുതിയ ഷീറ്റുകൾ വിരിച്ചു തയ്യാറാക്കിയിരിക്കുന്ന അയൽക്കാരി മിസ്സിസ് ഡിസൂസ...

കാനഡയിൽനിന്ന് ആദ്യം വന്ന കത്തുകൾ വലുതായിരുന്നു. ട്രെയിനിങ്ങും ജോലിയും ഒരുമിച്ചാണ്. മഹാരാഷ്ട്രക്കാരനൊരാളുടെ കൂടെയാണു താമസം. സെക്കന്റ് ഹാൻഡ് കാറു വാങ്ങിയപ്പോൾ അതിന്റെ മുമ്പിൽ നിന്നെടുത്ത ഫോട്ടോ അയച്ചു, പിന്നീട്.

വീണ്ടും ചിത്രം വരയ്ക്കാൻ തുടങ്ങിയിട്ടുണ്ട് എന്ന് ഒരിക്കൽ എഴുതി. ഒരിക്കലും നടക്കാനിടയില്ലാത്ത ഒരു 'വൺ മേൻ ഷോ'വിനെപ്പറ്റിയും എഴുതി. എന്തെങ്കിലുമൊക്കെ എഴുതാതെ ഒരു പേജു നിറയ്ക്കുന്നത് എങ്ങനെ? വളരെ താമസിച്ചുവന്ന മറുപടിയിൽ ഭാഗ്യത്തിന് എക്സിബിഷൻ എങ്ങനെയുണ്ടായിരുന്നു എന്നു ചോദിക്കാൻ അവൻ മറന്നു. മറക്കാതെ അന്വേഷിച്ചിരുന്നു. ആരോഗ്യം ഭദ്രമാണല്ലോ?

എവിടെ നിങ്ങളുടെ മഹാപ്രദർശനങ്ങൾ? എവിടെ ലക്ഷങ്ങളും കൊണ്ടു ക്യൂ നിൽക്കുന്ന ആവശ്യക്കാർ? ജയശ്രീയും ചോദിച്ചില്ല. തന്റെ ശമ്പളപ്പാക്കറ്റിനകത്തേക്കു വീട്ടാൻ ബാക്കിയുള്ള ഒരു പഴയ ബില്ലുപോലെ അവൾ ജീവിതം മടക്കിവച്ചപ്പോൾ കൂടി. ഹാൻഡ്‌ലൂം ഷാപ്പിലെ സെയിൽസ്ഗേളിന്റെ ജോലി ഉപേക്ഷിക്കാൻ പറഞ്ഞത് ഇതിനായിരുന്നോ? അവൾ ചോദിച്ചില്ല.

അഭയങ്കറെ നശിപ്പിച്ചു ഭ്രാന്തനാക്കിയത് ഒരു സ്ത്രീയാണെന്നു കേട്ടിട്ടുണ്ട്. പണ്ടു മോഡലായിരുന്ന അവർ അമ്പതാംവയസ്സിലും സുന്ദരിയായി, വിദേശത്ത് ഇപ്പോൾ കലോത്സവങ്ങൾ സർക്കാരിനു വേണ്ടി സംഘടിപ്പിച്ചു വിലസുന്നു. അവരെ കുറ്റപ്പെടുത്താൻ തോന്നിയിട്ടില്ല. ചൗപ്പാത്തിയിലെ ഫുട്പാത്തിലും ഫൈവ്സ്റ്റാർ ഹോട്ടലുകളുടെ പടിക്കലും ചിത്രങ്ങൾ വിൽക്കാൻ നിരത്തി, വിളിച്ചുപറഞ്ഞിട്ടാണു ഭ്രാന്തിന്റെ തുടക്കം. ഹുസൈന്റെ പ്രദർശനത്തിന്റെ പടിക്കൽ നിന്നു മെഗഫോണിൽ കല കച്ചവടം ചെയ്യുന്നതിനെപ്പറ്റി പ്രസംഗിച്ചു പിന്നീട്.

മരിച്ചുകഴിഞ്ഞാൽ പ്രശസ്തനായി ഒന്നു പകവീട്ടാമെന്നു കരുതിയാണോ, ജയശ്രീ ചോദിക്കുന്നതുപോലെ, ഇലക്ട്രിക് ട്രെയിനിനു മുമ്പിൽ ചാടിയത്?

പേയിങ് ഗസ്റ്റായി താമസിച്ചിരുന്ന വീട്ടിലെ പെൺകുട്ടി ഗർഭിണിയായതറിഞ്ഞപ്പോൾ, നാട്ടിൽ എല്ലാ കലാപത്തിനും ഇടയ്ക്ക് അവൾ, അപ്പുവിന്റെ അമ്മ പറഞ്ഞുവെന്നു കേട്ടു.

"ശിവേട്ടന് അതാ സൗകര്യം ച്ചാൽ അങ്ങനെ ആയിക്കോട്ടെ."

എല്ലാവരും ദയ കാണിച്ചിട്ടേ ഉള്ളൂ.

അഭയങ്കറെപ്പോലുള്ളവർക്കു തോൽവി, ഇല്ലാത്ത ശത്രുവിന്റെ തലയിൽ ചാരി സമാധാനിക്കണം.

പാരീസിലേക്കുള്ള യാത്രയിൽ ഈ ഇടത്താവളത്തിൽത്തന്നെ നിന്നതിന് ആരും തെറ്റുകാരല്ല. ചെറിയചെറിയ ഭാഗ്യങ്ങൾ ഇവിടെയും തേടിവന്നു. ഇതൊക്കെ മതി.

അപ്പു പഠിക്കുന്നു, നന്നായി പഠിക്കുന്നു. എൻജിനീയറിങ്ങിനു പ്രവേശനം കിട്ടുന്നു. വിഷമമൊന്നുമില്ല. അമ്മാവൻ വേണ്ടതെല്ലാം ചെയ്യുന്നു എന്നൊക്കെ അറിയുമ്പോൾ ദൈവത്തിനു നന്ദി പറഞ്ഞു.

ഒരു മായാജാലക്കാരനെപ്പോലെ പിന്നിൽനിന്നാണു ഡ്രൈവർ വന്നു ഡോറിനരികെ പ്രത്യക്ഷപ്പെട്ടത്.

"ലാൻഡു ചെയ്തു...അഞ്ചുമിനിട്ട് ബിഫോർ ടൈം." വിദേശകമ്പനികളെ പ്രശംസിക്കാൻ തുടങ്ങുമ്പോൾ അയാൾ പരിഭ്രമിച്ച് എഴുന്നേറ്റു.

"തിരക്കണ്ട. പുറത്തു വരാൻ ഒരു മണിക്കൂറു പിടിക്കും."

അറിയാം, തിരക്കൊന്നുമില്ല എന്ന ഭാവത്തിൽ പുറത്തു കടന്നു. വെറുതേ കിട്ടുന്ന സിഗരറ്റായതുകൊണ്ടു പുകച്ചു തള്ളുന്നു എന്ന് ഇവനു തോന്നുമോ? കാർപാർക്കിലൂടെ നടന്നു ഡോംലൈറ്റുകൾക്കിടയിലൂടെ പ്രവേശനകവാടത്തിന്റെ മുമ്പിലെത്തി.

ഹാളിൽ ഇപ്പോൾ സീറ്റുകൾ ഒഴുവുണ്ട്. മുകളിൽ കയറിനിൽക്കാൻ ഒരു ഗ്യാലറിയുണ്ടെന്നു മനസ്സിലായി. കസ്റ്റംസ് കൗണ്ടറുകളിലേക്ക് ആളുകൾ കയറുന്നതു കണ്ണാടിയിലൂടെ കാണാമെന്നു പറഞ്ഞ് ഒരു ചെറുപ്പക്കാരൻ കൂടെയുള്ള രണ്ടു പെൺകുട്ടികളെ വിളിച്ചുകൊണ്ടു പോകുമ്പോൾ കേട്ടതാണ്.

നല്ലതു മുറ്റത്തുനിന്നു നോക്കുന്നതാണ്. പാതിമറച്ച നീണ്ട വരാന്തയിലൂടെ വരുന്നവരെ കൂട്ടത്തിനിടയ്ക്കു കാണാതെ പോവുമെന്ന ഭയം വേണ്ട. തിരക്കിൽ കയറിപ്പറ്റാൻ എവിടെ നോക്കിയാലും തോറ്റിട്ടേയുള്ളൂ. അതുകൊണ്ടു ശ്രമിക്കാറില്ല. ഫുട്പാത്തിലൂടെ നടക്കുമ്പോൾ ആളുകൾക്കിടയിലൂടെ വഴിയുണ്ടാക്കാൻ എന്നും പ്രയാസമാണ്. ആരെയെങ്കിലും തട്ടുകയോ മുട്ടുകയോ കാലിൽ ചവിട്ടുകയോ ചെയ്താലോ എന്ന ഭയം. രണ്ടോ മൂന്നോ മിനിട്ടു ലാഭിച്ചിട്ട് എന്തു നേടാനാണ്? ചവിട്ടിക്കുതിക്കുന്നവർ അതു മനസ്സിലാക്കുന്നില്ല.

ആപ്പീസിലെ വലിയ ലിഫ്റ്റിൽ ആൾ തികഞ്ഞുവെന്നു പറഞ്ഞു കാവൽക്കാരൻ വാതിലടയ്ക്കുമ്പോഴായിരിക്കും മിക്കവാറും മുന്നിലെത്തുന്നത്. ക്ഷമയോടെ ഒഴിഞ്ഞു നിൽക്കും. പക്ഷേ, താൻ കണ്ടുനിൽക്കേ, അടയുന്ന വാതിലിന്റെ ഇടയിലേക്ക് എടുത്തുചാടി കാവൽക്കാരനെ ഭീഷണിപ്പെടുത്തി പിന്നെ വന്ന രണ്ടുപേരെങ്കിലും കയറിപ്പറ്റും. ആപത്തുകളും അപകടമരണങ്ങളും അങ്ങനെയാണു ചിലേടങ്ങളിൽ സംഭവിച്ചിട്ടുള്ളത് എന്നു വിവരമുണ്ടായിട്ടുവേണ്ടേ?

ഒരു സംഘം ആളുകൾ പുറത്തേക്കു വരുന്നു. 'പാനാമി'ൽ വന്നവരാണോ? വിദേശികളും ഇന്ത്യക്കാരുമുണ്ട്. അവർ അടുത്തുകൂടെ

കടന്നുപോയപ്പോൾ പെട്ടികളിലെ സ്റ്റിക്കറിൽ വിമാനക്കമ്പനിയുടെ പേരുണ്ടോ എന്നു നോക്കി ചോദിക്കണോ? അല്ല, ഇത് സ്വിസ്സ്എയർ ടെലിവിഷനിൽ ഒരു മണിക്കൂർ മുമ്പേ ഇറങ്ങിയതായി കണ്ടിരുന്നു.

മുമ്പ് അപ്പുവിനെ യാത്രയയ്ക്കാൻ വരുമ്പോൾ ജയശ്രീയോടു പറഞ്ഞിരുന്നില്ല. രണ്ടാഴ്ചയ്ക്കുശേഷം കാനഡയിൽ നിന്നു കത്തുവന്നപ്പോൾ മാത്രം പറഞ്ഞു:

"പോകുമ്പോൾ എന്നെ വന്നു കണ്ടിരുന്നു."

എന്നെങ്കിലുമൊരിക്കൽ അവൻ ജയശ്രീയെയും കുട്ടികളെയും കാണുമല്ലോ. അതുകൊണ്ട് എയർപോർട്ടിൽനിന്നു വിളിച്ചുകൊണ്ടു വരാൻതന്നെ നിശ്ചയിച്ചാണു വന്നത്.

മിസ്സിസ് ഡിസൂസ ഫ്ളൈറ്റിൽ ഭക്ഷണം കഴിച്ചാലും വീട്ടിലുണ്ടാക്കി വയ്ക്കണമെന്ന് ജയശ്രീയെ ഉപദേശിച്ചു. ഒരുമിച്ചു പോയി സാധനങ്ങൾ വാങ്ങാനൊരുങ്ങി.

പക്ഷേ, കിടപ്പ് എവിടെയാവണം? ഊണുമുറിയും സ്വീകരണമുറിയും എല്ലാം ചേർന്ന് അല്പം സ്ഥലത്താണു കുട്ടികൾ കിടക്കുക. കിടപ്പുമുറി ഒന്നേയുള്ളൂ. ബോംബെയിലെ പാർപ്പിടപ്രശ്നം അവന് ഊഹിക്കാവുന്ന താണല്ലോ എന്നു സമാധാനം കണ്ടെത്തി.

കിടപ്പുമുറി അവനു കൊടുത്തത് എല്ലാവരും പുറത്തു കിടക്കാമോ എന്നാലോചിക്കുമ്പോൾ മിസ്സിസ് ഡിസൂസ പറഞ്ഞു: "എന്തിന്? എന്റെ സ്ഥലമുള്ളപ്പോൾ?"

മക്കളും മക്കളുടെ മക്കളുമൊക്കെ ഉണ്ടെന്നു കേട്ടിട്ടുണ്ടെങ്കിലും അവരുടെ വീട്ടിൽ ഒരിക്കലും വിരുന്നുകാർ വന്നതു കണ്ടിട്ടില്ല. ആളുകൾ ഈ വൃദ്ധയെ കണ്ടുപഠിക്കണമെന്നു മനസ്സിൽ പറയാറുണ്ട്. എഴുപത് വയസ്സിലും എല്ലാ ജോലികളും സ്വയം ചെയ്യുന്നു. മരിച്ച ഭർത്താവിന്റെ പെൻഷൻകൊണ്ട് ഒരാവലാതിയുമില്ലാതെ കഴിയുന്നു.

അങ്ങനെ ഒരയൽക്കാരിയെ കിട്ടിയതു ഭാഗ്യം. വിറ്റ ബ്ലാക്ക് ആന്റ് വൈറ്റ് ടി.വിയുടെ സ്ഥാനത്തു കളർ വരാത്തതെന്ത് എന്നു കുട്ടികൾ ചോദിക്കുന്നതുകൂടിയില്ല. മിസ്സിസ് ഡിസൂസ ടി.വി വാങ്ങിയത് രാജേഷിനും സ്മിതയ്ക്കും വേണ്ടിയാണെന്നേ തോന്നൂ.

പത്തുവയസ്സുള്ള രാജേഷിന്റെ ആൽബത്തിൽ കാനഡയിൽ നിന്നുള്ള കത്തുകളിലെ സ്റ്റാമ്പുകൾ പതിച്ചുവച്ചിട്ടുണ്ട്. ഡാഡിയുടെ വേറൊരു മകനെപ്പറ്റി ജയശ്രീ ആവശ്യത്തിനു വേണ്ടതു പറഞ്ഞു കൊടുത്തിട്ടുണ്ട് രണ്ടുപേർക്കും. ഒൻപതിലെത്തിയ സ്മിതയ്ക്കു കുറച്ചു കൂടി അറിയണമെന്നുണ്ട്. ആ...ആ ബ്രദർ ആരെപ്പോലെയാണ്? ഡാഡിയെപ്പോലെയോ... അതോ...?

വിഷയം മാറ്റാൻ എപ്പോഴും എന്തെങ്കിലുമൊന്നു കണ്ടെത്തിയിരുന്നു.

കാത്തിരിപ്പ്. പലതും കാത്തു നിൽക്കുന്നു പുറത്ത്. വാഹനങ്ങൾ, മഞ്ഞവെളിച്ചമുള്ള ഡോംലൈറ്റുകൾ, പ്ലാക്കാർഡുകൾ ഉയർത്തിപ്പിടിച്ച വർ. ഇതൊരു ചിത്രത്തിന്റെ വിഷയമാണെന്നു തോന്നി...

പെരുമഴ വെള്ളം പൊന്തിയ ചതുപ്പിലെ കുടിലുകൾക്കുമുന്നിൽ സാരി തെറുത്തു കയറ്റിയ സ്ത്രീകൾ വീട്ടുപാത്രങ്ങൾ തപ്പിയെടുക്കുന്നതു കണ്ടപ്പോഴും തോന്നിയതായിരുന്നു. പിന്നിൽ ആകാശം തുളച്ചു നിൽക്കുന്ന കെട്ടിടത്തിന്റെ ചാരനിറം എടുത്തുകുത്തിയ സാരികളുടെ കടുംവർണ്ണങ്ങൾ. കറുത്ത ശരീരം. കരിഞ്ചുവപ്പു നിറമുള്ള വെള്ളം... അതൊരു ചിത്രമാണ്.

പകൽ ഫാന്റത്തിന്റെയും മാൻഡ്രേക്കിന്റെയും വർണ്ണങ്ങളിട്ടു കഴിഞ്ഞ് ഒന്നേകാൽ മണിക്കൂർ സഞ്ചരിച്ചു വീട്ടിലെത്തിയാൽ മനസ്സിൽ വരച്ചിട്ട ചിത്രങ്ങളെല്ലാം ഏതോ ചാരനിറത്തിൽ മൂടിപ്പോയെന്നു മനസ്സി ലാവുന്നു.

ഡ്രൈവർ അടുത്തു വന്നു പറഞ്ഞു: "ദാ അമേരിക്കൻ ഫ്ളൈറ്റിന്റെ ആൾക്കാരാ വരുന്നത്."

കസ്റ്റംസ് ഗേറ്റിൽ പുറത്തുവരുന്നവരെത്തന്നെ നോക്കിനിന്നു. വിയർ പ്പിറങ്ങി മങ്ങൽ തോന്നിയ കണ്ണടയെടുത്തു ധൃതിയിൽ തുടച്ചു വീണ്ടും വച്ചു.

ഏതു തിരക്കിലും അകലെനിന്നുതന്നെ അപ്പുവേ കാണാതിരിക്കില്ല. മൂന്നുകൊല്ലംകൊണ്ട് എന്തു മാറ്റം ഉണ്ടാവാനാണ്?

എന്നിട്ടും വരാന്തയുടെ പകുതിവരെയെത്തിയപ്പോഴേ അപ്പുവേ തിരി ച്ചറിഞ്ഞുള്ളൂ. വെള്ളിഫ്രെയിമുള്ള ഒരു കണ്ണട വച്ചിട്ടുണ്ട് എന്ന വ്യത്യാസ മേയുള്ളൂ. വലിയ പോക്കറ്റുള്ള കാക്കിനിറത്തിലുള്ള ഷർട്ടും കറുത്ത പാന്റും. അല്പം തടിച്ചിട്ടുണ്ട്. അല്ലെ? അതെ.

"ആ വരുണ്ണ്ട്!"

അലുമിനിയം റെയിലിനപ്പുറത്തേക്കു തല നീട്ടി നോക്കി കൈ കാണിച്ചു. അവൻ കണ്ടു. അവൻ ട്രോളി ഉന്തി അരികിലേക്കു മാറ്റി അടുത്തുവന്നു കൈപിടിച്ചു.

"യുവാർ ഹിയർ. ഗ്രെയ്റ്റ്!"

ട്രോളിയുംകൊണ്ടു മുറ്റത്തേക്കു കടന്നപ്പോൾ അപ്പു പറഞ്ഞു:

"ഓരോ കൗണ്ടറിലും എന്തു ക്യൂ... ഒരു സിസ്റ്റവുമില്ല... ഒരു കാര്യ വുമില്ലാതെ ഒരുത്തൻ കൈക്കൂലി ചോദിക്ക്ണ്. പത്തു ഡോളർ തരാൻ. ടെൻ ഡോളർസ് ഇറ്റീസ് ഏ ലോട്ടോഫ് മണി!"

അവൻ കണ്ണട നെറ്റിയിലേക്ക് ഉയർത്തിവച്ചു.

"ഞാൻ ഒരു കാറു കൊണ്ടന്നിട്ടുണ്ട്, അപ്പൂ."

"അച്ഛാ: വെയ്റ്റ്..."

എന്നിട്ടവൻ വന്ന വഴിയിലേക്കു നോക്കി നിന്നു.

"ആ, ഹിയർ ഷി കംസ്!"

ഒറ്റയ്ക്കു വണ്ടിയുന്തിവരുന്ന ഒരു ചെറിയ പെൺകുട്ടിയിലാണു നോട്ടമെത്തുന്നത്. കുട്ടി അടുത്തെത്തിയപ്പോഴാണ് അത് ഉയരം കുറഞ്ഞ ഒരു യുവതിയാണെന്നു മനസ്സിലായത്. വലിയ വട്ടത്തിലുള്ള കണ്ണട മുഖം മുക്കാലും മറയ്ക്കുന്നുണ്ട്. അപ്പു ഗൗരവത്തിൽ എന്തോ പറഞ്ഞു. അവൾ അതിലേറെ ഗൗരവത്തിൽ എന്തോ മറുപടി. ഇംഗ്ലീഷല്ലെന്നു മാത്രം മനസ്സിലായി.

"അച്ഛാ, ഇത് ബേല, ഇംഗ്ലീഷ് കുറച്ചു കഷ്ടിയാണ്. ഫ്രഞ്ചാണ്."

അപ്പു പരിചയപ്പെടുത്തി.

ബേല! കേട്ടതു തെറ്റിയിട്ടില്ലല്ലോ.

ബേല കൈനീട്ടി. സ്മിതയുടെ കൈയേക്കാൾ ചെറിയ കൈ. പറ്റിയ ഉപചാരവാക്കുകൾ എന്താണു പറയേണ്ടതെന്ന് അറിയാത്തതുകൊണ്ട് ആവുന്നത്ര തുറന്ന ഒരു ചിരി ചിരിച്ചു.

"അപ്പൂ, ഞാനൊരു കാറ് കൊണ്ടെന്നിട്ടുണ്ട്. നമുക്ക്..."

അപ്പു ആലോചിച്ചു. അവർ തമ്മിൽ എന്തോ സംസാരം നടന്നു.

"അഞ്ചരയ്ക്കാണ് കൊച്ചിൻ ഫ്ളൈറ്റ്. അവിടന്നേ ബുക്കു ചെയ്തതാണ്."

മകൻ മാത്രമല്ല. ഒരു മദാമ്മകൂടി വിരുന്നു വരുന്നതു കോളനിയിൽ വലിയൊരു സംഭവമാവും. മിസ്സിസ് ഡിസൂസയ്ക്കു ഫ്രഞ്ചുമറിയും.

"വീട്ടിൽ പോവാം. അവടെ...അസൗകര്യൊന്നൂല്യ."

രാത്രി തങ്ങാൻ എയർലൈൻ കമ്പനി ഹോട്ടലേർപ്പെടുത്തി കൂപ്പൺ തന്നിട്ടുണ്ട്. അപ്പു പറഞ്ഞു.

"എന്നാൽ ഇവരെ ഹോട്ടലിലാക്കി നമുക്ക്..."

അവർ തമ്മിൽ പിന്നെയും സംസാരിച്ചു.

"കാറെവിടെ?"

തർക്കം തീരട്ടെ എന്ന മട്ടിൽ മാറി നിൽക്കുന്ന ഹംസയോടു വേഗം ആംഗ്യം കാട്ടി.

എയർപോർട്ടിൽനിന്നു വളരെ അകലെയായിരുന്നില്ല ഹോട്ടൽ. മുന്നിൽ ഇരുന്നു. പിന്നിൽ ബേലാ എന്ന ഫ്രഞ്ചുകാരി തുടർച്ചയായി സംസാരിച്ചുകൊണ്ടിരുന്നു. അപ്പു ഇടയ്ക്കൊന്നു മൂളും.

അപ്പു ഡ്രൈവറോടു ഹോട്ടലിന്റെ പോർട്ടിക്കോവിലെത്തിയപ്പോൾ, ലഗേജ് എടുക്കാൻ പറഞ്ഞതുകേട്ട് ചോദിച്ചു: "എന്തിന്? എടുക്കണോ ഇപ്പോൾ?"

"എടുത്തോട്ടെ. അച്ഛൻ ഇപ്പഴും സെയിംപ്ലേസ്, ദൂരെ ഉള്ള ആ സ്ഥലത്തല്ലേ?"

"ഒരു മണിക്കൂർ മതി."

ഹോട്ടലിലെ ജോലിക്കാർ രണ്ടുപേർ ലഗേജ് പുറത്തിറക്കി. അവർ കൗണ്ടറിൽ നിന്നു ചെക്കിൻ ചെയ്യുമ്പോൾ അസ്വസ്ഥത തോന്നി. മിസ്സിസ് ഡിസൂസ ഉറങ്ങാതെ കാത്തിരിക്കുന്നുണ്ടാവും. സ്മിതയും രാജേഷും കിടന്നാലും ഉറങ്ങില്ല. ഡിസൂസയുടെ ഫ്ളാറ്റിൽനിന്നെടുത്ത ചൂടാറാത്ത പെട്ടിയിൽ ഭക്ഷണം വച്ച് ജയശ്രീ പഴയ ഏതെങ്കിലും ഉടുപ്പുകളുടെ ബട്ടൺ തുന്നി ഇരിക്കുന്നുണ്ടാവും.

ലഗേജുകൾ ഉന്തിക്കൊണ്ടു പോകുന്ന ഹോട്ടൽ പോർട്ടറുടെ പിറകേ നടക്കാൻ തുടങ്ങിയ അപ്പു ഒന്നു തിരിഞ്ഞുനോക്കി. അയാളും അവരുടെ പിന്നിലായി നടന്നു ഇവളാര്? സുഹൃത്തോ, സഹപ്രവർത്തകയോ? കാമുകിയാവില്ല. പിഗ്മിയെപ്പോലെയുള്ള ഈ പെണ്ണ് ഒരു നിലയ്ക്കും സുന്ദരിയല്ല.

ഈ ഹോട്ടലിന്റെ ചാര നിറത്തിലുള്ള കെട്ടിടം പുറത്തുനിന്നു കണ്ടി ട്ടേയുള്ളൂ. ഡമസ്റ്റിക്ക് എയർപോർട്ടിന്റെ പടിക്കൽതന്നെ. അകത്ത് ഇത്ര വലിയ ഒരു ലോകമാണെന്നു പുറത്തുനിന്നു നോക്കുമ്പോൾ തോന്നില്ല. ഒരിക്കലും അവസാനിക്കില്ല എന്നു തോന്നിയ ചുവന്ന കാർപ്പെറ്റിട്ട നീണ്ട ഇടനാഴി.

മുറിയിൽ പെട്ടികൾ വച്ച് പോർട്ടർക്ക് അപ്പു പണം കൊടുത്തു. പത്തോ ഇരുപതോ?

ഫ്ളാസ്കിലെ തണുത്ത വെള്ളം ഗ്ലാസ്സിലൊഴിച്ചു പെൺകുട്ടി അയാളെ നോക്കി ചിരിച്ച്, തൊണ്ടയിൽ തൊട്ട് ചിരിച്ചുകൊണ്ടു പറഞ്ഞു: "തഴ്സ്റ്റി."

അപ്പു സോഫയിലിരുന്നു ഷൂസഴിക്കുന്നു.

കണ്ണാടിവച്ച മേശയ്ക്കു മുമ്പിലെ കസേര നീക്കിയിട്ട് അയാൾ ഇരുന്നു.

അപ്പു പറഞ്ഞു: "ജേറ്റ് ലേഗ്... ചിലർക്ക് ഇറങ്ങിയ ഉടൻ തുടങ്ങും, ബേല വളരെ ടയേഡാണ്."

അവൾ വെള്ളം കുടിച്ചു കഴിഞ്ഞു ബെഡ്ഡിലിരുന്നു സംസാരിച്ചു.

അപ്പു പരിഭാഷപ്പെടുത്തി. ഇന്ത്യ അവൾക്കു വളരെ ഇഷ്ടമാണ്. ഇന്ത്യയിൽ വരണമെന്നു വളരെ കാലമായി വിചാരിച്ചിരിക്കുകയായിരുന്നു.

അയാൾ അന്വേഷിച്ചു: ഭക്ഷണം?

"ഡിന്നർ രണ്ടു തവണ കഴിച്ചു. ഫ്ളൈറ്റില് ഈ ടൈം വ്യത്യാസ മുണ്ടല്ലോ."

രണ്ടു വിരലിളക്കി രണ്ടു തവണയെന്ന് ആംഗ്യം കാട്ടി. അപ്പു സംസാരി ക്കുമ്പോൾ കൂടുതൽ ആംഗ്യങ്ങൾ കാട്ടുന്നതു ശ്രദ്ധിക്കാൻ അതും കാരണമായിരുന്നു.

ബേലയുടെ അച്ഛൻ ഇറ്റാലിയനാണ്. അമ്മ ഫ്രഞ്ചും.

സംഭാഷണം തന്നെപ്പറ്റിയാണെന്നു മനസ്സിലാക്കിയ ബേല ചിരിച്ചു ചെറിയ ബാഗെടുത്തു ബാത്ത്റൂമിലേക്കു പോയി. ഇപ്പോൾ തനിച്ചാണവർ.

"നീ വരുമെന്നു ഞാൻ... വീട്ടിൽ പറഞ്ഞിട്ടുണ്ട്."

"ബേല ക്ഷീണിച്ചിരിക്കുകയാണ്."

"നിന്റെ കൂടെയാണോ ജോലി?"

ഫ്രഞ്ച് പഠിപ്പിക്കുന്ന അധ്യാപികയാണ് അവൾ. കാനഡയിൽ ഫ്രഞ്ചുകാർ വളരെയുണ്ട്.

"ഓ, അത് അച്ഛന് എഴുതിയില്ല. കഴിഞ്ഞ മാസമായിരുന്നു ഞങ്ങളുടെ മാര്യേജ്."

"ഓ!"

അഭിനന്ദിക്കണോ കൈകൊടുത്ത് അനുഗ്രഹിക്കണോ? എന്തു ചെയ്യണമെന്നറിയില്ല.

"എംബസ്സിയിൽ രജിസ്റ്റർചെയ്തു. ചെറിയൊരു പാർട്ടി ഉണ്ടായിരുന്നു. ഫോട്ടോസുണ്ട്. ബേലയുടെ പെട്ടിയിൽ നോക്കട്ടെ, പുറത്തുണ്ടോ, നോക്കട്ടെ."

ബെഡ്ഡിൽവച്ച ബാഗു തുറന്നു തിരിഞ്ഞ് അപ്പു ഫോട്ടോകൾ വച്ച കവർ കണ്ടെടുത്തു. ധാരാളം ഞെറിയുള്ള വെളുത്ത ഉടുപ്പിട്ട ബേലയും സൂട്ടിട്ട അപ്പുവും കൈയിൽ പൂച്ചെണ്ടുകളുമായി നിൽക്കുന്നു. നാലു പാർട്ടി ചിത്രങ്ങൾ. വിവാഹഫോട്ടോവിന്റെ കോപ്പികൾ നാലെണ്ണമുണ്ട്.

ബേല കുളിമുറിയിൽനിന്നു പുറത്തുവന്നപ്പോൾ അയാൾ ചിരിച്ചു. വീണ്ടും ചിത്രങ്ങൾ നോക്കിയിരുന്നു.

ഡ്രൈവർ കാത്തു കിടക്കുന്നു. അയാൾ ഓർമ്മിച്ചു.

"അച്ഛനെപ്പറ്റി ഞാൻ പറഞ്ഞിട്ടുണ്ട്. അച്ഛൻ പെയിന്ററാണ് എന്നറിയാം."

അവൾ അയാളെ ബഹുമാനപൂർവ്വം നോക്കുന്നു. അവൾ പിന്നെ ഉത്സാഹത്തോടെ എന്തോ പറഞ്ഞു. അപ്പു പരിഭാഷപ്പെടുത്തി. മോൺട്രിയിലിൽ സ്വന്തം വീടുണ്ട്. അതിഥിമുറിയുണ്ട്. അവിടെ വന്നു താമസിച്ചാൽ ധാരാളം വരയ്ക്കാൻ കഴിയുമെന്ന്.

ഫാന്റം സ്ട്രിപ്പുകളിൽ ചായം തേക്കലാണിപ്പോൾ. അത് അവൾക്കറിയാത്തതു ഭാഗ്യം.

പത്രമാപ്പീസു കാണാൻ വന്ന കുട്ടികൾ ക്യാബിന്റെ വാതിൽക്കൽ നിന്ന് അതു കണ്ട് അദ്ഭുതപ്പെട്ടിട്ടുണ്ട് ഒരിക്കൽ. ഫാന്റത്തിന്റെ സാഹസികതകൾ സ്ഥിരം പിന്തുടരുന്നവരാണവർ. വരയ്ക്കുന്നത് ഈ

മനുഷ്യനോ എന്ന അദ്ഭുതത്തോടെയാണവർ നോക്കിയത്. അമേരിക്കൻ കമ്പനിക്കാരുടെ ആർട്ട്വർക്കിനെപ്പറ്റിയും ലീഫാൾക്കിനെപ്പറ്റിയും വിവരിക്കാൻ തുടങ്ങിയപ്പോൾ കുട്ടികളെക്കൊണ്ടു നടക്കുന്ന പ്രസ് ഉദ്യോഗസ്ഥൻ പറഞ്ഞു:

"വിട് ഭായിസാബ്. അങ്ങനെ വിചാരിക്കുന്നെങ്കിൽ വിചാരിക്കട്ടെ. ഒരു മതിപ്പു തോന്നട്ടെ."

ചിത്രങ്ങളുടെ പാക്കറ്റു നീക്കിവച്ചപ്പോൾ അപ്പു പറഞ്ഞു: "വേണ മെങ്കിൽ ഒന്നെടുക്കാം. വെഡ്ഡിങ് ഫോട്ടോ."

"ഓ!"

അവൾ ക്യാൻവാസ് ഷൂസഴിച്ചു സോക്സൂരി, ബാഗിൽനിന്ന് എടുത്ത ഒരു ട്യൂബിലെ ക്രീം പുരട്ടാൻ തുടങ്ങി കാൽവിരലുകൾക്കിട യിൽ.

സംസാരിക്കാൻ പറ്റിയ ഒരു വിഷയം കണ്ടെത്താൻ അയാൾ മന സ്സിന്റെ കാടും പടലുമൊക്കെ ചികഞ്ഞുനോക്കി അസ്വസ്ഥതയോടെ ഇരുന്നു. ഓ, നൂറ്റാണ്ടിലെ മഴ... ദൂരെ പുറംകടലിലെവിടെയോ ചുരമാന്തി നടക്കുന്ന കൊടുങ്കാറ്റു വിഷയം കണ്ടുകിട്ടിയപ്പോൾ ആശ്വാസം. അയാൾ പെരുമഴയത്തു നഗരത്തിലെ ഈ ജീവിതം ആകെ സ്തംഭിച്ചതിനെ പ്പറ്റിയും പറഞ്ഞു തുടങ്ങി. അപ്പു സോഫയിൽ തലചായ്ച്ചു കണ്ണടയ്ക്കു ന്നതു കണ്ടപ്പോൾ ചോദിച്ചു:

"നിനക്ക് എന്താ, ഉറങ്ങണോ?"

"ഹേയ്, ഫ്ളൈറ്റിലു മുഴുവൻ ഉറക്കംതന്നെയായിരുന്നു."

ദാഹിക്കുന്നു. അയാൾ എഴുന്നേറ്റു പോയി വെള്ളം കുടിച്ചു. ഹംസയ്ക്കു മനസ്സിൽ നന്ദി പറഞ്ഞുകൊണ്ട് ഒരു സിഗരറ്റു കൂടി കത്തിച്ചു. പുറത്തെ ഇടനാഴിയിലൂടെ ട്രോളികൾ ഉരുണ്ടുപോകുന്ന ശബ്ദം കേൾക്കാമായിരുന്നു. ജനാലയിലൂടെ എയർപോർട്ടു കാണില്ല. ഹോട്ട ലിന്റെ പിൻവശമായിരിക്കണം ഇത്.

"അപ്പുവിന് എത്ര ലീവുണ്ട്?"

"ആഗസ്റ്റ് സെവൻതിനു പോണം."

"ഇവിടെ അപ്പോൾ ആറിന്?"

"ഇല്ല വയ ഡെല്ലി... ബേലയ്ക്ക് ഡെല്ലി കാണണം. അങ്ങനെയാണു ബുക്കിങ്."

പറയണോ എന്നു സംശയിച്ചത് ഒരുവിധം പറഞ്ഞൊപ്പിച്ചു. "കുട്ടി കൾക്കു നിന്നെ കാണണംന്നുണ്ടായിരുന്നു."

"കാണാലോ."

അപ്പു ചിരിക്കാൻ ശ്രമിച്ചു. എന്നിട്ടെന്തോ ഓർത്ത്.

"അച്ഛാ ചോറ്റാനിക്കരയിൽ കല്യാണം നടത്താറില്ലേ?"

"ഉവ്വ്, ഉവ്വെന്നാ തോന്നുന്നത്."

അപ്പു ഷൂസഴിച്ചുകൊണ്ടു പറഞ്ഞു: "ബേലയ്ക്കു നമ്മുടെ രീതിയിൽ ഒരു കല്യാണംകൂടി നടത്തണം എന്നുണ്ട്. പിന്നെ ബാധയൊഴിപ്പിക്കലിന്റെ ഫോട്ടോ എടുക്കണം. ഷി ഈസ് എൻ എക്സലെന്റ് ഫോട്ടോഗ്രാഫർ!"

ബേല പതുക്കെ പതുക്കെ തലയണയിലേക്കു കയറിക്കിടന്നു കണ്ണടയ്ക്കുന്നതു കണ്ടപ്പോൾ അയാൾ എഴുന്നേറ്റു.

"അപ്പോൾ ഞാൻ..."

"ശരി, അച്ഛൻ നടക്കൂ."

അപ്പു ഭാര്യയെ വിളിച്ചു.

അവൾ പ്രസരിപ്പോടെ ചാടി എഴുന്നേറ്റു.

യാത്ര പറയുകയാണെന്ന് അവൾക്കു മനസ്സിലായി. പോകുമ്പോൾ ഇവളോട് എന്തു പറയണം? വെൽക്കം? ഗുഡ് ടു സീ യൂ? അതോ നൈസ് ടു ഹേവ് മെറ്റ് യൂ എന്നോ?

അവൾ മുന്നോട്ടുവന്നു മുന്നിൽ നിന്നു ഷൂലേസ് ശരിയാക്കാൻ കുനിഞ്ഞപ്പോൾ...

അല്ല, ചളിപിടിച്ച ഷൂസ്സിൽ അവളുടെ വിരലുകൾ പതിഞ്ഞപ്പോഴാണ് മനസ്സിലായത്. നമസ്കരിക്കുകയാണ്, എന്നിട്ടു നിവർന്ന് അവൾ ഉരുവിട്ടു.

"അച്ഛൻ!"

എന്നിട്ട് അയാളെ ആശ്ലേഷിച്ചു.

ആകെ അമ്പരന്നുപോയ അയാൾ അവളുടെ ശിരസ്സിൽ കൈവച്ചു.

വാക്കുകൾ വന്നില്ല. മനസ്സിൽ പറഞ്ഞു. നല്ലതു വരട്ടെ. നല്ലതു വരട്ടെ.

അപ്പോൾ വിട്ടുപോയത് എന്തോ ചെയ്തുതീർക്കാനുള്ള ബദ്ധപ്പാടോടെ അപ്പുവും തിരക്കിട്ടു വന്നു കാൽ തൊട്ടു. അയാൾ മകനെ കെട്ടിപ്പിടിച്ചു.

നന്നായി വരട്ടെ!

വാതിൽക്കൽനിന്ന് അയാൾ ആത്മവിശ്വാസത്തോടെ ചിരിച്ച് അവർക്കു രണ്ടുപേർക്കും കൈകൊടുത്തു. പിന്നെ ധൃതിയിൽ നടന്നു.

നന്നായി വരട്ടെ...

മഴവെള്ളം വാർന്ന റോഡ് ഉണങ്ങിയിട്ടുണ്ട്. ആകാശത്തിന്റെ ചെരുവിൽ ഇപ്പോൾ മഴക്കാറില്ല. ഹംസയുടെ സ്റ്റീരിയോവിൽനിന്ന് ഒരിക്കൽക്കൂടി "ഏക് ദോ തീൻ" എന്നൊരു പാട്ടു കേട്ടു. സന്ധ്യയ്ക്കു പെണ്ണു പാടിയ പാട്ട് ആണു പാടുന്നു.

കോളനിയിൽ ടാക്സിയിൽനിന്നിറങ്ങിയപ്പോൾ കെട്ടിടങ്ങളെല്ലാം ഇരുണ്ടുകിടക്കുന്നു. മൂന്നാം നിലയിലെ ഫ്ളാറ്റിൽ മാത്രം വെളിച്ചം കണ്ടു. കുട്ടികൾ കിടന്നിരിക്കുമോ?

വാതിൽ തുറന്നത് രാജേഷായിരുന്നു. നീണ്ട കാലുറ. ഷൂസ്. വേൾഡ് ചാമ്പ്യൻ എന്നെഴുതിയ ടീ ഷർട്ട്. ഓ, അതിഥിയെ സ്വീകരിക്കാനുള്ള വേഷം. പിഞ്ഞിയ കഫ്താനു പകരം ഇളംമഞ്ഞ നിറത്തിലുള്ള സാരി യുടുത്ത ജയശ്രീ. ഫാഷനിൽ കെട്ടിവച്ച മുടി. ദീപാവലിക്കു വാങ്ങിയ ചുവപ്പും മഞ്ഞയുമായ സാൽവാർ കമ്മീസിട്ട സ്മിത. ക്രിസ്മസിന്റെ ബാക്കിയായ വൈൻ കുപ്പിയിൽ തിരുപ്പിടിച്ച് ഊണുമേശയ്ക്കരികെ മിസ്സിസ് ഡിസൂസ. ഫ്ളവർവെയ്സിൽ ചട്ടിയിൽനിന്നു മുറിച്ചെടുത്ത പൂക്കൾ.

വാതിലടയ്ക്കാൻവേണ്ടി പുറംതിരിഞ്ഞു നിന്നപ്പോൾ ചോദ്യങ്ങൾ ചാടിവരും മുമ്പേ പറഞ്ഞു തീർന്നു.

"വന്നില്ല."

"ഏ?"

"കാലാവസ്ഥ."

മിസ്സിസ് ഡിസൂസ എഴുന്നേറ്റു.

"ഞാൻ പറഞ്ഞില്ലേ? മുന്നൂറു കിലോമീറ്റർ സ്പീഡിലാണ് കൊടു ങ്കാറ്റു സഞ്ചരിക്കുന്നത്."

ആരെയും നോക്കാതെ അയാൾ വേഗം കിടപ്പുമുറിയിലേക്കു നടന്നു.

എന്തിനു വിസ്തരിക്കണം? ഇരുപത്തിരണ്ടു മണിക്കൂർ വിമാന ത്തിലിരുന്നാലത്തെ ക്ഷീണം ഇവർക്ക് എത്ര വിവരിച്ചാലും മനസ്സിലാ വില്ല. ജെറ്റ് ലേഗ് എന്താണെന്ന് അറിയില്ല. അവരെ കുറ്റപ്പെടുത്തും, മനസ്സിലെങ്കിലും. പിന്നീട് എപ്പോഴെങ്കിലും പറയണം, അവൾ വന്ദിച്ചു. കാൽ തൊട്ടു വന്ദിച്ചു. അദ്ഭുതം, ചളിപുരണ്ട ഷൂസ്സിൽ ഇതാ, ഇതാ വിരലടയാളങ്ങൾ. ഇതു മാഞ്ഞുപോകുംമുമ്പ് ഒരിക്കൽ പറയണം. അവൾ തെറ്റാതെ പറഞ്ഞ ഒരു വാക്കുണ്ട്. അച്ഛൻ!

നമസ്കരിച്ചു...

അതു മതി, ഈശ്വരാ, എനിക്കീ ഭാഗ്യങ്ങളൊക്കെ മതി.

അയാൾ കട്ടിലിലേക്കു ചാഞ്ഞു.

തെളിഞ്ഞ മാനംകാട്ടി ആളുകളെ കബളിപ്പിച്ച് ഒളിഞ്ഞുനിന്ന കൊടു ങ്കാറ്റു ചീറിയെത്തുകയാണോ? ചെവിയിലും ഇരമ്പം. കെട്ടിടമാകെ ഉലഞ്ഞു വിറച്ചു. വിമാനമിറങ്ങുംവരെ ക്ഷമിച്ചതു ദൈവാധീനമാണ്.

ആരാണു ചുറ്റും ചവിട്ടിമെതിക്കുന്നത്?

"ഡാഡിയെന്തിനാ കരയ്ണ്?"

അയാൾ ചാടിയെഴുന്നേറ്റു നിന്നു.

"ആരാടീ പറഞ്ഞത്? നീയോ? എടാ നീയോ?"

മാറിനിൽക്കൂ, ആരും എന്നെ താങ്ങേണ്ട. എന്തിനു വീഴണം? ഞാനെന്തിനു കരയണം? മാറിനിൽക്ക്!

കാൽതൊടുന്ന, ഒരു കുനിഞ്ഞിരിക്കുന്ന രൂപം നഷ്ടപ്പെടാതിരിക്കാൻ മനസ്സിൽ ചേർത്തുപിടിച്ചു.

നല്ലതു വരട്ടെ, നല്ലതു വരട്ടെ.

ആരാണു പിറുപിറുക്കുന്നത്? ആരാണിവിടെ തേങ്ങുന്നത്?

അയാൾ ചുവരിനു നേർക്കു മുഖം തിരിച്ചു കിടന്നു. മുറിയിൽ നിന്നു കാറ്റിന്റെ ഇരമ്പം പതുക്കെ പതുക്കെ പുറംകടലിലേക്ക് അകന്നുപോയി. കടലിൽ കൊടുങ്കാറ്റിന്റെ നൃത്തം. അരയിൽ എല്ലിൻതുണ്ടുകൾ കോർത്തിട്ട രാക്ഷസൻ. കൊമ്പുവച്ച കിരീടം. കരിനീലക്കടലിന്റെ മീതേ നിന്നു രാക്ഷസൻ ചവിട്ടിമെതിക്കുന്നു. കയ്യിൽ പറിച്ചെടുത്ത നക്ഷത്രങ്ങൾ. കറുത്ത അലകൾ നേരത്തേ വരച്ച ചിത്രത്തിന്റെ നരച്ച നീലയെ മുക്കിക്കളഞ്ഞല്ലോ.

ഉണരുമ്പോൾ ഇതെങ്കിലും മാഞ്ഞുപോകരുതേ എന്ന പ്രാർത്ഥനയോടെ അയാൾ കണ്ണടച്ചു.

■

# ഷെർലക്ക്

സാവധാനത്തിൽ എഴുന്നേറ്റാൽ മതിയെന്നു ചേച്ചി പറഞ്ഞിരുന്നു. ചേച്ചി അഞ്ചരയ്ക്കുണരും. ഏഴിനു പുറപ്പെടും. ഒരു മണിക്കൂർ പതിനഞ്ചു മിനിട്ടു കാറോടിക്കണം ജോലിസ്ഥലത്തേക്ക്. ചാരിയ വാതിൽ ആരോ തുറന്നപ്പോൾ ബാലു ഉണർന്നു. പൂച്ചയുടെ പണിയാ. ഏഴു മണി.

താഴെയിറങ്ങിവന്നപ്പോൾ ചേച്ചി പുറത്തിറങ്ങുന്നു.

"ആ എണീറ്റോ? ഫ്രിഡ്ജിന്റെ പുറത്തു നിനക്കൊരു നോട്ടെഴുതി വച്ചിട്ടുണ്ട്." ചേച്ചി രണ്ടു കാര്യങ്ങൾ രാത്രി പറയാൻ വിട്ടുപോയി. നടരാജ വിഗ്രഹത്തിന്റെ ചുവട്ടിലാണ് മുൻവാതിലിന്റെ താക്കോൽ. വാതിൽ താനേ അടയുന്നതാണ്. പുറത്തിറങ്ങുമ്പോൾ താക്കോൽ കരുതണം.

"ഇല്ല ഞാൻ പുറത്തു പോകുന്നില്ല."

"ഗുഡ്! വായിച്ചോ. ടി.വിയിൽ പലതുമുണ്ടാവും. എന്റെ മുറിയിലിരുന്നോ ടി.വി. കാണണമെങ്കിൽ."

രണ്ടാമത്തെ കാര്യം ശ്രദ്ധിക്കേണ്ടത്, താഴത്തെ ബാത്ത്റൂമിന്റെ വാതിൽ എപ്പോഴും തുറന്നുവയ്ക്കണമെന്നതാണ്. കാരണം, പൂച്ചയുടെ ഭക്ഷണപ്പാത്രവും കാഷ്ഠപ്പെട്ടിയും അതിനകത്താണ്.

നാലരയ്ക്കു തിരിച്ചെത്താമെന്നു പറഞ്ഞു ചേച്ചി പുറത്തിറങ്ങി വാതിലടച്ചു. ചെടിച്ചട്ടികൾ വച്ച ജനാലപ്പടിമേൽ ചാടിക്കയറി പൂച്ച കണ്ണാടിയിലൂടെ പുറത്തേക്കു നോക്കി നിന്നു. കാർ പാർക്കിൽ നിന്നു ചേച്ചി പുറത്തേക്കു ഡ്രൈവു ചെയ്തു പോയപ്പോൾ പൂച്ച ബാലുവേ നോക്കി, താഴെയിറങ്ങി.

"ഇനി ഭരണം എന്റേതാണ്" എന്നു പറയുകയാണെന്നു തോന്നും പൂച്ചയുടെ നോട്ടം കണ്ടാൽ.

വെള്ളിയാഴ്ച വൈകുന്നേരം ഫിലഡൽഫിയയിൽ വന്നിറങ്ങത്തക്ക വണ്ണമാണ് ചേച്ചി ബാലുവിന്റെ ടിക്കറ്റ് ഏർപ്പാടു ചെയ്തിരുന്നത്. ശനിയും ഞായറും ചേച്ചി വീട്ടിലുള്ളപ്പോൾ വീടുമായി, വീട്ടിലെ യന്ത്രങ്ങളുമായി

175

പരിചയപ്പെടാമല്ലോ. അമേരിക്കൻ സമയവുമായി ഇന്ത്യൻ ശരീരം പൊരുത്തപ്പെടാനുള്ള സമയവും കിട്ടുന്നു. ഭക്ഷണസാധനങ്ങൾ ഏതിലെല്ലാം, വിറ്റാമിൻ ഗുളികകൾ ഏതൊക്കെയുണ്ട്-എല്ലാം കൃത്യമായി അറിഞ്ഞു കഴിഞ്ഞു. മൈക്രോവേവ് ഒവന്റെ ബട്ടണുകൾ കൃത്യമായി അമർത്താൻ പഠിച്ചുകഴിഞ്ഞു. ചേച്ചിക്ക് ചെറുപ്പത്തിൽതന്നെ കൈയും കണക്കും കണിശമാണ്.

ചേച്ചി പറഞ്ഞു: “ധാരാളം വിശ്രമിക്ക്. ഇടയ്ക്കു വായിക്ക്.”

രണ്ടു മാസംകൊണ്ടു ശരീരവും മനസ്സും നന്നാക്കിയെടുക്കാൻ നിശ്ചയിച്ചിരിക്കുകയാണു ചേച്ചി.

“വേണമെങ്കിൽ നിനക്കു വല്ലതും എഴുതാം. അമേരിക്കൻ ഇംപ്രഷൻസ്. ആറുമാസത്തിലൊരു പത്തു വരി കവിത എഴുതിയാൽ ജീവിക്കാനാവുമോ?”

ബാലു ഒന്നും മിണ്ടിയില്ല.

“ഇംഗ്ലീഷ് ലിറ്ററേച്ചറിൽ എം.എ ജേർണലിസത്തിൽ ഡിപ്ലോമ. ഹൈലി ക്വാളിഫൈഡ്. എന്തൊക്കെ ചെയ്യാം!”

ചേച്ചി നെടുവീർപ്പിട്ടു, ഒരു നിരാശാഭാവത്തിൽ. വന്നുകയറിയ ഉടനേ ബാലു ഒരു തർക്കത്തിനു തയ്യാറായില്ല. മനസ്സിൽ പറഞ്ഞു: ദൈവവും ഞാനും തമ്മിലുള്ള ഇടപാടുകളിൽ എവിടെയൊക്കെയോ പിഴവുപറ്റി.

ചേച്ചി ഒരു സ്കോളർഷിപ്പിനു ശ്രമിക്കുന്നു. എവിടെയൊക്കെ അപേക്ഷകളയയ്ക്കണമെന്ന് ജയന്ത് പറയും.

“ഇവിടെ, അധ്വാനിക്കുന്നവർക്കേ, അമേരിക്കയിൽ, എന്തെങ്കിലും ആയിത്തീരാൻ കഴിയൂ. വിജയത്തിന്റെ മുകൾത്തട്ടാവട്ടെ ആകാശത്തെക്കാൾ ഉയരത്തിലും.”

പിന്നെ ചേച്ചി, മലയാളത്തിൽ ആശ്വസിപ്പിക്കാൻ വേണ്ടി പറഞ്ഞു:

“എന്തെങ്കിലുമൊക്കെ ശരിയാവും, നമുക്കു ശരിയാക്കാം.”

ഏതോ ചില അദ്ഭുതങ്ങൾ സംഭവിച്ചേക്കാം ഈ ഇരുപത്തേഴാം വയസ്സിൽ. ചേച്ചിക്ക് ഇപ്പോഴും അനിയനിൽ വിശ്വാസമുണ്ട്. ചോര ഛർദ്ദിച്ച് ആസ്പത്രിയിൽ കിടക്കുമ്പോൾ ചേച്ചി പലതവണ വിളിച്ചിരുന്നുവെന്നു പിന്നീടറിഞ്ഞു. ആരുടെയൊക്കെയോ പ്രാർത്ഥനകൾക്കൊണ്ടു മരണം വഴിമാറി നടന്നു. വലിയേച്ചി ഓർമ്മിപ്പിക്കാറുണ്ട്.

പൂച്ച കുളിമുറിയിലേക്കു കയറിയപ്പോൾ ബാലു അടുക്കളയിൽ വന്നു ചായയുണ്ടാക്കി. അവശേഷിച്ച ഒരൊടിഞ്ഞ സിഗരറ്റു കത്തിച്ചു. അടുക്കളയിൽ മ്യൂസിക് സിസ്റ്റവും പാചകഗ്രന്ഥങ്ങളും വച്ച മേശപ്പുറത്തെ ചെടിച്ചട്ടിയിൽ സിഗരറ്റു കുത്തിക്കെടുത്തിയപ്പോൾ പ്രതിഷേധം

പോലെ ഒരു മുരളലുണ്ടായി. പൂച്ചയാണ്. ഇവിടെ ആരും സിഗരറ്റു വലി ക്കാറില്ല.

വീട്ടിൽ വന്നുകയറിയ ദിവസം ചേച്ചി കൂടുതലായി സംസാരിച്ചത് ഈ പൂച്ചയെപ്പറ്റിയാണ്. വലിയേച്ചിയുടെയും മക്കളുടെയും വിവരമന്വേ ഷിച്ചു. കുട്ടിയമ്മാവന്റെ മകളുടെ കല്യാണത്തിനു നൂറു ഡോളർ അയച്ചുകൊടുത്ത കാര്യവും അക്കൂട്ടത്തിൽ പറഞ്ഞു. പിന്നെ ചേച്ചിയുടെ മടിയിൽ കയറിക്കൂടിയ പൂച്ചയെപ്പറ്റി വർണ്ണിക്കാൻ തുടങ്ങി. വീട്ടിൽ തനി ച്ചാവുമ്പോൾ ജീവനുള്ള എന്തെങ്കിലുമൊന്നു ചുറ്റിത്തിരിയുന്നതു കാണുമ്പോൾ ഒരാശ്വാസമാണ്. ജയന്ത് തിരിച്ചുവരാൻ ചിലപ്പോൾ മാസ ങ്ങൾ കഴിയും.

"മാസങ്ങൾ എന്നിപ്പോൾ പറയുന്നു. ആർക്കറിയാം." ചേച്ചിയുടെ സ്വരത്തിൽ ഈർഷ്യയുണ്ടായിരുന്നു.

പത്തിലൊന്നോ പതിനഞ്ചിലൊന്നോ ആദ്യം അടച്ചു വീടും കാറും വാങ്ങുന്ന അദ്ഭുതത്തെപ്പറ്റിയാണ് എയർപോർട്ടിൽനിന്നു വരുമ്പോൾ പറഞ്ഞിരുന്നത്. മനോഹരമായ ഈ സ്ഥലത്ത് വീടുകൾ വന്നപ്പോൾ അതിലൊന്നു കഷ്ടപ്പെട്ടിട്ടാണെങ്കിലും വാങ്ങി. വിശാലമായ സ്ഥല ങ്ങളാണ് ചുറ്റും. അപ്പുറം ഗോൾഫ് കോഴ്സാണ്. അക്രമങ്ങളൊന്നും നടക്കാത്ത പ്രദേശം. ഒന്നേകാൽ മണിക്കൂർ കാറോടിച്ചു പോകുന്നതു വിഷമമാണ്, പ്രത്യേകിച്ചും ഏഴുമണിക്കു കൂടി ഇരുട്ടുവിടാത്ത മഞ്ഞു കാലത്ത്. പക്ഷേ, ഈ വീടു കിട്ടിയതു ഭാഗ്യമാണെന്നു ചേച്ചിയുടെ പരി ചയക്കാരെല്ലാം പറയുന്നു.

ജയന്ത് പടിഞ്ഞാറൻ കരയിൽ സാൻഹോസെയിൽ പോകുംമുമ്പു വിഷമമൊന്നുമുണ്ടായിരുന്നില്ല. എല്ലാ അടവുകളും കഴിഞ്ഞാലും കുറച്ചൊക്കെ മിച്ചം വയ്ക്കാൻ കഴിഞ്ഞിരുന്നു. ഇപ്പോൾ രണ്ടു വീടുകൾ വേണമല്ലോ. ചേച്ചി പറഞ്ഞു, തനിച്ചാവുമ്പോൾ, ഷെർലക്കിനോടു സംസാ രിക്കാൻ തുടങ്ങിയിട്ടുണ്ട്.

"ഇടയ്ക്ക് എന്റെ ശബ്ദം ഒന്നു കേൾക്കണമല്ലോ!"

അയാൾക്കു വിഷമം തോന്നി.

ഷെർലക്കിന്റെ നിറം വിചിത്രമായിരുന്നു. ഇളം നീല. അല്ല, ചാര നിറം കലർന്ന ഇളം നീല എന്നു പറയാം. വിഷമം മാറ്റാൻവേണ്ടി ചോദിച്ചു: "സയാമീസ് എന്തു പറയുന്നു?"

"സയാമീസല്ല. ഏതോ ഒരു വർഗ്ഗം. ജയന്തിനോടു വെറ്ററിനറി ഡോക്ടർ പറഞ്ഞിരുന്നു. എനിക്കോർമ്മയില്ല."

കഴിഞ്ഞ മഞ്ഞുകാലത്തു കാർപാർക്കിനു പുറത്ത് അതു ചുറ്റിത്തിരി യുന്നതു കണ്ടു. അപ്പോൾ ശ്രദ്ധിച്ചില്ല. പിന്നെ അതു രാത്രി വീട്ടു വാതിൽക്കൽ വന്നു മാന്തി ശബ്ദമുണ്ടാക്കി. വാതിൽ തുറന്നപ്പോൾ

തണുപ്പിൽനിന്നു രക്ഷപ്പെട്ട ആഹ്ലാദത്തോടെ അകത്തു കയറി സോഫയിൽ ചുരുണ്ടുകൂടിക്കിടന്നു. പാലു കൊടുത്തു.

ഏതോ വീട്ടുകാർ വളർത്തിയ പൂച്ചയായിരിക്കണം. വീട്ടിൽ പെരുമാറാനുള്ള പരിശീലനം കിട്ടിയതാണ്. കോളനിയുടെ പുറത്തെ തപാൽപെട്ടിയുടെ അടുത്തുള്ള നോട്ടീസ് ബോർഡിൽ പൂച്ചയെ കണ്ടുകിട്ടിയ വിവരം എഴുതിപ്പതിച്ചു. ആരും അന്വേഷിച്ചു വന്നില്ല.

ഷെർലക്ക് എന്നു പേരിട്ടത് ജയന്താണ്.

"ഷെർലോക്ക്?"

"കുട്ടിക്കാലത്ത് ജയന്ത് ഒരുപാട് ഡിറ്റക്ടീവ് സ്റ്റോറീസു വായിച്ചിരുന്നു. സാക്ഷാൽ ഷെർലക്ക് ഹോംസെന്നുതന്നെയാണ് ഇവന്റെ മുഴുവൻ പേർ. വെറ്ററിനറി ഡോക്ടറുടെ രജിസ്റ്ററിൽ ഷെർലക്ക് ഹോംസ് ഷിൻഡെ!"

ചേച്ചി ചിരിച്ചു. വർഷങ്ങൾക്കു ശേഷം ചേച്ചിയുടെ ഉറക്കെയുള്ള ഒരു ചിരി കേൾക്കുകയാണെന്ന് ബാലു ഓർമ്മിച്ചു.

അമേരിക്കയിലെ വളർത്തുപൂച്ചകളും അദ്ഭുതജീവികളാണ്. വീട്ടിലെ ഭക്ഷണസാധനങ്ങൾ തുറന്നുവച്ചാൽകൂടി തിരിഞ്ഞുനോക്കില്ല. കടയിൽനിന്നു പാക്കറ്റിൽ വാങ്ങുന്ന ക്യാറ്റ് ഫുഡ് മാത്രമാണു ഭക്ഷണം. കട്ടുതിന്നാത്ത പൂച്ചകളുള്ള ഒരേ ഒരു നാട്!

കുളിമുറിയിൽ പൂച്ചയ്ക്കുള്ള സംവിധാനം ബാലു ശ്രദ്ധിച്ചു. ഒരു തട്ടിൽ ഭക്ഷണം, മറ്റൊന്നിൽ വെള്ളം. വലിയ കൊട്ടയിൽ കയറി കൃത്യമായി കാഷ്ഠിച്ചുകൊള്ളും. വളർത്തുപൂച്ചകൾ ഒരിക്കലും വീടു വൃത്തികേടാക്കില്ല.

"നീ നന്ദിനിയെ കണ്ടിട്ടില്ലേ? ഡോക്ടർ ജി.കെ. നായരുടെ മകൾ നന്ദിനി."

ബാലു ഓർമ്മിക്കുന്നുണ്ട്. നന്ദിനിയുടെ ഒരനുജത്തി എം.എയ്ക്കു ക്ലാസ്സിലുണ്ടായിരുന്നു.

നന്ദിനി ന്യൂജഴ്സിയിലാണ്. നന്ദിനിയുടെ വീട്ടിൽ രണ്ടു പൂച്ചകളുണ്ട്. സൂപ്പർമാർക്കറ്റുകാർ വിലകുറച്ചു വിറ്റഴിക്കുമ്പോൾ വാങ്ങുന്ന ക്യാറ്റ് ഫുഡ് കൊടുത്താൽ അതു രണ്ടും തിന്നില്ല. മണപ്പിച്ചു നോക്കിയാൽ പഴയ സ്റ്റോക്കാണെന്നു പൂച്ചയ്ക്കറിയും. ചേച്ചി വീണ്ടും ചിരിച്ചു.

"നന്ദിനിയെ വിളിക്കാം. നമുക്കൊരു വീക്കെൻഡിൽ അവിടെ പോവാം. ജയന്ത് വരട്ടെ."

പൂച്ച പതുക്കെപ്പതുക്കെ ബാലുവിന്റെ അടുത്തുകൂടി മടിയിലേക്കു കാൽവച്ചപ്പോൾ ചേച്ചി പറഞ്ഞു; "പേടിക്കണ്ട. നഖമില്ല."

ഫർണിച്ചറിൽ ചാടിക്കയറി നടക്കുമ്പോൾ നഖംകൊണ്ടു വരവീഴാൻ തുടങ്ങി. അപ്പോൾ ജയന്ത് മൃഗാസ്പത്രിയിൽ കൊണ്ടുപോയി ഓപ്പറേറ്റ് ചെയ്യിച്ചു നഖം നീക്കി. ബാലു അപ്പോൾ അല്പം സഹതാപത്തോടെ പൂച്ചയെ നോക്കി.

"കഷ്ടമാണ്. പക്ഷേ, കോസ്റ്റ്ലി ഫർണിച്ചറിലൊക്കെ-ഓപ്പറേഷൻ തീരെ വേദനിക്കില്ല. പിന്നെ ഒരിക്കലും നഖം വളരില്ല. നന്ദിനിയും അതാണു ചെയ്തത്. അതിവിടെ എല്ലാവരും ചെയ്യുന്നു."

രാത്രിയിൽ ചേച്ചിയുടെ കിടക്കയിൽത്തന്നെയാണ് ഷെർലക്കിന്റെ കിടപ്പ്. അലാറാം അടിക്കുന്നതിനു മുമ്പുതന്നെ ഷർലക്ക് മുട്ടിയും തട്ടിയും എഴുന്നേല്പിക്കുന്നതു പതിവായിരിക്കുന്നുവത്രേ.

സാൻഹോസെയിലേക്കു ചേച്ചി ഒരാഴ്ച ലീവെടുത്തുപോയപ്പോൾ വെള്ളം മാറ്റാനും ഭക്ഷണമിട്ടുകൊടുക്കാനും അടുത്ത വീട്ടിൽ താക്കോലു കൊടുത്തു.

ബുദ്ധിമാനായ ഷെർലക്ക് വിടാതെ പിറകിലുണ്ട്. ബാലു ശ്രദ്ധിച്ചു. വിരുന്നുകാരനെ വന്നമുതൽക്ക് അവൻ വിലയിരുത്തുന്നുണ്ട്.

കുളിച്ചു തണുത്ത പാലിൽ സിറിയൽസിട്ടു കഴിച്ച് ബാലു ചേച്ചിയുടെ കിടപ്പുമുറിയിൽ കടന്നു. ജയന്തിന്റെ കംപ്യൂട്ടർ പുസ്തകങ്ങളാണ് അധികം. ചെറിയ അലമാരകളിൽ കുറച്ചു നോവലുകളുണ്ട്. ലെകാറേ, റോബർട്ട് ലുഡ്ലം, മാർട്ടിന് ക്രൂസ് സ്മിത്ത്, ഇന്ത്യയിൽ പേരു കേൾക്കാത്ത മറ്റു പലരുടെയും നോവലുകൾ. എല്ലാം ചാരവീരന്മാരുടെ സാഹസിക കഥകൾ. ചേച്ചി പണ്ടൊക്കെ മികച്ച പുസ്തകങ്ങൾ തേടിപ്പിടിച്ചു വായിച്ചിരുന്നു.

കട്ടിലിൽ ഡയാന രാജകുമാരിയുടെ കഥ. അതായിരിക്കാം ചേച്ചി ഇപ്പോൾ വായിക്കുന്നത്. ചുവരിൽ ചേച്ചിയുടെയും ജയന്തിന്റെയും ഫോട്ടോ. രണ്ടുപേരുടെ കൈയിലും പൂച്ചെണ്ടുകളുണ്ട്. വിവാഹദിവസം എടുത്തതായിരിക്കണം. പടിഞ്ഞാറൻ വധുവിന്റെ തൂവെള്ള വേഷം.

വലിയേച്ചിക്ക് അയച്ച മറ്റൊരു ചിത്രത്തിൽ ജയന്തിന് ഇതിലേറെ ചെറുപ്പമാണെന്നു തോന്നിയിരുന്നു. മുപ്പത്താറാം വയസ്സിലും ചേച്ചിയെ കണ്ടാൽ കൊച്ചുപെൺകുട്ടിയാണെന്നേ തോന്നൂ.

ഡയാനയുടെ ജീവിതകഥയിലെ ചിത്രങ്ങൾ മറിച്ചുനോക്കി നിന്നപ്പോൾ വാതിൽക്കൽ പൂച്ചവന്നു. ടി.വി. ഓൺ ചെയ്തു. ഒരു വൈൽഡ് വെസ്റ്റ് ചിത്രം. ഓഫാക്കി. എന്തോ മുറുമുറുത്തുകൊണ്ടു വാതിൽക്കൽ നിൽക്കുകയാണ് ഷെർലക്ക്.

നഖമില്ലാതാവുന്നതോടെ പൂച്ചകൾക്ക് ശബ്ദവും നഷ്ടപ്പെടുമോ? ഒരിക്കലും അതു പൂച്ചയുടെ ഭാഷയിൽ മ്യാവൂ ശബ്ദിക്കുന്നത് കേട്ടിട്ടില്ല. മറ്റൊരദ്ഭുതം.

ബാലു ഒരു പുസ്തകമെടുത്ത് പുറത്തു കടന്നു. അയാൾക്കുവേണ്ടി നീക്കിവച്ച മുകളിലെ ചെറിയ കിടപ്പുമുറിയിൽ ചെന്നുകിടന്നു. അപ്പോൾ ഷെർലക്ക് വാതിലിനു പുറത്തു കാലുകൾ മുകളിലാക്കി കിടന്നു വായുവിൽ അദൃശ്യനായ ഒരു പ്രതിയോഗിയോടു യുദ്ധം ചെയ്തു കുറച്ചു നേരം. പിന്നെ ഉറങ്ങാൻ തുടങ്ങി.

വീടിന്റെ ആകർഷണമായി ചേച്ചി പറഞ്ഞതു പിന്നിൽ വെയിൽ കാഞ്ഞിരിക്കാവുന്ന ഡെക്കാണ്. പിന്നെ താഴെ വലിയ ഒരു നിലവറയുണ്ട്.

നിലവറയുടെ വാതിലിന്മേൽ താക്കോലുണ്ടായിരുന്നു. അലക്കുയന്ത്രവും ജയന്തിനു വ്യായാമം ചെയ്യാനുള്ള ഉപകരണങ്ങളും സൈക്കിളും നിലവറയിലാണ്. നടുവിൽ ഒരു കാർപ്പെറ്റിൽ കുപ്പികൾ കൂട്ടിയിട്ടിരിക്കുന്നു. വൈൻ കുപ്പികളാണ്. പത്തറുപതെണ്ണം കാണും. എല്ലാറ്റിന്റെയും ലേബലിൽ അടയാളംവച്ച് ഒപ്പിട്ടിട്ടുണ്ട്. ജെ. എസ്. എന്നു വച്ചാൽ ജയന്ത് ഷിൻഡെ.

കാലിഫോർണിയയിലെ  വൈൻ കമ്പനികളുടെ പേരാണു മിക്ക ലേബലുകളിലും. ഫ്രഞ്ചുഭാഷയിൽ ലേബലുള്ള ഒരു കുപ്പിയെടുത്തു നോക്കുമ്പോൾ പിന്നിലാരോ വന്നു നിൽക്കുന്നുവെന്നു തോന്നി.

ഓ, ഉറങ്ങിക്കിടന്ന ഷെർലക്ക് അന്വേഷിച്ച് എത്തിയിരിക്കുന്നു! കോട്ടുവായിട്ടു പാതിയടഞ്ഞ കണ്ണുകളിലൂടെ നോക്കിനിന്നു കുറേനേരം. നോട്ടം കൊണ്ട് അവനെ ഭീഷണിപ്പെടുത്താൻ ബാലു ഒരു ശ്രമം നടത്തി.

"ഉം. പോ. പുറത്ത് പോ!"

ഷെർലക്ക് കുപ്പികളുടെ സമീപത്തായി കിടന്നു വാലുകൊണ്ടു വായുവിൽ ചിത്രപ്പണികൾ ചെയ്തു.

ഗറ്റൗട്ട്!

ജയന്ത് പഠിപ്പിച്ചതാണെങ്കിൽ അല്പം ഹിന്ദിയും അറിയണമല്ലോ പൂച്ചയ്ക്ക്. അതുകൊണ്ടു പറഞ്ഞു:

"ബാഹർ ജാ!"

ബാലു ആലോചിച്ചു. നിലവറ പരിശോധിച്ചതിന്റെ തെളിവെന്നോണം വൈകുന്നേരം ചേച്ചി വരുന്നതുവരെ ഇവിടെ കിടക്കാനാണോ പൂച്ചയുടെ ഭാവം? വിശക്കുമ്പോൾ പുറത്തുവരാതിരിക്കില്ല എന്ന ആശ്വാസത്തോടെ കോണികയറി മുകളിലെത്തി.

ചെറിയ ഗോൾഫ് വണ്ടികൾ മൈതാനത്തിലേക്കു പോകുന്നതു കണ്ടു. കളിക്കുന്നതു ജനാലയിലൂടെ കാണില്ല.

ഉച്ചഭക്ഷണം ചൂടാക്കാൻ തുടങ്ങുമ്പോഴാണു പൂച്ച നിലവറയിൽ നിന്നു കയറി വന്നത്. ധൃതിയിൽ കോണിയിറങ്ങി നിലവറയുടെ വാതിൽ പൂട്ടി.

വൈകുന്നേരം പറഞ്ഞ സമയത്തുതന്നെ ചേച്ചി തിരിച്ചെത്തി.

"പകലെന്തു ചെയ്തു?"

"വെറുതെ ഇരുന്നു."

"ധാരാളം റെസ്റ്റ് ചെയ്യ്. ആരോഗ്യമൊക്കെ തനിയെ ശരിയാവും. നിന്നെ നിർബന്ധിച്ചു കൊണ്ടുവന്നത് അതിനാണ്."

ചേച്ചി മേൽക്കഴുകി ഉടുപ്പുമാറ്റി രണ്ടു കപ്പ് കാപ്പിയുമായി സ്വീകരണ മുറിയിലേക്കു വന്നു.

"ബെയ്സ്മെന്റിലെ വൈൻകുപ്പികൾ ജയന്തിന്റെ കളക്ഷനാണ്. ജയന്തിന് അതൊരു ഹോബിയാണ്. രജിസ്റ്റർ വച്ചിരിക്കയാണ്."

നിലവറയിലെ വൈൻ കുപ്പികളെപ്പറ്റി ചേച്ചി പറയാൻ-പകൽ ഞാൻ അതു തുറന്നു നോക്കിയിരിക്കുമെന്ന് ചേച്ചി ഊഹിച്ചിരിക്കും.

"വിരുന്നുകാർ വരുമ്പോൾമാത്രം ലിക്കർ വാങ്ങും. ജയന്ത് വല്ലപ്പോഴും വൈൻ കഴിക്കും. മനപ്പൂർവ്വമാണു ഞാൻ ഇവിടെ ഒന്നും വയ്ക്കാത്തത്. നിനക്ക് ഒരു ടെംറ്റേഷൻ വേണ്ട."

"ഞാൻ നിർത്തി. ചേച്ചിക്ക് എഴുതിയില്ലേ ഞാൻ?" ബാലു ഈറയോടെ പറഞ്ഞു.

"ഉം... നിർത്തിയവർക്കു പിന്നെയും തുടങ്ങാം. ന്യൂസ് പേപ്പറാപ്പീസിൽ കൺഫേം ചെയ്യാത്തതിന്റെ കാരണം വല്ല്യേച്ചി എഴുതിയിരുന്നു. ബോധമില്ലാത്തവരെ ആരെങ്കിലും നിയമിക്കുമോ?"

ബാലു ഒന്നും മിണ്ടിയില്ല.

"ഇവിടെ നിൽക്കുമ്പോൾ അധ്വാനിക്കേണ്ടിവരും. ഏതു ഫീൽഡിലായാലും ഹാർഡ് വർക്കു ചെയ്താലേ ഇവിടെ പിഴയ്ക്കാനാവൂ. അമേരിക്ക സ്വർഗ്ഗമൊന്നുമല്ല."

ബാലു പറഞ്ഞു:

"അറിയാം."

"ഞാൻ ഗ്രീൻകാർഡ് ശരിയാക്കാമെന്നു പറഞ്ഞതാണ്. ഫോർ യുവർ കുമാരേട്ടൻ! യു നോ ദാറ്റ്!"

"ഉം. കേട്ടിട്ടുണ്ട്." എട്ടുവർഷം മുമ്പുള്ള ഒരു വേർപിരിയൽ ചേച്ചി ഇപ്പോഴും ഓർമ്മിക്കുന്നതെന്തിന്?

"ഒരു മാസം ഇവിടെ കഴിച്ചത് തടവിൽ കിടക്കുന്നപോലെയായിരുന്നുവത്രേ! റോഡിൽ മനുഷ്യരില്ല, വാഹനങ്ങളേയുള്ളൂ എന്നാണു വന്ന ദിവസംതന്നെ കംപ്ലെയ്ന്റ്."

ബാലു ചിരിക്കാൻ ശ്രമിച്ചു.

"അതിലും വലിയ ജോക്ക്. നീയും കേൾക്കണം! ഞാനെന്തോ ഭയങ്കര കുറ്റം ചെയ്തു എന്നാണല്ലോ വല്ല്യേച്ചിയും മാലേച്ചിയും ഒക്കെ പറയ്ണ്.

കാറോടിക്കാൻ പഠിക്കാതെ ജീവിക്കാൻ പറ്റില്ല ഒരു സ്ഥലത്തെങ്കിൽ, അവിടെ നിൽക്കാൻ ഭാവമില്ല എന്നായിരുന്നു അൾട്ടിമാറ്റം!"

ബാലു ഒന്നും പറഞ്ഞില്ല. കുമാരേട്ടന് ഉദ്യോഗക്കയറ്റം കിട്ടി. പ്രൊഫസ്സറായി. കോളജിനടുത്തു വീടുവച്ചു. രണ്ടു കുട്ടികളുമായി. ചേച്ചി അറിഞ്ഞിരിക്കും. ചേച്ചിക്ക് എൻജിനീയർ ജയന്ത് ഷിൻഡെയെ കിട്ടി. ആരും പരാതിപ്പെടേണ്ടതില്ല.

രാത്രിയിൽ സൂപ്പർമാർക്കറ്റിനു തൊട്ട ചൈനീസ് ഹോട്ടലിൽ കൊണ്ടു പോയി. ഡിന്നറിന്റെ അവസാനത്തിൽ കൊണ്ടുവന്ന കുക്കീസിൽ ഭാഗ്യ പ്രവചനമുണ്ടായിരുന്നു.

Great things happening...

ചേച്ചി കടലാസ്സുചുരുൾ നോക്കി ആഷ്ട്രേയിൽ ചുരുട്ടിയിട്ടു. എന്താണ് നിനക്കു കിട്ടിയത് എന്നു ചോദിക്കുമെന്നു കരുതി. മഹത്തായ പലതും സംഭവിക്കുന്നു എന്നാണു ഭാഗ്യപ്രവചനം.

"കുട്ടികൾക്കിത് ഒരു തമാശയാണ്."

രാത്രിയിൽ ഒന്നും എഴുതാത്ത കഴിഞ്ഞ വർഷത്തെ ഡയറിക്കുള്ളിൽ ഭാഗ്യപ്രവചനം വച്ചു. എന്തെങ്കിലും കുറിപ്പുകളെഴുതണമെന്നുവച്ച് ഹാൻഡ് ബാഗിൽ കരുതിയതായിരുന്നു പഴയ ഡയറി.

ഒരുപക്ഷേ, വലിയ കാര്യങ്ങൾ പലതും സംഭവിക്കുമായിരിക്കും. മാസ് കമ്യൂണിക്കേഷനിൽ ഫെലോഷിപ്പ്. മഹാജ്ഞാനികളുടെ പാരമ്പര്യ മാണ് ചൈനയ്ക്ക്. നിസ്സാരമായി കണക്കാക്കേണ്ടതില്ല. ആരിയമ്പാടത്തു കാരൻ ബാലകൃഷ്ണൻ അമേരിക്കയിൽ എത്തിയതുതന്നെ ഒരു സംഭവ മല്ലേ?

മൂന്നു പെൺകുട്ടികൾക്കു ശേഷമുണ്ടായ മകൻ നവഗ്രഹങ്ങൾ അനു ഗ്രഹിച്ച നിമിഷത്തിലാണ് പിറന്നതെന്ന് അച്ഛൻ വിശ്വസിച്ചിരുന്നു. കുട്ടി ക്കാലത്തു അമ്മയുടെയോ ചേച്ചിമാരുടെയോ കൂടെ പുറത്തു പോവു മ്പോൾ വഴിവക്കിൽ നിന്നു പലതും കണ്ടുകിട്ടും. മണ്ണിൽ പൂഴ്ന്നു കിട ക്കുന്ന നാണയങ്ങൾ, പാദസരത്തിന്റെ കഷണം, സ്വർണ്ണമൂക്കുത്തി യുടെ കാൽ. "ഒരിക്കൽ എവിടെനിന്നെങ്കിലും നിക്ഷേപം കണ്ടുകിട്ടും ബാലുവിന്." കളിയായി പറയുമ്പോഴും നിഗൂഢമായ ഒരു പ്രതീക്ഷ യുണ്ടായിരുന്നു അമ്മയ്ക്ക്.

ഭാഗ്യം എന്നും മകനെ തേടിയെത്താതിരിക്കില്ല.

രാത്രിയിൽ പഴയ ഡയറിയിൽ ബാലു എഴുതി: "14.7.92 ശനിയാഴ്ച രാത്രി ഒരു സ്വപ്നം കണ്ടു. ഹീത്രോ എയർപോർട്ടിൽ ഉറക്കം ഞെട്ടിയു ണർന്നപ്പോൾ ഫിലഡൽഫിയ വിമാനത്തിൽ ആളുകൾ കയറിത്തുടങ്ങി യതായി സൈൻബോർഡിൽ കണ്ടു. ഇരുപത്തേഴാമത്തെ ഗേറ്റ് എവിടെ? അവസാനിക്കാത്ത വഴിയിലൂടെ ഓടിയോടി ഇരുപത്താറാം ഗേറ്റിലെത്തി യപ്പോൾ പിന്നെ ഗേറ്റുകളില്ല. മറുവശത്തേക്കു വെപ്രാളത്തോടെ ഓടി.

അവിടെ ഇരുപത്തെട്ടു മുതൽക്കാരംഭിക്കുന്നു. ഇരുപത്തേഴ് എവിടെ? ഞാൻ ഓടിക്കൊണ്ടേയിരുന്നു. എവിടെ എനിക്കു പുറത്തു കടക്കേണ്ട ഇരുപത്തേഴ്. ഇരുപത്തേഴ് എന്റെ വയസ്സുകൂടിയാണ്."

അതു സ്വപ്നത്തിന്റെ ഭാഗമായിരുന്നില്ല. ഗേറ്റ് നമ്പറും വയസ്സും ഒന്നായത്. വായിച്ചശേഷം അതു വെട്ടി. പിന്നെ പേജ് കീറി കൊട്ടയിലിട്ടു. യാത്രാവിവരണമാവണമെങ്കിൽ സുന്ദരിയായ എയർഹോസ്റ്റസിൽനിന്നു തുടങ്ങണം.

രാത്രിയിൽ അടുത്തമുറിയിൽനിന്നു ചേച്ചി ആരോടോ വളരെ സമയം ഫോണിൽ സംസാരിക്കുന്നതു കേട്ടു. വളരെ അവ്യക്തമായി. ജയന്താ യിരിക്കാം. അന്നു രാത്രി പൊടുന്നനേ ഇടിയും മിന്നലുമുണ്ടായി. ചെറിയ ചാറൽ മഴയും. പൂച്ച വാതിൽക്കൽ വന്ന് എത്തിനോക്കി. വാതിൽ അടച്ചു ബോൾട്ടിട്ടു കിടന്നു.

അടുത്ത ദിവസം ചേച്ചി പുറപ്പെടുമ്പോൾ ഉണർന്നുകിടക്കുകയായി രുന്നു. അവർ പോയശേഷമാണു താഴെ ഇറങ്ങി വന്നത്.

കാപ്പിയുണ്ടാക്കി കുടിച്ചശേഷം നാട്ടിലേക്കു വല്യേച്ചിക്ക് ഒരു കത്തെഴുതാമെന്നു വച്ചു. ഭാസ്കരൻമാസ്റ്റർക്കും എഴുതാമെന്ന് ഏറ്റിട്ടുണ്ട്. "അമേരിക്കയും ഞാനും തമ്മിൽ ഒരൊത്തുതീർപ്പിനു ശ്രമിക്കുകയാണ്" എന്നുവച്ച് തുടങ്ങാം.

അടുക്കളയിലെ ഉയരമുള്ള സ്റ്റൂളിൽ കയറിയിരുന്ന് അർദ്ധവൃത്താ കൃതിയിലുള്ള കൗണ്ടറിനു മുകളിൽ ചേച്ചിയുടെ ലെറ്റർ പാഡ് എടുത്ത് എഴുതിത്തുടങ്ങി. അപ്പോൾ പൂച്ച ചാടിക്കയറി കടലാസ്സിനടുത്തായി സ്ഥലം പിടിച്ചു. എന്തെഴുതുന്നു എന്നറിയാനുള്ള ഉത്കണ്ഠയോടെ കടലാസ്സിൽത്തന്നെ നോക്കിയിരിക്കുകയാണ് പൂച്ച.

അയാൾ സ്റ്റൂളിൽനിന്നിറങ്ങി സോഫയുടെ മൂലയിൽ ഇരുന്നു. ടീപ്പോ യിന്മേൽ വച്ച് എഴുതാൻ തുടങ്ങിയപ്പോഴും പൂച്ച അടുത്തെത്തി കടലാ സ്സിലേക്കു നോക്കി നിന്നു.

ബാലുവിനു രോഷം തോന്നി. അശ്രീകരം! എന്തു കാണാനാ നോക്കു ന്നത്?

പൂച്ച പരിഹാസത്തിലൊന്നു നോക്കി മൃദുവായി മുരണ്ടു.

സ്വീകരണമുറിയിലേക്കു നടക്കുമ്പോൾ ഒരു തീരുമാനമെടു ത്തിരുന്നു. മുൻവാതിൽ തുറന്നു വച്ചു. വന്നുകയറിയപോലെ തിരിച്ചു പോകണമെങ്കിൽ ഇതാ വഴി. മുന്നിൽ മുറ്റം. കാർ പാർക്ക്. മുറ്റത്തിന പ്പുറം മൈതാനം. മൈതാനത്തിനപ്പുറം വീടുകൾ. സ്വാതന്ത്ര്യം! നിനക്കു പോകാം.

"ഷെർലക്ക്! യു കേൻ ഗോ!"

വാതിൽക്കൽനിന്നും പുറത്തേക്കു നോക്കി ഏതാനും നിമിഷങ്ങൾ

നിന്നശേഷം പൂച്ച തിരിച്ചുവന്നു കാർപ്പെറ്റിൽ കിടന്ന് ഉരുണ്ടും മറിഞ്ഞും കളിച്ചു. പിന്നെ പാതിക്കണ്ണും തുറന്നു പരിഹാസത്തിൽ ഒന്നു നോക്കി.

അയാൾ കുളിച്ച് ഉടുപ്പുമാറ്റി പൊടിതട്ടി ഷൂസിട്ടു. മുൻവാതിലിന്റെ താക്കോൽ എടുത്തു പുറത്തേക്കു കടന്നപ്പോൾ നോക്കി. പാതിയുറക്കത്തിലെന്നപോലെ കിടക്കുകയാണു പൂച്ച.

ഗോൾഫ് കോഴ്സിന്റെ അതിർത്തിയിൽ ഇടത്തോട്ടു തിരിഞ്ഞു നടന്നു മാർക്കറ്റിന്റെ അടുത്തുവരെ എത്തി. പിന്നെ തിരിച്ചുനടന്നു. വെയിലിനു നല്ല ചൂടുണ്ടായിരുന്നു.

അയാൾ അകത്തു കയറിയപ്പോഴും പൂച്ച പഴയ സ്ഥാനത്തുതന്നെ കിടന്ന് ഉറങ്ങുകയാണ്. രാത്രി ചിക്കൻകറി വയ്ക്കാനുള്ള ശ്രമത്തിലായിരുന്നു ചേച്ചി. ഉള്ളി മുറിക്കാൻ അയാൾ സഹായിച്ചു.

"നീ എവിടെയൊക്കെ നടന്നു?"

"വെറുതെ. കുറച്ചുദൂരം."

അപ്പോഴാണ് ഒരു നടുക്കത്തോടെ ബാലു ഓർമ്മിച്ചത്. ഷെർലക്ക്. ഇവൻ വെറും പൂച്ചയല്ല. ചാരനാണ്. ചേച്ചി തനിച്ചാവുമ്പോൾ ചാരവൃത്തി നടത്താൻ ജയന്ത് പരിശീലിപ്പിച്ചതാവണം. ഇപ്പോൾ ചേച്ചിക്കുവേണ്ടിയും ചാരവൃത്തി നടത്തുന്നത് തന്റെ ഉത്തരവാദിത്വമായി ഷെർലക്ക് കരുതുന്നുണ്ട്. പുറത്തുപോയത് ചേച്ചി എങ്ങനെ മനസ്സിലാക്കി?

ചേച്ചി കാണാതെ പകയോടെ അയാൾ പൂച്ചയെ നോക്കി. ഒരു നിസ്സംഗതയോടെ പൂച്ച അതു കാണുന്നില്ലെന്ന മട്ടിൽ തല തിരിച്ചു കിടന്നു.

പൂച്ചയുടെ കണ്ണുകൾ എപ്പോഴും പിന്തുടരുന്നുണ്ട്. അടച്ചുപൂട്ടി കിടക്കുമ്പോഴും അവൻ വാതിലിനു പുറത്തുണ്ട്. ഉറക്കത്തിനിടയ്ക്ക് ഒരിക്കൽ ഞെട്ടിയുണർന്ന് കുളിമുറിയിലേക്കു പോകാൻ വാതിൽ തുറന്നപ്പോഴാണ് അതു കണ്ടുപിടിച്ചത്.

വെള്ളിയാഴ്ച രാത്രി ജയന്ത് വരുമെന്നു ചേച്ചി പറഞ്ഞു. ചേച്ചി നേരത്തേ ആഫീസിൽനിന്നു തിരിച്ചെത്തി.

"വാ, നമുക്കു മീൻ വാങ്ങാം. ജയന്തിനു നമ്മുടെ മലബാർ സ്റ്റൈൽ മീൻകറി ഇഷ്ടമാണ്. സൂപ്പർ മാർക്കറ്റു കാണാം. ഇന്ത്യക്കാർക്ക് ഇവിടത്തെ സൂപ്പർമാർക്കറ്റ് ഒരദ്ഭുതമാണ്. കാണേണ്ടതുതന്നെ."

ബാങ്കിനു പുറത്തു കാർ നിർത്തി കാർഡിട്ടു കാശെടുക്കുന്ന അദ്ഭുതം കണ്ടു. പിന്നെ സൂപ്പർമാർക്കറ്റ്. പച്ചക്കറികളും ഷെർലക്കിന്റെ ഭക്ഷണപ്പാക്കറ്റും മീനും എല്ലാം വാങ്ങിക്കഴിഞ്ഞപ്പോൾ ചേച്ചി പറഞ്ഞു: "ഒരു ബോട്ടിൽ വൈൻ വാങ്ങിക്കാം. ജയന്ത് വരുന്നതല്ലേ?"

ഒമ്പതുമണിക്കാണ് ജയന്തിന്റെ ഫ്ളൈറ്റ്. ഏഴരയ്ക്കുമുമ്പേ വെപ്പുപണിയെല്ലാം കഴിക്കാൻവേണ്ടി തിരക്കിട്ടു ജോലി ചെയ്യുമ്പോൾ ഫോൺകോൾ വന്നു.

"ഹലോ!"

പിന്നെ കുറെ നേരത്തേക്കു ചേച്ചിയുടെ ശബ്ദമില്ല. മൂളുന്നതുമാത്രം കേട്ടു. ബാലു അടുക്കളയിലേക്കു കടന്നപ്പോൾ ഫോൺ വച്ചു ചേച്ചി പതുക്കെ നടന്നു പിൻവാതിലിനു സമീപം ചെന്നു നിന്നു. പിന്നെ തിരിച്ചു വന്നു സോഫയിലിരുന്ന പറഞ്ഞു: "ജയന്ത് വരുന്നില്ല."

വൈൻകുപ്പി തുറന്ന് ഒരു ഗ്ലാസ്സിലേക്കു പകർന്ന് ചേച്ചി പറഞ്ഞു: "ഹീ ഈസ് ബിസി."

ബാലുവിനു വിളമ്പിക്കൊടുക്കുമ്പോൾ ചേച്ചി പറഞ്ഞു: "ഞാൻ പിന്നെ കഴിക്കും. ഭയങ്കര തലവേദന. നിനക്കു വേണ്ട. നിർത്തിയ സ്ഥിതിക്കു വൈനും തരുന്നില്ല."

വൈൻകുപ്പിയിൽനിന്നു പാതിയോളം കുടിച്ചു കഴിഞ്ഞശേഷം ചേച്ചി മുകളിലേക്കു പോയി. കുപ്പി കൈയിലെടുത്തിരുന്നു. ഷെർലക്ക് പിറകേ പോകാതെ അടുക്കളവാതിൽക്കൽ കിടന്നു. അവനും അസ്വസ്ഥനാണ്.

ശനിയും ഞായറും ചേച്ചി അധികസമയവും കിടപ്പുമുറിയിൽത്തന്നെ കഴിച്ചു.

ഞായറാഴ്ച കിടക്കുമ്പോൾ തീരുമാനിച്ചു. തിരിച്ചുപോക്കിന്റെ കാര്യം പറയണം. ഫെലോഷിപ്പ് എന്ന അദ്ഭുതം അടുത്തൊന്നും സംഭവിക്കുമെന്നു തോന്നുന്നില്ല. അതിനെപ്പറ്റി അന്വേഷിക്കാമെന്നു പറഞ്ഞിരുന്നത് ജയന്താണ്. കാണാത്ത ഈ അളിയൻ അകലെ സാൻഹോസെ എന്ന വിദൂര നഗരത്തിലാണ്. ഷെർലക്കിന്റെ കൂടെ എത്ര ദിവസങ്ങളാണിവിടെ കഴിയേണ്ടിവരുന്നത് എന്നറിഞ്ഞുകൂടാ. തടവ് എന്ന് കുമാരേട്ടൻ പറഞ്ഞത് വെറുതേയല്ല. ഷെർലക്ക് ഒരു കൂട്ടാവില്ലല്ലോ.

അവനെപ്പറ്റിയാണ് അപ്പോൾ ആലോചിച്ചത് എന്ന് അവനു മനസ്സിലായ ഭാവമുണ്ടായിരുന്നു മുഖത്ത്. ഉന്തി പുറത്താക്കി വാതിലടച്ചു.

രാവിലെ പോകുംമുമ്പു ചേച്ചി പറഞ്ഞു: "ശരിയാവും. ക്ഷമിക്ക്. പലരുമായി ഞാനും ബന്ധപ്പെടുന്നുണ്ട്."

തന്റെ ചിന്തകൾകൂടി വായിച്ചെടുക്കുന്നുണ്ട് ഈ ഷെർലക്ക് ഹോംസ്. എന്നിട്ടും അത് ഏതുവിധത്തിലെന്നറിയില്ല, ചേച്ചിയെ അറിയിക്കുന്നുമുണ്ട്.

കാറിന്റെയും വീടിന്റെയും അടവുകളും വീട്ടുചെലവും കഴിഞ്ഞാൽ മിച്ചം വരുന്നതു വളരെവളരെ കുറച്ചാണ്.

'നീ രക്ഷപ്പെടട്ടെ എന്നു കരുതിയാണ് പി.ടി.എ. അയച്ചു നിനക്കു ടിക്കറ്റു ശരിയാക്കിയത്. രണ്ടായിരം ഡോളർ ചെറിയ സംഖ്യയല്ല.'

ബാലു ഒന്നും മിണ്ടിയില്ല.

"നിനക്കു ഡോളർ വല്ലതും വേണോ?"

"എന്തിന്?"

"അല്ല, പുറത്തിറങ്ങണമെന്നു തോന്നുമ്പോൾ."

"വേണ്ട."

"വേനൽകഴിഞ്ഞാൽ ചെറിമരങ്ങൾ പൂക്കാൻ തുടങ്ങും. ഈ പ്രദേശമാകെ മനോഹരമാവുമപ്പോൾ. ഈ നാടിനു പേൾ ബക്ക് കൺട്രിയെന്നാണു പറയുന്നത്. പേൾ ബക്കിന്റെ സ്ഥലം കാണാൻ ഒരിക്കൽ നമുക്കു പോവാം. ജയന്ത് വരട്ടെ."

പലതും പ്ലാൻ ചെയ്തിട്ടുണ്ട്. ജയന്ത് വരാൻ കാത്തിരിക്കുകയാണു ചേച്ചി. ഓരോ വാരാന്ത്യത്തിലും നടത്താവുന്ന യാത്രകൾ, കാണാവുന്ന സ്ഥലങ്ങൾ. എല്ലാം ചേച്ചി വിശദീകരിച്ചു.

തനിച്ചിരിക്കുന്ന മടുപ്പല്ല ബാലുവേ ശല്യപ്പെടുത്തുന്നത്. സദാ തന്റെ പിറകിൽ ചുറ്റിത്തിരിയുന്ന പൂച്ചയുടെ കണ്ണുകൾ അയാളെ ഭയപ്പെടുത്തുന്നു. പക്ഷേ, ബാലു ഒന്നും പറഞ്ഞില്ല.

പൂച്ചയെ അവഗണിക്കാൻ നിശ്ചയിച്ചു. ഡയാന രാജകുമാരിയുടെ അപവാദകഥ കഴിഞ്ഞപ്പോൾ ഗ്രേറ്റാ ഗാർബോവിന്റെ ജീവചരിത്രം തുടങ്ങി. പിന്നെ ജയന്തിന്റെ ചാരകഥകളിലൊന്ന്.

പൂച്ച അകലെനിന്ന് അപ്പോഴും ശ്രദ്ധിക്കുന്നുണ്ട്. തോൽവി സമ്മതിച്ചു മാളത്തിലേക്ക് ഓടിയൊളിച്ച ഒരിഴജീവിയെ നോക്കുംപോലെയുള്ള അവജ്ഞാഭാവമാണിപ്പോൾ.

**ദി**വസങ്ങൾ കഴിഞ്ഞപ്പോൾ വൈകുന്നേരങ്ങളിൽ ചേച്ചിക്കും അധികം സംസാരിക്കാനില്ലെന്നു തോന്നി. പുതുതായി ഒന്നും ചോദിക്കാനില്ല. ആഫീസിൽ ജോലി കൂടുതൽ ഭാരമാവുന്നു എന്നൊരിക്കൽ ചേച്ചി പറഞ്ഞു. ഷെർലക്കിനെ ലാളിക്കുന്നതും വല്ലപ്പോഴുമായി. പറ്റിച്ചേർന്നു നിൽക്കാൻ ശ്രമിക്കുമ്പോഴൊക്കെ ചേച്ചി ശാസിച്ചു: 'ഔട്ട്! ഷെർലക്ക്, ഔട്ട്!'

ആഴ്ചകൾ കൃത്യമായി അറിയാം. ശനിയും ഞായറും ചേച്ചി വീട്ടിൽ ഇരിക്കുന്ന ദിവസങ്ങൾ ആണ്. തുടയ്ക്കലും അലക്കലും കാർപ്പെറ്റുകൾ വൃത്തിയാക്കലുമായി ശനിയാഴ്ച മുഴുവൻ ചേച്ചി ജോലി ചെയ്യുന്നുണ്ട്. തീയതികൾ കണക്കുകൂട്ടിയെടുക്കണം.

മറ്റൊരു വെള്ളിയാഴ്ച അടുത്തെത്തുന്നു. ബാലു ചോദിച്ചു:

"വിളിച്ചിരുന്നോ?"

"ആര്?"

"സാൻഹോസേയിൽനിന്ന്. ജയന്ത്!"

ജയന്ത് ഷിൻഡെയെ എങ്ങനെ വിളിക്കണം? ജയന്തേട്ടൻ, ജയന്ത് ദാദാ. ജീജാജി എന്നോ മറ്റോ ആണ് വടക്കേ ഇന്ത്യക്കാർ അളിയനെ വിളിക്കുന്നത്. മറാത്തികൾക്കു വേറേ പേരുണ്ടാവാം.

“ഇല്ല. വരുന്നെങ്കിൽ വിളിക്കുമെന്നാണു പറഞ്ഞത്.”

ചേച്ചി പിന്നെ പിറുപിറുത്തു: “തിരക്കു കഴിയട്ടെ.”

പകലുകളിലും ഉറങ്ങിത്തുടങ്ങിയപ്പോൾ ദിവസം നീക്കുന്നതു കുറേക്കൂടി എളുപ്പമാണെന്ന് ബാലു കണ്ടെത്തി.

നാലു ദിവസത്തിനു ശേഷം അന്നു ഷേവുചെയ്തു. വരുമ്പോൾ ഇട്ട ജീൻസും ജാക്കറ്റും ചേച്ചി ബ്രഷ്ചെയ്തു വൃത്തിയായി ഇസ്തിരിയിട്ട് ഹാംഗറിൽ തൂക്കിയിട്ടുണ്ട്. അതൊരിക്കൽക്കൂടി പുറത്തിറക്കാം. ഹീത്രോവിലെ ബ്രെയ്ക് ഫാസ്റ്റിനു ചെലവാക്കിയതു കഴിച്ചു പന്ത്രണ്ടു ഡോളർ ബാക്കിയുണ്ട് പേഴ്സിൽ.

പുറത്തിറങ്ങി നടന്നു. കുമാരേട്ടന്റെ നിഗമനം ശരിയാണ്. മനുഷ്യരെ കാണില്ല. റോഡിലൂടെ വാഹനങ്ങൾ മാത്രം പായുന്നു. റോഡു റിപ്പെയർ ചെയ്യുന്ന ഒരു സംഘം ചുവപ്പുകുപ്പായക്കാരെ കണ്ടു. പിന്നെ ഷോപ്പിങ് സെന്ററിലെത്തി. കാർപാർക്കിനടുത്തു നിന്നു പീടികകളുടെ ബോർഡുകൾ വായിച്ചു. ഭക്ഷണശാലകൾ അവിടെത്തന്നെ ഏഴെണ്ണമുണ്ട്. ടി.വി.യിൽ ഏതു ചാനലിലും കൂടുതൽ പരസ്യങ്ങൾ ഭക്ഷണസാധനങ്ങളുടെയാണ്. അമേരിക്ക വലിയൊരു വയറാണെന്നു ഡയറിയിൽ കുറിച്ചിടണമെന്നു നിശ്ചയിച്ചു.

ഒരു പാക്കറ്റു സിഗരറ്റു വാങ്ങി. അടുത്ത കട വൈൻസ്റ്റോറാണ്. അരക്കുപ്പി വോഡ്കയ്ക്ക് ഒൻപതു ഡോളർ ഇരുപത്തഞ്ചു സെന്റ് വേണ്ട. ഒരാശയം, പത്തു ഡോളർ കൂടി ചെലവഴിച്ചാൽ പിന്നെ കൈയിലൊന്നുമില്ല. ഒരു പ്രലോഭനത്തിനും അവസരമില്ല. നിർമുക്തൻ, നിത്യമുക്തൻ, പൊപ്പോവയോ സ്മിർണോഫോ വേണ്ടത്? പൊപ്പോവ ജയിച്ചു. മീർ ദ്രുഷ്ബാ!

തിരിച്ചെത്തിയപ്പോൾ ഷെർലക്ക് രോഷത്തോടെ നോക്കി മുരണ്ടു. അവന്റെ മുമ്പിൽ വോഡ്ക വച്ചു. ഗ്ലാസ്സിൽ മൂന്നിലൊന്ന് ഒഴിച്ച് ഓറഞ്ച് ജൂസും തണുത്ത വെള്ളവും ചേർത്തു. ഐസ്കട്ടകളിടാം. മാന്യമായിത്തന്നെയാവട്ടെ ഷെർലക്ക് അമ്പരപ്പോടെയാണ് എല്ലാം നോക്കുന്നത്. ഒരു കവിൾ കുടിച്ച്, കുറച്ചുകൂടി വെള്ളമൊഴിച്ചു. പൊപ്പോവയ്ക്കു നൃത്തവും സംഗീതവുമുണ്ട്.

“ഷെർലക്ക്, നിനക്കു വേണോ ഒരു തുള്ളി?”

ഷെർലക്ക് തലകുനിച്ചു നിന്നതേയുള്ളൂ. ഭക്ഷണം ചൂടാക്കാൻ സമയമായിട്ടില്ല. വാഷ്ബേസിന്റെ മുകളിലെ അലമാരയിൽനിന്ന് രണ്ടു ടിന്നുകൾ എടുത്തുവച്ചു. ഒന്നിൽ പീനട്ട്സ്, മറ്റേതിൽ ആൾമണ്ട്സ്.

ഷെർലക്കിനു കടലയും ബദാംപരിപ്പും വേണ്ട. മണപ്പിച്ചശേഷം തിരസ്കരിച്ചു. നിയമം പാലിക്കുന്നുണ്ട് പൂച്ച.

“നിനക്കു വേണോ ഒരു തുള്ളി?”

ഒരു സോസറിലേക്കു ഗ്ലാസ്സിൽനിന്ന് അല്പം ഒഴിച്ചുകൊടുത്തു മണപ്പിച്ചു സംശയിച്ച് അവസാനം ഷെർലക്ക് ഒന്നു നക്കി. പിന്നെ ഷെർലക്ക് നന്ദിപൂർവ്വം ഒന്നു മന്ദഹസിച്ചു ബാക്കി മുഴുവൻ നക്കി ക്കുടിച്ചു. വിജാഹ്ലാദത്തോടെ ബാലു ചിരിച്ചു: "നോക്ക്, നീയും നിയമം തെറ്റിച്ചിരിക്കുന്നു. അപ്പോൾ നിനക്ക് എങ്ങനെ വൈകുന്നേരം ഈ രഹസ്യം നിന്റെ യജമാനത്തിയെ അറിയിക്കാൻ പറ്റും?"

രണ്ടാമത്തെ ഗ്ലാസ്സ് ബാലു തനിയെ കുടിച്ചുതീർത്തപ്പോൾ ഷെർലക്ക് അക്ഷമയോടെ മുറുമുറുക്കാൻ തുടങ്ങി.

"ശരി, നിനക്ക് ഒരു തുള്ളി കൂടി. ഇനി ചോദിക്കരുത്."

അകത്ത് ഇളംചൂടുള്ള ഒരു സുഖകരമായ തരംഗം സഞ്ചരിക്കാൻ തുടങ്ങിയപ്പോൾ ബാലു ഷെർലക്കിന്റെ തല തടവി. എന്നിട്ടു സംസാരി ക്കാൻ തുടങ്ങി.

"എടാ ഷെർലക്ക്, നീ മലയാളം പഠിക്കണം. മ-ല-യാ-ളം. നിനക്ക് എന്റെ ഈ കൊച്ചേച്ചിയെപ്പറ്റി എന്തറിയാം. മൂക്കിലൂടെ ഇംഗ്ലീഷു പറ യുന്ന ഈ കൊച്ചേച്ചി എടുത്തുവളർത്തിയതാണെന്നെ.

നിനക്കു മനസ്സിലാവുന്നുണ്ടോ? ചിന്തകൾകൂടി വായിക്കാൻ പഠിച്ച നിനക്കു മനസ്സിലാവണം.

ഞങ്ങളുടെ പറമ്പിൽ പണ്ടു കക്കൂസുണ്ടായിരുന്നില്ല. എന്റെ കുട്ടി ക്കാലത്ത്. അന്നു പാമ്പിൻകാവിന്റെ പിറകിലെ കുന്നിൽചെരുവിൽ വെളിക്കിരിക്കാൻ പോകുമ്പോൾ ഈ കൊച്ചേച്ചിക്കു ഞാൻ കാവൽ നിൽക്കണം."

നിന്നെ ചാരവൃത്തി പഠിപ്പിച്ച ബോംബെക്കാരനുണ്ടല്ലോ. ജയന്ത് ഷിൻഡെ, ഷി...ൻഡേ. അവനോടു പറ...ഈ കൊച്ചേച്ചിയുടെ കല്യാണ ത്തിനു മുഴുവൻ കൈയുള്ള വെള്ളക്കുപ്പായവും കസവുമുണ്ടും ചന്ദന ക്കുറിയുമായി വരനും സംഘവും വന്നപ്പോൾ കുമാരേട്ടന്റെ കാല് കഴുകിയത് ഞാനാണ്. ഈ ഞാൻ!

നിനക്ക് എന്റെ ഭാഷയറിയാം. അറിയില്ലെന്നു നടിക്കുകയാണ്. ജയന്ത് ഞങ്ങളുടെ കുമാരേട്ടനെക്കാൾ കേമനാണോ?"

ബാലു വോഡ്കയുടെ കുപ്പി ഷെർലക്കിനു കാണിച്ചുകൊടുത്തു. എന്നിട്ടു ചോദിച്ചു: "ഇതെവിടെ നമ്മൾ ഒളിപ്പിക്കും മിസ്റ്റർ ഷെർലക്ക് ഹോംസ്?"

വൈകുന്നേരം നാലരയ്ക്കു മുമ്പു കോളണിയുടെ പുറത്തെ കുപ്പ ത്തൊട്ടിയിൽ എത്തിച്ചാൽ മതിയല്ലോ. ബാലു ഫ്രിഡ്ജിൽനിന്നു ചോറെടുത്തു വെള്ളം തളിച്ച് മൈക്രോവേവിൽ വച്ചു. മറ്റൊരു പാത്ര ത്തിൽ മുമ്പേതോ ദിവസം വച്ച ചിക്കൻ കറിയും.

എന്നിട്ട് ഒരല്പംകൂടി സോസറിലേക്ക് ഒഴിച്ചുകൊടുത്തു ഗ്ലാസ്സിലെ ബാക്കി സ്വാദോടെ പതുക്കെപ്പതുക്കെ കുടിച്ചു. തീർത്തില്ല.

ചൂടാക്കിയ ചോറും കറിയും പ്ലെയിറ്റിൽ വിളമ്പിവച്ചു. എന്നിട്ടു പറഞ്ഞു: "ഷെർലക്ക്, നമ്മളൊരുമിച്ചാണ് ഇന്ന് ലഞ്ച്! എല്ലാ കണക്കുകളും നമുക്കിന്നു പറഞ്ഞുതീർക്കണം."

ഒരു തട്ടിൽ ചോറിട്ട് ഷെർലക്കിന്റെ മുമ്പിൽ വച്ചു പറഞ്ഞു:

"തിന്നുനോക്ക്. ഇന്ത്യ, ചൈന, ജപ്പാൻ, തായ്‌ലൻഡ്, ബർമ്മ-അമേരിക്കയുടെ പുറത്ത് അനേകം നാടുകളുണ്ട്. അവിടത്തെ മനുഷ്യർ തിന്നുന്നതാണിത്. പൂച്ചകളും. അതുകൊണ്ട് ഇന്ത്യക്കാർ വളർത്തുന്ന പൂച്ചയ്ക്കും തിന്നാം. ചോറ്... ചോറിനുവേണ്ടിയാണ് ഇന്ത്യക്കാരൻ ദൈവത്തോടു പ്രാർത്ഥിക്കുന്നത്. അറിയുമോ?"

ഷെർലക്കിന്റെ നോട്ടം ഗ്ലാസ്സിലായിരുന്നു.

ബാലു ചിരിച്ചു. "അവസാനത്തെ തുള്ളികൾ നമുക്കു പപ്പാതി. ഭാഗ്യത്തിന്റെ തുള്ളികൾ എന്നു ഞങ്ങൾ ഞങ്ങളുടെ ചാരായക്കടകളിൽ പറയും. ചോറുണ്ണുമെന്ന കരാറിലാണിതു തരുന്നത്. ഷെർലക്ക്!"

ഷെർലക്ക് പതുക്കെ ചിരിച്ചു. ബാലുവും.

"നിനക്കും കൈക്കൂലിയുടെ സ്വാദ് കിട്ടിക്കഴിഞ്ഞു. അതാണ് ഞങ്ങൾ ഇന്ത്യാക്കാരുടെ മിടുക്ക്!"

അപ്പോൾ അമേരിക്കയിൽ ഒരദ്ഭുതം നടന്നു. ഷെർലക്ക് ഒരു സൂത്രച്ചിരിയോടെ ചോറുണ്ണാൻ തുടങ്ങി. സ്വാദോടുകൂടിത്തന്നെ.

പാത്രംകഴുകി വൃത്തിയാക്കി ബാലു ഒരു സിഗരറ്റു കത്തിച്ചു. ഷെർലക്കിനു കൊടുത്ത വോഡ്കയുടെ വിഹിതം കൂടുതലായിരുന്നു എന്നു തോന്നി. അമേരിക്കക്കാരുടെ അരക്കുപ്പിയെന്നാൽ ഇന്ത്യൻ അളവിനേക്കാൾ കുറവായിരിക്കണം. എത്ര വേഗത്തിലാണു തീർന്നത്?

ലോഹ്യംകൂടി പൊപ്പോവയെ പങ്കുപറ്റാൻ വന്ന ഷെർലക്കിനോടു പെട്ടെന്നു രോഷം തോന്നി.

"വാ വാ, നീ പുറത്തെ ലോകമൊക്കെ ഒന്നു കണ്ടിട്ട്, തിരിച്ചുവാ."

മുൻവാതിൽ തുറന്നുവച്ച് വിളിച്ചു. പക്ഷേ, ഷെർലക്ക് വന്നില്ല. അവനെ സ്നേഹം ഭാവിച്ചു തൊട്ടുതടവി. പിന്നെ പൊക്കിയെടുത്തു വാതിൽക്കലേക്കു കൊണ്ടുപോവാൻ ഭാവിച്ചപ്പോൾ പിടഞ്ഞുമാറി. ക്രുദ്ധനായി, തൊണ്ടയിൽ ഞെരിഞ്ഞമരുന്ന ഒരു മുരളലോടെ നിൽക്കുന്ന പൂച്ച.

"ഷെർലക്ക്... ഞാനല്ലെടാ മോനേ!" അയാൾ വീണ്ടും അടുത്തപ്പോൾ മുൻകാലുകൾ ഉയർത്തി ചീറിക്കൊണ്ട് ഷെർലക്ക് ഒരു പോരിനു തയ്യാറായ പോലെ നിന്നു. അപ്പോഴാണ് ഒരു നടുക്കത്തോടെ, കാണുന്നത്, ഷെർലക്കിന്റെ കാലുകൾ നാലിലും നീണ്ടു കൂർത്ത നഖങ്ങൾ!

അമ്പരന്നുനിൽക്കുന്ന ബാലു പിന്നെ തളർന്നു, അവജ്ഞയോടെ ഒന്നു നോക്കി, നഖങ്ങൾ പിൻവലിച്ചു പതുക്കെപ്പതുക്കെ പൂച്ച മുകളിലേക്കു കയറിപ്പോയി.

അയാൾ പിന്നെ സ്വന്തം മുറിയിലെത്തി കിടന്നപ്പോൾ പൂച്ച വീണ്ടും കടന്നുവന്നു. ഒരു പരസ്പരധാരണയിലെത്തിയപോലെ മന്ദഹസിച്ചു. മെത്തയിലേക്കു കയറിയ ഷെർലക്ക് അടുത്തുകിടന്നപ്പോൾ ബാലു ചിരിച്ചു. നഖമൊളിപ്പിച്ചുവച്ച അവന്റെ കാലുകൾ തടവി. കഴുത്തു തടവി. അപ്പോൾ മുറിയിൽ ഒരു ചിരി മുഴങ്ങി.

ആരാണു ചിരിച്ചത്? ഷെർലക്ക്, നീയോ ഞാനോ?

അയാൾ എഴുന്നേൽക്കാൻ ശ്രമിച്ചു. പൂച്ച തടഞ്ഞുകൊണ്ടു നെഞ്ചി ലേക്ക് ഒരു കാൽകയറ്റിവച്ച്, മെത്തയിലേക്ക് അമർത്തി, പിറുപിറുത്തു.

"ഉറങ്ങ്, സുഖമായി ഉറങ്ങ്."

നെഞ്ചിൽ തടവി ആശ്വസിപ്പിക്കുകയാണ് ഷെർലക്ക്. പരമരഹസ്യം പോല ചെവിയിൽ പിറുപിറുക്കുന്നു: "ഞാനിവിടെയുണ്ട്, പേടിക്കാതെ ഉറങ്ങ്."

അപ്പോൾ അയാൾക്ക് ഉറക്കെ കരയണമെന്നു തോന്നി. അതിനു കഴി യാതെ വന്നപ്പോൾ വിതുമ്പിക്കൊണ്ടു കണ്ണടച്ചു.

■

## കൽപ്പാന്തം

വാതിൽ തുറന്നുവച്ചത് നന്നായി. ഇനിയും ആളുകൾ വരും. ഞായ റാഴ്ചയായതുകൊണ്ട് ആളുകൾക്ക് സൗകര്യമായി. വരൂ, ഉള്ള സ്ഥലത്ത് എല്ലാവരും ഇരിക്കൂ. മഴ നിന്നുവെങ്കിലും റോഡുകളിലൊക്കെ വെള്ളം കെട്ടിനിൽക്കുന്നുവെന്ന് വിവേക്ജോഷി. മുപ്പതുകൊല്ലത്തെ പഴക്കമുള്ള ആ കാറിൽ സ്വതവേതന്നെ ഉറുമ്പരിക്കുന്ന വേഗത്തിലേ ജോഷിമാമയും കുടുംബവും നീങ്ങുകയുള്ളൂ.

ഇപ്പോൾ ഒരു സംഘവും കൂടി വന്നിരിക്കുന്നു. അന്ധേരിയിൽനിന്ന് രമേഷിന്റെ കുടുംബം. ആദ്യമേ എത്തിയ രമേഷ് പുറത്തെന്തൊക്കെയോ ഒരുക്കങ്ങൾ ചെയ്യാൻ പോയിരിക്കുകയാണ്.

ഭാസ്കരേട്ടൻ സോഫയിൽ നെറ്റിയിൽ വിരലോടിച്ച് പകുതി കണ്ണടച്ചി രിക്കുന്നു. ചിലർ ചുമലിൽ കൈവച്ച് സമാധാനിപ്പിക്കാൻ എന്തൊ ക്കെയോ പിറുപിറുക്കുന്നുണ്ട്. അകത്ത് ആളുകൾ കൂടിയപ്പോൾ ചിലർ വാതിൽ പുറത്തുനിന്നു. ഈ മാതിരി സന്ദർഭങ്ങളിലാണ് ചെറിയ മുറ്റവും മതിലിനും വീടിനുമിടയ്ക്കുള്ള അല്പം സ്ഥലവും ഉപകാരമാ വുന്നത്.

ഇനിയും ആളുകൾ വരും. ഭാസ്കരേട്ടൻ നാല്പതുവർഷം ജീവിച്ച നഗരമാണ്. ധാരാളം സുഹൃത്തുക്കളും പരിചയക്കാരുമുണ്ട്.

നഗരത്തിലുണ്ടായ അകാലവർഷവും പ്രളയവും വരുന്നവർക്ക് ഒരു സംഭാഷണവിഷയമായിത്തീർന്നു. ദാദറിൽ വെള്ളിയാഴ്ച വൈകു ന്നേരം കാറിനകത്ത് കുടുങ്ങിയപ്പോൾ ഒരാൾ താനനുഭവിച്ച കഷ്ടപ്പാട് വിവരിച്ചു. മുന്നിലും പിന്നിലും വെള്ളത്തിൽ നീങ്ങാനാവാതെ നിന്നു പോയ നൂറുകണക്കിന് കാറുകൾ.

"അവസാനം ഞാനെന്ത് ചെയ്തു എന്നല്ലേ? മുമ്പോട്ടും പിമ്പോട്ടും നോക്കാതെ ഡോർ തുറന്നുവച്ച് മൂത്രമൊഴിച്ചു. അല്ലാതെന്തു ചെയ്യും?"

ഭോസ്ലേ സാഹിബിന്റെ സാഹസം കേട്ട് ആരോ രണ്ടുമൂന്നുപേർ മാത്രം ചിരിച്ചു.

കുട്ടികളെ അറിയിച്ചോ? പുതുതായി വന്ന ഒരാൾ മുമ്പേ പലരും ചോദിച്ച കാര്യം തന്നെ ചോദിക്കുന്നു.

"അവർ വരുന്നതുവരെ കാത്തിരിക്കാനാവില്ല. പെട്ടെന്ന് വരാനും അവർക്ക് പ്രയാസം. ഞാൻ സംസാരിച്ചു." നഗരത്തിൽ പത്തുവർഷം മുമ്പു മൂന്നുദിവസം അതിവർഷമുണ്ടായി. നൂറ്റാണ്ടിൽ ഉണ്ടായ ഏറ്റവും കനത്ത മഴയെന്നൊക്കെ പത്രക്കാർ കണക്കുകൂട്ടി. എഴുതിയിരുന്നു. മഴയുടെ കണക്ക് ഇക്കുറി ആരും പറഞ്ഞില്ല. പക്ഷേ, നഗരത്തിന്റെ പല ഭാഗവും വെള്ളത്തിൽ മുങ്ങിയത് ഇക്കുറിയാണ്.

മഴ തുടങ്ങിയത് വ്യാഴാഴ്ച രാത്രിയിലായിരുന്നു. നിർത്താതെ പെയ്യുന്ന മഴയുടെ ശബ്ദം കേട്ടുകൊണ്ടാണ് ഞാൻ ഉണർന്നത്. രണ്ടു മണിക്ക് ഒന്നുണരുന്നത് കുറേകാലമായി പതിവായിരുന്നു. കുറച്ചു വെള്ളം കുടിച്ച് കുളിമുറിയിൽ പോയിവന്ന് വീണ്ടും കിടക്കും. പിന്നെ ഉണരുന്നത് അഞ്ചരയ്ക്ക് പാൽക്കാരൻ ബെല്ലടിക്കുമ്പോൾ. കിടക്കുമ്പോൾ തുടങ്ങിയ മഴ തുടരുകയാണല്ലോ എന്നാലോചിക്കുമ്പാഴാണ് കണ്ടത്. കൊതുക് കയറാതിരിക്കാൻ അടിച്ച കമ്പിവലയുടെ കീറിയ മൂലയിലൂടെ അകത്തേക്ക് വെള്ളം തെറിച്ചുകൊണ്ടേയിരിക്കുന്നു.

ഭാസ്കരേട്ടൻ ഉറക്കത്തിലൊന്ന് ഞരങ്ങി.

"ഭയങ്കര മഴ. അകത്തേക്ക് വെള്ളമടിക്കുന്നുണ്ട്."

ഭാസ്കരേട്ടൻ കേട്ടുവോ ആവോ!

പ്ലാസ്റ്റിക് കർട്ടൻ നീക്കി, കമ്പിവലയ്ക്കുമുന്നിൽ അമർത്തിനിർത്തി വെള്ളം തടയാൻ ഒരു ശ്രമം നടത്തി നോക്കി.

"വരൂ വരൂ, ഉള്ള സ്ഥലത്ത് എല്ലാവരും ഇരിക്കൂ."

ഇപ്പോൾ കുടുംബസുഹൃത്തായ രമേഷ് ആതിഥേയന്റെ ചുമതല ഏറ്റെടുത്തിരിക്കുന്നു. രമേഷ് വന്നതുകൊണ്ട് കാദിരി സാഹിബും ജോഷിയമ്മാവനും വാതിലിനു പുറത്തേക്കു കടന്നു. ആതിഥേയനായി അഭിനയിക്കാനും ഭാരമുണ്ട്. പ്രത്യേകിച്ചും ഇത്തരം സന്ദർഭങ്ങളിൽ. സംഭാഷണത്തിന് വിഷയമില്ലാതെ വരുന്നതും ഒരു പ്രയാസമാണ്. നഗരത്തിലെ പ്രളയം ഇന്നു വലിയ ഉപകാരമായിരിക്കുന്നു. ഒരു മലബാറി ചായക്കടക്കാരൻ ദാദറിൽ വാഹനങ്ങളിൽ കുടുങ്ങിയവർക്ക് കാശു വാങ്ങാതെ ചായ വിതരണം ചെയ്തത് വലിയൊരു വിഷയമായി.

"ഉള്ള സ്ഥലത്ത് ഇരിക്കൂ. ദാ ഇങ്ങോട്ടിരിക്കൂ."

പതിനൊന്നുവർഷം മുമ്പാണ് ഇവിടെ ഇതിലേറെ ആളുകൾ വന്നത്. ഓർമ്മയില്ലേ? നിങ്ങളിൽ പലരുമുണ്ട്. അന്നും നേതൃത്വം രമേഷാണ് ഏറ്റെടുത്തത്. ഞങ്ങളുടെ വിവാഹത്തിന്റെ 25-ാം വാർഷികം. സിൽവർ വെഡ്ഡിങ്ങ് ആഘോഷിക്കണമെന്നത് കുട്ടികളുടെ നിർബന്ധമായിരുന്നു. ഭക്ഷണം കോളനിയുടെ ക്ലബ് ഹാളിലായിരുന്നു. കോക്ക്ടെയിലിനു പുറത്തൊരു ഷാമിയാനയും കൂടി ഒരുക്കി. നൂറുപേർക്കാണ് ഭക്ഷണം പറഞ്ഞിരിക്കുന്നത്. നൂറ്റിനാല്പത്തൊന്നുപേർ വന്നിരുന്നുവെന്ന് പിന്നീട് കുട്ടികൾ കണക്കാക്കി.

"നോക്കൂ, മനസ്സില്ലാമനസ്സോടെയാണ് ഞാൻ മൊബൈൽഫോൺ വാങ്ങിയത്. എന്നെ ആ സെയിൽസ്മാൻ അടിച്ചേല്പിച്ചതാണ്. സത്യ ത്തിൽ അതിന്റെ ഉപകാരം ഈ വെള്ളപ്പൊക്കത്തിലാണ് അറിഞ്ഞത്. വഴിയിൽ കുടുങ്ങിയ പലർക്കും എന്റെ ഫോൺ ഉപകാരമായി."

റിട്ടയർ ചെയ്ത ശേഷം കെട്ടിടംപണിയുടെ കരാറിന് കമ്പനി തുട ങ്ങിയ ഗംഗാറാമിന്റെ ശബ്ദമാണത്.

വെള്ളിയാഴ്ച കാലത്ത് പതിവുപോലെ ഞാൻ എഴുന്നേറ്റപ്പോഴും പുറത്ത് മഴ നിന്നിട്ടില്ലെന്ന് കണ്ടു. രാത്രിയാരംഭിച്ച ഈ മഴ പ്രളയ മുണ്ടാക്കുമെന്നൊന്നും അപ്പോൾ ആലോചിച്ചതല്ല.

മുൻവാതിലിനു പുറത്തെ പ്ലാസ്റ്റിക് സഞ്ചികളിൽ പത്രങ്ങളില്ല. പാൽപാക്കറ്റുകളില്ല. ചെറിയ കോലായയ്ക്ക് താഴെ വെള്ളം തളം കെട്ടി നിന്നു. ഓടകൾ കവിഞ്ഞൊഴുകിയതു കൊണ്ടാകണം വായുവിൽ ഒരു ദുർഗന്ധം.

വാതിലടച്ച് തിരിഞ്ഞപ്പോൾ വാഷ്ബെയ്സിന് മുമ്പിലെ ലൈറ്റിട്ട് ഭാസ്കരേട്ടൻ ഷേവു ചെയ്യാൻ തുടങ്ങുന്നു.

"ഉം, നേർത്തെ?"

"പോവാനുണ്ട്."

"ഈ മഴയത്തോ? എവടയ്ക്കാ?"

മിൽക്ക് കുക്കറിന്റെ ചൂളംവിളി കേട്ടാണ് സാധാരണ ഭാസ്കരേട്ടൻ ഉണരുക പതിവ്. പിന്നെ ഒന്നിന് പുറകെ ഒന്നായി രണ്ടുകപ്പ് ചായ, വിസ്തരിച്ചു മൂന്നു പത്രങ്ങൾ വായന, ഫോൺകോളുകൾ. ഒമ്പതിനാണ് കുളിമുറിയിൽ കയറുക പതിവ്. എല്ലാറ്റിനും കൃത്യസമയമുണ്ട്. മുമ്പ് മോണിംഗ് ഫ്ളൈറ്റിന് വല്ലപ്പോഴും പോകേണ്ടി വരുമ്പോഴേ ദിനചര്യ തെറ്റാറുള്ളൂ.

ചെറിയ പത്രത്തിന്റെ പരസ്യവിഭാഗത്തിന്റെ മേൽനോട്ടം ഏറ്റെടു ത്തത് നാലുകൊല്ലം മുമ്പാണ്. വലിയ പരസ്യക്കമ്പനിയുടെ മാനേജരാ യിരുന്ന ആളാണ്. പിരിഞ്ഞശേഷം രണ്ടുകൊല്ലം വെറുതെ ഇരുന്നു. ആപ്പീസുകാരും ഡ്രൈവറും സ്വന്തം വാഹനം പോലെ. ആഴ്ചയിൽ ഒന്നോ രണ്ടോ ഡിന്നറുകൾ. ദീപാവലിക്ക് വീട്ടിൽ നിറയെ സമ്മാന പ്പൊതികൾ. വലിയ ബോണസ്.

"ഈ ചെറിയ പത്രത്തിലെ പണിക്ക് പോണോ?"

എനിക്കു സംശയം തോന്നിയതാണ്.

"അവരെ കുറച്ചുകാലം സഹായിക്കാമെന്നു പറഞ്ഞു. ഒരു കൊല്ലം നോക്കട്ടെ."

ഒരുകൊല്ലം നാലുകൊല്ലമായിരിക്കുന്നു. അവരെന്തുതരുമെന്നു ചോദിച്ചില്ല. വരുമാനത്തിന്റെ കണക്കു പറയാറില്ല. വിവാഹം കഴിച്ച

കാലത്ത് ചോദിക്കാതെ തന്നെ എല്ലാം പറയുമായിരുന്നു. "ഇത്രയേ കയ്യിൽ കിട്ടൂ. അതിലൊതുങ്ങി ജീവിക്കേണ്ടിവരും."

"സാരല്യ. എനിക്ക് മുന്നൂറിനടുത്ത് കിട്ടണ്ണ്ടല്ലോ."

"വേണ്ട."

"ഏ്......"

"ഇനി പണിക്കു പോണ്ട. അതില്ലാതെ കഴിയാം. കഴിയണം."

തർക്കിച്ചില്ല. ഒറ്റമുറി ഫ്ളാറ്റിൽ ഒതുങ്ങിക്കൂടാൻ ഒരു പ്രയാസവുമുണ്ടായില്ല.

നഗരത്തിൽനിന്ന് ഒരു മണിക്കൂർ യാത്ര ചെയ്യേണ്ട ദൂരത്തിൽ ഈ കോളനിയെപ്പറ്റി ശാന്താഭട്ടും ചന്ദ്രികാപട്ടേലും പറഞ്ഞാണ് അറിഞ്ഞത്. അവരുടെ ഭർത്താക്കന്മാർ ബുക്ക് ചെയ്തുകഴിഞ്ഞു. സംശയിച്ചു സംശയിച്ചാണ് പറഞ്ഞത്.

മറുപടി ഉണ്ടായില്ല.

"പറ്റുമെങ്കിൽ ആലോചിച്ചാൽ മതി. രണ്ടു കുട്ടികൾ വളരുകയാണ്."

നാട്ടിലെ ഭാഗം കഴിഞ്ഞപ്പോൾ എന്തൊക്കയോ ഒപ്പിട്ടുവാങ്ങി ജ്യേഷ്ഠത്തി പതിനായിരം ഉറുപ്പിക തന്നതിന്റെ ധൈര്യം ബാങ്കിലുണ്ട്.

ഒന്നും പറഞ്ഞില്ല. വർഷങ്ങൾ കഴിയുംതോറും വീട്ടിലെ സംഭാഷണങ്ങൾ കുറഞ്ഞുവന്നു. പക്ഷേ, മറ്റു വീടുകളിൽ ഭക്ഷണത്തിനു പോകുമ്പോൾ ഭാസ്കരേട്ടൻ ധാരാളം സംസാരിക്കും. തമാശകൾ പറയും. എന്നെ 'ഹോം ഡിപ്പാർട്ട്മെന്റ്', 'ബോസ്' തുടങ്ങിയ പരാമർശങ്ങളിലൂടെ കൂട്ടുകാരുടെ മുന്നിൽവച്ച് പരിഹസിക്കും. എനിക്കും രസം തോന്നുന്ന സ്നേഹം കലർന്ന പരിഹാസം.

ഈ വീട് നാട്ടിൽ പറയാറുള്ളതുപോലെ രാശിയുള്ളതാണ്. കമ്പനി മാറിയതും പദവികൾ ഉയർന്നതും ഇവിടെ വന്ന മുതൽക്കാണെന്നു ഞാൻ വിശ്വസിക്കുന്നു. ഇതിന്റെ തുടക്കം വെള്ളിനേഴിയിലെ ഒരവകാശത്തിന്റെ പതിനായിരം ഉറുപ്പികയാണെന്ന് സ്വകാര്യമായി ഞാൻ അഹങ്കരിക്കാറുണ്ട്. ആരോടും പറയില്ലെങ്കിലും.

കുട്ടികളുടെ വിവാഹം കഴിഞ്ഞുപോയപ്പോൾ വീട്ടിൽ ശബ്ദം തന്നെ അപൂർവമായി. രണ്ടുകൊല്ലത്തിലൊരിക്കൽ അവർ വരുമ്പോൾ ഒരാഴ്ചയിലേറെ നിൽക്കാറില്ല. ഒരു മാസത്തെ തിരക്കിട്ട പരിപാടികളുമായിട്ടാണല്ലോ അവർ വരുന്നതുതന്നെ.

മക്കളുടെ കല്യാണങ്ങളുടെ തലേന്ന് വന്നതിലേറെ ആളുകൾ സിൽവർ വെഡ്ഡിംഗിനുണ്ടായിരുന്നു. അന്നത്തെ അനുമോദന പ്രസംഗങ്ങൾ കേൾക്കേണ്ടതായിരുന്നു. ഭാസ്കരേട്ടന്റെ ഔദ്യോഗിക വിജയത്തിനു പിന്നിലെ ശക്തി.... നിശ്ശബ്ദസേവനത്തിന്റെ പ്രതീകം. എന്താ പറഞ്ഞ വാക്ക്? മൂന്നും നാലും ഗ്ലാസ്സുകൾ ഒഴിഞ്ഞ ശേഷം മൈക്കും

കയ്യിൽ കിട്ടിയാൽ ഭംഗിവാക്കുകൾക്ക് വല്ല ലോഭവുമുണ്ടോ? എന്നാലും മനസ്സുനിറഞ്ഞ ഒരാഘോഷമായിരുന്നു.

കോക്ക്ടെയിൽ സൽക്കാരത്തിനിടയ്ക്കും ഭാസ്കരേട്ടൻ എന്നും മിതത്വം പാലിക്കും. ആദ്യം കയ്യിൽ വന്ന ഗ്ലാസ് അവസാനം വരെ കൊണ്ടു നടന്നത് എനിക്കേ അറിയൂ. പക്ഷേ, ആചാരങ്ങളിലും ഉപചാരങ്ങളിലും ഒന്നും വീഴ്ചവരുത്തില്ല. ചിരിയും ഫലിതവും വേണ്ടത്ര. ഒന്നരക്കൊല്ലം ലണ്ടനിൽ ജോലി ചെയ്തിട്ടുണ്ട്, ആരംഭകാലത്ത്. പെരുമാറ്റച്ചിട്ടകൾ അപ്പോൾ കിട്ടിയതാണെന്ന് ഭാസ്കരേട്ടന്റെ ചങ്ങാതിമാർ പറയാറുണ്ട്.

വിവാഹത്തിന് മുമ്പുള്ള ഒരു വർഷം, അക്കാലത്ത് ഭാസ്കരേട്ടൻ ഒരുപാട് സംസാരിച്ചിരുന്നു. ആപ്പീസിലേക്ക് കൃത്യസമയത്ത് ഒരു വിളി. പുറത്തു കടക്കുന്ന സമയം ഉറപ്പിക്കാനാണ്. അതിനഞ്ചു മിനുട്ടെങ്കിലും മുമ്പേ ബേർസ് ഏന്റ് കമ്പനിയുടെ മുമ്പിലെ ബസ്സ്റ്റോപ്പിൽ എത്തിയിരിക്കും. ഇപ്പോൾ വാക്കിന് വല്ലാത്ത പിശുക്കു കാണിക്കുന്ന ഈ മനുഷ്യന്റെ നിർത്താത്ത സംഭാഷണം കേൾക്കാൻ കൊതിയായിരുന്നു. സന്ധ്യയ്ക്ക് ഹോസ്റ്റൽ ഗെയ്റ്റിൽ നിന്ന് യാത്ര പറയും മുമ്പുള്ള രണ്ടു മണിക്കൂറിനിടയ്ക്ക് എത്രതവണയാണ് പൊട്ടിച്ചിരിച്ചിരുന്നത്!

എന്റെ അറുപതാം പിറന്നാൾ ആഘോഷിക്കണമെന്ന് കുട്ടികൾക്കുണ്ടായിരുന്നു. ഞാൻ ഒഴിഞ്ഞു മാറി. ഭാസ്കരേട്ടൻ വേണമെന്നോ വേണ്ടെന്നോ പറഞ്ഞില്ല.

പാൽക്കാരൻ വരാത്തതുകൊണ്ട് ഞാൻ വേഗത്തിൽ കടുംചായയുണ്ടാക്കി.

"എങ്ങോട്ടാണ്?"

പതിവിന് വിപരീതമായി ജീൻസിട്ടാണ് പുറത്തുവന്നത്. കയ്യിൽ ചെറിയ യാത്രയ്ക്കുള്ള ബാഗ്.

ഞാൻ ചിരിച്ചു:

"ജീൻസോ."

അതിഷ്ടമായില്ലെന്നു തോന്നി.

"എന്താ പാടില്ലെന്നുണ്ടോ?"

"അതല്ല. എങ്ങട്ടാ യാത്ര?"

"പൂനയ്ക്ക്."

"അയ്യോ എന്നോട് ഇന്നലെ പറഞ്ഞിട്ടില്ലല്ലോ. പൂനയ്ക്ക് വരാൻ സരോജ എന്നും പറയാറുള്ളതാണ്."

മുമ്പ് മാട്ടുംഗയിലെ ഒറ്റമുറി ഫ്ളാറ്റിൽ താമസിക്കുന്ന കാലത്ത് അയൽക്കാരായിരുന്നു നമ്പ്യാരും സരോജയും.

"ഞാൻ അപ്പീസ് കാര്യത്തിനാണ്."

പത്രത്തിന്റെ എന്തോ ആവശ്യത്തിനായി ആറുമാസം മുമ്പ് അഹമ്മദാബാദിൽ പോയി വന്നപ്പോഴാണ് ഈ ജീൻസ് പെട്ടിയിൽ കണ്ടത്. അതു ഭദ്രമായി വാർഡ്റോബിൽ വയ്ക്കുമ്പോൾ ഞാൻ ശ്രദ്ധിച്ചു, പതുക്കെ ഒന്ന് ചിരിക്കുകയും ചെയ്തു.

"പഴയ ഒരു ഫ്രണ്ടിന്റെ മകനെ കണ്ടു. കമ്പ്യൂട്ടർ എഞ്ചിനീയർ. അവൻ നിർബ്ബന്ധിച്ചു വാങ്ങിത്തന്നു."

"ഏത് ഫ്രണ്ട്? അവിടെ നമ്മുടെ പഴയ ആളുകൾ ആരൊക്കെയാ ഉള്ളത്?"

അതിന് മറുപടിയൊന്നും പറഞ്ഞില്ല. പുറത്തു മഴയ്ക്ക് ഏറ്റക്കുറച്ചിലൊന്നുമില്ല.

"ഭയങ്കര മഴ."

"കാറു വരും."

ഭാസ്കരേട്ടൻ ഗെയ്റ്റിലേക്ക് നോക്കിക്കൊണ്ടുവന്നു.

"ബ്രെയ്ക്ക് ഫാസ്റ്റ് എടുക്കട്ടെ? വേഗം ടോസ്റ്റുണ്ടാക്കാം."

ഞങ്ങൾ ആപ്പീസിൽ നിന്ന് മൂന്നാലാളുകളുണ്ട്. ലോനാവാലയിൽ ബ്രെയ്ക്ക്ഫാസ്റ്റ് ഏർപ്പാട് ചെയ്തിട്ടുണ്ട്.

ഗെയ്റ്റ് കടന്നുവരുന്ന പ്രൈവറ്റ് ടാക്സിക്കാരൻ വീട്ടുനമ്പറുകൾ മഴയത്തു കണ്ടുപിടിക്കാൻ നോക്കുമ്പോൾ ഭാസ്കരേട്ടൻ കൈ കാണിച്ചു. വരാന്തയുടെ താഴെ നിർത്തിയ കാറിനടുത്തേക്കു നടക്കുമ്പോൾ ഞാൻ പറഞ്ഞു:

"നിൽക്കൂ, കൊട കൊണ്ടരാം."

അതിന് കാത്തുനിന്നില്ല. കാറിൽ കയറുന്നതിനിടയ്ക്ക് ശരിക്കും നനഞ്ഞിരിക്കുന്നു.

എപ്പോൾ മടങ്ങും എന്നു ചോദിക്കാൻ ഭാവിച്ചപ്പോഴേക്കും കാറു വിട്ടു കഴിഞ്ഞു.

പാൽക്കാരൻ പ്ലാസ്റ്റിക് ഷീറ്റുകൊണ്ടു തലമുടി, ആകെ നനഞ്ഞു സൈക്കിളിൽ വന്നിറങ്ങി.

"വല്ലാത്ത മഴ. ശരിക്കു പ്രളയം വരുന്ന ലക്ഷണംണ്ട്."

അടിച്ചുവാരുകയും പാത്രം തേക്കുകയും ചെയ്യുന്ന ബായി വന്നിട്ടില്ല. ഈ പെരുമഴയത്തു വരുമെന്നു തോന്നുന്നില്ല.

കിടപ്പുമുറിയിൽ കട്ടിലിന് താഴെ വെള്ളമാണ്. മഴയ്ക്ക് അല്പം കുറവുണ്ടെന്നുതോന്നിയ ശേഷമാണ് കുളിമുറിയിൽ കയറിയത്. കുളി കഴിഞ്ഞു വന്നു ചുമരിലെ സ്റ്റാൻഡിൽ ഗുരുവായൂരപ്പന്റെ ചിത്രത്തിനു മുമ്പിലെ ചെറിയ ഓട്ടുവിളക്കിലെ തിരിമാറ്റി, കത്തിച്ചു. തൊഴുതു. മനസ്സിൽ പതിവുപോലെ നാമം ജപിച്ചു. മാട്ടുംഗയിലെ ഫ്ളാറ്റിൽ താമസം

തുടങ്ങുമ്പോൾ വാങ്ങിയതാണ് ഈ ചിത്രവും നിലവിളക്കും. ചെറിയ മുറി പൂജാമുറിയാക്കാമെന്നു കരുതിയതായിരുന്നു. വാസന്തിക്ക് ഒറ്റമുറി വേണമെന്ന് ശാഠ്യം പിടിച്ചപ്പോൾ പടവും വിളക്കും ഭസ്മത്തട്ടും ചുവരി ലേക്ക് മാറ്റി.

ഡ്രോയിംഗ് റൂമിലെത്തിയപ്പോൾ ജനാലയിലൂടെ കണ്ടു, മഴ കൂടി യിരിക്കുന്നു. ഇപ്പോൾ മഴ ആരവത്തോടെയാണ് പെയ്യുന്നത്.

പതിവുപോലെയായിരുന്നെങ്കിൽ റവ കൊണ്ട് ഉപ്പുമാവുണ്ടാക്കി ഒരു ചട്ടിണിയാക്കാമെന്നു വച്ചതാണ്. ഒരുത്സാഹം തോന്നിയില്ല. റൊട്ടി മുറിച്ച് മൂന്നു കഷണം തിന്നു.

പ്രമേഹത്തിന്റെ സൂചന തുടങ്ങിയപ്പോൾ മുതൽ ഭക്ഷണം കുറച്ചി രിക്കയാണ്. തിങ്കളാഴ്ച ഒന്നും കഴിക്കാറില്ല പകൽ. നെടുമംഗല്യത്തിനു നല്ലതാണ് തിങ്കളാഴ്ച നോൽമ്പെന്ന് നാട്ടിൽ പറയും. ഭാഗ്യത്തിന് ഭാസ്ക രേട്ടന് ഒരസുഖവുമില്ല. ഭക്ഷണത്തിലെ ചിട്ടയും അരഗുളികയും മതി യെന്നു ഡോക്ടർ നാഡ്കർണി. ഒരിക്കൽ ഭാസ്കരേട്ടൻ കൂടെ വന്നി രുന്നു. ഒന്നു പരിശോധിക്കാം. ബ്ലഡ്പ്രഷറും മറ്റും ഒന്ന് നോക്കാമെന്നു ഡോക്ടർ.

"എനിക്കൊരു അസുഖവുമില്ല ഡോക്ടർ."

എന്നാലും നോക്കരുതേ എന്നു ഞാൻ പതുക്കെ മലയാളത്തിൽ പിറു പിറുത്തു.

"എന്തിന്?"

പെട്ടെന്ന് മുഖത്ത് ദേഷ്യം പടർന്നു. ഇടയ്ക്കിടെ ചെറിയ കാര്യ ത്തിനൊക്കെ ദേഷ്യം പിടിക്കുന്നതുകൊണ്ടു തന്നെയാണ് ഡോക്ടർ പരിശോധിച്ചാൽ തെറ്റില്ലെന്ന് തോന്നിയതെന്ന് മനസ്സിൽ മാത്രം പറഞ്ഞു.

കുട്ടികൾ കൊണ്ടുവന്ന ക്രീമും മറ്റും രാത്രി കിടക്കുമ്പോൾ കുറച്ചു കാലം മുഖത്തു പുരട്ടിനോക്കി. പിന്നെ വേണ്ടെന്നു വച്ചു. നരച്ചുതുടങ്ങി യകാലത്തു ബ്യൂട്ടിപാർലറിൽ പോയി മാസത്തിലൊരിക്കൽ ഡൈ ചെയ്തിരുന്നു. പിന്നീടു തോന്നി എന്താവശ്യം? ബില്ലു നൂറ്റിരുപത്തഞ്ച്. ഓട്ടോറിക്ഷ ചെലവു വേറെ. അമ്പത് അമ്പത്തഞ്ച് ഒക്കെയായാൽ നര യ്ക്കും. എത്രകാലം കറുപ്പിച്ച് നടക്കാനാവും? രണ്ടു പല്ലുകൾ എടുത്ത ശേഷമാണ് കവിൾ വല്ലാതെ കുഴിഞ്ഞുപോയത്. അതു വീർപ്പിക്കാനാ വില്ലല്ലോ. ആണായാലും പെണ്ണായാലും എപ്പോഴെങ്കിലും പ്രായം സമ്മ തിച്ചുകൊടുക്കുക തന്നെ വേണം. ചെറുപ്പക്കാരി സുന്ദരിയായി നടക്കേണ്ട കാലത്തു നടന്നില്ലേ? അതു മതി. ഇപ്പോൾ കല്യാണം കഴിച്ച രണ്ടുമക്കൾ. അവർക്ക് മൂന്നു കുട്ടികൾ. ഇതൊക്കെ ധാരാളം. രമേഷിന്റെ ഭാര്യയുടെ മുടിയുടെ കൃത്രിമമായ പരുക്കൻ കറുപ്പ് കാണുമ്പോൾ ഇതൊക്കെ പറ ഞ്ഞാലോ എന്നു തോന്നും.

അല്പം കറുത്തിട്ടാണ്. എന്നേക്കാൾ ഒരിഞ്ചേ ഉയരമുള്ളൂ. എന്നാലും ഈ പ്രായത്തിലും മുഖത്ത് ഒരു കുട്ടിത്തമുണ്ട് ഭാസ്കരേട്ടന്. ഇന്നും

വിരുന്നുകൾക്കും സൽക്കാരങ്ങൾക്കും പോവുമ്പോൾ പെണ്ണുങ്ങൾക്ക് ഭാസ്കരേട്ടനെ ചുറ്റിപ്പറ്റി നിൽക്കാൻ ഇഷ്ടമാണ്. ഫലിതങ്ങൾ സന്ദർഭത്തിനുവേണ്ടി അല്പം മാറ്റിപ്പറയുന്ന പഴഞ്ചൊല്ലുകൾ. സത്യത്തിൽ ഈ പ്രായത്തിലും ചിരിച്ചാൽ ഭാസ്കരേട്ടന്റെ മുഖമാകെ തേജസ്സു പരക്കുന്നപോലെ തോന്നും.

ഞങ്ങളുടെ കല്യാണത്തിനു മുമ്പ് ഏതോ ഒരു പെൺകുട്ടിയുമായി ഇഷ്ടമായിരുന്നു എന്ന് പിന്നീട് ആരോ പരമരഹസ്യമായി വന്നു പറഞ്ഞു. ആരോ അല്ല. മരിച്ചുപോയ ശർമ്മാജിയുടെ ഭാര്യ. അതു ഞാനറിയാത്തതല്ല. ഇംഗ്ലണ്ടിൽ നിന്നു വന്നകാലത്ത് അവരുടെ വീട്ടിൽ പേയിംഗ് ഗസ്റ്റായി താമസിച്ചിരുന്നു. ഒക്കെ എന്നോടു പറഞ്ഞതു തന്നെ. അച്ഛൻ മലയാളി. അമ്മ മറാത്തി. പെണ്ണ് അമിതമായ സ്വാതന്ത്ര്യമെടുക്കാൻ തുടങ്ങി. തന്തയും തള്ളയും പ്രോത്സാഹിപ്പിക്കുന്നതുകൂടി മനസ്സിലായപ്പോൾ ഭാസ്കരേട്ടൻ സ്ഥലം വിട്ടു. അതൊരു ആനക്കാര്യമൊന്നുമല്ല, മിസ്സിസ് ശർമ്മ.

അങ്ങനെ പറയാൻ തുടങ്ങിയാൽ എന്നെപ്പറ്റിയും അപവാദം പറയാം. റേഡിയോ സ്റ്റേഷനിൽ ജോലി ചെയ്തിരുന്ന സതീശ്കുമാർ ചില വൈകുന്നേരങ്ങളിൽ കൂടെ നടന്നിട്ടുണ്ട്. അയാളുടെ കൂടെ സിനിമയ്ക്കു പോയിട്ടുണ്ട്. കോഫീഹൗസിൽ കയറിയിട്ടുണ്ട്. കൈകോർത്തുപിടിച്ചിട്ടൊക്കെയുണ്ട്. വേറെയൊന്നും ഉണ്ടായിട്ടില്ല, സത്യം. പിന്നെ എന്റെ കമ്പനിയിലെ ജനറൽ മാനേജറുടെ പേഴ്സണൽ അസിസ്റ്റന്റ്, ഭഗവൻദാസ്. പലരും ലോഗ്യം കൂടി അടുത്തു ചുറ്റിപ്പറ്റുന്നതൊക്കെ ആ പ്രായത്തിൽ ഒരു രസമാണ്. അല്ലെന്നു പറയുന്നതു പച്ചക്കളവാണ്. റിക്കാഡുകൾ വച്ച മുറിയിൽ അലമാരയിൽ നിന്ന് എന്തോ എടുക്കുമ്പോൾ പിന്നിൽനിന്നു പൂണ്ടടങ്ങി ഒറ്റപ്പിടുത്തം. ഈ ഭഗവൻദാസ്. മുഖം തിരിച്ചതുകൊണ്ടു ചെവിക്കു താഴെയാണു ചുണ്ടുകൾ പതിഞ്ഞത്. ഭൂമി വട്ടം ചുറ്റുന്നു എന്ന് തോന്നി. ഭയം. പിന്നെ തനിച്ചു റിക്കാർഡ് റൂമിൽ പോവുന്നതു നിർത്തി. പുറത്ത് ബസ് കാത്തുനിൽക്കുമ്പോൾ അടുത്തേക്കു വരുന്നതുകണ്ടാൽ ആൾക്കൂട്ടത്തിനിടയിലേക്ക് മാറിനിൽക്കും. മക്കളും മക്കളുടെ മക്കളുമൊക്കെയായി ഭഗവൻദാസിനെ കഴിഞ്ഞകൊല്ലം കണ്ടപ്പോൾ പെട്ടെന്ന് ആളെത്തന്നെ തിരിച്ചറിഞ്ഞില്ല. ഉള്ളിൽ ചിരിച്ചുപോയി. അന്നത്തെ അയാളുടെ ഭ്രാന്ത്.

അങ്ങനെ എന്തെങ്കിലും പൊട്ടുംപൊടിയും സ്വകാര്യത്തിലുണ്ടായെങ്കിലും ആരും കാര്യമാക്കാറില്ലല്ലോ.

വേറൊരു സ്ത്രീ ഒരിക്കൽ പരമസ്വകാര്യം പറഞ്ഞു: “രുഗ്മിണീ, നീ മാത്രം അറിഞ്ഞാൽ മതി. പഴയ ഒരു ബന്ധമുണ്ടായിരുന്നു ഭാസ്കറിന്.”

“ഓഹോ?”

"അല്ല സത്യം. അതിലൊരു കുട്ടിയും ഉണ്ട്. അതിന്റെ ശേഷമാണ് നിന്നെ കല്യാണം കഴിച്ചത്. ആൺകുട്ടി. കണ്ടാൽ ശരിക്കും ഭാസ്കറിന്റെ ഡിറ്റോ."

DITTO

ആ സിന്ധി സ്ത്രീയോടു പറയണമെന്നുണ്ടായിരുന്നു, നാട്ടിലാണെങ്കിൽ പറയുക മുറിച്ച മുറി, തൽസ്വരൂപം എന്നൊക്കെയാണ്.

കൂട്ടുകാരികൾക്ക് എന്റെ വിവാഹം കഴിഞ്ഞപ്പോൾ അല്പം സഹതാപമായിരുന്നു. ഇതിലും പേഴ്സണാലിറ്റിയുള്ള ഒരാളെ കിട്ടുമായിരുന്നു. അവളുടെ പൊക്കം, നിറം, സൗന്ദര്യം... ഇംഗ്ലണ്ടിൽ ജോലി ചെയ്ത ആളെന്ന് കേട്ടപ്പോഴേക്ക് രുഗ്മിണി വീണു.

എന്തു പണിയെടുത്തുവെന്ന് ആർക്കറിയാം?

ചുമടെടുക്കലും കക്കൂസു കഴുകലുമൊക്കെയാണത്രെ ഇന്ത്യക്കാർക്ക് ആദ്യം കിട്ടുന്ന പണി, ഇംഗ്ലണ്ടിൽ.

കൂടുതൽ പറയാൻ ഇടകൊടുക്കാതെ ഞാൻ ശബ്ദമുണ്ടാക്കി അടുത്തേക്കു ചെന്നു. ടെലിഫോൺ ഓപ്പറേറ്റർ ഗിരിജയുടെ കല്യാണസ്ഥലത്തുവച്ചായിരുന്നു ഈ കണക്കെടുപ്പ്.

ഭാസ്കരേട്ടന്റെ സംസാരം കേൾക്കാത്തതുകൊണ്ടാണ് ഉയരക്കുറവും നിറക്കുറവുമൊക്കെ അവർക്കു പ്രശ്നമായത് എന്ന് എനിക്കല്ലേ അറിയൂ.

കേൾക്കണോ വീട്ടിൽ തനിച്ചിരിക്കുമ്പോഴും ഫുൾ ഷർട്ടും പാന്റുമാണു വേഷം. രാത്രി ഉണ്ണാനിരിക്കുമ്പോഴേ പൈജാമയിലേക്കു മാറൂ.

"ആരും വരാനില്ലല്ലോ, പിന്നെന്തിനാ ഡ്രസ് ചെയ്തിരിക്കണ്?"

ഒരുമിച്ചു ജീവിതം തുടങ്ങിയ കാലത്തു തമാശയായി ചോദിച്ചു. ഭാസ്കരേട്ടൻ ചിരിച്ചു.

"ആഫ്രിക്കൻ കാട്ടിൽ സായ്പ്, ഷേവു ചെയ്യുന്നു. ഷൂസ് മിനുക്കുന്നു. വസ്ത്രം മാറുന്നു. ഇതുതന്നെ ചോദിച്ചപ്പോൾ സായ്പിന്റെ മറുപടി, ഞാൻ എനിക്കുവേണ്ടിയാണ് ഇതൊക്കെ ചെയ്യുന്നത് എന്നായിരുന്നു. കൊടും പട്ടിണി കിടക്കുന്ന ചാപ്ലിൻ. ചാപ്ലിന്റെ സിനിമ നീ കണ്ടിട്ടില്ലല്ലോ. ക്രിസ്മസ്സിന് ഷൂസ് വേവിച്ചുതിന്നുന്നത് ത്രീപീസ് സൂട്ടിട്ട്, കത്തിയും മുള്ളും ഉപയോഗിച്ചാണ്. മോണിംഗ് ഷോവിൽ ചാപ്ലിൻ ഫിലിംസ് വരാറുണ്ട്. കണ്ടു നോക്ക്."

ഒരു കല്യാണവിരുന്നു കഴിഞ്ഞു പുറത്തിറങ്ങുമ്പോൾ ഞാൻ പറയുന്നു: "അയാൾക്ക് ഒട്ടും ചേർച്ചയില്ല പെണ്ണ്. എന്തു കണ്ടിട്ടാ അയാൾ സമ്മതിച്ചത്?"

ഞങ്ങൾ സ്കൂട്ടറിലായിരുന്നു.

ഭാസ്കരേട്ടൻ പറഞ്ഞു: "ദാ, ആ കാണുന്ന സ്ഥലം മുഴുവൻ ചേരി പ്രദേശമാണ്. രാത്രിയിൽ എയർപോർട്ടിലേക്ക് വിമാനം താഴുമ്പോൾ നോക്കണം. മനോഹരം! ആയിരം വിളക്കുകളുടെ ഭംഗി. സ്ഥലം ഇതാണ്! ആര് നോക്കുന്നു, എവിടെ നിന്നു നോക്കുന്നു എന്നതിനെ ആശ്രയിച്ചിരിക്കും ഭംഗിയും വൈരൂപ്യവുമൊക്കെ."

ഇംഗ്ലീഷിലാണു പറഞ്ഞത്. ഭാസ്കരേട്ടന്റെ ഇംഗ്ലീഷ് ഉച്ചാരണത്തിന്റെ ഭംഗി ഒന്നു വേറെ. കേട്ടാൽ മതിയാവില്ല.

ഞാൻ പറഞ്ഞുവന്നതു പെരുമഴ തുടങ്ങിയതിന്റെ പിറ്റേന്നത്തെ വെള്ളിയാഴ്ചത്തെപ്പറ്റിയല്ലെ? കാലം തെറ്റിവന്ന വർഷത്തിന്റെ രണ്ടാം ദിവസം. ഉച്ചയ്ക്ക് അമ്മിണിയേയും സരോജനിയേടത്തിയേയും ഒന്നു വിളിക്കുന്നത് പതിവാണ്. അതു കഴിഞ്ഞു വെറുതെ ആപ്പീസിലേക്ക് ഭാസ്കരേട്ടനേയും ഒന്നു വിളിക്കും.

ഞാൻ വിളിച്ചില്ലെങ്കിൽ അമ്മിണി ഇങ്ങോട്ടു വിളിക്കും. ഉച്ചയ്ക്ക് ഒന്നു മയങ്ങാൻ കിടക്കുന്ന നേരം നോക്കിയേ വിളിക്കൂ. ഒരു പിടി അരി കുക്കറിൽ വച്ചു. ഇന്നലത്തെ കൂട്ടാൻ ചൂടാക്കി. പുറത്തു മഴ പെയ്തുകൊണ്ടേ ഇരുന്നു. ശബ്ദമില്ലാത്ത, കാറ്റില്ലാത്ത മഴ എന്തുകൊണ്ടോ മനസ്സിൽ വല്ലാത്ത ഭയമുണ്ടാക്കി. ഇതവസാനിക്കില്ല എന്ന തോന്നൽ. കൽപാന്തകാലത്തെ പ്രളയം എന്നൊക്കെ കേട്ടിട്ടേ ഉള്ളൂ.

അമ്മിണിയുടെ നമ്പർ ഡയൽ ചെയ്തു. കിട്ടുന്നില്ല. അമ്മിണി ഇടയ്ക്ക് കാളനുണ്ടാക്കിയാൽ കൊടുത്തയയ്ക്കും. ഭാസ്കരേട്ടന് കാളൻ ഇഷ്ടമാണ്. അമ്മിണി തന്ന കുറിപ്പടിയനുസരിച്ച് ഞാനുണ്ടാക്കി നോക്കി. ശരിയായില്ല. കേരളത്തിലെ നാടൻ പാചകകലയെപ്പറ്റി പുസ്തകമെഴുതണമെന്ന് പറയുന്ന ആളെ തൃപ്തിപ്പെടുത്താൻ കുറേ പ്രയാസമാണ്.

അമ്മിണിയുടെ നമ്പർ കിട്ടുന്നില്ല. സരോജനിയേടത്തിയുടെ നമ്പർ ഒന്നു തിരിച്ചുനോക്കി. ഭർത്താവ് മരിച്ചശേഷം സരോജനിയേടത്തി ബോംബെയിൽത്തന്നെ കഴിയുകയാണ്. ഒറ്റയ്ക്ക്. എഴുപതു വയസ്സായി. കൊല്ലത്തിലൊരിക്കൽ മലയാളികളുടെ ഓണാഘോഷത്തിൽ കൈകൊട്ടിക്കളി അവതരിപ്പിക്കും. ആറുകൊല്ലം മുമ്പുവരെ ഞാനും കൂടിയിരുന്നു. അതിനുവേണ്ടിയുള്ള ഒരുക്കം നാലഞ്ചുമാസം മുമ്പേ തുടങ്ങും. ആഘോഷം കഴിഞ്ഞാൽ പോരായ്മകളെപ്പറ്റി ഒരു മൂന്നുമാസം പറഞ്ഞുകൊണ്ടേയിരിക്കും. കൊല്ലത്തിലൊരു കൈകൊട്ടിക്കളി നടത്താൻ വേണ്ടിയാണ് സരോജിനിയേടത്തി ഈ നഗരത്തിൽ ഒറ്റയ്ക്കു ജീവിക്കുന്നത് എന്നു തോന്നിപ്പോവും.

ആ നമ്പറും കിട്ടുന്നില്ല. ഭാസ്കരേട്ടന്റെ നേരിട്ടുള്ള ഓഫീസ് നമ്പർ ശ്രമിച്ചു നോക്കി. ഇല്ല. പെരുമഴ കാരണം ടെലിഫോൺ കേടുവന്നിരുന്നു.

അദ്ഭുതം, അപ്പോൾ ഫോൺ ശബ്ദിച്ചു. ഇഴയുന്ന നനുത്ത ശബ്ദം.

"ഹലോ. ഈസിറ്റ് മിസ്സിസ് ഭാസ്കർ?"

"യെസ് യെസ്."

"ഓ, നമ്മളറിയില്ല. എനിക്കറിയാം. എന്റെ പേര് മിസ്സിസ് ഗാദ്ഗിൽ. ഞാൻ ശേഫാലിടെ അമ്മയാണ്. ശേഫാലി.... ഭാസ്കർ സാബിന്റെ സെക്രട്ടറി."

"ഓ, അറിയാം. ശേഫാലി എന്നാണു പേരെന്നറിയില്ല. മിസ് ഗാദ്ഗിൽ എന്നു കേട്ടിട്ടുണ്ട്. ഒന്നുരണ്ടു തവണ വിളിച്ചിരുന്നു. ഓഫീസ് കാറിൽ ഒരിക്കൽ കണ്ടിട്ടുണ്ട് തോന്ന്ണു. എന്താ മിസ്സിസ് ഗാദ്ഗിൽ?"

"നമ്മൾ തമ്മിൽ കണ്ടിട്ടില്ല എന്നേയുള്ളൂ. ഭാസ്കർ സാബ് പറഞ്ഞ് എല്ലാം അറിയാം. ഇപ്പോൾ ആരോഗ്യം എങ്ങനെ?"

"കുഴപ്പമൊന്നുമില്ല."

"ഭാസ്കർ സാബിന്റെ കൂടെ ഡോളി പോയിട്ടുണ്ട്. വീട്ടില് അവളെ ഡോളി എന്നാ വിളിക്കാ. അദ്ദേഹം ട്രെയിനിലോ കാറിലോ പോയത്?"

"അറിയില്ലല്ലോ."

അതൊക്കെ ചോദിച്ചാൽ ദേഷ്യമാണ്. ടാക്സിയിൽ പൂനയിൽ പോകുമോ, അതോ സ്റ്റേഷനിൽ ഇറങ്ങുമോ? അറിയില്ല.

"ഭയങ്കര മഴ, എന്റെ അമ്പത്തിമൂന്നു കൊല്ലത്തെ ആയുസ്സിനിടയ്ക്ക് ഇത്ര ഭയങ്കര മഴ ബോംബെയിൽ പെയ്തിട്ടില്ല. പൂന റൂട്ടിൽ മൂന്നിടത്ത് ചുരമിടിഞ്ഞിട്ടുണ്ടെന്നു റേഡിയോവിൽ പറഞ്ഞു."

"ഉവ്വോ? ഞാൻ റേഡിയോ കേൾക്കാറില്ല."

"കാറിലാണെങ്കിൽ കഷ്ടപ്പെടും. അവൾ പോകുമ്പോൾ ഞാൻ കുളിമുറിയിലായിരുന്നു. ആപ്പീസ്സിൽ ഒന്നു വിളിച്ചു ചോദിച്ചാൽ....."

"മിസ്സിസ് ഗാദ്ഗിൽ, എന്റെ ഫോണിൽ പുറത്തേക്കു കിട്ടുന്നില്ല. ആകെ നിങ്ങളുടെ ഈ കാളാണ് ഇതുവരെ വന്നത്. നിങ്ങളൊന്നന്വേഷിച്ച് എന്നെ വിളിക്കൂ, മിസ്സിസ് ഗാദ്ഗിൽ."

"ഞാൻ മൃണാൾ, എന്നെ പേരുവിളിച്ചാൽ മതി രുഗ്മിണിജി. ഞങ്ങൾക്ക് നന്നായറിയാം. ദുബായിയിലെ മകൾ, അമേരിക്കയിലെ മകൾ, അവരുടെ കുട്ടികൾ...... ഒക്കെ സാബ് പറഞ്ഞിട്ട് അറിയാം."

"സന്തോഷം. മൃണാൾ. മൃണാളിനിയുടെ ചുരുക്കമാവും മൃണാൾ അല്ലേ?"

അവർ രസിച്ചു ചിരിച്ചു.

അവർ ഫോൺ വച്ചപ്പോൾ മുമ്പൊരിക്കൽ ശ്വാസംമുട്ടലിനോടൊപ്പം നെഞ്ചിൽ വന്ന വേദന വീണ്ടും വരുന്നോ എന്നു സംശയം തോന്നി.

ഭാസ്കരേട്ടൻ സെക്രട്ടറിയുടെ വീട്ടിൽ പോയ കാര്യം ഒരിക്കലും പറഞ്ഞിട്ടില്ല.

ശേഫാലിക്ക് എന്തുപ്രായം വരും? ആയമ്മയ്ക്ക് അമ്പത്തിമൂന്ന് വയസ്, ശുദ്ധഗതിക്കാരിയായതുകൊണ്ട് വയസ്സ് പറയുന്നു. അപ്പോൾ മകൾക്ക് ഇരുപതോ മുപ്പതോ അതിനടുത്തോ ആവാം.

ഒരു പ്ലേയ്റ്റിൽ ചോറും കറികളുമെടുത്ത് മേശപ്പുറത്തുവച്ചു. അപ്പോൾ ഫോൺ ശബ്ദിച്ചു. മൃണാളിനി വിവരം വല്ലതും കിട്ടിക്കാണും. നോക്കുമ്പോൾ, എന്തൊരാശ്വാസം. അമ്മിണിയാണ്.

"അമ്മിണീ എന്താ വിളിക്കാത്തത്? എനിക്കെവിടേം വിളിച്ചാൽ കിട്ടുന്നില്ല."

എനിക്കു കരച്ചിൽ വരുന്ന പോലെ.

"ഞാൻ കുറേ നേരമായി അങ്ങോട്ട് ഡയൽ ചെയ്യാൻ തുടങ്ങിയിട്ട്."

അവിടെയും പെരുമഴ തന്നെ. ഭർത്താവ് പുറത്തു പോയിട്ടില്ല. അദ്ദേഹത്തിന്റെ ആപ്പീസിന്റെ താഴത്തെ നില ഗോഡൗണാണ്. അതിൽ മുഴുവൻ വെള്ളമാണ്.

"അമ്മിണീ, നിർത്തല്ലേ! എനിക്കു പുറത്തേക്കു വിളിക്കാൻ പറ്റില്ല. വിളിച്ചാൽ കിട്ടില്ല. ഭാസ്കരേട്ടൻ പൂനയ്ക്ക് പോയിരിക്കയാണ്. കാറിലോ ട്രെയിനിലോ എന്നറിയില്ല."

"ഈ മഴയത്ത് ആരെങ്കിലും പുറത്തിറങ്ങ്വോ രുഗ്മിണി? ഭാസ്കരേട്ടനെന്തിന്റെ കേടാ?"

"ആപ്പീസ് കാര്യം. നേരത്തെ നിശ്ചയിച്ചതാണെങ്കിൽ ഭൂകമ്പം വന്നാലും മാറ്റില്ല. ഭാസ്കരേട്ടന്റെ പ്രകൃതം അമ്മിണിക്കറിഞ്ഞൂടെ. ചുരമിടിഞ്ഞിരിക്കുന്നു എന്ന് ഇപ്പളാരോ വിളിച്ചു പറഞ്ഞു."

"എന്നാൽ, മടങ്ങിപ്പോരും. അല്ലാതെന്താ? വെറുതെ പരിഭ്രമിക്കാണ്ടിരിക്കൂ."

"ഭാസ്കരേട്ടന്റെ ഓഫീസിൽ ഒന്നു വിളിച്ചുചോദിക്കൂ. പൂനയിലേക്ക് എങ്ങനെയാണ് പോയതെന്ന്? താമസം എവിടെയാവും എന്നൊക്കെ ഒന്നു ചോദിച്ചറിയൂ. വീട്ടിൽ നിന്നു കിട്ടാത്തതുകൊണ്ടാണെന്നു പറഞ്ഞോളൂ. എന്നിട്ട് അമ്മിണി എന്നെ വിളിക്കണം. വിളിക്കില്ലേ? ഉറപ്പല്ലേ?"

അമ്മിണിയിലൂടെയാണ് ഇനി പുറത്തെ ലോകവുമായി ബന്ധപ്പെടാൻ ആകെയുള്ള വഴി.

എല്ലാം പറഞ്ഞുകഴിഞ്ഞപ്പോൾ ആശ്വാസം തോന്നി. ഒരുപിടി വാരിത്തിന്നു. അപ്പോൾ അകത്തു പെട്ടെന്ന് ഇരുട്ട് പരന്നു. എവിടെയോ മയങ്ങിക്കിടന്ന കാറ്റു ചീറിക്കൊണ്ടു മഴയോടൊപ്പം ചേർന്നു. പുറത്തെ വേപ്പുമരങ്ങൾ താഴുന്നതും ചുരുണ്ടുലയുന്നതും കണ്ടപ്പോൾ കാറ്റിന്റെ ശൗര്യം ചെറുതല്ല എന്നു മനസ്സിലായി. തുറന്നു കിടന്ന ജനലുകളെല്ലാം ഞാൻ അടച്ചുകൊളുത്തിട്ടു. ഉച്ചയാണെങ്കിലും അകത്തു കൂരിരുട്ട്. നടുവിലെ

ഡോംലൈറ്റിട്ടു. ഫോൺ ശബ്ദിച്ചു. അമ്മിണിയാണെന്ന് കരുതി എടുത്ത പ്പോൾ മൃണാൾ ഗാദ്ഗിൽ.

"നോക്കൂ മിസ്സിസ് മൃണാൾ ഗാദ്ഗിൽ, ഞാൻ പറഞ്ഞുവോ, എനിക്കു പുറത്തേക്കുവിളിച്ചാൽ കിട്ടുന്നില്ല. ഓഫീസിൽ വിളിച്ചന്വേഷിക്കൂ. അവരെ വിടെയാണ് മുറികൾ ബുക്കുചെയ്തത് എന്നറിയൂ."

"പക്ഷേ, രുഗ്മിണിജീ. എങ്ങനെ പൂനയിലെത്തും? കാൺഡ്ലയിൽ ആയിരത്തോളം വാഹനങ്ങൾ കെട്ടിക്കിടക്കുകയാണത്രെ. ഓഫീസിൽ ഞാൻ വിളിച്ചു. അവർക്ക് വിവരമില്ല. ഭാസ്കർ സാബ് ആപ്പീസിലും അത്യാവശ്യം പേരോടെ സംസാരിക്കൂ. പക്ഷേ, രുഗ്മിണിജീ, ഒന്നും പരി ഭ്രമിക്കണ്ട. ഭാസ്കർ സാബിനെപ്പോലെ ലോകപരിചയം, മെച്ചിററ്റി.... ഒക്കെയുള്ള ആളാവുമ്പോൾ നമ്മളു പരിഭ്രമിക്കേണ്ട കാര്യമില്ല."

അതും ശരിയാണ്. ആപത്ത് ആകെ വളഞ്ഞുനിന്നാലും പരിഭ്രമി ക്കാത്ത പ്രകൃതമാണ്.

"ചുരമിടിഞ്ഞതുകണ്ടാൽ തിരിച്ചുപോരാൻ വഴി കണ്ടെത്തും."

ഞാൻ കേട്ടുകൊണ്ടേ ഇരുന്നു. നിർത്താതെ മൃണാൾ ഗാദ്ഗിൽ സംസാരിക്കട്ടെ. ആരുടെയെങ്കിലും ശബ്ദം കേട്ടുകൊണ്ടേയിരുന്നാൽ ആശ്വാസമുണ്ട്.

"കമ്പ്യൂട്ടററിയില്ല എന്നു പറഞ്ഞ് ശേഫാലിയെ പിരിച്ചുവിടാൻ കമ്പനി നിശ്ചയിച്ചതല്ലേ? ഭാസ്കർ സാബിന്റെ ഒറ്റ നിർബന്ധം കൊണ്ടാണ് സ്ഥിരപ്പെടുത്തിയത്."

"ശരിയാണ്. അദ്ദേഹത്തിനു വലിയ ഭൂതദയയാണ്."

"അവൾക്ക് രണ്ടുവയസ്സുള്ളപ്പോൾ അവൾടെ അച്ഛനും ഞാനും പിരി ഞ്ഞതാണ്. ഭാസ്കർ സാബ് എന്നുവച്ചാൽ അവൾക്കു ദൈവം പോലെ യാണ്."

"ഓ."

"അദ്ദേഹത്തിനും വലിയ വാത്സല്യമാണ്. അഹമ്മദാബാദിൽ പോയ പ്പോഴും അപ്പീസിൽ നിന്ന് അവളെ മാത്രമാണ് വിളിച്ചത്."

അഹമ്മദാബാദിലേക്ക്? സർക്കുലേഷൻ മാനേജരും ഫൈനാൻസ് മാനേജറും ഉണ്ടെന്നാണല്ലോ പറഞ്ഞത്. സെക്രട്ടറിയുടെ കാര്യമേ പറ ഞ്ഞില്ലല്ലോ.

"സാബിന് അവൾ വാങ്ങിക്കൊടുത്ത ജീൻസ് ഇഷ്ടമായില്ലേ രുഗ്മി ണിജി?"

"ഏ? എന്ത്?"

"ജീൻസ്."

"ഓ." ഞാൻ സമൃദ്ധമായി ചിരിച്ചു. "വളരെ ഇഷ്ടം. ശേഫാലി നിർ ബന്ധിച്ചതുകൊണ്ടാവും വയസ്സുകാലത്ത് ജീൻസ്."

"വയസ്സ് നിശ്ചയിക്കുന്നത് നമ്മുടെ മനസ്സിന്റെ ബലമനുസരിച്ചല്ലേ രുഗ്മിണിജി?

ശേഫാലിയുടെ ബർത്ത്ഡേക്ക് നിങ്ങൾ വരുംന്ന് വിചാരിച്ചു...."

"ഞാൻ ...." എന്താണിതിന് വിശദീകരണം കൊടുക്കേണ്ടത്?

"സാബ് പറഞ്ഞു. പെട്ടെന്ന് തലചുറ്റലും ഛർദ്ദിയും തുടങ്ങിയെന്ന്. സാബ് മാത്രമായിരുന്നു ഗസ്റ്റ്. പിന്നെ എന്റെ ചില കുടുംബക്കാർ. സാബ് അന്നു കൊടുത്ത വാച്ചാണ് അവൾ ഇപ്പോൾ സ്ഥിരമായി കെട്ടുന്നത്. ഇപ്പോൾ ഫോറിൻ സാധനങ്ങളൊക്കെ ഇവിടേം ഇഷ്ടംപോലെ കിട്ടും. അല്ലേ?"

"ഓ. പിന്നെന്ത്? ധാരാളം കിട്ടും."

"അല്ലെങ്കിലും രുഗ്മിണിജി നിങ്ങൾക്കെന്താ പ്രയാസം? രണ്ടു പെണ്മക്കളും വിദേശത്താവുമ്പോൾ - ഫോൺ കിട്ടാതിരുന്നാൽ പ്രയാസമാണ്. ഞാൻ ഇനിയും വിളിക്കും. ഭാസ്കർ സാബായതുകൊണ്ട് എനിക്കൊരു പരിഭ്രമവുമില്ല." അവർ കുറച്ചുറക്കെ ചിരിച്ചുകൊണ്ടു പിന്നെയും കുറേ നേരം സംസാരിച്ചു ഫോൺ വച്ചു.

"എന്റെ പിറന്നാൾ കഴിഞ്ഞ വളരെ കൊല്ലങ്ങളായി തന്ത്രപൂർവം ഞാൻ ഓർമ്മപ്പെടുത്തണം. കുട്ടികൾ കൂടെയുണ്ടായിരുന്നപ്പോൾ ഓരോ കാർഡ് സമ്മാനിക്കും. മെനി ഹാപ്പി റിട്ടേൺസ് പറയും. സായ്പുമാരുടെ ആചാരോപചാരങ്ങൾ പാലിക്കുന്നതിൽ നിർബ്ബന്ധമാണെങ്കിലും പിറന്നാൾ, കല്യാണ വാർഷികം ഇതൊന്നും ഭാസ്കരേട്ടൻ ഓർമ്മിക്കാറില്ല.

പുറത്തെ കാറ്റ് അസ്വസ്ഥമായ മനസ്സിനകത്തും ഇപ്പോൾ ചുറ്റിത്തിരിയുകയാണോ? ഞാൻ മനസ്സിൽ നാമം ജപിച്ചു. എന്നെ ശാസിച്ചു. കുട്ടികൾ രണ്ടും വിദേശത്തു പോയശേഷം ഭാസ്കരേട്ടന് വിഷമമുണ്ടാവും. അവൾ വിനയത്തോടെ പെരുമാറുമ്പോൾ വാൽസല്യം തോന്നുന്നത് അദ്ഭുതമല്ല. ഞാൻ എന്നെത്തന്നെ ശകാരിച്ചു: അറുപത്തേഴു വയസ്സായ ഒരു പാവം മനുഷ്യനാണ് എന്നു നീ ഓർക്കാത്തതെന്ത്?

വേണ്ടത്ര ശ്രദ്ധിക്കാത്ത വാക്കുകൾ വീണ്ടും പിടിച്ചെടുത്തു.

"അദ്ദേഹത്തിനു പ്രായമായെങ്കിലും മനസ്സിനിപ്പഴും നല്ല ചെറുപ്പമാണ് അല്ലേ രുഗ്മ്ണിജി?"

അതിനെന്താണു ഞാൻ മറുപടി പറഞ്ഞത്? മൂളിയോ? അതോ വെറുതെ ചിരിച്ചോ? മനസ്സും ശരീരവും ഒരുപോലെ ചെറുപ്പമായിരുന്ന കാലത്തെപ്പറ്റി എനിക്കറിയാം. വളരെ മുമ്പ്. രാവെന്നോ പകലെന്നോ ഭേദമില്ലാതെ എന്റെ ശരീരത്തെ ആക്രമിച്ചു വശംകെടുത്തിയിരുന്ന കാലം.

ഞാൻ പതുക്കെ നടന്ന് അടച്ച ജനാലയ്ക്ക് പിന്നിൽ ചെന്നു നിന്നു. വാഴകൾ മടങ്ങി തലകുത്തിയിരിക്കുന്നു. ഒരു വേപ്പുമരത്തിന്റെ കൊമ്പൊടിഞ്ഞ് തൂങ്ങുന്നു. കലിയടങ്ങാത്ത കാറ്റ്, മഴപെയ്തുകൊണ്ടേ ഇരുന്നു.

സന്ധ്യവരെ പിന്നെ ഫോൺ ശബ്ദിച്ചില്ല. ദൂരെ പോകുമ്പോഴൊക്കെ എത്തിയാൽ വിളിക്കുക പതിവാണ്. പുറപ്പെടുന്ന സമയവും പിന്നീട് വിളിച്ചു പറയും.

കാണ്ട്ലയിൽ ചുരമിടിഞ്ഞാൽ തിരിച്ചുപോരുക തന്നെ വേണം. പഴയ കമ്പനിയിലായിരുന്ന കാലത്ത് ഇടയ്ക്കിടെ പൂനയിൽ പോയിരുന്നു. കൂടെയുള്ളവർ ഹോട്ടലിൽ താമസിക്കുമ്പോഴും ഭാസ്കരേട്ടൻ ഒരു ഗസ്റ്റ് ഹൗസിലാണ് പതിവെന്ന് ഓർമ്മ വന്നു. കൃഷിവകുപ്പിന്റെ കോളേജ്. അതോ സർവ്വകലാശാലയോ?

രാവിലെ നടക്കാൻ ചുറ്റും വിശാലമായ സ്ഥലമുള്ളതുകൊണ്ടാണെന്ന് ഒരിക്കൽ പറഞ്ഞത് ഓർമ്മ വന്നു. വലിയ ഹോട്ടലുകളേക്കാൾ സൗകര്യമുണ്ടത്രേ അതിഥിമുറികൾക്ക്.

ഫോൺ ശബ്ദിച്ചു. ആശ്വാസം അമ്മിണിയാണ്.

പരിഭവത്തോടെ ഞാൻ ചോദിച്ചു: "എത്ര നേരായി അമ്മിണി? എനിക്ക് പുറത്തേക്കു വിളിക്കാൻ പറ്റില്ല എന്നു പറഞ്ഞില്ലേ?"

കരച്ചിൽ വന്നത് ഒതുക്കി. ഒരു നൂറുപേരെങ്കിലും ഈ നഗരത്തിൽ സുഹൃത്തുക്കളുണ്ട്. ഇവരിൽ ആർക്കെങ്കിലുമൊക്കെ ഇടവിട്ട് എന്നെ വിളിച്ചുകൂടെ? ഞാൻ കൊടുങ്കാറ്റിന്റെയും പ്രളയത്തിന്റെയും നടുവിൽപ്പെട്ട ചെറിയ വീട്ടിൽ, തടവിൽ.

"നോക്കൂ അമ്മിണീ, പോകുമ്പോഴൊക്കെ താമസിക്കുന്ന ഒരു സ്ഥലമുണ്ട്. ഒരു ഗസ്റ്റ്ഹൗസ്. അഗ്രിക്കൾച്ചറൽ കോളേജോ യൂണിവേഴ്സിറ്റിയോ... രണ്ടാലൊന്ന്. എങ്ങനെയെങ്കിലും നമ്പർ തേടിപ്പിടിക്കൂ. ശങ്കരേട്ടന് പൂനയിൽ ഫ്രന്റ്സുണ്ടാവുമല്ലോ. എങ്ങനെയെങ്കിലും. എത്തിയോ എന്ന് അന്വേഷിച്ച്, കിട്ടിയാൽ വിവരമൊക്കെ ചോദിച്ചറിഞ്ഞ്, എന്നെ വിളിക്കൂ, വിളിക്കില്ലേ? അമ്മിണീ ഞാനിപ്പോൾ–"

അമ്മിണിയുടെ സ്വരം മാറുന്നു. ഞാൻ വല്ലാത്ത ശല്യമായിത്തീരുകയാണോ? അമ്മിണി ശ്രമിക്കട്ടെ എന്നു പറഞ്ഞു ഫോൺ താഴെവച്ചു.

അകത്ത് ഇരുട്ടു കൂടി. രണ്ടു വിളക്കുകൾ കൂടി തെളിച്ചു. മഴ അപ്പോഴും പക വീട്ടുന്ന വാശിയോടെ പെയ്തുകൊണ്ടേയിരുന്നു. ഈ നഗരത്തെ രക്ഷിക്കുന്ന മഹാലക്ഷ്മിക്കും മടുത്തുകാണും. മനുഷ്യർ അത്ര ദുഷ്ടരായിരിക്കുന്നു. എന്നും കേൾക്കുന്നത് കൊള്ളയും കൊലയും ബലാൽക്കാരവും തട്ടിക്കൊണ്ടുപോവലും. നഗരത്തെ ശിക്ഷിക്കാൻ മഹാലക്ഷ്മിയും അനുവദിച്ചിട്ടുണ്ടാവണം.

കാലും മുഖവും കഴുകി. വിളക്കിൽ ഒരു പുതിയ തിരിയിട്ട് എണ്ണയൊഴിച്ചു കത്തിച്ചു. ഭഗവാനേ, ഭഗവാനേ... യാത്രയിൽ അപകടമൊന്നുമില്ലാതെ വേഗം തിരിച്ചെത്തണേ.

രാത്രിയിൽ മടങ്ങിയെത്താത്ത യാത്രകളാണെങ്കിൽ നേരത്തെ പറഞ്ഞിരുന്നു. കൃഷ്ണയുടെ മകളോടോ, മിസ്സിസ് ചാറ്റർജിയുടെ വീട്ടിലെ

വേലക്കാരൻ പയ്യനോടോ വന്നുകിടക്കാൻ ഏർപ്പാട് ചെയ്യും. മൂന്നാം ദിവസം തിരിച്ചെത്തുമെന്നു പറഞ്ഞുപോയിട്ട് അഹമ്മദാബാദിൽനിന്ന് അഞ്ചാം ദിവസമാണ് വന്നത്. രാത്രി കൃഷ്ണയുടെ മകൾ വന്നു പാതിര വരെ ടി.വി. കണ്ടിരിക്കും. ഞാനുറങ്ങും. ആരുമില്ലെങ്കിലും പേടിക്കാനൊന്നുമില്ല. കോളനിയായതുകൊണ്ട് അടുത്തടുത്ത് വീടുകൾ. പടിക്കൽ പാറാവുകാരൻ. എന്നാലും ആരെങ്കിലും വീട്ടിനകത്തുണ്ടായാൽ സമാധാനമാണ്.

മുൻവശത്തെ വാതിൽ അല്പം തുറന്നുനോക്കി. കാറ്റും മഴത്തുള്ളികളും കരിയിലകളും അകത്തേക്ക് പാഞ്ഞുകയറിയപ്പോൾ വാതിലടച്ചു.

അപ്പോൾ മൃണാൾ ഗാദ്ഗിൽ വീണ്ടും വിളിക്കുന്നു.

"ഞാൻ കുറേ നേരമായി നമ്പർ ട്രൈ ചെയ്യുന്നു. കിട്ടുന്നില്ല. എങ്ങനെയുണ്ട് രുഗ്മിണിജി?"

"വിശേഷിച്ച് ഒന്നുമില്ല."

"മഴക്കാലത്താണു ശ്വാസം മുട്ടലു കൂടുക. വിഷമം ഒന്നുമില്ലല്ലോ. മുമ്പ് ഒരു ആൻജിന പ്രശ്നവും വന്നു അല്ലേ? ഇപ്പോൾ-?"

"ഇല്ല മൃണാൾ, സുഖം."

"കോളനിയായതുകൊണ്ടു ചുറ്റും ധാരാളം വീടുകളുണ്ടല്ലോ. ഞങ്ങടത് ഫ്ളാറ്റാ. വളരെ പഴയ ഫ്ളാറ്റ്. പക്ഷേ, ധാരാളം സ്ഥലമുണ്ട്. നാലാംനിലയിലാണെന്ന ഒറ്റക്കുഴപ്പമേയുള്ളൂ."

പുറത്തു നിന്നു വരുന്ന മനുഷ്യശബ്ദങ്ങൾ വലിയ ആശ്വാസമായിരുന്നു. പക്ഷേ, ഇവരിനി വിളിക്കരുതേ എന്നു തോന്നി.

"വിവരം ഒന്നും അറിഞ്ഞില്ല."

"ഇല്ല ഡോളി വിളിച്ചില്ല."

ഞാൻതന്നെ ഫോൺവച്ചു.

ടെലിവിഷൻ തുറന്നു. ഓ, വാർത്തകൾ കഴിഞ്ഞിരിക്കുന്നു. സിനിമാപ്പാട്ടാണ്. അരക്കെട്ടു വെട്ടിച്ച് അഭ്യാസംകാട്ടി ചെറുക്കന്റെ ദേഹത്തിൽ കയറിക്കൂടുന്ന പെണ്ണിന്റെ പാട്ട്. മുപ്പതുകൊല്ലമെങ്കിലുമായിട്ടുണ്ടാവും ഒരു സിനിമാതിയേറ്ററിൽ പോയിട്ട്. ഒരു മലയാള സിനിമ ഇവിടെ പത്രക്കാർക്ക് കാണിക്കാൻ വന്നവർ വിളിച്ചപ്പോൾ കുടെ പോയിരുന്നു. അതും-നോക്കട്ടെ. എൺപതിലോ എൺപത്തിയൊന്നിലോ ആണ്. വാസന്തിയെ ഗർഭമുണ്ടായിരുന്ന കാലത്താണ് അവസാനം ടിക്കറ്റെടുത്ത് സിനിമയ്ക്കു പോയത്. ആനയെപ്പറ്റി എന്തോ സിനിമ. ആന നായകനെ രക്ഷിക്കുന്നു. കാട്, അടിപിടി. മരിച്ചുകിടക്കുന്ന ആനയെ നോക്കി നായകൻ അതിൽ വളരെനേരം പാടുന്നുണ്ട്. പേരൊന്നും എനിക്കോർമ്മയില്ല.

നനഞ്ഞുകുതിർന്ന തണുപ്പ്. എന്നാലും ദാഹം തോന്നി. മൂന്നുഗ്ലാസ് വെള്ളം കുടിച്ചു. ചപ്പാത്തി പരത്തണോ ബാക്കിയുള്ള ചോറു ചൂടാക്കണോ? വിശപ്പു തോന്നുന്നേ ഇല്ല.

നേരത്തെപ്പറ്റി ഒരു ധാരണയുമില്ല. ബാറ്ററി മാറ്റാത്തതുകൊണ്ട് ചുമരിലെ ക്ലോക്കു നടക്കുന്നില്ല. എന്റെ വാച്ച് അലമാരിയിലെ മേശവലിപ്പിലോ എവിടെയാണാവോ? വല്ലപ്പോഴും പുറത്തിറങ്ങുമ്പോഴേ അതിന്റെ ആവശ്യമുള്ളൂ.

ഫോണടിച്ചപ്പോൾ ഞാൻ ഒന്നു ഞെട്ടി. ഒരുപക്ഷേ, ഭാസ്കരേട്ടൻ...

അമ്മിണിയാണ്.

“നോക്കൂ രുഗ്മിണി പൂനയിൽ ശങ്കരേട്ടൻ വിളിച്ചു. രസം കേൾക്കണോ അവിടെ മഴയേ ഇല്ല.”

മുത്തശ്ശി പറഞ്ഞതാണോർമ്മ വന്നത്. കലികാലത്തിന്റെ അന്ത്യത്തിൽ ദേശം പകുത്താണു മഴപെയ്യുക!

“എന്നിട്ട്?”

“വിനീത വന്നതു നീയെന്താ പറയാഞ്ഞത്?”

“വിനീത ദുബായിലല്ലേ?”

“പിന്നാരാ വന്നത്? വാസന്തിയോ? ഭാസ്കരൻ സാബ് ഗസ്റ്റ് ഹൗസിൽ മുറിയെടുത്തിട്ടുണ്ട്. കൂടെ മകളും ഉണ്ടെന്നു ഗസ്റ്റ്ഹൗസിലെ മാനേജർ പറഞ്ഞു. ഞാനാ ഗസ്റ്റ്ഹൗസിൽ സംസാരിച്ചത്.”

ഞാനൊന്നും മിണ്ടിയില്ല.

“ഭാസ്കരേട്ടനെ കിട്ടിയില്ല. അരമണിക്കൂർ കഴിഞ്ഞു വിളിക്കാൻ പറഞ്ഞു. ഞാൻ വിളിക്കുമ്പോൾ അവർ റസ്റ്റാറന്റിലാണ്. അരമണിക്കൂർ കഴിഞ്ഞു വിളിച്ച് സംസാരിച്ച ശേഷം ഞാൻ–”

“അമ്മിണീ, ബുദ്ധിമുട്ടണ്ട. ആളെവിടെയെത്തി എന്നറിഞ്ഞല്ലോ സമാധാനം.”

ഞാൻ ഫോൺ വച്ചു.

പിന്നെ സ്വീകരണമുറിയിലും കിടപ്പറകളിലും വെറുതെ നടന്നു, കുറേ നേരം. പിന്നെ ജനാലകൾ തുറന്നു. കാറ്റിന്റെ ഇരമ്പത്തിന് ഒരു താളക്രമമുണ്ടെന്ന് തോന്നി. മുൻവാതിൽ തുറന്നപ്പോൾ കോലായയിൽനിന്നു വെള്ളം സ്വീകരണമുറിയിലേക്ക് അടിച്ചുകയറി. നടുവിലെ കാർപ്പെറ്റിലേക്ക് പരന്നു, അതിന്റെ നരച്ച പച്ചനിറം മാറിമാറി വന്നു.

ഫോണിൽ ഒരു നിമിഷത്തെ കിലുക്കമുണ്ടായി. എടുത്തുനോക്കിയപ്പോൾ നിശ്ശബ്ദം അനക്കമില്ല. യന്ത്രം മരിച്ചുകഴിഞ്ഞു. ഇനി പുറത്തുനിന്നുള്ള വിളികളും ഈ വീട്ടിലേക്കു വരില്ല.

തുറന്ന വാതിൽക്കൽ നിന്നപ്പോൾ ആകെ നനഞ്ഞു. ഇക്കിളികൂട്ടുന്ന

തണുപ്പ്. പുറത്ത് മുറ്റത്തു പൊന്തിയ വെള്ളം അലയടിക്കുന്ന ശബ്ദം കേൾക്കാം.

വരാന്തയിലേക്ക് കടന്നു. ഇരുട്ട് അലകളുടെ ശബ്ദം. വലിയ മുളം തണ്ടിലൂടെ ആരോ ഊതുന്ന പോലെ കാറ്റിന്റെ ശബ്ദം. ഇപ്പോൾ പെട്ടെന്ന് വിളക്കുകൾ അണഞ്ഞു. കോളനിയിലെ നടപ്പാതകളിലും ഗെയ്റ്റിലും ഉണ്ടായിരുന്ന വിളക്കുകൾ കൂടി. ആകെ ഇരുട്ടായപ്പോൾ കൂടുതൽ സുഖം തോന്നി. ഇതു പ്രളയം തന്നെയായി മാറിക്കഴിഞ്ഞു. എല്ലാം പ്രളയത്തിൽ മുങ്ങിയപ്പോൾ ഭഗവാൻ ഒരാലിലയിൽ വെള്ളത്തിനു മീതെ പാറിനടന്നില്ലേ? എന്തൊരു ശാന്തതയായിരിക്കും അപ്പോൾ.

ഞാൻ വാതിൽപ്പടിമേൽ തലചായ്ച്ചു വരാന്തയിൽ നീണ്ടുനിവർന്ന് കിടന്നു. വെള്ളത്തിന്റെ തണുത്ത വിരലുകൾ വാരിയെല്ലിൻ താഴെക്കൂടി പുറത്തേക്കു തിരക്കികയറുന്നു. ചെരിച്ചുകിടത്താൻ നോക്കുന്ന കുസൃതി കൈകൾ. ഇക്കിളിപ്പെടുത്താൻ നോക്കുന്ന നനഞ്ഞ വിരലുകൾ. ആകെ മുങ്ങിയ നഗരത്തിന് മുകളിൽ വെള്ളത്തിൽ പാറിനടക്കുന്നതു സങ്കല്പിച്ചു കൊണ്ട് ചിരിച്ചുംകൊണ്ട് ഞാൻ കിടന്നു. ആശ്വാസം. മനസ്സ് സ്വസ്ഥം. ഭയമില്ല.

ഇന്നു ഞായറാഴ്ചയാണ്, പുതുതായി വീട്ടിലേക്കു വന്നവർക്കായി അകത്തുള്ളവർ സ്ഥലം മാറി. ഉള്ള സ്ഥലത്ത് എല്ലാവരും നിൽക്കുകയോ ഇരിക്കുകയോ ചെയ്യട്ടെ.

ഇപ്പോൾ അകത്തേക്കുകയറിവന്നപ്പോൾ തന്നെ ശേഫാലി. ഉവ്വ്. ആപ്പീസു കാറ് തിരിക്കുമ്പോൾ കണ്ട രൂപം ഇപ്പോൾ നീണ്ടുനിവർന്നു നിന്നു ചെരുപ്പിന്റെ വാറഴിക്കുന്നു. ഭാസ്കരേട്ടൻ കണ്ടു. നിവർന്നിരുന്നു. അവളെ ആകുലഭാവത്തിൽ നോക്കി. അവൾ പരിചയമുള്ള മറ്റൊരു മുഖം കണ്ട് ആശ്വാസത്തോടെ അവർക്കടുത്തേക്ക് നടന്ന് എന്തോ വളരെ പതുക്കെ സംസാരിച്ചു. ഭാസ്കരേട്ടൻ അവളെത്തന്നെ നോക്കിയിരിക്കുന്നു. അവൾ അടുത്തുവന്ന് എന്തെങ്കിലും പറയാൻ തുടങ്ങുമ്പോൾ അതുവരെ കരുതിവച്ച കണ്ണീരു തുറന്നുവിടാൻ.

അവൾ എല്ലാവരോടുമായി പറഞ്ഞു: "ഞാനൊന്നു പോയി വരാം. പതിനൊന്നിന് എയർപോർട്ടിൽ അങ്കിൾ വരുന്നു."

അവൾ പോകും മുമ്പ് ഭാസ്കരേട്ടന്റെ മുന്നിൽ നിന്നു.

"പോയിട്ടു വരാം."

അപ്പോഴാണു തമാശയുണ്ടായത്. വാക്കുകളില്ലാത്ത തമാശ. എനിക്ക് മാത്രമേ മനസ്സിലാവൂ. ഇനി എനിക്കു നീയേ ഉള്ളൂ എന്ന ദൈന്യഭാവ ത്തിൽ ഭാസ്കരേട്ടൻ നോക്കുന്നു. അവളുടെ മറുപടിയും നോട്ടത്തിൽ തന്നെ. തള്ളയുണ്ടായിരുന്നപ്പോൾ അതൊരു വിനോദം. പക്ഷേ, പടു വൃദ്ധന്റെ ഭാരം ഏറ്റെടുക്കുമെന്ന വിചാരം ഉണ്ടെങ്കിൽ അതു മനസ്സിൽ വെച്ചാൽ മതിയെന്ന് ശേഫാലിയുടെ കണ്ണുകൾ അറിയിക്കുന്നു. എന്നിട്ട്

അവൾ പുറത്തേക്കു നടന്നു. തിരിച്ചുവരില്ല എന്ന് അവിടെ നിൽക്കുന്നവർക്കൊക്കെ അറിയാം. തമാശയ്ക്കു കൂടുതലെന്തുവേണം? എനിക്ക് ഒന്നു വൃത്തിയായി ചിരിക്കണമെന്നുണ്ടായിരുന്നു. ഭാസ്കരേട്ടന്റെ ദൈന്യം മാറ്റാനെങ്കിലും. പക്ഷേ, കഴിയില്ലല്ലോ. ഡൈനിംഗ് ടേബിളും സോഫകളും നീക്കി സ്ഥലമുണ്ടാക്കി എന്നെ പുതപ്പിച്ചു കിടത്തിയിരിക്കയാണല്ലോ.

ഇവർ ശവം കൊണ്ടുപോവുന്നതു നാട്ടിലെപ്പോലെ നിശ്ശബ്ദം തല താഴ്ത്തി, ഇടയ്ക്കു വല്ല പിറുപിറുപ്പും മാത്രമായിട്ടാണോ? വടക്കെ ഇന്ത്യയിൽ വന്നശേഷം പലതുമായി പൊരുത്തപ്പെടാൻ എനിക്കു കഴിഞ്ഞിട്ടില്ല. പക്ഷേ, ശവമെടുപ്പു നന്ന്. ആളുകൾ ചേർന്നു ചെണ്ട കൊട്ടി, രാം നാം സത് ഹെ എന്നു കൂട്ടമായി ആർത്തു വിളിച്ച് ആഘോഷമായിട്ടാണല്ലോ ശ്മശാന യാത്ര.

എനിക്കു ചുറ്റുമായി വീണ്ടും ഒരാഘോഷം നടക്കട്ടെ. രാം നാം സത് ഹെ. ഇവിടെ മരിച്ച വീട്ടിൽ എത്തിയവർ അധികവും വടക്കുള്ളവരല്ലേ? വടക്കൻ സമ്പ്രദായം മതി. രാം നാം സത് ഹെ.

■

## കാഴ്ച

**വാ**ർത്ത ഇവിടേക്കും എത്തിയിരിക്കില്ല എന്നു വിചാരിച്ചത് തെറ്റ്. തനിച്ച് ഗ്രാമത്തിലെ വീട്ടിലേക്കു വരുന്നത് ഇടയ്ക്കൊക്കെ പതിവാണ്. അതുകൊണ്ട് ആരും അദ്ഭുതപ്പെട്ടില്ല. കുളിച്ച് കാപ്പി കുടിച്ച് വരാന്തയിൽ വന്നിരുന്നപ്പോൾ അമ്മ അടുത്തുവന്ന് മുഖവുരയൊന്നുമില്ലാതെ ചോദിച്ചു.

"കേട്ടതൊക്കെ ശരിയാണോ സുധക്കുട്ടീ?"

"എന്താ കേട്ടത്?"

അവൾ കർക്കശമായി അമ്മയെ നോക്കി. വാക്കുകൾകൊണ്ട് മതിൽ പണിയേണ്ട വിധമാലോചിച്ചു.

അമ്മ കണ്ണടച്ചുകൊണ്ട് പതുക്കെ പറഞ്ഞു:

"അല്ല നീയും പ്രഭാകരനും വേറേ വേറേ..."

പ്രയാസമുള്ള കാര്യങ്ങൾ പറയുമ്പോഴൊക്കെ അമ്മ കണ്ണടയ്ക്കുന്നത് പണ്ടേയുള്ള പതിവാണ്.

ചോദിച്ചതിനു മറുപടി പറയുന്നതിനുപകരം ആക്രമണമാണ് നല്ലതെന്നു തോന്നി.

"ആരാണു കമ്പിയില്ലാക്കമ്പി വഴി ഇതൊക്കെ എത്തിക്കുന്നത്?"

അമ്മ ഒതുക്കുകല്ലിലേക്കു കാൽനീട്ടി കുറച്ചകലെ വന്നിരുന്നു.

"നാരായണൻകുട്ടീടോടന്ന് ശ്രീദേവി വന്നിരുന്നു മിനിഞ്ഞാന്ന്. അവരുടെ ദേവൂന്റെ ഭർത്താവും മദിരാശീലല്ലെ?"

അനുജത്തിയുടെ ഭർത്താവിന്റെ അമ്മ കുറേശ്ശയായി വേണ്ടപ്പെട്ട ഇടങ്ങളിലെല്ലാം വാർത്തകൾ വിതരണം ചെയ്യുന്നുണ്ട്.

"ഇന്നലെ വിശാലത്തിന്റെ കത്തിലുംണ്ട്."

ജ്യേഷ്ഠത്തിയിൽനിന്നു വിവരം കിട്ടിയ അനുജത്തി ചന്ദ്രിയും ഇനി അമ്മയ്ക്കെഴുതും.

അവൾ മുറ്റത്തേക്കിറങ്ങി. പത്തുമണി കഴിഞ്ഞിട്ടേയുള്ളൂ. കൊടും ചൂടു തുടങ്ങിയിരിക്കുന്നു. മതിലിന്റെ നിഴൽ ചേർന്ന് വെറുതേ നടന്നു.

കാൽവെപ്പുകൾ വേഗത്തിലായപ്പോൾ റബ്ബർചെരുപ്പുകൾ മടമ്പിലടിച്ചു ശബ്ദിക്കാൻ തുടങ്ങി.

അമ്മ മാത്രമുള്ള ഈ പഴയ വീട്ടിൽ എന്തെങ്കിലും ഒഴികഴിവു പറഞ്ഞ് ഓടിയെത്തുന്നത് ആശ്വാസം തേടിക്കൊണ്ടായിരുന്നു. ടെലിഫോൺ ശബ്ദങ്ങളില്ല. വിരുന്നുസൽക്കാരങ്ങൾക്കായി വേഷം കെട്ടേണ്ടതില്ല. പാതിരയ്ക്ക് പ്രഭാകരന്റെ കൂട്ടുകാർ പിരിയുംവരെ ആതിഥേയയുടെ ചിരി, വീഴാതെ വെച്ചു പിടിപ്പിച്ച്, ഇഴയുന്ന എക്സിക്യൂട്ടീവ് ഫലിതങ്ങൾ കേട്ടിരിക്കേണ്ടതില്ല. പക്ഷേ, വല്ലപ്പോഴും മാത്രമാണ് വരാൻ സമ്മതം കിട്ടിയിരുന്നത്. അതും മൂന്നോ നാലോ ദിവസത്തേക്കു മാത്രം.

"നിനക്കെന്ന് മടങ്ങണം?" എന്ന ചോദ്യമായിരിക്കും അമ്മ ആദ്യം ചോദിക്കുന്നത്. ഇത്തവണ അതുണ്ടായില്ല. അവൾ തിരികെ നടന്ന് കോലായയ്ക്കടുത്തെത്തിയപ്പോൾ അമ്മ ചോദിച്ചു.

"ആളുകള് ഓരോന്ന് പറയ്ണ്ണ്ട്. എന്താ ശരിക്കുണ്ടായേ?"

അവൾ മറുപടി പറഞ്ഞില്ല.

"കേട്ടേടത്തോളം..."

അമ്മ നിർത്തി.

"ശരിയാണമ്മേ. പിരിയ്വാ നല്ലത് രണ്ടാൾക്കും."

അമ്മ തലതാഴ്ത്തി ഒതുക്കുകല്ലിൽ നോക്കിക്കൊണ്ടിരുന്നു.

അടുക്കളയിൽ സഹായത്തിനു നിൽക്കുന്ന പെൺകുട്ടി എന്തോ ചോദിച്ചുകൊണ്ട് വന്നപ്പോൾ അമ്മ എഴുന്നേറ്റ് അകത്തേക്കു പോയി.

ബാങ്കിൽ പതിനഞ്ചുദിവസത്തെ ലീവെഴുതിക്കൊടുത്താണു വന്നത്. സൂചനകൾ കിട്ടിയിട്ടുണ്ട് ചിലർക്ക്. കാഷ്യർ നിർമ്മലാ ശ്രീനിവാസനോടു മാത്രം കാര്യങ്ങൾ തുറന്നു പറഞ്ഞു. വൈ.ഡബ്ല്യു.സി.എ.യിൽ മുറി ഏർപ്പാടു ചെയ്തത് നിർമ്മലയാണ്.

തനിച്ചു കഴിയാനാണ് അമ്മയ്ക്കിഷ്ടമെന്നു തോന്നാറുണ്ട്. ബന്ധുക്കളെയും സന്ദർശകരെയും പ്രോത്സാഹിപ്പിക്കാറില്ല. മക്കൾ വന്നില്ലെങ്കിൽ പരിഭവമില്ല. മറുപടി വന്നാലും വന്നില്ലെങ്കിലും മാസത്തിലൊരിക്കൽ അമ്മ മൂന്നു മക്കൾക്കും ഇൻലന്റിൽ കത്തെഴുതും. എന്നും സഹായത്തിന് അയൽപക്കത്തെ ഏതെങ്കിലും പെൺകുട്ടിയുണ്ടായിരിക്കും. കഴിഞ്ഞ കൊല്ലം വന്നപ്പോൾ അതുവരെ നിന്ന പെൺകുട്ടിയുടെ കല്യാണമടുത്ത കാര്യം പറഞ്ഞു. അമ്മ ഒരു പവന്റെ ചെയിൻ കൊടുക്കുന്നു.

"മൂന്നാളും കഴിയുന്നത് സഹായിക്കണം. കുട്ടിരാമന്റെ പേർക്ക് മണിയോഡറയച്ചാൽ മതി. എനിക്കയച്ചാലും വേണ്ടില്ല."

വിശാലേടത്തിയും ചന്ദ്രിയും മുന്നൂറ് വീതം. സുധ നാനൂറ്. രണ്ടു പേരും ജോലി ചെയ്യുന്നു. കുട്ടികളുമില്ല. അതുകൊണ്ടാണ് അമ്മ വിഹിതം നൂറ് ഉറുപ്പിക വർദ്ധിപ്പിക്കുന്നത്.

അവൾ പോയപ്പോൾ അനുജത്തി വന്നു വീട്ടുപണിക്ക്.

തനിച്ച് അമ്മ ഇവിടെ താമസിക്കുന്നതിൽ വിശാലേടത്തിക്കു വിഷമമുണ്ട്. തിരുവനന്തപുരത്ത് വലിയ വീടാണ്. ജോലിക്കാരുണ്ട്. എല്ലാവരും ഒത്തുകൂടിയ സന്ദർഭമായിരുന്നു അത്.

"വല്ല അസുഖവും വന്നാൽ അടുത്തൊരു ഡോക്ടർ കൂടിയില്ല." വിശാലേടത്തി പറഞ്ഞു.

"എനിക്കൊരസുഖവും വരില്ല." എന്നായിരുന്നു അമ്മയുടെ മറുപടി.

വാഴക്കൂട്ടത്തിൽനിന്നു പൊളിഞ്ഞ മതിലിന്റെ വിടവിലൂടെ ഒരു കറുത്ത കോഴിയും കുട്ടികളും മുറ്റത്തേക്ക് സംശയിച്ചുകൊണ്ടിറങ്ങി. മുറ്റത്തിന്റെ അതിർത്തിയിൽ കൊത്തിപ്പെറുക്കി നടക്കാൻ തുടങ്ങി.

"കാട്ടുകോഴിയാണ്. ഈ നേരത്ത് എന്നും വരും. എവിട്ന്ന് വര്ണൂ ആവോ!"

അമ്മ പറയുന്നതു കേട്ടു.

അവൾ കൗതുകത്തോടെ നോക്കി നിന്നു. വീട്ടുമുറ്റത്താണെന്ന പരിഭ്രമം തള്ളക്കോഴിക്കുണ്ട്.

അവൾ പതുക്കെ നിഴൽപ്പാടിലൂടെ കുറച്ചടുത്ത് കാണാൻവേണ്ടി നടന്നു. തള്ള ഒരു നേർത്ത കൊക്കലോടെ മുന്നറിയിപ്പു നൽകി, ധൃതിയിൽ തോട്ടത്തിലേക്ക് ഓടിക്കയറി. മക്കൾ പിറകേ.

ഊണു കഴിക്കുമ്പോൾ അമ്മ ഒന്നും പറഞ്ഞില്ല.

വൈകുന്നേരം ശ്രീധരേട്ടൻ വന്നു. അനുജത്തിയുടെ ഭർത്താവിന്റെ ജ്യേഷ്ഠൻ. ഹൈസ്കൂൾ ഹെഡ്മാസ്റ്ററും നാട്ടുമുഖ്യസ്ഥനുമാണ്.

എന്തോ ചിലത് കേട്ടല്ലോ എന്ന വായ്ത്താരിയോടെ വിസ്താരം തുടങ്ങുമെന്നു കരുതി തയ്യാറെടുത്തു. ഒന്നും സംഭവിക്കാത്തതുപോലെ നിന്നു. അയാളുടെ ഭാര്യയെപ്പറ്റിയും കുട്ടികളെപ്പറ്റിയും ചോദിച്ചു. കാറ്റ് വീശാത്ത വേനലിനെപ്പറ്റി വെറുതെ ഒന്നു ശപിച്ചു.

"സുധക്കുട്ടിക്ക് എത്ര ദിവസം ലീവുണ്ട്."

"ഉം? ഒരാഴ്ച."

അമ്മ ഇടയ്ക്ക് വന്നു. "ചായ തരാൻ പാലൊട്ടുംല്യ ശ്രീധരാ."

"വേണ്ട."

അവൾ നാട്ടുവർത്തമാനം തീർന്നപ്പോൾ വിഷമിച്ചു. അപ്പോൾ ശ്രീധരൻ തുടങ്ങി. മദ്രാസ്സിലെ കത്തുന്നവെയിൽ, ജയലളിതയുടെ

സ്വത്തുക്കൾ, കരുണാനിധിയുടെ ഭരണം തുടങ്ങിയവയെപ്പറ്റി സംസാരിക്കാൻ ഒരു ശ്രമം നടത്തി. സുധ കേട്ടിരുന്നു. ഒന്നും കൂട്ടിച്ചേർക്കാനില്ല. സംഭാഷണങ്ങൾ തീ പിടിക്കാത്ത കുറ്റിച്ചൂട്ടുകൾപോലെ അവിടവിടെ വീണുതീർന്നപ്പോൾ അയാൾ എഴുന്നേറ്റു.

കല്യാണാലോചനകളുടെ കാലത്ത് ഇയാളുടെ ജാതകവും പരിഗണനയിലുണ്ടായിരുന്നുവെന്നു കേട്ടിട്ടുണ്ട്.

വൈകുന്നേരം ഒരുകൂട്ടം തുമ്പികൾ കാറ്റത്ത് പറന്നുനടക്കാൻ തുടങ്ങി. തുമ്പികൾ താണുപറന്നാൽ മഴ വരുന്ന സൂചനയാണെന്നു കുട്ടിക്കാലത്തു കേട്ടിട്ടുണ്ട്. ഒരു മഴ പെയ്തിരുന്നെങ്കിൽ എന്നാഗ്രഹിച്ചു. വൈകാശി വെയിലിനേക്കാൾ ഒട്ടും കുറവല്ല ഇവിടത്തെ മീനച്ചൂട്. വീട്ടിനകത്ത് ആര് ചെലവാക്കണം എന്ന തർക്കം തീരാത്തതുകൊണ്ട് ഇപ്പോഴും ഫാനുകൾ വെച്ചിട്ടില്ല.

“രാത്രി തെക്കേ അറേല് കെടന്നോ. അതിൽ കൊറച്ചെങ്കിലും കാറ്റ് കിട്ടും.” അമ്മ, രാത്രി വിളമ്പുമ്പോൾ പറഞ്ഞു.

“എവിടെയായാലും വേണ്ടില്ല.”

അമ്മയുടെ മുറിയിൽ പണ്ടെന്നോകാലത്ത് അച്ഛൻ വാങ്ങിയ ഒരു തുരുമ്പുപിടിച്ച ടേബിൾ ഫാനുണ്ട്.

വായിക്കാനൊന്നും എടുത്തില്ല, വഴിക്ക് വാങ്ങിയതുമില്ല. അമ്മയുടെ മുറിയിലെ വട്ടമേശപ്പുറത്ത് അച്ഛന്റെ പഴയ പുസ്തകങ്ങൾ അതേപോലെ ഉണ്ട്. അമ്മ രാത്രി കുറച്ചുനേരം വായിക്കുന്നത് പതിവാണ്. പക്ഷേ, പുതിയ പുസ്തകങ്ങളൊന്നുമില്ല. ‘ലോകചരിത്ര സംഗ്രഹ’ത്തിന്റെ മേൽ അമ്മ നിവർത്തിവെച്ച പുസ്തകം നോക്കി. ഹിമഗിരിവിഹാരമാണ്.

തെക്കേ മുറിയിൽ വിരിച്ചിട്ടുണ്ട്. അവൾ സാരിമാറ്റി ഒരു നൈറ്റി എടുത്തിട്ടു. സമയം നോക്കി. എട്ടേമുക്കാൽ. നഗരത്തിൽ, റമ്മികളിയും രണ്ട് ബിയറും കഴിഞ്ഞ് പ്രഭാകരൻ തിരിച്ചെത്തുന്ന സമയം.

അമ്മ കടന്നുവന്നു.

“ആ ഫാൻ വേണെങ്കിൽ ഇവിടെ കൊണ്ടന്നു വെച്ചോ. കുറച്ച് ശബ്ദംണ്ട്ന്നേള്ളൂ. ഇപ്പഴും തിരിയ്ണ്ണ്ട്.”

“വേണ്ട.”

അമ്മ വേഗം പോകട്ടെ എന്ന് കരുതി അവൾ കിടക്കാൻ ഭാവിക്കുന്നപോലെ കട്ടിലിൽ കയറിയിരുന്നു.

“എന്നാലും...”

അമ്മയ്ക്കു പറയണമെന്നുണ്ട്.

“പറഞ്ഞോളൂ.”

"അഞ്ചുകൊല്ലം ഒരുമിച്ച് കഴിഞ്ഞ് പിരിയാന്നൊക്കെ പറഞ്ഞാൽ..."
അവൾ ഒന്നും മിണ്ടിയില്ല.
"കേട്ടാൽ ആളുകളെന്ത് വിചാരിക്കും?"
അവൾ അല്പംകൂടി തിരിഞ്ഞു. ഇപ്പോൾ അമ്മയുടെ മുഖം കാണാ തിരിക്കാം.
അവൾ പെട്ടെന്ന് ഒരു വിഷയം കിട്ടിയ ആശ്വാസത്തോടെ ചോദിച്ചു:
"ഇവിടെ ഫോൺ ചെയ്യാനൊക്കെ എന്താ വഴി, അത്യാവശ്യം വന്നാൽ?"
"ഇപ്പോൾ മരുന്നുഷാപ്പിന്റെ തൊട്ടമുറീല് ബൂത്ത് വന്നിട്ടുണ്ട്. എങ്ങട്ട് വേണെങ്കിലും വിളിക്കാം."
പിന്നെയും വാക്കുകൾ വറ്റിപ്പോയ അവസ്ഥ.
"എന്ത് ചെയ്യാനാ നീയ് നിശ്ചയിച്ചിരിക്ക്ണ്?"
"ആലോചിക്ക്ണു."
"ഞാൻ വരണോ? പ്രഭാകരനായിട്ട് ഞാൻ സംസാരിക്കണോ?"
അവൾ ധൃതിയിൽ പറഞ്ഞു: "വേണ്ട. വേണ്ട."
അമ്മ ദൈന്യത്തോടെ നോക്കി. അരിശം വരാതിരിക്കാൻ ശ്രമിച്ചു കൊണ്ട് അവൾ പറഞ്ഞു:
"ഇതിൽ ഒരൊത്തുതീർപ്പിന്റെ ആവശ്യമില്ല അമ്മേ."
അമ്മ പുറത്തേക്കു പോയി.
ഇനി അമ്മ ഇക്കാര്യം സംസാരിക്കുകയില്ല എന്നവൾക്കറിയാമായി രുന്നു. നിശ്ശബ്ദം സഹിക്കുന്നതാണ് അമ്മയുടെ പ്രകൃതം. പക്ഷവാതം വന്ന് അനങ്ങാനാവാതെ ഒന്നരവർഷം കിടന്നാണ് അച്ഛൻ മരിച്ചത്. വിധി വിഹിതവും സങ്കടവും ആരോടും പറഞ്ഞില്ല ഒരിക്കലും. സമ്പാദ്യം മുഴുവൻ കൈക്കലാക്കിയ ചിറ്റക്കാരിയെപ്പറ്റി ആളുകൾ പിറുപിറുത്ത പ്പോഴും അമ്മ ഒന്നും സംസാരിച്ചതായി കേട്ടിട്ടില്ല.
രാവിലെ അമ്മ പറഞ്ഞു: "നിന്നെ ഒന്ന് കാണണംന്ന് പറഞ്ഞു, ചോലേലെ വല്യമ്മ."
അവൾ സംശയിച്ചു.
"ജാനു പറഞ്ഞിട്ടാ തള്ള അറിഞ്ഞത്. അവളതിന്റെ തൊട്ടവിട്ന്നാ ഇവിടെയ്ക്കു പാല് വാങ്ങ്ണത്."
"ഉം കാണാം."
"കഴിഞ്ഞ തവണേം പറഞ്ഞൂന്നല്ലാതെ നീയ് പോയില്ല."
"ഉം. ശരി."

“വയസ്സ് എൺപത്തിനാലായി. ഇനി എത്രകാലം ഇരിക്കുംന്നറിയില്ലല്ലോ. കണ്ണിനാണെങ്കിൽ തീരെ കാഴ്ചല്യ. പക്ഷേ, വേറേ അലോഹ്യോന്നൂല്യ.”

മുത്തശ്ശിയുടെ ജ്യേഷ്ഠത്തിയാണ് ചോലലെ വല്യമ്മ. അമ്മ വിളിക്കുന്നതു കേട്ട് കുട്ടികളും വലിയമ്മ എന്ന് വിളിച്ചു. അനുജത്തീടെ കൂടെ വിരുന്നു പാർക്കാൻ മുമ്പ് വലിയമ്മ ഇവിടെ വന്നിരുന്നു. വിശാലേടത്തിയുടെ മുടി ചായ്ച്ചും ചരിച്ചും കെട്ടുന്നത് രാവിലെ അവർക്ക് ഒരു പതിവായിരുന്നു. സന്ധ്യയ്ക്ക് മൂന്നു കുട്ടികളെയും ഇരുത്തി ഉറക്കെ സന്ധ്യാവന്ദനങ്ങൾ ചൊല്ലിക്കൊടുക്കും.

മുത്തശ്ശി താഴെ കിടന്ന് കട്ടിൽ ജ്യേഷ്ഠത്തിക്ക് ഒഴിഞ്ഞുകൊടുക്കും. വല്യമ്മയ്ക്ക് കുറേനേരം കഥകൾ പറയണം. അതിന് സുധക്കുട്ടിയെയാണ് എന്നും കിട്ടുക. വിശാലേടത്തി ഒഴിഞ്ഞുമാറും. ചന്ദ്രി ഉറക്കം തൂങ്ങാൻ തുടങ്ങും.

മുത്തശ്ശിയും ഉറക്കം തൂങ്ങിക്കൊണ്ട് കേൾക്കുകയാണെന്നു തോന്നിയിരുന്നു. കുളത്തിൽ പാലാട്ടുകോമനെ ഉണ്ണിയമ്മ പിന്നിൽ അഴിച്ചിട്ട മുടിയിൽ ഒളിപ്പിച്ച കഥ. കോവിലന്റെയും കണ്ണകിയുടെയും കഥ. പിന്നീട് മധുരയിൽ ആദ്യമായി ചെന്നപ്പോൾ പെട്ടെന്ന് വലിയമ്മയുടെ കണ്ണകീചരിതം ഓർമ്മിച്ചു. മുല പറിച്ചെടുത്ത് പട്ടണം മുഴുവൻ ചുട്ടുകരിച്ചത് കണ്ടുനിന്നപോലെയാണ് വലിയമ്മ വർണ്ണിച്ചിരുന്നത്. വലിയമ്മയ്ക്ക് എന്തെങ്കിലും വാങ്ങണമെന്ന് നിശ്ചയിച്ചതായിരുന്നു വന്ന ഉടനെ. ഷോപ്പിങ്ങിനിറങ്ങാൻ നിശ്ചയിച്ച ദിവസം പ്രഭാകരനുമായി എന്തോ പറഞ്ഞ് ഇടഞ്ഞു. തീവണ്ടിയുടെ സമയമാവുംവരെ ഹോട്ടൽമുറിയിൽ കിടന്നു.

വിവാഹത്തിനു തലേന്ന് നമസ്കരിക്കാൻ ചെന്നപ്പോൾ കണ്ടതാണ്. അഞ്ച് കൊല്ലത്തിലേറെയായി. മുത്തശ്ശിയുണ്ടായിരുന്ന കാലത്തും ഈ വലിയമ്മയോടായിരുന്നു എന്തുകൊണ്ടോ കൂടുതൽ ഇഷ്ടം. അഞ്ചു വർഷത്തിനിടയ്ക്ക് ഏഴു തവണ വന്നു. അതേ, ഏഴ്. രണ്ടു തവണ പ്രഭാകരനും കൂടെയുണ്ടായിരുന്നു. അപ്പോഴൊക്കെ വലിയമ്മ അന്വേഷിക്കും. മൂന്നു ഫർലോങ്ങില്ല. എന്നിട്ടും പോകാൻ, ഓരോ ചെറിയ തിരക്കുകൾ കൊണ്ട് കഴിഞ്ഞില്ല.

കാട്ടുകോഴികൾ അന്നും മുറ്റത്തേക്കു വന്നു. ഇന്നലത്തെ അത്ര ഭയപ്പെടുന്നില്ല. അവൾ ഇന്നലത്തേക്കാൾ കുറച്ചുകൂടി അടുത്തേക്കു ചെന്നു നിന്നു. തള്ളയും കുട്ടികളുംതന്നെ. കറുത്തുമിന്നുന്ന തൂവലുകളിൽ തട്ടി വെയിൽനാളങ്ങൾ ചിതറിവീഴുന്നതു നോക്കി.

“ചില വിരുന്നുകാരൊക്കെ ഉണ്ടേ.” ആ ശബ്ദം കേട്ട് കാട്ടുകോഴികൾ ഓടി ഒളിച്ചു.

നോക്കുമ്പോൾ മുറ്റത്ത് ശ്രീദേവിയമ്മയും അനുജത്തിയും.

അമ്മ നാട്ടുനടപ്പിന് ഇരിക്കാൻ ക്ഷണിക്കുന്നു. ചായയുണ്ടാക്കാൻ ജാനുവിനോടു കല്പിക്കുന്നു. എന്നിട്ട് അവളെ ഒന്ന് അസ്വാസ്ഥ്യത്തോടെ നോക്കി അകത്തേക്കു കടന്നു.

'കണക്കിനു കേട്ടോ' എന്നാണ് നോട്ടത്തിന്റെ അർത്ഥം.

"ഇരിക്കൂ സുധേ, പറയട്ടെ. തുറന്നു പറേണേല് അലോഗ്യം തോന്നരുത്."

അവൾ ഇരുന്നില്ല. ചിരിക്കാൻ ശ്രമിച്ചു. തോറ്റുപോയി.

"പറയാം."

"എന്തിനാ വളച്ച് കെട്ട്ണ്? പറയാണ്ടെ വയ്യ. കേട്ടത് ശരിയാച്ചാൽ ഒക്കെ കുറച്ച് മോശാണേയ്."

അവൾ ഒരുവിധം ചിരിച്ചു എന്നു വരുത്തി. എന്നിട്ട് നിസ്സാരഭാവം നടിച്ച് പറഞ്ഞു: "മോശാണ്. പക്ഷേ, നിവൃത്തിയില്ല."

ശ്രീദേവിയമ്മയുടെ മുഖം കരിവാളിച്ചു. അവർ അനുജത്തിയെ ഒന്നു നോക്കി, നീയും പറ എന്ന ഭാവത്തിൽ. അനുജത്തി ഏറ്റെടുത്തു.

"നാരായണൻകുട്ടി എഴുതിയതിലും കാര്യംണ്ട്. കുടുംബക്കാർക്കൊക്കെയും ഒരു നാണക്കേടാവും."

അവൾ നിശ്ശബ്ദം നിന്നു.

"അഞ്ചുകൊല്ലം ഒരുമിച്ച് കഴിഞ്ഞിട്ട്, വേണ്ടാന്ന് വെക്കണതൊക്കെ...."

ഇനി ഏടത്തി പറഞ്ഞോളും എന്ന സൂചനയോടെ അവർ ശ്രീദേവിയമ്മയെ നോക്കി.

"തെറ്റും കുറ്റൊക്കെ ഉണ്ടാവും. സഹിക്വന്നെ. കല്യാണംന്ന് പറഞ്ഞാൽ അങ്ങനെയൊക്കെയാണ്. നിന്റെ അമ്മ എത്ര സഹിച്ചട്ക്ക്ണു?"

സുധ ചിരിക്കാൻ ശ്രമിച്ചു. ആദ്യം പറയാൻ തോന്നിയത്, തെറ്റ് - എന്റെ ശ്രീദേവിയമ്മേ, പ്രഭാകരന്റെയല്ല എന്റെയാണ് എന്നായിരുന്നു. പിന്നെ ഒന്നും പറയേണ്ട എന്നു വെച്ചു.

അവർ പിന്നേയും സംസാരിച്ചുകൊണ്ടിരുന്നു.

താത്പര്യമില്ലാത്ത സംഭാഷണങ്ങളുടെ കോലാഹലത്തിൽനിന്ന് രക്ഷപ്പെടാൻ ആരുമറിയാതെ ചെവി കൊട്ടിയടയ്ക്കുന്ന ഒരു അദ്ഭുത വിദ്യ എങ്ങനെയോ ചെറുപ്പംതൊട്ട് വശമായിരുന്നു. മറന്നുപോയ പേരുകൾ, പുസ്തകങ്ങളിലെ കഥാപാത്രങ്ങൾ, കുട്ടിക്കാലത്ത് കണ്ട സ്ഥലങ്ങളുടെ ഭൂമിശാസ്ത്രം, എലിമെന്ററി സ്കൂളിൽ കൂടെയുണ്ടായിരുന്ന ചില കുട്ടികളുടെ മുഖങ്ങൾ — അങ്ങനെ ചിലത് അന്വേഷിക്കാൻ തുടങ്ങുമ്പോൾ ശബ്ദങ്ങൾ പെട്ടെന്ന് അകലുന്നു.

യാത്ര പറയുമ്പോൾ ശ്രീദേവിയമ്മ ചോദിച്ചു: "ഞാനീ കണ്ഠക്ഷോഭം ചെയ്തതൊക്കെ വെറുതെയാണ്ന്ന് നിനക്ക് തോന്ന്ണ്ണ്ടോ?"

അവൾ ചിരിച്ചു.

"ഇല്ല."

"പറഞ്ഞതിൽ കുറച്ചൊക്കെ കാര്യംണ്ട്ന്ന് തോന്ന്ണില്ലെ?"

"ഉവ്വ്."

അവർ ആശ്വാസത്തോടെ നെടുവീർപ്പിട്ടു.

"എന്നിട്ടെന്താ തീരുമാനം?"

അവൾ ചിരിച്ചുകൊണ്ട് പറഞ്ഞു: "ആലോചിക്കട്ടെ."

ദൗത്യം ഫലിക്കുന്ന സംതൃപ്തിയോടെ ചുണ്ട് പിളർത്തിച്ചിരിച്ച് ശ്രീദേവിയമ്മയും പിറകേ അനുജത്തിയും പടിയിറങ്ങി.

അമ്മ ചോദിച്ചു: "നീയെപ്പഴാ ചോലേലെ വല്യമ്മയുടെ അടുത്ത് പോണ്?"

"പോവാം."

വലിയമ്മയും ഉപദേശിക്കാൻ തയ്യാറെടുത്ത് കാത്തിരിക്കുകയാവും.

ഉച്ചയ്ക്ക്, ഹൈസ്കൂളിൽ ഒരുമിച്ചു പഠിച്ചിരുന്ന സുമതിയും മൂന്നു വയസ്സുള്ള മകളുംകൂടി വന്നു. ആശാരിവളപ്പിന്റെ അതിർത്തിയിൽ എന്നും രാവിലെ അവൾ കാത്തുനിന്നിരുന്നു. മൂക്കിനു താഴെയുള്ള പാലുണ്ണി കുറെക്കൂടി വലുതായപോലെയുണ്ട്. പത്താംക്ലാസ്സ് മുഴുമിക്കും മുമ്പ് അവളുടെ കല്യാണം കഴിഞ്ഞു.

ഇരിക്കാൻ നിർബന്ധിച്ചുവെങ്കിലും അവൾ ഇരുന്നില്ല.

"എന്താ സുമതീ, സുഖം?"

"ഇങ്ങനെ കഴീണു."

നീലയും വയലറ്റും ചുമപ്പുമൊക്കെയുള്ള തിളങ്ങുന്ന സാരി. ഗൾഫിൽ ജോലിയുള്ള ഭർത്താവ് കൊണ്ടുവരുന്നതാവും. അയാൾ രണ്ടുകൊല്ലം കൂടുമ്പോൾ രണ്ടു മാസത്തെ ലീവിൽ വരും. രൂക്ഷമായ ഒരു സുഗന്ധം അവളെ പൊതിഞ്ഞുനിന്നിരുന്നു. കഴുത്തിലും കൈത്തണ്ടയിലും നിറയെ സ്വർണ്ണാഭരണങ്ങൾ.

"വന്നൂന്ന് കേട്ടു. കൊറച്ചീസംണ്ടോ നാട്ടില്?"

"ആ, കൊറച്ചീസം."

അടുത്ത തിങ്കളാഴ്ച സുമതിയുടെ പുതിയ വീടിന്റെ പാലുകാച്ചലാണ്. "സുധക്കുട്ടി വരണം."

"ഉണ്ടെങ്കിൽ വരാം."

അമ്മയുടെ സാരീലെ പൂക്കളിൽ വിരലോടിച്ച് നിന്ന കുട്ടിയുടെ തലയിൽ തടവിക്കൊണ്ട് ചോദിച്ചു: "ഇവൾടെ പേര് ഞാൻ മറന്നു."

"കാർത്തിക."

കാർത്തികയെ കൈപിടിച്ച് അടുപ്പിക്കാൻ ശ്രമിച്ചു. കുട്ടി ചിണുങ്ങിക്കൊണ്ട് അമ്മയെ ചുറ്റിപ്പിടിച്ചു നിന്നു.

സുമതി കുറേക്കൂടി അടുത്തേക്കു നിന്നു. എന്നിട്ട് സ്വകാര്യമായി ചോദിച്ചു:

“എന്തോ കുഴപ്പണ്ട്ന്ന് കേട്ടല്ലോ.”

“ഓ, നീയും കേട്ടോ?”

“എന്നോട് മൊസൈക്കിടാൻ വർണ ശങ്കരേട്ടന്റെ ഭാര്യ പറഞ്ഞപ്പോ... ഞാൻ വിശ്വസിച്ചില്ല.”

സുധ മൂളി.

“ശരിയാണോ, സുധക്കുട്ടീ?”

സുധ ചിരിച്ചു: “കുറച്ച്.”

സുമതി അല്പം ഉത്കണ്ഠയോടെ കണ്ണുവിരിയിച്ച് മുഖം നെറ്റിയിൽ മുട്ടുന്നത്ര അടുത്തേക്കു വളഞ്ഞുനിന്ന് പതുക്കെ പറഞ്ഞു: “എന്നേക്കാൾ പഠിപ്പും വിവരുള്ളവരോട് ഞാനുപദേശിക്കാന്ന് തോന്നരുത്. ഒത്തുപോവ്വാ എല്ലാംകൊണ്ടും നല്ലത്.”

സുധ അവളുടെ കൈയിൽ തട്ടി.

“ഉം. ആലോചിക്കട്ടെ.”

“കുട്ടികള് ഇപ്പം വേണ്ടാന്ന് വെച്ചതാ തെറ്റ്. അപ്പോ ആണായാലും പെണ്ണായാലും ദുർവിചാരങ്ങളുണ്ടാവില്ല.”

സുധ സുമതിയെ അദ്ഭുതത്തോടെ നോക്കി. മനസ്സിൽ കുറിച്ചിടാൻ ഒരു നല്ല നാടൻവാക്ക്. ദുർവിചാരം.

സുമതി പോയി. വൈകുന്നേരം പാലു വാങ്ങി വന്ന ജാനു പറഞ്ഞു, ചോലേലെ വലിയമ്മ പിന്നെയും അന്വേഷിച്ചിരിക്കുന്നു. അമ്മ പറഞ്ഞു:

“ഒന്നു പൊയ്ക്കോ.”

“ഉം. നാളെ പോവാം.”

“കാശിന്റെ ആവശ്യൊന്നൂല്യ, എന്നാലും വല്ലതും കൊടുത്തോ. വിശാലം ചെന്നു കണ്ടതും അമ്പതുറുപ്പിക കൊടുത്തതും വർണോരോടും പോണോരോടും എത്ര കാലാ തള്ള വിസ്തരിച്ചത്.”

അമ്മ ചിരിച്ചു. വന്നതിൽപ്പിന്നെ അമ്മയുടെ മൂടിക്കെട്ടിയ മുഖം ഒന്ന് തെളിഞ്ഞു കണ്ടത് ഇപ്പോഴാണ്.

വിശാലേടത്തിയോട് മത്സരിക്കാൻ ഞാനില്ല എന്നു പറഞ്ഞാലോ?

തിങ്കളാഴ്ച മടങ്ങാമെന്നു നിശ്ചയിച്ചു. രണ്ടാഴ്ച തികയാൻ കാത്തുനിൽക്കുന്നില്ല. മൂന്നു ദിവസംകൊണ്ടുതന്നെ അസ്വസ്ഥതകൾ വേണ്ടത്രയായി.

ഹൈദരാബാദിൽ വിളിക്കണോ? മൊബൈൽ നമ്പർ ഹാൻഡ് ബാഗിലെ പുസ്തകത്തിൽ കുറിച്ചിട്ടിട്ടുണ്ട്. ഓഫീസിലെ ഡയറക്ട് നമ്പർ മനസ്സിലും.

ടിക്കറ്റ് റിസർവ് ചെയ്യാൻ ഒരാളെ അയയ്ക്കാനില്ല. ലേഡീസ് കമ്പാർട്ടുമെന്റിൽ കയറിക്കൂടാം. ഒരു രാത്രിയുടെ പ്രശ്നമല്ലേ ഉള്ളൂ.

നാട്ടിലെത്തിയാലും ഇടയ്ക്ക് വിളിക്കണമെന്നു പറഞ്ഞിരുന്നു.

"ഈഫ് പോസിബിൾ" എന്നേ പറഞ്ഞുള്ളൂ.

പിറ്റേന്ന് കാപ്പി കുടിച്ച് കഴിയുമ്പോൾ അവൾ പറഞ്ഞു: "ഞാൻ വലിയമ്മയെ കണ്ടുവരാം."

"ജാനൂനെ കൂട്ടിക്കോ."

"വേണ്ട."

ആദ്യം ആശാരിപ്പറമ്പിലെ പുതിയ വീട്ടിൽ കയറി. സുമതിക്ക് അദ്ഭുതവും സന്തോഷവുംകൊണ്ട് എന്തു ചെയ്യണമെന്നറിയാത്ത ബഹളമായിരുന്നു. ആശാരി നാരായണന്റെ മേൽനോട്ടത്തിൽ ജനൽപ്പാളികൾക്ക് രണ്ടുപേർ വാർണീഷിടുകയാണ്.

അകം നടന്നു കണ്ടു.

"രണ്ട് മുറീം അറ്റാച്ച്ഡ് ആണ്." സുമതി അഭിമാനത്തോടെ പറഞ്ഞു.

എന്തെങ്കിലും കുടിച്ചേ പോകാവൂ എന്ന നിർബന്ധത്തിൽനിന്ന് ഒഴിഞ്ഞു മാറാൻ പ്രയാസപ്പെട്ടു.

"ജൂലായില് വരുംന്ന് കത്ത്ണ്ട്."

"കൂടെ കൊണ്ടുപോവാൻ പറയ്. നിനക്കും ദുബായി കാണാലോ."

"അതൊന്നും നടക്ക്ണ കാര്യല്ല. വലിയ ശമ്പളക്കാർക്കേ അതിനൊക്കെ സാധിക്കൂന്നാ പറയണ്."

എന്നാലു സുമതി വളരെ സന്തുഷ്ടയാണ്.

"ഇറങ്ങട്ടെ സുമതീ, ചോലേലെ വല്യമ്മടെ അവടേം ഒന്ന് കേറണം."

"ഞാൻ പറഞ്ഞത് ഓർമ്മല്ല്യെ?"

"ഉവ്വ്."

അവൾ തിരിഞ്ഞുനിന്നു ചിരിച്ചു.

മുളക്കൂട്ടങ്ങൾ കടന്നപ്പോൾ വറ്റിവരണ്ട ചോല കണ്ടു. ഇരുവശത്തും പണ്ട് പൊന്തക്കാടുകളായിരുന്നു. ഏതു കാലത്തും മുമ്പു വെള്ളമൊഴുകിയിരുന്നു. മഴക്കാലത്ത് കരകവിയും. താഴെ തോട്ടിലെത്തി, ഇത് പുഴയുടെ ചെറിയ കൈവഴിയായി മാറും.

വലിയച്ഛന്റെ കാലത്ത് പണിയിച്ച വീടാണ്. പഴയ പടിപ്പുരയുടെ

സ്ഥാനത്ത് ഇപ്പോൾ മുളമ്പടിയാണ്. ഒതുക്കുകൾ കയറി മുറ്റത്തെത്തിയപ്പോൾ ആരുമില്ല. പറമ്പിൽ കുരുമുളക് ഉണക്കാനിട്ടിരിക്കുന്നു.

സംശയിച്ചു നിന്നു. കോലായിലേക്കു വന്ന തങ്കേടത്തിയാണ് കണ്ടത്.

“അല്ല ആരാ ഇത് വന്നിരിക്ക്ണ്? അച്ഛമ്മ ഇന്നു രാവിലേംകൂടി പറഞ്ഞതേള്ളൂ. വരാതെ പോവ്വോന്നായിരുന്നു ആവലാതി.”

ചാരുപടിക്ക് താഴെയുള്ള കസേരയിൽ തങ്കേടത്തി നിർബന്ധിച്ചിരുത്തി. കുടുംബകാര്യങ്ങൾ പറഞ്ഞുതുടങ്ങി. ആൺകുട്ടികൾ രണ്ടും പഠിക്കുകയാണ്. പ്രാക്ടിക്കൽ പരീക്ഷ കാരണം ഹോസ്റ്റലിലേക്ക് കഴിഞ്ഞ ആഴ്ചയിൽ മടങ്ങിപ്പോയതാണ്. ഇളയമകൾ ഒൻപതിൽ പഠിക്കുന്നു. അനിയത്തിമാർ അമ്മ മരിച്ചപ്പോൾ ഭാഗം വാങ്ങി ഭർത്താക്കന്മാരുടെ സ്ഥലങ്ങളിൽ വീടുണ്ടാക്കി താമസം തുടങ്ങി.

“ആകെ ദ്രവിച്ച ഈ വീട് എന്റെ തലേല് വെച്ചുകെട്ടി. എന്റെ കാര്യം പറയാൻ ആളുണ്ടായിരുന്നില്ലല്ലോ...”

ഭർത്താവിന്റെ വിയോഗം ഓർത്ത് ആചാരമര്യാദ പാലിച്ച്, അവരുടെ തൊണ്ടയിടറി. പിന്നെ വെറുതെ കണ്ണുതുടച്ചു.

“വലിയമ്മ എവടെയാ കെടക്ക്ണ്?”

“വടക്കിനീല്. കണ്ണ് തീരെ കാണില്ല. പക്ഷേ, ആരും കയ്യ് പിടിക്കണത് ഇഷ്ടല്ല. എപ്പഴാ എവിടെയാ തട്ടിത്തടഞ്ഞ് വീഴ്വാ ആവോ.”

അപ്പോൾ വാതിൽക്കൽനിന്ന് വലിയമ്മയുടെ ശബ്ദം കേട്ടു.

“എന്നെക്കൊണ്ട് ആർക്കും ഉപദ്രവംണ്ടാവില്ല.”

രണ്ട് കട്ടിളയിലും കൈവെച്ച് വലിയമ്മ കൃത്യമായി കാലെടുത്ത്വെച്ച് കോലായിലേക്കു കടന്നപ്പോൾ സുധ ധൃതിയിൽ അടുത്തേക്കു ചെന്നു. എൺപത്തിനാല് വയസ്സിലും നീണ്ടു നിവർന്നാണു നിൽക്കുന്നത്. റൗക്കയും മേൽമുണ്ടും എല്ലാം തൂവെള്ള. കഞ്ഞിപ്പശ മാറാത്ത കരമുണ്ട്. കുട്ടിക്കാലത്ത് കണ്ട തേജസ്സ് ഒട്ടും മങ്ങിയിട്ടില്ല. നരച്ച മുടിക്കെട്ടിന്റെ സമൃദ്ധി പ്രത്യേകം നോക്കി. കഥ കേൾക്കുമ്പോൾ, മുടിയഴിച്ചിട്ട് കുളത്തിൽ കോമപ്പനെ ഒളിപ്പിക്കുന്നത് ചെറുപ്പത്തിലേ വലിയമ്മയാണെന്നു സങ്കല്പിച്ചിരുന്നു.

തങ്കേടത്തി കസേര കൊണ്ടുവരാൻ തുടങ്ങിയപ്പോൾ വലിയമ്മ പറഞ്ഞു: “വേണ്ട, ഞാൻ ഇവടെ ഇരുന്നോളാം. ഇരിക്ക് സുധക്കുട്ട്യേ.”

ഏകദേശം കൃത്യമായിത്തന്നെ അവളുടെ കൈത്തണ്ടയുടെ നേർക്ക് വലിയമ്മയുടെ കൈ നീണ്ടുവന്നു.

ചാരുപടിമേൽ വലിയമ്മയുടെ അടുത്തായി ഇരുന്നു.

“തടി കൂടീട്ട്ണ്ടല്ലോ സുധക്കുട്ട്യേ?”

അവൾ സ്വന്തം കൈത്തണ്ടയിൽ നോക്കി. തടിച്ചിട്ടുണ്ട്. ശരിയാണ്.

“നാലടി ഇങ്ങട്ട് വെച്ചപ്പോൾ കെതച്ചില്ലേ? എനിക്ക് കാണാണ്ടേതന്നെ മനസ്സിലാവും ശ്വാസം കേട്ടാൽ.”

വലിയമ്മ ചിരിച്ചു.

നരച്ച കണ്ണുകളിൽമാത്രം നിർജ്ജീവബിന്ദുക്കളുണ്ട്. മുഖം ചുളിഞ്ഞിട്ടില്ല. കഴുത്തിൽമാത്രം പ്രായത്തിന്റെ വരകൾ വീണിട്ടുണ്ട്.

“തങ്കേ, ചായണ്ടാക്ക്. ചക്കച്ചൊളണ്ടെങ്കിൽ വറത്ത് കൊടുക്ക്.”

സുധ പറഞ്ഞു: “അയ്യോ ഒന്നും വേണ്ട. അര ഗ്ലാസ് ചായ മതി.”

തങ്കേടത്തി അകത്തുപോകുന്നത് കാത്തിരിക്കുകയായിരുന്നു വലിയമ്മ.

“എന്താ കുട്ട്യേ, നീ നിശ്ചയിച്ചേ?”

വലിയമ്മയുടെ ചോദ്യം പെട്ടെന്നായിരുന്നു. അവൾ ആകെ ഒന്നു പതറി.

“പേടിക്കണ്ട. ചീത്ത പറയാനും ശാസിക്കാനും ഒന്വല്ല ഞാൻ വിളിപ്പിച്ചത്. നാലഞ്ചു കൊല്ലായില്ലേ കണ്ടിട്ട്.”

അവൾക്ക് ആശ്വാസം തോന്നി.

“ഇവിടെ ള്ളേറ്റിങ്ങള് ഞാൻ കാണുന്ന കാര്യം പറയുമ്പോ ഇളിക്കും. രണ്ട് കണ്ണും തിമിരം കേറിയ ആള് എന്ത് കാണാനാന്നാ വിചാരം. ഞാൻ കാണുന്നത്ര ഇവറ്റ കാണ്ണ്ണ്ടോ?”

അടുക്കളഭാഗത്തെ തങ്കേടത്തി കേൾക്കാനാണ് ശബ്ദം കുറച്ചുയർത്തിയത് എന്നൂഹിച്ചു.

പിന്നെ വലിയമ്മ ശബ്ദം താഴ്ത്തി: “എന്താ നീയ് നിശ്ചയിച്ചേ?”

അവൾ പെട്ടെന്നു നടുങ്ങി. ശ്വാസത്തിന്റെ വേഗം വർദ്ധിച്ചു.

“അവനോട് മടുപ്പു തോന്ന്യാൽ ഒഴിവാക്കാം. കല്യാണംന്നൊക്കെ പറേണത് അവനോന്റെ കാര്യാ. നാട്ടുകാരെ ബോധിപ്പിക്കാൻ രണ്ടാളും കൂടി പൊറാട്ടുനാടകം കളിക്കണേന് ഒരർത്ഥ്യൂല്യ.”

അവൾ നെടുവീർപ്പിട്ട് കാൽ കയറ്റിവെച്ച് വലിയമ്മയ്ക്ക് അഭിമുഖമായി ഇരുന്നു. വലിയമ്മ തല അടുത്തേക്കു നീട്ടി.

“എനിക്കാദ്യം വന്ന ആളെ... നിങ്ങളാരും കണ്ടിട്ടുണ്ടാവില്ല.”

“അമ്മ കണ്ടിട്ടുണ്ട്. ഭാഗവതരായിരുന്നു അല്ലേ?”

“അതല്ലെ കൊഴപ്പാക്കിയത്. പാട്ടുക്ലാസ് ഷാരത്ത്. ഊണ് നമ്മടെ തറവാട്ടില്. പാട്ടൊക്കെ കേമം. ചോന്ന കല്ലുവെച്ച വള്ളിക്കടുക്കൻ, ചന്ദനപ്പൊട്ട്. കണ്ടപ്പം എനിക്കും ഒരു മോഹൊക്കെ തോന്നീന്ന് വെച്ചോ.”

വലിയമ്മ പിന്നെ തലയിൽ വിരലോടിച്ചുകൊണ്ട് അടക്കിച്ചിരിച്ചു.

“ഒരു കൊല്ലം തെകയ്ണേനുമുമ്പേ പോയി.”

"അമ്മ പറഞ്ഞിട്ടുണ്ട്."

വലിയമ്മ പിറുപിറുത്തു: "സ്വന്തം ഇഷ്ടത്തിന് അയാള് പോയതൊന്നുമല്ല. ഞാൻ പൊയ്ക്കോളാൻ പറഞ്ഞു."

വലിയമ്മ ദൂരെ എവിടെയോ കാണാത്ത കണ്ണുകൾ ഉറപ്പിക്കാൻ ശ്രമിച്ച് മന്ദഹസിച്ചുകൊണ്ടിരുന്നു.

"അത്യാവശ്യം തരാൻ വകല്യ. അത് പോട്ടേന്ന് വെക്കാം. കൊഞ്ചികൊഞ്ചില്ല ഒരു വർത്താനോം കുണുങ്ങലും. പെണ്ണ്ങ്ങള്ടെ സ്വഭാവം. ആണ്ങ്ങളായാൽ ഒരുശിരും ചൊടീം വേണ്ടേ? ബന്ധം ഒഴിവാക്കിക്കോളൂന്ന് ഞാൻ തന്നെ അങ്ങട്ട് നേർക്കുനേരെ പറഞ്ഞു. അല്ലാണ്ടെന്താ?"

ഭാഗവതരുമായുള്ള ആദ്യവിവാഹത്തെപ്പറ്റി കേട്ടിട്ടുണ്ട് എന്നല്ലാതെ അവൾക്ക് കൂടുതലൊന്നും അറിയില്ല. പിന്നെ വലിയച്ഛൻ വന്നു. സാൾട്ട് ശിപായിയായിരുന്നുവത്രേ. മൂന്നു മക്കളുണ്ടായി. വലിയച്ഛൻ മരിച്ചു. മൂന്നു മക്കളും മരിച്ചു. വലിയമ്മ ഇപ്പോഴും ബാക്കിയായിരിക്കുന്നു.

"നീയ് കണ്ടിട്ടില്ലേ? വലിയച്ഛന് പറയാൻ തക്കോണം ചന്തും സൗന്ദര്യോം ഒന്നുംണ്ടായിരുന്നില്ല, അല്ലേ?"

"കുട്ടിക്കാലത്ത് കണ്ടിട്ടുണ്ട്. വയ്യാണ്ടെ കെടക്കുമ്പോഴാ."

"ഈ ദേശത്ത് അങ്ങനൊരാള്ണ്ടായിരുന്നില്ല. ഉത്സവത്തിന് മുമ്പില്. ആന മദിച്ചാൽ മാധവൻ നായര് വേണം, പതിനെട്ട് നെല അമിട്ട് നൊയ്ക്കാൻ അന്ന് ഒറ്റൊരാളേള്ളൂ."

തങ്കേടത്തി ചായ കൊണ്ടുവന്നു.

അവർ അടുത്തു നിൽക്കുമ്പോൾ വലിയമ്മ ഗൗരവത്തിൽ ഇരുന്നു. തങ്കേടത്തിയുടെ കാൽവെപ്പുകൾ അകത്തേക്ക് തിരിഞ്ഞപ്പോൾ വലിയമ്മ വീണ്ടും ചിരിച്ചു.

"പൊറമെ കാണുന്നോര് മൂർഖനാന്ന് പറയും. എപ്പഴും കടിപിടി ചീത്ത. പക്ഷേ, ആള് ശുദ്ധ പാവായിരുന്നൂന്ന് എനിക്കല്ലേ അറിയൂ. ജലദോഷാന്ന് ഞാൻ പറഞ്ഞാൽ മതി പിന്നെ ആകെ പരിഭ്രമായി."

വലിയമ്മയുടെ ചിരി കുറച്ച് ഉറക്കെയായി.

അവൾ തന്റെ അടുക്കിവെച്ച അസ്വസ്ഥതകളുടെ കാര്യം മറന്നു. പണ്ട് കഥ കേട്ടിരുന്ന കാലത്തെ താത്പര്യത്തോടെ വലിയമ്മയുടെ വാക്കുകൾക്കു വേണ്ടി കാത്തിരുന്നു.

"ആലശീലല്യാണ്ട് പോകുമ്പോൾ കുഴപ്പം. കുട്ട്യാരായണനെ പെറ്റെണീറ്റേന്റെ ശേഷാ അത്..."

"ഉം?"

"ഒരെടയെളക്കം... എനിക്ക് വന്നൂന്ന് കൂട്ടിക്കോ. അങ്ങനത്തെ ഒരാണൊരുത്തൻ. അസത്തേ, അടങ്ങി ഒരു ഭാഗത്തിരുന്നോന്ന് ഞാൻ

തന്നെ എന്നോട് പറഞ്ഞു. അതോണ്ട് സാരായില്ലാന്ന് വെച്ചോ. എന്നാലും..."

മുഴുമിക്കാതെ, വലിയമ്മ വാ തുറന്ന് ചിരിച്ചു. അണപ്പല്ലുകൾ മാത്രമേ നഷ്ടപ്പെട്ടിട്ടുള്ളൂവെന്ന് അവൾ കണ്ടെത്തി.

"അന്ന് നിന്റെ പ്രായേള്ളൂ." വലിയമ്മ നെടുവീർപ്പിട്ടു.

"വല്യമ്മേ, അയാളിപ്പോ ഉണ്ടോ?"

വലിയമ്മയുടെ മുഖം മങ്ങി.

"പോയി. എല്ലാവരും പോയി. ഞാൻമാത്രം ബാക്കീണ്ട്. വിളിക്ക്ണ വരെ ഇവ്ടെ കെടക്കണന്നെ. സ്വയം ചാവാൻ വയ്യല്ലോ."

പിന്നെ എന്തോ കുടഞ്ഞുകളയുമ്പോലെ തല ചലിപ്പിച്ച് വലിയമ്മ പിന്നോക്കം നിരങ്ങി ചുമർ ചാരിയിരുന്നു.

"മറ്റേ ആള്. ആരാ സുധക്കുട്ടീ?"

അവൾ ഞെട്ടി.

"ഏ?"

"ഒരാളെ കണ്ടു. നിനക്കിഷ്ടായി. അയാളോടൊപ്പാ ഇനി വേണ്ടത് എന്ന് നിശ്ചയിച്ചു. ഇതല്ലെ ഉണ്ടായത്?"

"ആര് പറഞ്ഞു?"

വലിയമ്മ കാൽ കയറ്റിവെച്ചു.

"ആരും പറയണ്ട കാര്യംല്യ. ആരാ കുട്ട്യേ?"

അവൾ പരിഭ്രമമൊതുക്കാൻ പ്രയാസപ്പെട്ടു.

"കൂടെ പണിടുക്ക്ണ വല്ലോരും ആണോ?"

"അല്ല."

അത് വലിയമ്മയോട് വിവരിക്കാനാവില്ല. കണ്ടത് ഒരു ഡിന്നറിൽ വെച്ച്. മാറ്റം പോകുന്ന മാനേജർക്ക് യാത്രയയപ്പ്. പാട്ടുകാരൻ എന്നവകാശപ്പെടുന്ന ജനാർദ്ദനറാവുവിന്റെ ഗസൽ. മുഖ്യാതിഥിയും നടത്തിപ്പുകാരും ക്ഷണിച്ചുവരുത്തിയ ഇടപാടുകാരായ വ്യാപാരികളും മദ്യത്തിൽ മുഴുകിയപ്പോൾ അയാൾ ഹാളിന്റെ മറ്റേ അറ്റത്ത് തനിയെ നിൽക്കുകയായിരുന്നു. കൈയിൽ ഓറഞ്ച് ജ്യൂസ്. ഇടയ്ക്കിടെ നോക്കി നിന്നശേഷം പതുക്കെപ്പതുക്കെ അടുത്തേക്കു വരുമ്പോൾ ഭീതിയോടെ മനസ്സു പറഞ്ഞു: "ഈശ്വരാ, ഈ കാൽവെപ്പുകൾ എന്റെ അകത്തളത്തിലേക്കാണല്ലോ."

മാസത്തിൽ പത്തു ദിവസം അയാൾ മദ്രാസ്സിലാണ് എന്നു പറഞ്ഞപ്പോൾ സന്തോഷം. ആളുകൾ അങ്ങോട്ട് വരുന്നതു കണ്ട് ചോദിച്ചു. "ബാങ്കിൽ വിളിച്ചാൽ കിട്ടുമല്ലോ."

അവൾ പതുക്കെ തലയാട്ടി. എന്തു വിളിക്കണം എന്നു ചോദിക്കാൻ കഴിഞ്ഞില്ല.

വലിയമ്മ പറഞ്ഞു: "അയാൾക്ക് ഭാര്യണ്ടോ?"

"ഇല്ല."

"പ്രഭാകരന് അറിയോ?"

അവൾ അല്പം താമസിച്ച് മറുപടി പറഞ്ഞു: "കുറച്ചൊക്കെ."

"എന്നാൽ രണ്ടാളും വേറേ വേറേ ആവ്വാ. അവനും വേറൊരുത്തിയെ കിട്ടും. അതൊന്നും അത്ര കാര്യാക്കണ്ട. ഒഴിവാക്കിക്കോ."

അവൾക്ക് രസം തോന്നി.

"പണ്ടത്തെപ്പോലെ അത്ര എളുപ്പമല്ല ഒഴിവാക്കാൻ, വലിയമ്മേ."

"വേണ്ടെങ്കിൽ വേണ്ട. തീർന്നില്ലേ?"

അവൾക്ക് പരിഭ്രമം കൂടാതെ സംസാരിക്കാനുള്ള ആത്മവിശ്വാസം വന്നു.

"തീരില്ലല്ലോ. രണ്ടാളും ചേർന്ന് ഹരജി. ആറുമാസം കഴിഞ്ഞ് ജഡ്ജി വിളിച്ചുവരുത്തും. പിരിയാനാണോ ഇപ്പോഴും തീരുമാനമെന്നു ചോദിക്കും. ഉവ്വെന്നു പറഞ്ഞാൽ പിന്നെയും ആറുമാസം കഴിയണം."

വലിയമ്മയുടെ മുഖത്ത് പതുക്കെ ക്ഷോഭം പരക്കുന്നത് അവൾ കണ്ടു.

"രണ്ടാൾക്കും ഇഷ്ടമായി ഒരുമിച്ച് കഴിയണെങ്കിൽ ജഡ്ജീടെ സമ്മതം വേണോ?"

"നിയമം അങ്ങനെയാണ് വല്യമ്മേ."

വലിയമ്മയ്ക്ക് ഒട്ടും തൃപ്തിയാവുന്നില്ല.

"മക്കളും കുട്ട്യേളുണ്ടെങ്കിൽ അവരടെ ചെലവിന്റെ കാര്യാക്കെ വേസ്ഥയാക്കണം. അത് ശരി. ഇഷ്ടല്ലേോര് കൂടിക്കഴീണേല് ജഡ്ജി ക്കെന്തു കാര്യം?"

"അതാ നിയമം."

"എന്തു നിയമം? എന്നെക്കൊണ്ട് ഓരോന്നു പറേപ്പിക്കണ്ട."

തങ്കേടത്തി ഗ്ലാസ്സുവാങ്ങാൻ വന്നു. വലിയമ്മ, ശബ്ദമില്ലാതെ എന്തോ പിറുപിറുത്തുകൊണ്ടിരുന്നു. തങ്കേടത്തി പറഞ്ഞു: "കഴിഞ്ഞ കൊല്ലം വരെ ഒരു നെഴലൊക്കെ കണ്ടിരുന്നു അച്ഛമ്മയ്ക്ക്. ഇപ്പോ അതൂംല്യ."

അവൾ പറഞ്ഞു: "ഓപ്പറേഷൻ ചെയ്താൽ കാഴ്ച കിട്ടും. ഈ പ്രായത്തിലും പലരും ചെയ്യണ്ണ്ട്. ഞാൻ വേണെങ്കിൽ മദ്രാസ്സില് കൊണ്ടോവാം."

വലിയമ്മ ഒരു കയ്പോടെ ചിരിച്ചു.

“വേണ്ട, വേണ്ട. ഇനിയെന്തിനു കാഴ്ച. കണ്ടേടത്തോളംകൊണ്ടൊക്കെ മതിയായി എന്റെ കുട്ട്യേ!”

അവൾ പോവാനൊരുങ്ങി.

തങ്കേടത്തി പറഞ്ഞു: “ഊണു കഴിഞ്ഞിട്ട് പോവാം.”

“അയ്യോ വേണ്ട. അമ്മ വെച്ച്ണ്ടാക്കീട്ടുണ്ടാവും.”

“അരി അടുപ്പത്താ. വരുമ്പോൾ ഇങ്ങട്ടൊക്കെ വരണംട്ടോ സുധക്കുട്ടീ.”

തങ്കേടത്തി വീണ്ടും അകത്തേക്കു പോയി. അപ്പോൾ പടിക്കൽ വന്ന പതിന്നാലുവയസ്സുകാരി പെൺകുട്ടി മുളമ്പടി നീക്കി. വലിയമ്മയുടെ കണ്ണുകൾ പടിക്കലേക്കു സഞ്ചരിച്ചു. പെൺകുട്ടി കോലായ്ക്കു താഴെ ചെരുപ്പ് ഊരി വെച്ച്, അവളെ കണ്ടു ചിരിച്ചു. പതുക്കെ തലതാഴ്ത്തി അകത്തേക്ക് ശബ്ദമില്ലാതെ നടന്നു. അവൾ വാതിൽക്കലെത്തിയപ്പോൾ വലിയമ്മ ചോദിച്ചു.

“നീയെവടയ്ക്കാടീ പോയിരുന്നത്?”

പെൺകുട്ടി നടുങ്ങി.

“ഷാരത്തേക്ക്. ശാരദടെ കയ്യീന്ന് ഒരു പുസ്തകം വാങ്ങാൻ.”

“ഷാരത്തേക്ക് പോകുമ്പോൾ പട്ടിന്റെ പാവാട ഉടുത്ത് ഞെളിഞ്ഞിട്ട് പോണോ?”

പെൺകുട്ടി ആകെ വിളറി. പിന്നെ ഭയപ്പാടോടെ അകത്തേക്ക് രക്ഷപ്പെട്ടു.

വലിയമ്മ സുധയുടെ നേർക്കു മുഖം തിരിച്ചു.

“അവൾടെ കൈയില് പുസ്തകല്യാലോ?”

“ഏ... ഇല്ല.”

“പാവാട ഒലയുന്ന ശബ്ദം കേട്ടാൽ എനിക്കറിയാം, പട്ടിന്റെയാവുംന്ന്.”

“കുട്ടികളല്ലേ വല്യമ്മേ?”

“ഉം. ഉം. പ്രായത്തിലധികം പൊളപ്പുണ്ട് പെണ്ണിന്. ഒക്കെ ഞാൻ കാണ്ണ്ണ്ട്.”

“ഞാൻ നടക്കട്ടെ.”

വലിയമ്മയും ഏഴുന്നേറ്റു നിന്നു.

അവൾ അമ്മ പറഞ്ഞത് ഓർമ്മിച്ച് പതുക്കെ കൈയിൽ വെച്ച പഴ്സ് തുറന്നു.

വലിയമ്മ പറഞ്ഞു: “വേണ്ട. നീ എനിക്ക് എന്തോ ചില്ലാനം തരാൻ പോവാണ്. വേണ്ട. വലിയമ്മയ്ക്ക് എന്താ പണത്തിന്റെ ആവശ്യം?”

അവൾ അമ്പരന്നു. പഴ്സടച്ചു.

"വരുമ്പോൾ... ഇനി വരുമ്പോൾ..."

വലിയമ്മയുടെ ശബ്ദം ഇടറി.

"ഞാനുണ്ടെങ്കിൽ ഒന്നു വന്നു കാണണം. അത്രേ വേണ്ടൂ."

വലിയമ്മയുടെ പ്രകാശമില്ലാത്ത കണ്ണുകൾ നിറയുന്നതു കണ്ടു. നിയന്ത്രിക്കാനാവാതെ അവളുടെ കണ്ണുകളും നിറഞ്ഞുപോയി. അപ്പോൾ അവൾ വലിയമ്മയുടെ കാൽ തൊട്ട് വന്ദിച്ചു. അഞ്ച് കൊല്ലം മുമ്പ് ഒരിക്കൽ ഇതു ചെയ്തതാണ് എന്ന് ഓർമ്മിച്ചുംകൊണ്ട്.

വലിയമ്മ അവളുടെ കുനിഞ്ഞ തലയിൽ പതുക്കെ കൈവെച്ചു.

"നന്നായി വരട്ടെ, ഇതെങ്കിലും."

അവൾ നടന്നു. അങ്ങാടിയിലേക്ക് കയറിയപ്പോൾ എസ്.ടി.ഡി. ബൂത്തിന്റെ ബോർഡ് അകലെ നിന്നുതന്നെ കണ്ടു.

രണ്ടു ഫോൺനമ്പറുകളും മനസ്സിൽ ഉരുവിട്ടു. വിളിക്കും മുമ്പ് മൊബൈൽ നമ്പർ ഡയറി നോക്കി ഒന്നുകൂടി ഉറപ്പുവരുത്തണം. വിളിച്ചു കഴിഞ്ഞ് വേഗത്തിൽ വീട്ടിലെത്തിയാൽ കാട്ടുകോഴിയും മക്കളും മുറ്റത്തിറങ്ങുന്ന കാഴ്ച നഷ്ടപ്പെട്ടില്ല.

അവൾ നടത്തത്തിന്റെ വേഗം കൂട്ടി.

■

# ശിലാലിഖിതം

**ബെ**നഡിറ്റോ ക്രോചെയുടെ ആ വരികൾ വച്ചുകൊണ്ടുതന്നെ തുടങ്ങാം. പ്രൊഫസർ ഗോപാലൻകുട്ടി അത് നേരത്തെ നിശ്ചയിച്ചതാണ്.

"ചരിത്രകാരൻ ഒരു പക്ഷം ചേരുക എന്ന ആവശ്യത്തിൽനിന്ന് ഒഴിഞ്ഞുമാറി നിൽക്കണമെങ്കിൽ അയാൾ രാഷ്ട്രീയത്തിലോ ശാസ്ത്രത്തിലോ ഷണ്ഡനായിരിക്കണം ചരിത്രഗവേഷണം ഷണ്ഡന്മാർക്കുള്ളതല്ല." - ബെനഡിറ്റോ ക്രോചേ.

ക്രോചേയുടെ ഗ്രന്ഥങ്ങൾ വായിച്ചിട്ടില്ലെന്ന സത്യം ആർക്കുമറിയില്ല. രാധാ കുമുദ് മുഖർജി ഒരടിക്കുറിപ്പിൽ ഉദ്ധരിച്ചത് ഭാഗ്യംകൊണ്ട് കണ്ടെത്തി. എന്നും കുറ്റം കണ്ടുപിടിക്കുകയും വലിയ സെമിനാറുകൾക്ക് തന്റെ പേര് അയയ്ക്കാതിരിക്കുകയും ചെയ്യുന്ന ഡിപ്പാർട്ടുമെന്റ് മേധാവിക്ക് മക്കളില്ല. ഷണ്ഡൻ എന്ന പ്രയോഗം ഗൂഢമായി, അതിനിഗൂഢമായി ഒരു അമ്പായി തറയ്ക്കാനും ഇടയുണ്ട്.

രാത്രി വോൾട്ടേജ് കുറവായതുകൊണ്ട് നാട്ടിൻപുറത്തെ പഴയവീട്ടിൽ വളരെ നേരിയ വെളിച്ചമേ ഉണ്ടായിരുന്നുള്ളൂ. എന്നിട്ടും മിനക്കെട്ടിരുന്ന് കുറിപ്പുകളെഴുതി. ഉറക്കം തന്റെ തെളിമയുള്ള ചിന്തകളെ മായ്ച്ചുകളയുമെന്ന് ഭയന്നിട്ടൊന്നുമല്ല. ഒരു ജോലിയും പിന്നേയ്ക്ക് നീക്കിവെയ്ക്കരുത്. കുട്ടിക്കാലത്ത് എപ്പോഴോ ഒരിക്കൽ, എലിമെന്ററി സ്കൂളിൽ അധ്യാപകനായിരുന്ന അച്ഛൻ തന്ന ഉപദേശമാണ്. ഈ നാല്പത്താറാം വയസ്സുവരെയും അത് ഒരുവിധം പാലിച്ചിട്ടുണ്ട് എന്ന് ഗോപാലൻകുട്ടി അല്പം അഭിമാനത്തോടെ ഓർത്തു.

രാവിലെ ഉണർന്നെഴുന്നേറ്റ ഉടൻ തലേന്ന് എഴുതിയ കുറിപ്പുകൾ ഒരിക്കൽക്കൂടി നോക്കി.

ഒരു വാചകംകൂടി എഴുതിച്ചേർത്തു. കോത ഇരവിയുടെ കാലഘട്ടം എ.ഡി. ഒമ്പതാം നൂറ്റാണ്ട്.

അടുക്കളത്തളത്തിൽ എത്തിയപ്പോൾ അദ്ഭുതം, മകളെഴുന്നേറ്റിരിക്കുന്നു. അവൾ അച്ഛമ്മയുടെ കൂടെയുണ്ട്. ഒഴിവുകാലത്ത് രാത്രി പന്ത്രണ്ടു മണിവരെ സ്റ്റാർ ടി.വി. കണ്ട് കിടക്കുന്ന അവൾ എഴുന്നേൽക്കുന്നത്

രാവിലെ ഒമ്പതുമണിക്കാണ്. പഠിപ്പില്ലാത്ത കാലമല്ലേ, ഉറങ്ങിക്കോട്ടേ എന്ന് സരള. ചായ തന്ന്, അമ്മ അടുക്കളകിണറ്റിൽനിന്ന് വെള്ളം കോരി നിറയ്ക്കാൻ തുടങ്ങി.

"ആ തുടിയുണ്ടായിരുന്നതോ?"

"നേരെയാക്കാൻ ഒരാളെ കിട്ടണ്ടെ?"

കൈവലിച്ചാണ് വെള്ളം കോരുന്നത്. ആറുതവണ ചെമ്പിലേക്കൊഴി ക്കുന്നത് എണ്ണി. ഒരു ദിവസം എത്രതവണ ഇത് ചെയ്യേണ്ടിവരും?

ഇവിടെ ഒന്നിനും ആളെ കിട്ടില്ല.

"കൊതു കടിച്ചിട്ട് പാവം രേണൂന്റെ മേത്തപ്പടി തെണർത്തിരിക്ക്ണു."

രേണു കൈയിലെ കൊതുകുകടിയുടെ പാടുകൾ നോക്കിക്കൊണ്ട് പറഞ്ഞു.

"ഇവിടത്തെ കൊതു ചെറുതാ അച്ഛാ. പക്ഷേ ഭയങ്കര കടച്ചില്."

അവിടെ ഫാനില്ല. ഒരു പഴയ ടേബിൾഫാൻ ഉപയോഗിക്കാതെ കോഴി ക്കോട്ടെ വീട്ടിലെ കലവറ മുറിയിൽ കിടക്കുന്നുണ്ട്. അത് നാട്ടിലേക്ക് കൊണ്ടുപോവാമെന്ന് ഒരിക്കൽ പറഞ്ഞു. സരള അതു കേട്ടുവെങ്കിലും ആവാമെന്നോ വേണ്ടെന്നോ പറയാത്തതുകൊണ്ട് ധൈര്യപ്പെട്ടില്ല. ഇങ്ങോട്ടുവരുമ്പോഴൊക്കെ അമ്മയോട് സംസാരിച്ച് ഉറപ്പിക്കാൻ ഓർമ്മി പ്പിക്കുകയും ചെയ്തു.

ഇത്തവണ ശിലാരേഖയുടെ ഫോട്ടോ എടുക്കാൻ നിശ്ചയിച്ച് പുറ പ്പെട്ടപ്പോൾ വീണ്ടും പറയാൻ ഇടവരുത്തിയില്ല.

"മറ്റേ കാര്യം, ഞാൻ മുമ്പ് സൂചിപ്പിച്ചതാണ്. ഇക്കുറി നിർബന്ധ മായി പറയാം."

രാവിലത്തെ അടുക്കളത്തിരക്ക് കഴിഞ്ഞിട്ടാവാം പറയുന്നത്. സഹായ ത്തിനു വരുന്ന തള്ള വരുന്നതുവരെ അമ്മയ്ക്കു തിരക്കാണല്ലോ.

"ഞാനൊന്ന് നടന്നുവരാം, അമ്മേ."

നടത്തം കഴിയുന്നതും മുടക്കാതിരിക്കാൻ ശ്രദ്ധിക്കാറുണ്ട്. മുപ്പ ത്തഞ്ചു വയസ്സേ തോന്നൂ എന്ന് ചങ്ങാതിമാരിൽ ചിലർ പറയുന്നതെന്തു കൊണ്ടാണ്? നടത്തം, തിങ്കളും വ്യാഴവും എണ്ണതേച്ചുകുളി, സിഗരറ്റു വലിയില്ല. മദ്യം സൽക്കരിച്ചിരുന്ന രണ്ടു പാർട്ടികളിൽ ഇരിക്കേണ്ടിവന്നി ട്ടുണ്ട്. ഈ ദുർഗന്ധം മോന്തുന്നതിൽ എന്താനന്ദമാണ് ഇവർ കാണു ന്നത് എന്ന് അദ്ഭുതപ്പെട്ടിട്ടുണ്ട്.

അയാൾ അടുക്കളമുറ്റത്തേക്കിറങ്ങിയപ്പോൾ അമ്മ ചോദിച്ചു:

"വല്യമ്മെ ഒന്നു കാണില്ലേ, ഗോപേ?"

അയാൾ സംശയിച്ചു. "ഞാൻ പിന്നെ–"

"അല്ല നീയ് വൈകുന്നരം പോവുംന്നും പറേണു. വയസ്സായോരല്ലെ? ഇനിയൊരു കണ്ടൂച്ചാൽ കണ്ടൂന്നന്നേള്ളൂ."

അമ്മയ്ക്ക് എഴുപത്തിരണ്ടായിരിക്കുന്നു. ജ്യേഷ്ഠത്തി ഇപ്പോഴും മുകളിലുള്ളതുകൊണ്ടാവും തനിക്കു വയസ്സായെന്ന് അമ്മ ഒരിക്കലും പറഞ്ഞുകേട്ടിട്ടില്ല.

അയാൾ മുൻവശത്തെ മുറ്റത്തെത്തിയപ്പോൾ രേണു വിളിച്ചു പറഞ്ഞു:

"അച്ഛാ, ഞാനുംണ്ട്."

അമ്മയും രേണുവും ഉമ്മറത്തേക്കു വന്നു.

"അച്ഛമ്മേ, ഉടുപ്പു മാറ്റണ്ടെ?"

പന്ത്രണ്ടു വയസ്സേ ആയിട്ടുള്ളൂ. തൊട്ടടുത്ത വീട്ടിലേക്കു പോകാൻ അണിഞ്ഞൊരുങ്ങണമെന്ന്-

"തൊട്ട് മേപ്പറത്തല്ലേ? അതിന് മാറ്റ്വൊന്നും വേണ്ട."

ഭാഗം കഴിഞ്ഞപ്പോൾ വേർതിരിച്ച സ്ഥലത്ത് ബാലകൃഷ്ണേട്ടൻ വീടുണ്ടാക്കിയത് ഇടവഴി കയറുന്നേടത്തു തന്നെയാണ്.

വലിയമ്മ വരാന്തയിൽത്തന്നെ തൂണുചാരിനിന്ന് മുറുക്കിക്കൊണ്ടിരിക്കുന്നു. സൂക്ഷിച്ചു നോക്കുന്നുണ്ട്.

കണ്ണന് ഒരുവിധം ഇപ്പോഴും കാഴ്ചയുണ്ട്. ചെവി അല്പം പതുക്കെയാണെന്നു മാത്രം.

"നീയ് ഇന്നലെ വന്നൂന്ന് ആരോ പറഞ്ഞു. ആ രേണുമോളുംണ്ടല്ലേ? വാ, ഇങ്ങടുത്ത് വാ."

അവൾ ലജ്ജിച്ചുനിന്നു.

"മൂത്തോനെന്താ വരാത്ത്?" വലിയമ്മ ഒരു നിമിഷം ആലോചിച്ചു. "ബാബു..."

"അവന് പരീക്ഷ കഴിഞ്ഞിട്ടില്ല. ഇക്കുറി എസ്.എസ്.എൽ.സിയല്ലേ?"

അധികസമയം അവിടെ ചെലവഴിക്കാൻ ഉദ്ദേശിച്ചിട്ടില്ല. ഒമ്പതരയുടെ ബസ്സിൽ പിഷാരടിയും ഫോട്ടോഗ്രാഫറും വരും. നാട്ടുനടപ്പനുസരിച്ച് മക്കളെപ്പറ്റി അന്വേഷിച്ചു. ബാലകൃഷ്ണേട്ടൻ പാലക്കാട്ടാണ്. സാധാരണ ശനിയും ഞായറും വരാറുണ്ട്. കുട്ടേട്ടന് മദ്രാസിൽ എന്തോ ട്രെയിനിംഗാണ്. ഇനിയും ആറുമാസമുണ്ട്. സരോജിനിയും മക്കളും കോയമ്പത്തൂരിൽ. കുട്ടേട്ടന്റെ ഭാര്യയാണ് ഇപ്പോൾ വലിയമ്മയുടെ കൂടെ.

"മാലതീ, ഗോപേം കുട്ടീം വന്നിട്ടുണ്ട്. വേഗം ചായണ്ടാക്കാൻ പറ."

വലിയമ്മ അകത്തേക്കു വിളിച്ചു പറഞ്ഞു.

"വേണ്ട. ഞാനൊരു ചായ കുടിച്ചതാണ്. അധികം ചായ പതിവില്ല."

രേണു ചായയും കാപ്പിയും കുടിക്കില്ല. എന്നാൽ പാലാവാമെന്ന് കുട്ടേട്ടന്റെ ഭാര്യ.

“ഇതെന്താ നീയ് വന്ന കാലില് എറേത്ത് നിൽക്ക്ണ്. ഇരിക്ക് ഗോപേ.”

വലിയമ്മ ക്ഷണിച്ചു.

“പോണം. എനിക്ക് യൂണിവേഴ്സിറ്റീന്ന് ചെലത് വരാനുണ്ട്. വല്യമ്മയ്ക്ക് ഇപ്പോൾ അലോഗ്യ്യൊന്നുല്യലോ?”

“ഒറക്കല്യ. വായയ്ക്ക് ഒരു രുചീല്യ. മുടക്കാചരക്കായി കെടന്ന് കുട്ടികൾക്ക് ബുദ്ധിമുട്ടാവരുതെന്ന് ഒറ്റ പ്രാർത്ഥനേള്ളൂ.”

കുട്ടേട്ടന്റെ ഭാര്യ ചായ കൊണ്ടുവന്നു. രേണുവിന് ഹോർലിക്സും. ചായ വേഗം കുടിച്ചുതീർത്തു. മകൾ ഗ്ലാസ് തിരുപ്പിടിച്ച് ഇരിക്കുന്നതു കണ്ടപ്പോൾ വിചാരിച്ചു. ഇനി ഇത് തീർക്കാൻ ഇവൾ അരമണിക്കൂറെടുക്കും? പതുക്കെ പറഞ്ഞു:

“ഉം, വേഗം കുടിക്ക്.”

“നീയ് വീട് പണിയുന്നൂന്ന് ആരോ പറഞ്ഞ്വല്ലോ.”

“തൊടങ്ങീട്ടില്ല. സരളയ്ക്ക് കൊറച്ച് സ്ഥലംണ്ട് ടൗണില്.”

“ഒക്കെ വേണ്ടതുതന്നെ. അവളെന്താ ഇങ്ങോട്ടൊന്നും വരാത്തത്?”

“ബാബൂന്റെ പരീക്ഷ കഴിഞ്ഞാൽ വരും. ഇറങ്ങട്ടെ വലിയമ്മേ. അടുത്തു വരും ഞാൻ.”

വരാൻ നിശ്ചയിച്ചിട്ടുണ്ട്. ഒരു നാലഞ്ചുദിവസം നിൽക്കേണ്ടിവരും. മറ്റൊരു ഗവേഷണപദ്ധതിയുടെ ഏകദേശരൂപം മനസ്സിലുണ്ട്. കാരക്കുളം കുന്നിലെ നരിമടകൾ പഴയ ബുദ്ധവിഹാരങ്ങളാവാനാണ് ന്യായം. നാലഞ്ചു കൂലിക്കാരെ വിളിച്ചു കിളപ്പിക്കണം.

പതിവായുള്ള നാല്പത്തഞ്ചുമിനിട്ടു നടത്തം മുപ്പതാക്കാൻ നിശ്ചയിച്ചു. കുന്നിൻചെരുവിലൂടെ നടന്ന് പാടത്തേക്കിറങ്ങി. ഇല്ലത്തെ പറമ്പിന്റെ അതിർത്തിയിലൂടെ പടിക്കലെത്തുമ്പോൾ കഷ്ടി രണ്ടുകിലോമീറ്റർ വരും. രേണു കൂടെയുള്ളതുകൊണ്ട് മുപ്പത്തഞ്ചു മിനിട്ട്.

വഴിക്കുവെച്ച് അയാൾ മകൾക്ക് പറഞ്ഞുകൊടുത്തു. ഇവിടെയൊക്കെ പണ്ട് ഞാവൽമരങ്ങളായിരുന്നു. പുഴയ്ക്കപ്പുറം അതാ, അരയാലുകൾ കാണുന്നില്ലേ? ആ വഴിക്കായിരുന്നു അച്ഛാച്ഛന്റെ വീട്. ആ ചുവന്ന മരങ്ങൾ കാണുന്നില്ലേ?

പണ്ടൊക്കെ ബസ്സു കയറാൻ അവിടെ പോണം. നാലുനാഴിക ഈ വഴി നടന്ന് ആ കാണുന്ന കുന്നുകയറിയാണ് ഞാൻ ഹൈസ്കൂളിൽ പോയിരുന്നത്. ആറു നാഴിക.

മകൾ ശ്രദ്ധിക്കുന്നുണ്ടോ?

കുട്ടികൾ ഇത് മനസ്സിലാക്കണം. നിങ്ങൾക്ക് എട്ടേകാലിന് സ്കൂൾ ബസ്സ് പടിക്കൽ വന്നുനിൽക്കുന്നു. അരനാഴിക അപ്പുറത്തെ ജ്യേഷ്ഠത്തിയുടെ വീട്ടിൽപോകാൻ നിന്റെ അമ്മ അച്ഛന്റെ കാറ് വരുത്തുന്നു എന്ന കാര്യം പറഞ്ഞില്ല.

അയാൾ നടത്തത്തിന്റെ വേഗം കൂട്ടി. നടക്കാതെ, തടിയനങ്ങാതെ ഇരുന്നിട്ടാണ് പ്രമേഹം വരുന്നത്, ചിലർക്ക്.

ബാബുവിന് ഇവിടെ വരാൻ ഇഷ്ടമല്ല. വീട്ടിനകം മുഴുവൻ കൂറകളാണെന്ന് അവൻ പറയാറുണ്ട്. പുറത്തെ കക്കൂസിൽ വലിയ എട്ടുകാലികളുണ്ടത്രെ. താഴേക്കിറങ്ങുമ്പോൾ അയാൾ പറഞ്ഞു:

"ഇതിന്റെ അപ്പുറം ഒരു ചോലയുണ്ട്. വർഷകാലത്ത് അതൊരു വെള്ളച്ചാട്ടം പോലെയാവും. ഞങ്ങൾ കുട്ടിക്കാലത്ത് അവിടെയിരുന്ന് കളിക്കാറുണ്ട്."

അവൾ ചോല കാണണമെന്നു പറഞ്ഞു.

"ഇപ്പോൾ വെള്ളമുണ്ടാവുന്ന കാര്യം സംശയമാണ്."

പൊളിഞ്ഞ വേലിയുടെ പഴുതിലൂടെ അവൾ പറമ്പിലേക്ക് കയറി. ഇല്ലിക്കൂട്ടങ്ങൾക്ക് താഴെയാണ് ചോല.

"അവിടെനിന്നു നോക്കിയാൽ മതി. ഇറങ്ങേണ്ട."

വട്ടെഴുത്ത് വായിച്ചതിൽ തെറ്റുപറ്റിയിട്ടൊന്നുമില്ല. എന്നാലും എപ്പിഗ്രാഫിസ്റ്റ് പിഷാരടി തന്നെ വായിച്ച് ഉറപ്പിക്കട്ടെ. ചരിത്രവകുപ്പിന്റെ വിദഗ്ദ്ധനല്ലേ?

മകൾ ഇല്ലിക്കൂട്ടത്തിന്റെ വിടവിൽനിന്ന് ഓടിവന്നു.

"അച്ഛാ, അച്ഛാ അവിടെ ആരോ വീണുകെടക്ക്ണു."

അയാൾ അവളുടെ പിറകെ നടന്ന് വെളിമ്പറമ്പിന്റെ അതിർത്തിയിലെത്തി. ചോലയുടെ മുക്കിലെ പൊന്തകളുടെ മറവിൽ ആരോ വീണുകിടക്കുന്നുണ്ട്. ശരിയാണ്. സ്ത്രീയാണ്. മുഷിഞ്ഞ മുണ്ടിന്റെ പകുതി അഴിഞ്ഞുകിടക്കുന്നു. തവിട്ടുനിറത്തിലുള്ള അടിപ്പാവാട. അപ്പോൾ ഒരു ഞെരക്കം കേട്ടു.

"അയ്യോ നെലവിളിക്ക്ണ്ണ്ട്ച്ഛോ. നമ്മക്ക് എറങ്ങി നോക്കാ."

"വാ, നടക്കാം. ആരോ വല്ല അപസ്മാരവും വന്ന് വീണതാവും."

അയാൾ നടക്കാൻ തുടങ്ങിയപ്പോൾ അവൾ സംശയിച്ചു.

"അച്ഛനൊന്ന് എറങ്ങിനോക്കിക്കൂടെ?"

മകളെ ശാസനയോടെ ഒന്നുനോക്കി.

"മിണ്ടാതെ വേഗം വര്ണ്ണ്ടോ?"

നടന്നുകൊണ്ട് ഒന്നു തിരിഞ്ഞുനോക്കി. പിന്നെയും അവിടെ തട്ടിത്തിരിഞ്ഞ് നിൽക്കുവാനാണോ ഭാവം? അവൾ മുഖം വീർപ്പിച്ച് പിന്നാലെത്തന്നെയുണ്ട്.

പാടത്തേക്കിറങ്ങുമ്പോൾ എതിരെ വന്ന ചെത്തുകാരൻ ചന്തു അന്വേഷിച്ചു:

"എപ്പളേ വന്ന് ആവോ?"

"ഇന്നലെ."

മകളുടെ മൗഢ്യഭാവം കണ്ട് സമാധാനിപ്പിക്കാൻ പറഞ്ഞു:

"ഇവൻ ഈ ചന്തു ഞെരക്കം കേട്ടാൽ ചെന്നു നോക്കാണ്ടിരിക്കില്ല. ആ ഭാഗത്ത് ചെല വീടുകളൊക്കെയുണ്ട്. അവരാരെങ്കിലും ചോലയിലേക്ക് വരുമ്പോൾ–"

അവൾ എന്തോ പിറുപിറുത്തു എന്നുതോന്നി.

"ഉം?"

"ഒന്നൂല്യ."

"നീയെന്തെങ്കിലും പറഞ്ഞോ?"

"ഒന്നൂല്യ."

വീട്ടുപടിക്കലെത്തുമ്പോഴേക്ക് അവൾ മുമ്പേ ഓടി അകത്തുകയറിക്കഴിഞ്ഞിരുന്നു.

ഗോപാലൻകുട്ടി താഴത്തെ കോലായിലെത്തിയപ്പോൾ അമ്മ പുറത്തേക്കുവന്നു.

"ആരാ വീണുകെടക്ക്ണ് ഗോപേ?"

ഓ, യാത്രയിൽ കണ്ട വിശേഷം മകൾ അറിയിച്ചുകഴിഞ്ഞു.

"ഞാൻ നോക്കിയില്ല. ഏതോ പെണ്ണൊരുത്തിയാണെന്ന് തോന്ന്ണു."

അടുക്കളമുറ്റത്തെ ആരോടോ അമ്മ വിളിച്ചുപറഞ്ഞു:

"കുറുമ്പേ, ഒന്നു ചെന്നുനോക്ക്, ആരോ ചോലേല് വീണുകെടക്ക്ണ്ണ്ടത്രെ."

അയാൾ ധൃതിയിൽ തെക്കെ അറയിലേക്കു കയറി. അറകൾ പേരിന് നാലെണ്ണമുണ്ട്. ഒന്നിലും വെളിച്ചമില്ല. നിന്നുതിരിയാൻ ഇടവുമില്ല. ഷേവു ചെയ്യാൻ പറ്റിയ ഒരു കണ്ണാടിയില്ല ഒറ്റ മുറിയിലും. ഓവറയിലെ വെള്ളമെടുത്ത് സോപ്പു പതപ്പിച്ചു. വെളിച്ചം വീഴാത്ത ഇടത്താണ് മരച്ചട്ടം ഇളകിയ പഴയ കണ്ണാടി. ഇവിടെ സരളയും കുട്ടികളുമായി വന്നുനിൽക്കാത്തതിനാണ് എന്നും അമ്മയുടെ പരിഭവം. ഇതാ കണ്ടില്ലേ, കണ്ണാടിയുടെ പിറകിൽനിന്നും കൂറ കൊമ്പുനീട്ടുന്നു.

കാരക്കുളം കുന്നിലെ നരമടകൾ ബുദ്ധവിഹാരങ്ങളായിരിക്കും. ആലങ്ങാട്ടമ്പലത്തിലെ വിഗ്രഹത്തിന്റെ കാതുകൾ, നീണ്ട കാതുകൾ. കണ്ണടച്ച മുഖം. ഈശ്വരാ, എന്തുകൊണ്ട് അത് നേരത്തെ ആലോചിച്ചില്ല? ബുദ്ധനോ അതോ ജൈനതീർത്ഥങ്കരരിൽ ആരെങ്കിലുമോ?

പുറത്തെ കുളിമുറിയിൽനിന്നു പുറത്തുവന്നപ്പോൾ അമ്മ മുറ്റമടിക്കാൻ വരുന്ന പെണ്ണിനോട് തർക്കിക്കുന്നു.

"നീയ് ശരിക്ക് നോക്ക്യോ, കുറുമ്പേ."

"ഉവ്വ്."

തൈവളപ്പിലെ കുട്ട്യോളെ നെനക്കറീല്യെടീ? ആരാ? ജാന്വോ പത്മാവത്യോ? നീയടുത്തുചെന്ന് നോക്ക്യോ?"

അപ്പോൾ അവളുടെ തള്ള കാളി ഒരു വള്ളിക്കൊട്ടയുമായി തോട്ടത്തിൽനിന്നു കയറിവന്നു.

"പെണ്ണ് പറഞ്ഞപ്പോൾ അടേ്യൻ നോക്കി. പപ്പനാവതിയാണ്."

"ദെണ്ണളകി വീണതാവും."

"അല്ല ഇമ്പ്രാൾമ്മോ എന്തോ കുത്തിക്കലക്കി കുടിച്ചതാത്രെ."

ഗോപാലൻകുട്ടി സംശയിച്ചുനിന്നു. പൊടുന്നനെ അമ്മയുടെയും ചെറുമിയുടെയും സംസാരം താണ് പിറുപിറുപ്പായി.

അയാൾ അകത്തേക്കു കയറുമ്പോൾ കേട്ടു.

"ഈശ്വരാ, ഈ ഒരുമ്പെട്ടോറ്റ ഇനിയെന്തൊക്കെയാണ് കേൾപ്പിയ്ക്ക്വ."

അമ്മയ്ക്ക് ദുഃഖം വരുമ്പോഴും ദേഷ്യം വരുമ്പോഴും തൊണ്ടയിടറും.

ചെറുമി പറഞ്ഞു:

"ഇന്നലെ ലാത്തിരി കണ്ടോര്ണ്ട്. വേലായുധൻ, ചോയി, ചക്കന്റെ തള്ള. തൈവളപ്പില് ചെന്ന് പറഞ്ഞപ്പൊ അതിന്റെ തള്ളയ്ക്ക് ഒരനക്കം വേണ്ടേ?"

തൈവളപ്പിലെ നാരായണിയുടെ ഏറ്റവും താഴെയുള്ള മകളാണ് പത്മാവതി. അവളെ കുട്ടിക്കാലത്ത് കണ്ടിട്ടുണ്ടാവും. അതിന്റെ മുകളിലുള്ളവളായിരുന്നു വെളുത്ത്, വട്ടമുഖവും ചുണ്ടിലൊരു അരിമ്പാറയും വെള്ളാരങ്കണ്ണുകളുമുള്ള ചുമ്മു.

ഷർട്ടും മുണ്ടും മാറ്റി തോൾസഞ്ചിയിൽ നോട്ടുപുസ്തകങ്ങളെടുത്തിട്ട് അയാൾ തയ്യാറായി. വടക്കെ തളത്തിൽ കഴിക്കാൻ ചെന്നിരുന്നപ്പോൾ അമ്മ രേണുവെ നിർബന്ധിക്കുന്നു.

"മതി അച്ഛമ്മേ."

അയാൾ മകളെ ഒരു താക്കീതോടെ നോക്കി. അതിന്റെ അർത്ഥം അവൾക്കറിയും. പോരുമ്പോൾ പറഞ്ഞതാണ് അവിടെ മുട്ടയും ടോസ്റ്റുമൊന്നും ഉണ്ടാവില്ല. തരുന്നത് കഴിക്കണം. അമ്മ പ്ലെയ്റ്റിൽ ഇഡ്ഢലി വയ്ക്കുമ്പോൾ പറഞ്ഞു:

"ഓരോ അനർത്ഥങ്ങള്. നമ്മളെ നാരായണിടെ ചെറ്യേ പെണ്ണാത്രെ."

അയാൾ ഒന്നും മിണ്ടിയില്ല. അപ്പോൾ പൂമുഖത്തുനിന്ന് അമ്മയുടെ താഴെയുള്ള ആങ്ങള കടന്നുവന്നു. മൂന്നു വീടിനപ്പുറത്ത് ഭാര്യവീട്ടിലെ പഴയ കെട്ടിടം പൊളിച്ച് വാർപ്പാക്കി സൗകര്യപ്പെടുത്തി. അവിടെ സ്ഥിരതാമസമാണെങ്കിലും നാട്ടുകാര്യങ്ങൾ നടത്തുന്നത് പകൽ ഈ പൂമുഖത്തിരുന്നാണ്.

"ഗോപ വന്നൂന്ന് അറിഞ്ഞു."

"കേട്ടില്ലേ രാഘവാ, ആ തൈവളപ്പിലെ–"

രാഘവമ്മാവൻ ഡൈനിംഗ് ടേബിളിനടിയിലെ സ്റ്റൂള് വലിച്ചിട്ട് ഇരുന്നു.

"കേട്ടു. നേരം വെളിച്ചാമ്പോ കുഞ്ഞികൃഷ്ണൻ വന്ന് പറഞ്ഞു. പിന്നെ വര്ണോരൊക്കെ അതന്നെ വിസ്തരിക്കണു..."

പിന്നെ എന്തോ പറയാൻ ഓങ്ങിയത് തലകുനിച്ചിരിക്കുന്ന രേണുവെ നോക്കി ഒതുക്കി.

രേണു മതിയാക്കി വേഗം എഴുന്നേറ്റു. അച്ഛമ്മയ്ക്ക് നിർബന്ധിക്കാൻ അവസരം കൊടുക്കാതെ.

"കേൾക്കണോ മാളേടത്തീ. ഇന്നലെ രാത്രിന്നെ കുട്ടിരാമൻ ചെന്ന് പറഞ്ഞൂത്രെ. നിങ്ങളോടത്തെ കുട്ട്യല്ലെ ചോലേല് കെടക്ക്ണ്? അവള് പറഞ്ഞതെന്താന്നറിയോ? തീര്വാച്ചാൽ തീരട്ടേന്ന്!"

അമ്മയ്ക്ക് ഗദ്ഗദം വന്നു.

"വല്ലാത്തൊരു മനസ്സന്നെ, അശ്രീകരത്തിന്റെ."

"മറ്റേ പെണ്ണിനെക്കൊണ്ടുണ്ടായ അപഖ്യാതി ഒരുവിധം നാട്ടുകാര് മറന്നൂന്ന് വിചാരിക്കുമ്പോൾ–"

അയാൾ വേഗം കഴിച്ച് കൈ കഴുകി അകത്തെ അയലിലിട്ട തോർത്തു മുണ്ടിൽ കൈ തുടച്ചു. ചിറി തുടയ്ക്കാൻ തുടങ്ങിയപ്പോൾ നാറുന്നു.

"വൃത്തിയുള്ള ഒരു തോർത്തുമുണ്ട് ഇട്ടൂടെ അമ്മേ?"

"ഇന്നലെ തിരുമ്മീതാ ഗോപേ."

രാഘവമ്മാവൻ അടുത്തെത്തി.

"ഞാനങ്ങട്ട് വരണംന്ന് വിചാരിച്ചതാ ഗോപേ. ഭാർഗ്ഗവിക്കുട്ട്യെ എവടെങ്കിലും ഒന്ന് ബി.എഡിന് എടുപ്പിക്കണല്ലോ ഗോപേ."

"ജൂണില് നോക്കാം."

"പതിനെട്ട്. ഇരുപത് ഒക്കെ കൊടുക്കേണ്ടിവരുംന്നാ അന്വേഷിച്ചപ്പോൾ അറിഞ്ഞത്. കൊടുക്കാം. അതിനും നല്ല ശുപാർശ വേണ്ടിവരുംന്നാ കേൾക്കണ്. നമ്മളാരെയാ പിടിക്കേണ്ട്?"

"ഞാനന്വേഷിക്കാം."

ഗോപാലൻകുട്ടി കോലായയുടെ താഴെ ഇറങ്ങിനിന്നു. ഒമ്പതരയുടെ ബസ്സിന്റെ സമയമാവുന്നു.

അമ്മാവൻ വരാന്തയിലെ മരത്തിന്റെ ചാരുകസേരയിൽ ഇരുന്നു.

അപ്പോൾ വൈദ്യശാലയുടെ ഏജൻസി നടത്തുന്ന കുമാരൻ മാസ്റ്റർ കയറിവരുന്നു.

"അറിഞ്ഞില്ലെ രാഘവന്നായരേ?"

"അറിഞ്ഞു. തള്ളയ്ക്ക് വേണ്ടാച്ചാൽ പിന്നെ നാട്ടുകാർക്കാ."

ഗോപാലൻകുട്ടി മാറിനിന്നു. രാവിലെ ഏതോ ഒരു ഹാജിയാരെ കണ്ട് ഒരു പീടിക വാങ്ങുന്ന കാര്യം ഉറപ്പിക്കാൻ രാഘവമ്മാമ ഒന്ന് മധ്യസ്ഥം പറയണം. കുമാരൻമാസ്റ്ററുടെ കൂടെ പെട്ടെന്ന് ഇറങ്ങാനൊന്നും അമ്മാമ തയ്യാറില്ല. ഗോപാലൻകുട്ടിക്കറിയാം വിൽക്കുന്നവനെയും വാങ്ങുന്ന വനെയും അടുപ്പിക്കാതെ രാഘവമ്മാവൻ ഒരു കമ്മീഷന്റെ കാര്യം ഉറപ്പു വരുത്തും.

അമ്മ പൂമുഖത്തേക്കു വന്നു.

"മാഷേ, മാഷ് കൊറച്ച് വൈദ്യം അറീണ ആളല്ലേ! എന്താ ആ പെണ്ണ് അരച്ചുകലക്കി കഴിച്ചത്ന്നറിയില്ലേല്ലോ."

മാസ്റ്റർ ചാരുപടിമേൽ ഒന്ന് തിരിഞ്ഞിരുന്നു.

"മാളുമ്മേ, ഇതിനൊക്കെ ഡോക്ടർമാരുടെ അടുത്ത് കൊണ്ടോവണം. ഛർദ്ദിപ്പിക്കാൻ അവരടെ കൈയില് മരുന്നുണ്ട്. ഇല്ലെങ്കിൽ അവര് ഇനിമ കൊടുക്കും. ചെയ്യേണ്ടത് അതാണ്."

"ഡോക്ടറെങ്കിൽ ഡോക്ടർ. എന്നിട്ട് എന്താ ആരും അതിനുള്ള ഏർപ്പാട് ചെയ്യാത്തത് രാഘവാ?"

"മാളേടത്തീ, മിണ്ടാതെ ഒരു ഭാഗത്തിരിക്യാ നല്ലത്. ഓരോന്നിന്റെ മണ്ടേല് വര മാറ്റാൻ പറ്റ്വോ? ഇതേയ് ഇതില്പെട്ടാൽ–"

രാഘവമ്മാമ സ്വരം ഒന്നു താഴ്ത്തി.

"പോസ്റ്റുമാർട്ടം, പൊലീസ് വന്ന്... എന്താ അതിന് പറയ്വാ? ആ ഇൻക്വെസ്റ്റ് ഇതൊക്കെ വേറെ ചില വകുപ്പാണ്. അറിയ്യോ?"

ഗോപാലൻകുട്ടി കോലായയുടെ പടിഞ്ഞാറെ അറ്റത്തേക്ക് നടന്നു. തിണ്ണയിലിരുന്ന് തലേന്ന് എഴുതിവെച്ച നോട്ടുപുസ്തകം പുറത്തെടുത്തു.

രേണു പതുക്കെപ്പതുക്കെ അടുത്തേക്ക് വന്നു.

"ഉം...?"

അവൾ ഒന്നുമില്ലെന്ന് ഒരു ശബ്ദമുണ്ടാക്കി.

ഓർമ്മയിൽനിന്ന് നീണ്ട കാതുള്ള ഒരു ബിംബത്തിന്റെ മുഖം വര യ്ക്കാൻ ശ്രമിച്ചുനോക്കി, വെറുതെ.

രേണു നേരിയ സ്വരത്തിൽ ചോദിച്ചു: "എന്താ ആരും ഡോക്ടറെ വിളിക്കാത്തത് അച്ഛാ?"

"വരും? ആ... ആരെങ്കിലും പോയിട്ടുണ്ടാവും."

അവൾ അതോടെ തിരിച്ചുനടക്കുമെന്നു വിചാരിച്ചു. തൂണിൽ തിരു പ്പിടിച്ചുകൊണ്ട് അവൾ അവിടെത്തന്നെ നിൽക്കുന്നു.

"അച്ഛാ, എന്തു വെഷാ അവര് കഴിച്ചേ?"

"എനിക്കറിയില്ല."

ബസ്സിറങ്ങേണ്ട സ്ഥലം പിഷാരടിക്ക് അറിയാം. ഒരിക്കൽ കൂടെ വന്നിട്ടുണ്ട്.

ഒമ്പതരയുടെ ബസ്സ് വീടിനു നേർക്കുള്ള അത്താണിക്കടുത്തു നിറുത്താതെ നേരെ പോകുന്നു.

കുമാരൻമാസ്റ്ററും അമ്മാവനും എന്തോ ആലോചനയിൽ ഇരിക്കയാണ്. അമ്മ വീണ്ടും അകവാതിൽക്കൽ വന്നുനിന്നു.

"ബസ്സ് പോയല്ലോ ഗോപേ."

"ഉം. അങ്ങാടീല് എറങ്ങ്വോ ആവോ?"

"ഈ പെണ്ണിനോട് ഞാൻ കുറച്ചീസം ഇവിടെ നിൽക്കാൻ പറഞ്ഞതാണ്. വീട്ടിലോ ബുദ്ധിമുട്ട്. മൂന്നുനേരം വല്ലതും കഴിച്ച് കെടന്നോട്ടേന്ന് വിചാരിച്ചു. മൂന്നീസം നിന്നു. പിന്നെ ഒറ്റപോക്ക്."

നാരായണിയുടെ ഭർത്താവ് ജീവിച്ചിരിക്കുമ്പോത്തന്നെ അവിടെ കഷ്ടപ്പാടായിരുന്നു എന്ന് കേട്ടിട്ടുണ്ട്. കുമ്മായം തേയ്ക്കുന്ന പണിയായിരുന്നു. വീണ് തണ്ടലൊടിഞ്ഞപ്പോൾ കിടപ്പിലായി. മൂന്നുകൊല്ലം കിടന്നാണ് മരിച്ചത്.

പീടികമുറിയുടെ കച്ചവടമുറപ്പിക്കാൻ രാഘവമ്മാമ മറ്റൊരു ദിവസവും സമയവും നിശ്ചയിച്ചു. കുമാരൻ മാസ്റ്റർ എഴുന്നേറ്റു.

"മീനം തൊടങ്ങീട്ടേള്ളൂ. എന്താ ചൂട് രാവിലെത്തന്നെ; കാണാം ഗോപാലൻകുട്ടീ. കളംപാട്ടിനേ ഇനി വരവുണ്ടാവൂ, അല്ലേ?"

അയാൾ പടിയിറങ്ങിയപ്പോൾ അമ്മ ചോദിച്ചു:

"മറ്റോൾടെ വിവരം വല്ലതും കേട്ട്വോ രാഘവാ? രണ്ടാമത്തോൾടെ?"

"ആരാ അന്വേഷിക്ക്ണ്? നമ്മടെ കൊട്ടിലിലെ നാണ്വേമ്മടെ മകൻ കുഞ്ഞുണ്ണി ആലോചിച്ചതല്ലേ? അസ്സലായി അധ്വാനിക്കണ ചെക്കൻ... അപ്പോളല്ലേ ഒരുമ്പെട്ടോൾക്ക് താറാവുകാരൻ നസ്രാണീടെ കൂടെ ചാടിപ്പോവാൻ തോന്നീത്... എവിടെങ്കിലും ചെന്ന് തൊലയട്ടെ."

അമ്മ ദീർഘമായി നിശ്വസിച്ചു.

"കാര്യം നമ്മുടെ ഒരു കാരണോരടെ മകളും കുട്ട്യോളും ആണ്. പറഞ്ഞിട്ടെന്താ?"

"മൂത്തോളുടെ ആ മൊശകോടൻ പിന്നെ കല്യാണം കഴിച്ചൂന്നൊക്കെ പറേണ്. ചെറ്യേ രണ്ട് കുട്ട്യോള്."

രാഘവമ്മാമ അമ്മയെ നോക്കി. അമ്മയുടെ പിന്നിൽ പാതിമറഞ്ഞു നിൽക്കുന്ന രേണുവെ നോക്കി. പിന്നെ ഗോപാലൻകുട്ടിയോട് ഒരു സ്വകാര്യംപോലെ പറഞ്ഞു:

"സ്വഭാവഗുണം നന്നല്ല. തള്ളേക്കണ്ടിട്ടല്ലേ മക്കള് പഠിക്ക്വാ. എന്റെ ചെവികൊണ്ട് ഞാൻ എന്തൊക്കെ കേട്ടിരിക്ക്ണു ഈ നാട്ടില് നടക്കുമ്പോൾ–"

രണ്ടുകൊല്ലം മുമ്പ്, ഒരിക്കൽ നാട്ടിൽ വന്നപ്പോൾ നാരായണി കാണാൻ വന്നു. ഭർത്താവ് മരിക്കുന്നതിന് കുറച്ചുമുമ്പാണ്. ഡോക്ടറേറ്റ് കിട്ടിയ വാർത്തയും ഫോട്ടോയും പത്രത്തിൽ വന്നതിന്റെ പിറ്റേന്നാണ്. മൂന്നുവയസ്സ് കൂടുതലുണ്ട് നാരായണിക്ക്. എന്നാലും ചെറുപ്പത്തിൽ പേരുവിളിച്ചാണ് ശീലിച്ചത്. നരകയറിയ കറുത്ത ബ്ലൗസും മുഷിഞ്ഞ മുണ്ടും. മുഖമാകെ കരിവാളിച്ചപോലെയുണ്ടായിരുന്നു.

"ഗോപ വന്നൂന്ന് കേട്ടപ്പോൾ ഒന്ന് കാണാലോച്ചിട്ട് എറങ്ങീതാ."

ഭാര്യയേയും കുട്ടികളേയുംപറ്റി അന്വേഷിച്ചു.

അമ്മ കൊടുത്ത ചായ കുടിച്ച് വടക്കേ തളത്തിന്റെ ചുവര് ചാരി നിന്ന നാരായണിയുടെ മുമ്പിൽനിന്ന് പതുക്കെ അകത്തേക്കു വന്നപ്പോൾ അമ്മ കൂടെ എത്തി.

"വല്ലാത്ത കഷ്ടാ അതിന്റെ കാര്യം. എന്തെങ്കിലും കൊടുക്ക് ഗോപേ."

യാത്രച്ചിലവു കഴിഞ്ഞാൽ വളരെ കുറച്ചേ പണം കൈയിലുള്ളൂ. മാസച്ചിലവിന് കണക്കാക്കി, ബാക്കി ബാങ്കിലടയ്ക്കുകയാണ് പതിവ്. വെറുതെ പണം പോക്കറ്റിലിട്ടു നടന്നാൽ വേണ്ടാത്ത ചിലവുകൾ വന്നു ചേരും. അത് സരളതന്ന ഉപദേശമാണ്.

"എന്താ കൊടുക്കേണ്ടത്?"

അമ്മയോട് സ്വകാര്യം ചോദിച്ചു.

"എന്തെങ്കിലും കൊടുക്ക്. അവൾടെ കയ്യോണ്ട് ഉണ്ടാക്ക്യേ ഒരുപാട് കഞ്ഞീം ചോറും കഴിച്ചതല്ലെ."

പതിനഞ്ചുറുപ്പിക കൊടുത്തു. അതുപോരെന്നു തോന്നി അമ്മയുടെ മുഖഭാവം കണ്ടപ്പോൾ.

നാരായണി പിന്നെയും കുറേനേരം അകത്ത് അമ്മയുടെ കൂടെയുണ്ടായിരുന്നു. ആ പഴയ ചിരി ഒരിക്കലും കേൾക്കുന്നില്ലല്ലോ എന്നാലോചിച്ചുപോയി. അവിടെ താമസിച്ചിരുന്ന കാലത്ത് അധികം ചിരിക്കുന്നതിന് അമ്മ ശകാരിക്കാത്ത ദിവസമില്ല. എന്തു പറയുന്നതിന്റെയും തുടക്കത്തിൽ ചെറിയ ഒരു ചിരി, പറഞ്ഞു തീർന്നാൽ വലിയ ചിരി.

നാരായണി വൈകുന്നേരം മേൽകഴുകി വന്നാൽ തെക്കെ മുറ്റം അടിക്കുന്ന പതിവുണ്ട്. വെള്ളയുടുത്ത് ഭസ്മം തൊട്ട് ചൂലിന്റെ കട കൈവെള്ളയിൽ കുത്തിക്കൊണ്ട് മുറ്റത്തിറങ്ങുമ്പോൾ മാത്രമാണ് കരിയും വെണ്ണീറുമില്ലാതെ വൃത്തിയായി കാണുന്നത്. കുനിഞ്ഞ് അടിച്ചുവാരുമ്പോൾ നനവുവറ്റാത്ത മുടിയുടെ ചുരുട്ടിക്കെട്ടിയ അറ്റം നിലത്തു മുട്ടുമെന്നു തോന്നും. തിണ്ണയിലിരുന്ന് നോക്കും. ചതുരക്കഴുത്തുള്ള ബ്ലൗസിന്റെ വിടവിലൂടെ, വെള്ളരിപ്പൂവലുകൾ പോലെ...

"കള്ളാ, നീയെന്താടാ നോക്കിയിരിക്ക്ണ്?"

ഒരിക്കൽ നാരായണി കള്ളക്കണ്ണ് കണ്ടുപിടിച്ചു. അപ്പോൾ നാണം കൊണ്ട് ചൂളുങ്ങി. പിന്നെ കലി വന്നു. പിന്നെ വായിൽ ചീത്ത വാക്കുകൾ വന്നു. പിന്നെ സങ്കടവും കരച്ചിലും വന്നു.

നാരായണി ചിരിച്ചുകൊണ്ട് തിരിച്ചുപോവുമ്പോൾ താടിയിൽ രണ്ടു വിരൽ കൊണ്ടുപിടിച്ച് ഒന്നാട്ടി പതുക്കെ പറഞ്ഞു: "സാരല്യടാ. ആങ്കുട്ട്യോളായാൽ ഇത്തിരി തോന്ന്യാസൊക്കെ അറിയണ്ടെ?"

ചോലയിൽ കിടക്കുന്ന പത്മാവതിയുടെ കാര്യം ചെന്നു പറഞ്ഞപ്പോൾ നാരായണി പറഞ്ഞത്: തീരുന്നെങ്കിൽ തീരട്ടെ!

രാഘവമ്മാമ പറയുന്നതിലും കാര്യമുണ്ട്. സ്വഭാവഗുണം ചെറുപ്പത്തിലെ കുറവായിരുന്നു എന്നത് ഗോപാലൻകുട്ടിക്കും ബോധ്യമായിരുന്നു. ചുട്ട പുളിങ്കുരു ഒളിപ്പിച്ചുവെച്ചത് തിരയാൻ ട്രൗസറിന്റെ പോക്കറ്റിൽ കൈയിട്ട് തിരുപ്പിടിച്ച് നാണിപ്പിച്ചത് ഏഴിൽ പഠിക്കുമ്പോഴാണ്.

പന്ത്രണ്ടു വയസ്സുള്ള, വിവരമില്ലാത്ത ഒരാൺകുട്ടിക്ക് കൊഴുത്ത ശരീരത്തിലൊന്ന് മുട്ടിയുരുമ്മാനൊക്കെ തോന്നും. എന്നുവെച്ച് ആകെ പൂണ്ടടങ്ങിപ്പിടിച്ച് കവിളത്തും കഴുത്തിലും കടിക്കണോ? അവിടെയും ഇവിടെയുമൊക്കെ തൊട്ട് ഇക്കിളികൂട്ടി വേണ്ടാത്തതൊക്കെ പഠിപ്പിക്കണോ?

അതുകൊണ്ടല്ലേ പത്താംക്ലാസിൽ പഠിക്കുമ്പോൾ നാരായണിയുടെ പരിസരത്തിലൊക്കെ വെറുതെ ചുറ്റിത്തിരിയാൻ തോന്നിയത്? പിശ്ശാംകത്തി കെട്ടിയ തോട്ടികൊണ്ട് മുരിങ്ങയില പൊട്ടിക്കുമ്പോൾ മറഞ്ഞു നിന്നുനോക്കി. ഏന്തിവലിയുമ്പോഴൊക്കെ നീണ്ട സേഫ്ടിപിൻ കുത്തിയ കുടുക്കിനു നേർക്ക്, വിയർപ്പുപരക്കുന്ന ബ്ലൗസിനകത്തുനിന്ന് കുതറിച്ചാടുന്ന കലാപം. മനസ്സിലെപ്പോഴും ശല്യം.

കോളേജിലെത്തിയപ്പോൾ ക്ലാസിൽ ഇരുപത്തെട്ടു പെൺകുട്ടികൾ. മുക്കിലും മൂലയിലും സൗന്ദര്യച്ചന്തകളുടെ കോലാഹലം. സ്വഭാവഗുണം സൂക്ഷിക്കാൻ ശ്രമിച്ചുകൊണ്ട് വല്ലപ്പോഴും മാത്രം അവരെ നോക്കി. ചെരുപ്പ് താലോലിക്കുന്ന കാലടികളുടെ മിനുമിനുപ്പ്. കൊലുന്നനെയുള്ള കഴുത്തുകളുടെ വടിവ്. സ്ഥാനംതെറ്റുന്ന ദാവണികൾ. കണ്ണുകളെ നിയന്ത്രിക്കാൻ ശ്രമിച്ചു.

പക്ഷേ ഒഴിവുകാലത്ത് തിരിച്ചുവന്ന് രാത്രി കിടക്കുമ്പോൾ അവരിൽ പലരും പാതിയുറക്കത്തിൽ കൈക്കൂട്ടിലേക്ക് തിരക്കിക്കയറി. ഞെട്ടിയുണരുമ്പോൾ കെട്ടിപ്പിടിക്കുന്നത് കുത്തഴിയിലൂടെ വരുന്ന നിലാവിന്റെ കീറാണെന്നുകണ്ട് സ്വയം ശാസിച്ചു.

നല്ലകാലത്ത് നാരായണിയെ നോക്കണമെന്നേ തോന്നിയില്ല. നോക്കുമ്പോൾ കണ്ണിൽപ്പെടുന്നത് കാലടികളിലെ വിണ്ടുകീറിയ കറുത്ത ചാലുകളാണ്. കഴുത്തിലെ ചളികെട്ടിയ വരകളും. വിളമ്പിത്തരാൻ വരുമ്പോൾ കാടിവെള്ളത്തിന്റെ ഗന്ധം. വേണ്ടാത്ത ചിന്തകളൊന്നും തന്നെയില്ല മനസ്സിൽ. ആശ്വാസം.

പിഷാരടി അങ്ങാടിയിൽ ബസ്സിറങ്ങി നേരെയെങ്ങാൻ അമ്പലത്തിലേക്ക് നടക്കുമോ? അയാളും ചരിത്രഗവേഷണമെന്നു പറഞ്ഞ് ചില ലേഖനങ്ങൾ പുറത്തുവിടുന്നുണ്ട്.

ഗോപാലൻകുട്ടി പെട്ടെന്നെഴുന്നേറ്റ് അമ്മയോടും രേണുവിനോടുമായി പറഞ്ഞു:

"അവരെ കാണ്ണില്ല. ഞാനൊന്ന് അമ്പലംവരെ പോയിട്ട് വരാം."

അമ്മ രേണുവിനെ നോക്കി.

"മോള് പോണ്വോ? ഒന്ന് തൊഴുതിട്ട് വന്നോളൂ."

അവൾ ഇല്ലെന്ന് തലയാട്ടി.

വയൽ കടന്ന് നിരത്തിലെത്തിയപ്പോൾ പാലയ്ക്കൽ കുഞ്ഞിരാമമേനോൻ ആലിൻചുവട്ടിൽ ബസ്സുകാത്തുനിൽക്കുന്നു. തഹസിൽദാരായി റിട്ടയർ ചെയ്തത് രണ്ടുകൊല്ലം മുമ്പാണ്. ഇപ്പോൾ നാട്ടിൽ സ്ഥിരതാമസമാക്കിയിരിക്കുകയാണ്. പതുക്കെപ്പതുക്കെ പൊതുകാര്യങ്ങളുടെ നേതൃത്വം രാഘവമ്മാമയിൽനിന്ന് പിടിച്ചെടുക്കാൻ ശ്രമിക്കുന്നു എന്നാണ് കേൾവി. അടുത്തെത്തിയപ്പോൾ മേനോൻ തടഞ്ഞു.

"നിൽക്ക് ഗോപേ രാവിലെത്തന്നെ ഓരോന്ന് കേട്ടല്ലോ... എന്താ ആ പെണ്ണിന്റെ സ്ഥിതി?"

"അറിയില്ല."

അപ്പോൾ ബസ്സുപിടിക്കാൻ മറ്റൊരാൾ കൂടിയെത്തി. തെക്കുംതല കുഞ്ഞുകുട്ടൻ.

"പെണ്ണിന് നാല് മാസായീന്നാ ആളുകള് പറയുന്നത്. ആ, കുഞ്ഞുകുട്ടാ, എന്താടോ വിവരം?"

കുടമടക്കി തണലിൽനിന്ന് രണ്ടാംമുണ്ടുകൊണ്ടു വീശി കുഞ്ഞുകുട്ടൻ പറഞ്ഞു:

"നാലല്ല അഞ്ച്. എന്നാൽ മേൻന് ഒരു കാര്യം കേൾക്കണോ? ആ കുന്ന്മ്പൊറത്ത് കൊറെ ചെക്കമ്മാരുണ്ട്. മഹാ തൊളസുറന്മാര്. അവറ്റ ഏതു നേരത്തും നാരയണിടോടെ നെരങ്ങ്വായിരുന്നില്ലെ?"

നടക്കാൻ തുടങ്ങിയപ്പോൾ കുഞ്ഞുകുട്ടൻ വിളിച്ചു: "എത്രീസണ്ട് ഗോപേട്ടാ നാട്ടില്?"

"വൈന്നേരം പോവും."

കുഞ്ഞുകുട്ടന് എന്നേക്കാൾ പ്രായമുണ്ട്. എന്നിട്ടാണ് അവന്റെ ഗോപേട്ടൻ എന്ന വിളി. ജനനത്തീയതി നിരത്തി ഒരിക്കൽ അയാളെ ബോധ്യപ്പെടുത്തണമെന്ന് വിചാരിച്ചതാണ്. വിവരം കെട്ടവൻ.

ബീരാന്റെയും ഗോവിന്ദന്റെയും പീടികകൾക്കിടയിലൂടെ കടന്നാൽ എളുപ്പത്തിൽ അമ്പലത്തിലെത്താം. ഇടവഴിയിൽ മിനിലോറി നിർത്തിയിട്ട് ചകിരിത്തൊണ്ട് കയറ്റുകയായിരുന്നു.

"കടന്നോളൂ, കടന്നോളൂ."

ഇടവഴിയിലാണ് ചകിരി കയറ്റാൻ സൗകര്യം കണ്ടത്. ചകിരി ഉരഞ്ഞാലും തെങ്ങുരഞ്ഞാലും വെള്ളഷർട്ടിൽ കറയാവും. അയാൾ സംശയിച്ചു.

ഗോവിന്ദന്റെ പീടികയുടെ പുറത്ത് ബീഡി വലിച്ചുനിൽക്കുന്ന നാണപ്പനും ഹൈദ്രോസും നീലക്കുപ്പായമിട്ട മണൽച്ചുമട്ടുകാരും തർക്കിക്കുന്നത് ചോലയിൽ വീണുകിടക്കുന്ന പെണ്ണിന്റെ വിഷയം തന്നെയാണ്.

"അല്ല ഹൈദ്രോസേ, ആ താഴത്തേലെ അറുമുഖന്റെ ചെക്കനില്ലേ? തണ്ടേ്വാപി! അവനാ ആള്. എനിക്കറിയാം."

"ഇപ്പോൾ സർക്കാരാസ്പത്രീല് പോയാൽ ചോദ്യല്ല. എന്നിട്ടും ഇവറ്റ നാലഞ്ചുമാസാവ്ണവരെ." ഗോപാലൻകുട്ടിയെ അപ്പോഴാണ് നാണപ്പൻ കണ്ടത്. അയാൾ സൽക്കരിച്ചു.

"ഗോപേട്ടാ, ഒരു ചായ പറയട്ടെ?"

"വേണ്ട."

മിനിലോറി നീങ്ങിയപ്പോൾ അയാൾ ഇടവഴിയിലേക്ക് കടന്നു. തകർന്ന തിടപ്പള്ളി പുതുക്കിപ്പണിയുകയാണ് അമ്പലത്തിൽ. മുമ്പ് ശ്രീകോവിൽ റിപ്പയർ ചെയ്യുമ്പോഴാണ് അസ്തിവാരത്തിനുതാഴെ മറ്റൊരു കരിങ്കൽ ക്കെട്ടു കണ്ടത്. വട്ടെഴുത്തുള്ള ശിലാരേഖയും കണ്ടു എന്ന് രാഘവമ്മാമ ഒരു നിസ്സാരകാര്യംപോലെ പറഞ്ഞു. അമ്മായിയുടെ കണ്ണോപ്പറേഷന് വന്നതായിരുന്നു. ഉടനെ ഗോപാലൻകുട്ടി നാട്ടിലേക്ക് ബസ്സുകയറി. മുമ്പൊരിക്കൽ പിണഞ്ഞ അബദ്ധം ഇനി പറ്റില്ല. ആലങ്ങാട്ടിരിയിൽ പതിനൊന്നാം നൂറ്റാണ്ടിലെ രേഖ കണ്ടെത്തിയ വിവരം ആദ്യം കിട്ടിയത് ഗോപാലൻകുട്ടിക്കായിരുന്നു. വിവരം പ്രൊഫസറോടും പറഞ്ഞു. അദ്ദേഹം വലിയ താത്പര്യം കാണിച്ചു എന്നു തോന്നിയില്ല. പിറ്റേന്നു തന്നെ പോയി ഫോട്ടോ എടുപ്പിച്ചു. പത്രപ്രസ്താവന കണ്ടപ്പോഴാണ് അമ്പരന്നുപോയത്. ഇപ്പോൾ ചില ഗവേഷണ ഗ്രന്ഥങ്ങളുടെ അടിക്കുറിപ്പുകളിൽ 'കെ.പി. പിള്ളയുടെ ആലങ്ങാട്ടിരി രേഖ'യെപ്പറ്റി റഫറൻസുണ്ട്.

കല്ലിയൂർ രേഖ പ്രൊഫസർ പി.ജി.കെ. നായരുടെ പേരിൽത്തന്നെ കിടക്കും. അമേരിക്കൻ സർവ്വകലാശാലയ്ക്ക് അയക്കുന്ന ബയോഡാറ്റയിൽ ഇത് സ്ഥാനംപിടിക്കും. ഇനി അബദ്ധം പറ്റില്ല.

അമ്പലപ്പറമ്പിൽ കരിങ്കൽപ്പണിക്കാർ ജോലി ചെയ്യുന്നുണ്ടായിരുന്നു. ഊരാളൻ നമ്പൂതിരിയുടെ കാര്യസ്ഥൻ ഉഴുത്ര വാരിയർ മേൽനോട്ടം നടത്തുന്നുണ്ട്.

"ആ ഗോപാലൻകുട്ടി വര്വാ..."

പണി ഉദ്ദേശിച്ച വേഗത്തിൽ നടക്കുന്നില്ല. നാട്ടുകാർ പിരിവിന് കമ്മിറ്റി

ഉണ്ടാക്കിയെങ്കിലും വേണ്ടത്ര പണം വരുന്നില്ല. ആളുകൾ ഉത്സാഹിച്ചിറങ്ങാഞ്ഞിട്ടാണ്.

വളരെ വയസ്സായ ആളാണ് വാരിയർ. ജ്യോതിഷം പഠിച്ചിട്ടുണ്ട്. സംസ്കൃതത്തിൽ നല്ല പണ്ഡിതനാണ്.

"വാരരേ കല്ലിയൂർത്തുറ എന്ന ഈ സ്ഥലത്തിന് പേരുവരാൻ എന്താ കാരണംന്ന് ആലോചിച്ചിട്ടുണ്ടോ?

"അതാലോചിക്കേണ്ട വിഷയം തന്നെയാണ്."

"തുറ തുറമുഖമാവാനേ വഴിയുള്ളൂ. ഇവിടെ എങ്ങനെ തുറമുഖം വരും വാരരേ?"

"അതേയ്, പൊഴ മാറി ഒഴുകീതാവും. ദാ ആ കാണ്ന്നതന്നെ അല്ലേ പൊഴി? പണ്ടീ വഴിക്കാവും."

പൊളിഞ്ഞുകിടക്കുന്ന മതിൽക്കെട്ടിൽനിന്ന് പുഴയിലേക്കുള്ള ദൂരം നോക്കി.

ഏകദേശം മുന്നൂറു വാര വരും.

പിഷാരടി വന്നില്ല. മകളുടെ പ്രസവമടുത്ത കാര്യം പറഞ്ഞിരുന്നു. ചിലപ്പോൾ...

മണ്ഡപത്തിനു പുറത്ത് പതിച്ചുവച്ച ശിലാലിഖിതമുള്ള കല്ലിന്റെ മുമ്പിൽ നിന്നു. വട്ടെഴുത്ത് അവിടവിടെ പൊട്ടിപ്പൊളിഞ്ഞിട്ടുണ്ട്. തന്റെ വായന തെറ്റിയിട്ടില്ല. 'നെടുമ്പറയൂർ നാട്ടുടയ കോതൈ ഇരവി' തന്നെ. അഞ്ചുവണ്ണം ശാസനത്തിൽ സാക്ഷി ഒപ്പിട്ടത് ഈ രാജാവുതന്നെയാണോ എന്നതാണ് പ്രധാന പ്രശ്നം. എങ്കിൽ കനകസഭാപതിയുടെ നിഗമനം തെറ്റ്. ഡോക്ടർ ബർണാലിന്റെ സിദ്ധാന്തമാവണം ശരി.

ഗോപാലൻകുട്ടി തിരിച്ചുനടന്ന് വീട്ടിലെത്തിയപ്പോൾ ഉമ്മറം നിറച്ച് ആളുകളായിരുന്നു. വലിയമ്മയുടെ മകൻ നാരയണേട്ടൻ വന്നിട്ടുണ്ട്. വടക്കും തലയ്ക്കൽ എരോമൻനായർ, ആധാരമെഴുത്തുകാരൻ കുട്ടികൃഷ്ണൻനായർ, പുത്തൻകളത്തിലെ ഉണ്ണിമേനോൻ, മൂന്നു ചെറുപ്പക്കാരുമുണ്ട്. അവരൊക്കെ പരിചയമുള്ളവരാണ്. പക്ഷേ പേരറിയില്ല.

അമ്മ കട്ടിളയിൽ കൈവച്ച് വാതിൽക്കൽ നിൽക്കുന്നുണ്ട്.

"എല്ലാവരും ഇവിടെ വന്നിട്ടാ പറയ്ണ്, എന്തൊരു കഷ്ടാ..."

രേണു അമ്മയുടെ പിറകിലായി പതുങ്ങിനിൽക്കുന്നു. ഇവളെന്തിനാണ് നാട്ടുകാർ ഇരുന്ന് അപവാദങ്ങൾ പറയുന്നേടത്ത് ഇങ്ങനെ-?

സഞ്ചി മുറിയിൽ വയ്ക്കാൻ ആംഗ്യം കാട്ടി അവളെ ഏൽപ്പിച്ചു.

അപ്പോൾ കുന്നിൻചെരുവിൽ നിന്നുള്ള ഇടവഴിയിൽനിന്ന് ചെറുമൻ ചാത്തപ്പൻ ഇറങ്ങിവന്നു.

"എന്താ ഇപ്പളത്തെ സ്ഥിതി ചാത്തപ്പാ?"

രാഘവമ്മാമ ഉൽക്കണ്ഠയോടെ ചോദിച്ചു.

"എരിപൊരി സഞ്ചാരംതന്നെ. മേലെ എടേഴീല് നിന്നാൽ നെലോളി കേൾക്കും."

എരോമൻ നായർ അടയ്ക്ക ചുരണ്ടൽ നിർത്തി, ഒന്ന് മണപ്പിച്ചു നോക്കി.

"അടയ്ക്ക കെട്ടിട്ടുണ്ടോന്ന് സംശയം, മാളുമ്മേ." എന്നിട്ട് മറ്റുള്ളവരോടു പറഞ്ഞു.

"കോളാമ്പിക്കായ ആണോ അതോ..." ഇപ്പോൾ ചാഴിക്ക് തളിക്കാൻ കൊണ്ടര്ണ ഓരോ മരുന്നില്ലെ? അതും ചെലര് കഴിക്കണ്ണ്ട്.

വലിയമ്മയുടെ മകൻ നാരായണേട്ടൻ പറഞ്ഞു: "ഫോളിഡോളല്ലേ? അതാച്ചാൽ ഇത്രനേരം കിടക്കില്ല. ഇപ്പോൾ പതിനെട്ടുമണിക്കൂറായീന്നാ എന്റെ കണക്ക്."

ഇടവഴിയിൽനിന്ന് മറ്റൊരാൾകൂടി ഇറങ്ങിവന്നു. അടയ്ക്കാകച്ചവടക്കാരന്റെ നാട്ടിലെ ഏജന്റായി പ്രവർത്തിക്കുന്ന പരമേശ്വരേട്ടൻ.

ഇത്രയുംപേർ ഉമ്മറത്തുള്ളപ്പോൾ അകത്ത് മുറിയിൽ പോയിരിക്കുന്നത് ചിതമല്ലെന്ന് വിചാരിച്ച് ഗോപാലൻകുട്ടി കോലായിൽ അല്പം അകന്നുമാറി ഇരുന്നു.

തലയിൽ കൈവച്ച് പരമേശ്വരേട്ടൻ പറഞ്ഞു: "എന്റെ കാര്യ്യാക്കെ മഹാ അപകടത്തിലായല്ലോ കൂട്ടരേ? ഞാനെന്താപ്പോ ചെയ്യാ?"

എരോമൻനായർക്ക് അമ്മ മറ്റൊരടയ്ക്ക കൊണ്ടുവന്നുകൊടുത്തു.

പരമേശ്വരേട്ടൻ പറഞ്ഞു: "പതിനഞ്ചിനല്ലേ തങ്കക്കുട്ടീടെ പൊടമുറി നിശ്ചയിച്ചിരിക്കണ്. ഈ ജന്തൂന് വല്ലതും വന്നാൽ എന്റെ ഭാര്യവീട്ടുകാർക്കൊക്കെ പെലാണ്. പേരിന് താഴത്ത് വളപ്പുകാര് കുടുംബക്കാരല്ലേ? ഞാനെന്താ ചെയ്യാ?"

പരമേശ്വരേട്ടൻ ഗോപാലൻകുട്ടിയുടെ സമീപത്തായി ഇരുന്നു. ചെറുപ്പക്കാരിലൊരാളായ എരോമൻ നായരുടെ മുമ്പിലെ ചെല്ലം അടുത്തേക്കു നീക്കിവയ്ക്കാൻ ആംഗ്യം കാട്ടി.

ഇറയത്ത് തൂണുചാരി നിൽക്കുന്ന ചെറുപ്പക്കാരൻ പറഞ്ഞു:

"ഗുരുവായൂരല്ലേ? പൊറത്ത് കല്യാണമണ്ഡപത്തിലാവുമ്പോൾ എന്താ പ്രശ്നം?"

രാഘവമ്മാമ പറഞ്ഞു:

"അത് ശരിയാണ്. പെലള്ളോര് അകത്തുകേറി തൊഴണ്ടാന്ന് വെച്ചാൽ മതി... അല്ലെങ്കിലും ഇതൊക്കെ ഒരു പഴയ ആചാരംന്നല്ലാണ്ടെ...? ആരാ ഇതൊക്കെ ശരിക്ക് നോക്കണ്?"

എരോമൻനായർ ചോദിച്ചു:

"എന്താ പരമേശ്വരാ, ഇല്ലത്തെ സ്ഥിതി?"

"ഞാനീ വഴിക്കാ വന്നത്. പൈക്കള് അമറുംപോലത്തെ ശബ്ദം ഈ മേപ്പറത്ത്ന്ന് കേൾക്കാം."

രാഘവമ്മാമ പറഞ്ഞു: "ഒരു കാര്യം കേൾക്കണോ? കർമ്മഫലം, കർമ്മഫലം എന്നത് ആർക്കും തടുക്കാനാവില്ല. രാവുണ്ണിമ്മാൻ എങ്ങനെ കഴിഞ്ഞ ആളാ. മുത്തശ്ശിടെ നേരെ ഏടത്തിടെ മകനല്ലെ? അന്യനല്ല. ആ രാവുണ്ണിമ്മാന്റെ മക്കൾക്കും മക്കൾടെ മക്കൾക്കും ഈ ഗതി വരാച്ചാൽ - രാവുണ്ണിമ്മാനെ കണ്ട ഓർമ്മല്ലേ എരോമനായരേ-"

"പിന്നെ-! റാലി സൈക്കിള്. അതും ചവിട്ടി എത്താത്ത സ്ഥലല്യ-"

ചെറുപ്പക്കാർ കോലായിൽ നിന്നുമാറി മതിലിനടുത്ത് ചെന്നുനിന്ന് ബീഡി കത്തിച്ച് സ്വകാര്യം പറയാൻ തുടങ്ങി.

ആരും അഭിപ്രായം ചോദിക്കുന്നില്ല എന്നത് ഭാഗ്യമായിത്തോന്നി ഗോപാലൻകുട്ടിക്ക്. അയാൾ എഴുന്നേറ്റ് അകത്തേക്കു കടന്നു. തെക്കിനിയുടെ മൂലയിൽ നേരത്തെ ഏല്പിച്ച സഞ്ചിയും മടിയിൽവച്ച് രേണു തലകുനിച്ച് ഇരിക്കുന്നു. അയാൾ മുമ്പിലെത്തിയപ്പോൾ അവൾ പെട്ടെന്ന് എഴുന്നേറ്റുനിന്നു. സഞ്ചി വാങ്ങി അയാൾ തെക്കെ അറയിലേക്ക് നടന്നു.

ഉമ്മറത്തു നടക്കുന്ന വാദങ്ങളും അഭിപ്രായങ്ങളും കേട്ടിട്ട് കാര്യമില്ല. അയാൾ സഞ്ചിയിൽനിന്ന് നോട്ടുപുസ്തകങ്ങൾ പുറത്തെടുത്ത് വെറുതെ മറിച്ചുനോക്കി. പുതിയതായി ഒന്നും എഴുതിച്ചേർക്കാനില്ല. ഈ കുറിപ്പുകൾ ധാരാളമാണ്.

അയാൾ കട്ടിലിൽ കയറിക്കിടന്നു. അറിയാതെ ഒന്ന് മയങ്ങിപ്പോയെന്നു തോന്നുന്നു. അമ്മയുടെ ശബ്ദം കേട്ടാണ് കണ്ണുതുറന്നത്.

"കഴിച്ചോ. വെച്ചിട്ടുണ്ട്."

"ഉമ്മറത്ത്..."

"ആരുംല്യ അവരൊക്കെ പോയി."

ഊണുകഴിക്കാനിരുന്നത് തനിച്ചായിരുന്നു.

"രേണു എവിടെ?"

"മിറ്റത്ത് കുറുമ്പടെ അടുത്ത്ണ്ട്. അവൾക്കായിട്ടില്ലാന്ന് പറഞ്ഞു. കുട്ടി രാവിലേം ഒരു സാധനംകഴിച്ചിട്ടില്ല്. സ്ഥിരായിട്ട് അഷ്ടചൂർണ്ണം കൊടുക്കാൻ പറയ്, സരളടടുത്ത്."

ഗോപാലൻകുട്ടി ഉണ്ണാൻ തുടങ്ങിയപ്പോൾ അമ്മ എതിർവശത്തിരുന്നു. സരള നിർബന്ധിക്കുന്ന കാര്യം ഇപ്പോൾ പറയുകതന്നെ. നഗരത്തിൽ കണ്ണായ സ്ഥലത്ത് വക്കീൽ മകൾക്ക് പതിനഞ്ചു സെന്റ് നീക്കിവച്ചിരിക്കുന്നു. അവിടെ സെന്റിന് ഇപ്പോൾ മുപ്പതിനായിരം വിലയുണ്ട്. ഫിക്സഡ് ഡെപ്പോസിറ്റും പ്രോവിഡന്റ് ഫണ്ടിൽനിന്നുള്ള കടവും ചേർന്നാൽ ഒന്നരലക്ഷമേ ആവൂ. എൻജിനീയർ കണക്കുകൂട്ടിയത് മൂന്ന്. അവർ മൂന്ന് എന്നു പറഞ്ഞാൽ ചെയ്തുവരുമ്പോൾ നാല്.

വീടും പറമ്പും വിൽക്കാമെന്ന് സരള പറയാൻ തുടങ്ങിയിട്ട് കുറച്ചു കൊല്ലങ്ങളായി. അമ്മയുടെ കാലം കഴിയുന്നതുവരെ നിൽക്കട്ടെ എന്ന് പറയുമ്പോഴൊക്കെ സരള ഓർമ്മിപ്പിച്ചു:

"ഓരോ കൊല്ലം കഴീംതോറും കോസ്റ്റ് കൂടിക്കൂടിവരവാണ്. അത് വിചാരംണ്ടാവണം."

അയാൾ അമ്മയെ നോക്കി. ഇപ്പോഴും ആരോഗ്യത്തിന് കുഴപ്പമൊന്നുമില്ല. എൺപതുവയസ്സായ വലിയമ്മയ്ക്കും നല്ല ആരോഗ്യം. ദീർഘായുസ്സുള്ളവരാണ് ഈ തറവാട്ടിലെ അംഗങ്ങൾ. പ്രത്യേകിച്ചും സ്ത്രീകൾ. അതുകൊണ്ടാണ് സരളയ്ക്ക് അരിശം.

"നോക്കൂ, അതും കാത്തിരുന്നാൽ..."

അയാൾ സംഖ്യകളുടെ കണക്കുകൂട്ടിക്കൊണ്ടാണ് ഊണുകഴിച്ചത്.

കൈകഴുകി ഉമ്മറത്തേക്കു വന്നു. പുറത്ത് വെയിൽ കത്തിപ്പടരുന്നു. ഒഴിഞ്ഞുകിടക്കുന്ന വലിയ ചാരുകസേരയിൽ ഇരുന്നു. അപ്പോൾ മകൾ ഇടവഴി ഇറങ്ങിവരുന്നതുകണ്ടു. അവളുടെ കൂടെ കുറുമ്പയുണ്ട്. അവളുടെ ഉടുപ്പിന്റെ മുൻവശമാകെ നനഞ്ഞിട്ടുണ്ട്.

"നീയെവിടെ പോയി?"

"എവടേല്യ."

അവൾ മുഖം താഴ്ത്തി നേരെ പിൻമുറ്റത്തേക്ക് പോയി.

അമ്മ അകത്തുനിന്ന് അവളെ ശാസിക്കുന്നതു കേട്ടു.

"വേണ്ടാന്ന് പറഞ്ഞാൽ പറ്റില്ല. ഒരുപിടി കഴിച്ചോ."

രേണുവിന്റെ മറുപടി കേട്ടില്ല.

"എന്താ മോൾക്ക് വയറ്റിന് സുഖല്യേ?"

ചൂടിന്റെ അലകളാണ് കാറ്റിനോടൊപ്പം കടന്നുവരുന്നത്. അയാൾ തെക്കെ അറയിലേക്കു പോയി. അമ്മയും അടുക്കളയിലെ സഹായത്തിനെത്തുന്ന തള്ളയും അവളെ ഉണ്ണാൻ നിർബന്ധിക്കുന്നു.

തലേന്ന് മാറ്റിയിട്ട ഷർട്ടും മുണ്ടും സഞ്ചിയിൽ വച്ചു. പണ്ടുപഠിച്ച നോട്ടുപുസ്തകങ്ങളും പുസ്തകങ്ങളും അലമാരയിലുണ്ട്. വെറുതെ തിരഞ്ഞുനോക്കി. ഉപകാരമുള്ള വല്ലതുമുണ്ടോ കൂട്ടത്തിൽ. ക്ലൈവിനെപ്പറ്റി ഒരു പുസ്തകം കണ്ടു. ഇതെവിട്ന്ന് വന്നു ഇക്കൂട്ടത്തിൽ?

വെറുതെ അത് വായിച്ചുകൊണ്ട് കിടന്നു. കുറച്ചുകഴിഞ്ഞ് അമ്മ വന്നു.

"കുട്ടി ഒരു സാധനം കഴിച്ചിട്ടില്ല. മനമ്പെരട്ട്ണൂന്ന് പറഞ്ഞു."

"അവള് ചെലപ്പോൾ അങ്ങനെയാണ്."

ലാളിച്ചുലാളിച്ച് രണ്ടു മക്കളേയും വഷളാക്കി എന്ന കാര്യം മനസ്സിൽ സൂക്ഷിച്ചു. പിന്നെ സംശയിച്ച് വീടുപണിയുടെ കാര്യം പറഞ്ഞുതുടങ്ങി. ഇവിടെ അമ്മ ഇങ്ങനെ ഒറ്റയ്ക്ക് കഴിയണോ? വാതിലും കട്ടിളയും മോന്തായക്കൂട്ടും എല്ലാം ചിതലരിച്ച് ദ്രവിച്ചിരിക്കുന്നു.

"ഇത് വച്ചുകൊണ്ടിരുന്നിട്ടെന്താ? നമുക്കിത് കൊടുക്കാം."
അമ്മ സാവധാനത്തിൽ മുഖമുയർത്തി.
"എന്നിട്ടോ?"
"അമ്മയ്ക്ക് ഞങ്ങടെ കൂടെ നിൽക്കാലോ."
അമ്മ ഒന്നും മിണ്ടിയില്ല.
"തിരക്കില്ല. അമ്മ ഒന്ന് ആലോചിക്കാൻ വേണ്ടി പറഞ്ഞതാണ്."
താത്ത്വികമായി സമ്മതിച്ചാൽ വാങ്ങാനുള്ളവരെ കൊണ്ടുവരാനൊന്നും പ്രയാസമില്ല.
"നീയ് പറേണത്... ഞാൻ ഈ നാടങ്ങട്ട് വിട്ട് പോണംന്നോ?"
അപ്പോൾ ഗോപാലൻകുട്ടിക്ക് ക്ഷോഭം വന്നു.
"അമ്മേ, ഇതെന്റേം നാടാ. എനിക്കും നാടിനോട് സ്നേഹംണ്ട്. പക്ഷേ വല്ല ഒരു സൂക്കേടും വന്നാൽ ഒരു ഡോക്ടറുണ്ടോ അടുത്ത്? അതിന് ആറേഴു നാഴിക പോണ്ടെ?"
അമ്മ കുത്തഴി പിടിച്ച് പുറത്തേക്കു നോക്കിനിന്നു.
ഗോപാലൻകുട്ടിയുടെ ക്ഷോഭം കുറേക്കൂടി പുകഞ്ഞുനീറി.
"എന്ത് നാട്? ആ ചോലടെ വക്കില് ഇന്നലെ രാത്രിതൊട്ട് ഒരുത്തി ചാവാൻ കെടക്കാ. ആരെങ്കിലും ഒന്ന് തിരിഞ്ഞുനോക്ക്യോ? ആസ്പത്രീക്കൊണ്ടോവാൻ ഒരാളെങ്കിലും–"
അയാൾ നിർത്തിയത് വാതിലിനപ്പുറം രേണു വന്നു നിൽക്കുന്നത് കണ്ടിട്ടാണ്.
അമ്മ ഒന്നും മിണ്ടാതെ ഇറങ്ങിപ്പോയി. അമ്മയുടെ പിറകെ രേണുവും.
"രേണൂ, നിന്റെ ഉടുപ്പൊക്കെ എടുത്തുവെച്ചോ. വെയിലാറിയാൽ ഇറങ്ങണം."
മനസ്സാകെ മൂടിക്കെട്ടിയപോലെ തോന്നി. അമ്മ വ്യക്തമായി ഒന്നും പറഞ്ഞില്ല. റോബർട്ട് ക്ലൈവിന്റെ ചരിത്രം വായിക്കാൻ ശ്രമിച്ചു.
അടുത്ത ആഴ്ചയിൽ വരുമ്പോൾ അമ്മയെക്കൊണ്ട് സമ്മതിപ്പിക്കണം. ഏതായാലും മൂന്നുനാലു ദിവസം നിൽക്കേണ്ടിവരും. നരിമടയിൽ ബുദ്ധവിഹാരങ്ങളെപ്പറ്റി ശരിക്ക് ഒരു ഗവേഷണം നടത്തണം. കല്ലിയൂർ പരിസരത്ത് കുഴിച്ചാൽ വേറെയും വല്ല ശിലാലിഖിതവും കിട്ടിയാലോ? അമ്പലം ഊരാളന്മാരെ ഒന്ന് പ്രേരിപ്പിക്കണം.
അയാൾ മുടിചീകി. കടലാസിൽ പൊതിഞ്ഞുവെച്ച പൗഡറിട്ട്, സഞ്ചിയെടുത്ത് പൂമുഖത്തേക്കു വന്നപ്പോൾ ഉച്ചയുറക്കം കഴിഞ്ഞ് രാഘവമ്മാമ കയറിവരുന്നു. ചാരുകസേരയിൽ കുന്തിച്ചിരുന്ന് മുമ്പോട്ടും പിറകോട്ടും ആഞ്ഞുകൊണ്ട് പറഞ്ഞു:

"ഗോപേ, പണത്തിന്റെ കാര്യത്തില് തർക്കിക്കണ്ട. രണ്ടുകൊല്ലം കഴിഞ്ഞാൽ തൃത്താല സ്കൂളില് ഒരു വേക്കൻസി വര്ണ്ണ്ട്.

അപ്പോൾ പരമേശ്വരേട്ടൻ ഇടവഴിയിൽ നിന്ന് ചാടിയിറങ്ങിക്കൊണ്ടു വന്നു.

"ഗോപേ, ഒരു ഗ്ലാസ് വെള്ളം തരാൻ പറയൂ അമ്മോട്. രാഘവാ, കാര്യം കഴിഞ്ഞൂട്ട്വോ."

"ങ്."

"ഇപ്പളാ അറുമുഖൻ വന്നു പറയ്യേ." കിതച്ചുകൊണ്ട് വല്ലാത്ത സങ്കടത്തോടെ പറഞ്ഞു:

"ആ പെണ്ണിന്റെ ദുരിതം അങ്ങനെ കഴിഞ്ഞൂന്ന് പറയാം. അമ്മേ ഭഗവതീ!"

രാഘവമ്മാമ ഗൗരവത്തോടെ ആലോചിച്ചുകൊണ്ടിരുന്നു. പിന്നെ ശാന്തനായി പറഞ്ഞു: "ഒരുതരത്തില് ദൈവാദീനംണ്ട്. സത്യം പറഞ്ഞാൽ എന്റെ മനസ്സില് ആധിയായിരുന്നു. ഇപ്പോ പറേണേനെന്താ? പാതിരാവ്ണവരെ കെടക്ക്വാ, എന്നിട്ട് വല്ല കുറുക്കനോ നായക്കളോ വന്ന്... ആ ഒറ്റ ഈഷലായിരുന്നു എന്റെ മനസ്സില്."

ഗോപാലൻകുട്ടി അസ്വസ്ഥനായി.

അവർ രണ്ടുപേരും നിശ്ശബ്ദരായിരുന്നു. അമ്മ വെള്ളവും കൊണ്ടു വന്നപ്പോൾ രാഘവമ്മാമ ചോദിച്ചു:

"മാള്വേടത്തി അറിഞ്ഞോ?"

"ദാ, ഇപ്പോൾ കാളി പറഞ്ഞു."

പരമേശ്വരേട്ടൻ വെള്ളം കുടിച്ച് എഴുന്നേറ്റു.

"അത്യാവശ്യം സന്തുബന്തുക്കളെ അറീക്കണ്ടെ? ഞാൻ കൃഷ്ണനെ വിടാം." തോർത്തുമുണ്ട് തലയിലിട്ട് അയാൾ പടിയിറങ്ങി നടന്നു.

അമ്മ കണ്ണുതുടച്ച് ഇടറിക്കൊണ്ട് പറഞ്ഞു:

"തലേലെഴുത്ത്. ആ നാരായണീടെ തലേലെഴുത്ത്ന്നല്ലാതെ എന്താ പറയ്വാ... എനിക്ക് വയ്യ."

അമ്മ ഒരു തേങ്ങലോടെ അകത്തേക്കുപോയി.

രാഘവമ്മാമയും എഴുന്നേറ്റു.

"ഗോപേ, ഞാനും ഒന്ന് എറങ്ങിക്കളയാം. ആ കൃഷ്ണനും ഈ പരമേശ്വരനും ഒന്നും ഒരു വകതിരിവില്ല. പാറക്കണ്ണിയാണ് സ്ഥലം. നല്ല നാലാൾക്കാര് കെളച്ചില്ലെങ്കിൽ കുഴി താഴ്ല്യ. പിക്കാസും വേണ്ടിവരും. അതിന് ആ നേരത്ത് കെടന്നോടും–"

ചക്കന്റെ പെണ്ണ് കോച്ചി, ഇറ്റാമന്റെ ഭാര്യ കോതമ്മ, പാറുക്കുട്ടി - ഓരോരുത്തരായി മേലെ ഇടവഴി ഇറങ്ങിവന്ന് വടക്കെപ്പുറത്തേക്ക് നടക്കുന്നു.

ഗോപാലൻകുട്ടി യാത്രപറയാൻ അമ്മയെ തിരഞ്ഞു ചെന്നപ്പോൾ അമ്മ അടുക്കളയുടെ കോലായിലിരിക്കുകയാണ്. ഇപ്പോൾ വേറെയും സ്ത്രീകൾ വന്നെത്തിയിരിക്കുന്നു.

"എൻെറ സ്വന്തൊരു മകളെപ്പോലെ ഞാൻ കൊണ്ടുനടന്നതാണ് നാരായണിയെ. അവൾടെ കുട്ടികൾക്ക് ഈ ഗതി വന്നുവല്ലോ?"

അമ്മ തേങ്ങുന്നുണ്ടായിരുന്നു.

ഗോപാലൻകുട്ടിയെ കണ്ടപ്പോൾ കാലയിലും ഇറയത്തും നിന്ന പെണ്ണുങ്ങൾ ഒന്ന് ഒതുങ്ങിനിന്നു.

"അമ്മേ, ഞാനെറങ്ങ്വാണ്."

"ചായടെ വെള്ളം വെച്ചില്ലേ?"

"വേണ്ട, ആയിട്ടില്ല."

അയാളുടെ കൂടെ അമ്മ ഉമ്മറത്തേക്ക് വന്നു. മകൾ തെക്കിനിയിൽ ആഭരണക്കടക്കാരുടെ പരസ്യമുള്ള പ്ലാസ്റ്റിക് പെട്ടി തൂക്കി തയ്യാറായി നിൽക്കുന്നുണ്ട്. അവൾ അച്ഛമ്മയോട് തലകുലുക്കി യാത്രപറഞ്ഞു.

നേരത്തെ പറഞ്ഞ കാര്യം ഒന്നുകൂടി ആലോചിക്കണമെന്ന് ഓർമ്മപ്പെടുത്തണോ? അമ്മ ആകെ പാരവശ്യത്തിലാണ്. വിധി, കർമ്മഫലം, തലയിലെഴുത്ത് എന്നൊക്കെ പറയുന്നത് വെറുതെയല്ല. ദുരന്തങ്ങൾ ഓരോന്നായി നാരായണിയെ പിന്തുടരുന്നു.

നിരത്തിലേക്കുള്ള വരമ്പുകടക്കുമ്പോൾ കുടയുടെ തണലിൽ നിൽക്കാൻ മകളോടു പറഞ്ഞു.

"വല്ലാത്ത ഒരു നാട്. ആ പെണ്ണ് ചാവാൻ കെടക്കുമ്പോൾ ഒരാൾ ഒന്ന് തിരിഞ്ഞുനോക്കണ്ടേ?"

നിഴൽ പിടിച്ച് വലതുവശം ചേർന്നു നടക്കുന്ന മകൾ ഒന്നും മിണ്ടിയില്ല. അവളോടല്ല പറഞ്ഞത്. ആരോടൊക്കെയോ അരിശം തോന്നി. രാഘവമ്മാമയോടും മുറ്റത്ത് പലപ്പോഴായി വന്നവരോടെല്ലാം തന്നെയും. അമ്മയുടെ തൊണ്ടയിടറലും തേങ്ങലും ആലോചിച്ചപ്പോൾ രോഷം വർദ്ധിച്ചു.

"ആറുനാഴിക പോയാൽ മതി ഒരു ഡോക്ടറെ കിട്ടാൻ." അയാൾ അത് മകളോടായിത്തന്നെ പറഞ്ഞു: "അവിടെ സർക്കാരാശുപത്രിയുണ്ട്. ഒരാളും അതിനുണ്ടായില്ല."

അപ്പോൾ മകൾ മുഖമുയർത്തി അയാളെ നോക്കി.

"അച്ഛന് വിളിച്ചുകൊണ്ടരായിരുന്നില്ലേ?"

"ങ്ട്-"

"ഒരു ഡോക്ടറെ."

അയാൾ നടത്തത്തിനിടയ്ക്ക് പെട്ടെന്ന് നിന്നു.

"ഞാൻ-"

പറ്റിയ വാക്കുകളൊന്നും പെട്ടെന്ന് പുറത്തുവന്നില്ല. അയാൾ കയർത്തു:

"നീ തണലത്ത് നടക്ക്. ഇനി തുടങ്ങും മൂക്കുചീറ്റലും ജലദോഷവും."

മകൾ കുടയുടെ തണലിന്റെ വട്ടത്തിൽനിന്ന് അകന്ന് മുമ്പേ നടന്നു. ഉണങ്ങിയ എള്ളിൻകുറ്റികൾ ചവിട്ടിയൊടിച്ചുകൊണ്ട് ധൃതിയിൽ നടക്കുന്ന അവളുടെ ഒപ്പമെത്താൻ അയാൾ പ്രയാസപ്പെട്ടു.

നഗരത്തിലേക്ക് കയറുമ്പോൾ അവൾ നടത്തം പതുക്കെയാക്കി. പിന്നെ നിന്നു.

അവൾ ചിരിക്കാൻ ശ്രമിച്ചു.

"അച്ഛാ, ഞാനവർക്ക് ഇത്തിരി വെള്ളം കൊടുത്തു. ചോലേന്ന് മുക്കീട്ട്... വെള്ളത്തിന് നെലോളിക്കായിരുന്നു ഞാൻ ചെന്നു നോക്കിയപ്പോ..."

അയാൾക്ക് എന്തു പറയണമെന്നറിഞ്ഞില്ല.

"ഓ..."

അവർ അരയാലിന്റെ ചുവട്ടിൽ ബസ്സു കാത്തുനിന്നു. കുറച്ചു കഴിഞ്ഞപ്പോൾ നാലു കൈക്കോട്ടു പണിക്കാരേയുംകൊണ്ട് രാഘവമ്മാമനും പരമേശ്വരേട്ടനും എരോമൻനായരും കുന്നിൻചെരിവിലേക്കുള്ള തെക്കെ ഇടവഴി കയറുന്നത് അയാൾ കണ്ടു.

ശവസംസ്കാരം സന്ധ്യയ്ക്കുമുമ്പേ തന്നെ കഴിയും എന്നതുറപ്പായി. ∎

www.ingramcontent.com/pod-product-compliance
Lightning Source LLC
LaVergne TN
LVHW091636070526
838199LV00044B/1086